ഗ്രീൻ ബുക്സ്

രാജലക്ഷ്മി

കഥയിലെ അർദ്ധവിരാമം

ഡോ. സി.പി. ലീല

എഴുത്തുകാരി, തിരക്കഥാകൃത്ത്.
1944ൽ ജനനം. ബിരുദാനന്തരബിരുദവും പി.എച്ച്ഡിയും.
മുപ്പതു വർഷത്തെ സേവനത്തിനുശേഷം
1999ൽ എൻ.എസ്.എസ്. കോളേജിൽനിന്നും വിരമിച്ചു.
അവാർഡ്: *സഹൃദയവേദി അവാർഡ്,*
കവിയൂർ ശിവരാമയ്യർ അവാർഡ്, ദേവജ അവാർഡ്,
ഡോ. അംബേദ്കർ നാഷണൽ അവാർഡ്.

പഠനം

രാജലക്ഷ്മി
കഥയിലെ അർദ്ധവിരാമം

ഡോ. സി.പി. ലീല

ഗ്രീൻ ബുക്സ്

green books private limited
gb building, civil lane road, ayyanthole,
thrissur- 680 003, kerala
ph: +91 487-2381066, 2381039
website: www.greenbooksindia.com
e-mail: info@greenbooksindia.com

(malayalam)
rajalakshmi
kathayile ardhaviramam
(study)
by
dr. c.p. leela

first published march 2017

cover design : rajesh chalode

branches:
thrissur 0487-2422515
palakkad 0491-2546162
kannur 0497-2763038
thiruvananthapuram 9846670899

isbn : 978-93-86440-17-4

GBPL/889/2017

മുഖക്കുറി

ആത്മാംശമുള്ള കഥാപാത്രങ്ങളെ സൃഷ്ടിക്കുമ്പോൾ,
സ്വന്തം അനുഭവത്തിന്റെ വെളിച്ചത്തിൽ മാത്രമേ
ആവിഷ്ക്കരിക്കാൻ കഴിയൂ. ഈ തന്മയീഭാവം
ആത്മാർത്ഥതയുള്ള എഴുത്തിന്റെ സവിശേഷതയാണുതാനും.
രാജലക്ഷ്മി ആത്മരക്തത്തിൽ തൂലിക മുക്കിയാണെഴുതിയത്.
സ്വന്തം മനസ്സ് മാത്രമായിരുന്നു താങ്ങും തണലും.
മനസ്സ് പിടിവിട്ടപ്പോൾ ജീവിതവും നഷ്ടപ്പെട്ടു.

ഡോ. സി.പി. ലീലയുടെ രാജലക്ഷ്മിയെക്കുറിച്ചുള്ള
ഈ പഠനപുസ്തകം ഭാവസാന്ദ്രമായ ഒരു വായനാനുഭവമാണ്.
നിഗൂഢതകൾ നിറഞ്ഞ കഥാകാരിയുടെ ആന്തരിക
ലോകവർണ്ണന, ഏകാന്തതയും അന്തർമുഖത്വവും
ഇവ്വിധം ഹൃദയസ്പർശിയായി അവതരിപ്പിച്ച
മറ്റൊരു പുസ്തകം ഉണ്ടോ എന്നു സംശയമാണ്.
“രാജലക്ഷ്മി ജീവിച്ചിരുന്നെങ്കിൽ എം.ടിയുടെ ശൈലിപോലെ
സംഗീതമൊടുങ്ങാത്ത ഒരു വാദ്യോപകരണംപോലെ
അത് തരംഗതാളമുതിർക്കുമായിരുന്നു”
എന്ന് ഡോ. സി.പി. ലീല പറയുന്നു.
എല്ലാ അർത്ഥത്തിലും മികച്ച വായനാനുഭവം.

കൃഷ്ണദാസ്
മാനേജിങ് എഡിറ്റർ

ഉള്ളടക്കം

ആമുഖം 09
ഡോ. സി.പി. ലീല

കാലം കാത്തിരുന്ന പഠനം 13
കെ. ജയകുമാർ

ദുരന്തനായിക 19
ഒരേ തൂവൽപക്ഷികൾ 29
ഭൂമിക 35
ആന്തരികലോകത്തിന്റെ
അകത്തളങ്ങൾ 42
സ്ത്രൈണചേതനയുടെ
കാണാപ്പുറങ്ങൾ 52
കൂട്ടിലെ കിളിയുടെ രോദനം 60
പ്രകൃതിയുടെ മടിത്തട്ടിൽ 66
വ്യക്തിയും സമൂഹവും 72
പ്രണയതൃഷ്ണ 83
മൃത്യുബോധം 98
മരണബിംബങ്ങൾ 113
കാലസങ്കല്പം 126
ആത്മനിമന്ത്രണം 138
ജീവിതം 161
സാഹിത്യം 177
വ്യക്തിത്വം 188
സഹായ ഗ്രന്ഥങ്ങൾ 199

ആമുഖം

എഴുതാൻ വേണ്ടി മാത്രം ജനിച്ച്,
എഴുതാൻ വേണ്ടി മാത്രം ജീവിച്ച്,
എഴുതാനാവാതെവന്നപ്പോൾ
ജീവിതം അവസാനിപ്പിച്ച അതുല്യപ്രതിഭ!

സമൂഹത്തിന്റെ ക്രൂരമായ പീഡനത്തിന്റെ ഇര!

അവഗണനയുടെയും ആക്ഷേപത്തിന്റെയും
സ്നേഹനിരാസത്തിന്റെയും സമൂഹനിന്ദയുടെയും
കൂരമ്പുകളേറ്റുപിടഞ്ഞു വീഴുമ്പോൾ,
സാന്ത്വനത്തിന്റെ ഒരിറ്റു മേഘതീർത്ഥം കൊതിച്ചവൾ!

ആത്മാവിന് അഭയാംഗുലീസ്പർശമൊന്നും
കിട്ടാതെ നൊന്തുമരിച്ചവൾ

സമൂഹത്തോടുള്ള പ്രതിഷേധമെന്ന നിലയിൽ,
സ്വയം ജീവിതാന്ത്യം കുറിച്ചവൾ!

അതുകൊണ്ടുതന്നെ അവരുടെ ഓരോ രചനയും
സമൂഹത്തിന്റെ നേർക്കുള്ള
ചോദ്യചിഹ്നങ്ങളായി അവശേഷിക്കുന്നു.

ആത്മദുഃഖത്തിന്റെ അഗ്നിശൈലസ്ഫോടനത്തിൽ
ഒഴുകിപ്പടർന്ന തിളയ്ക്കുന്ന ലാവയാണ്
രാജലക്ഷ്മിയുടെ നോവലുകളും കഥകളും കവിതകളും!

അവ അനുവാചകഹൃദയങ്ങളെ എന്നും
പൊള്ളിച്ചുകൊണ്ടിരിക്കും

അതിന്റെ ചൂടും ചൂരും തീവ്രതയും അനുഭവതലത്തി
ലെത്തിക്കാനുള്ള ഒരു ശ്രമമാണ് ഇവിടെ അരങ്ങേറുന്നത്.

സ്ത്രൈണ വ്യക്തിത്വത്തിന്റെ പ്രഥമ പ്രകടനമായിത്തീർന്ന
രാജലക്ഷ്മിയുടെ രചനകളിലേക്ക് -
അവയുടെ നിഗൂഢതലങ്ങളിലേക്ക്-
ഊളിയിട്ടു ചെല്ലാനുള്ള ഒരു ക്ഷണം കൂടിയാണ്
'രാജലക്ഷ്മി - കഥയിലെ അർദ്ധവിരാമം'
എന്ന ഈ നിരൂപണഗ്രന്ഥം.

പഠിക്കുന്ന കാലംമുതൽതന്നെ രാജലക്ഷ്മിയെക്കുറിച്ച് ധാരാളം കേട്ടിരുന്നു. അവരുടെ രചനകൾ മാതൃഭൂമിയിൽ വരുമ്പോൾ, ആർത്തിയോടെ വായിക്കുകയും ചെയ്തിരുന്നു. ചങ്ങനാശ്ശേരി എൻ.എസ്. എസ് ഹിന്ദു കോളേജിൽ ബി.എയ്ക്കു പഠിക്കുമ്പോഴാണ് അവരുടെ നോവലുകൾ മാതൃഭൂമിയിൽ ഖണ്ഡശഃ വന്നുകൊണ്ടിരുന്നത്. അന്നു ഞങ്ങൾ കുട്ടികൾക്കിടയിൽ അത് ആദ്യം വായിക്കുവാൻവേണ്ടി ഒരു മത്സരം തന്നെ ഉണ്ടായിരുന്നു. ഞങ്ങളുടെ ചർച്ചകൾക്കിടയിൽ രാജലക്ഷ്മി കൂടെക്കൂടെ കടന്നുവരാറുണ്ടായിരുന്നു. ഞാൻ ബി.എ. ഫൈനൽ ഇയറിനു പഠിക്കുമ്പോഴാണ് അവരുടെ ദാരുണമായ അന്ത്യം സംഭവിച്ചത്. അതോടെ രാജലക്ഷ്മി മനസ്സിന്റെ വിങ്ങലായി മാറി. പിന്നീട് എന്നും ആത്മാവിൽ ഇറ്റുകണ്ണീരോടെയല്ലാതെ അവരെക്കുറിച്ച് ഓർക്കാൻ കഴിയുമായിരുന്നില്ല. പഠിച്ച് ജോലിയൊക്കെ കിട്ടി പല കോളേജുകളിലായി അലയുമ്പോഴും രാജലക്ഷ്മി ഉള്ളിൽ നിന്നു മാഞ്ഞില്ല. അവരെക്കുറിച്ച് എഴുതണമെന്നുള്ള മോഹം വളർന്നുവളർന്നു വന്നു. ഒടുവിൽ അത് മനസ്സിൽ കൊള്ളാതെയായി. എന്നാൽ, അന്നൊന്നും അവരുടെ രചനകൾ എങ്ങും സുലഭമായിരുന്നില്ല. പലേടത്തും അന്വേഷിച്ചു നടന്നെങ്കിലും ഒന്നും തന്നെ കിട്ടിയില്ല. ഒരിക്കൽ ഒരു പുസ്തകച്ചന്തയിൽ പരതുമ്പോൾ ഒരു ജീവചരിത്രം കിട്ടി. അത് ആർത്തിയോടെ വായിച്ചു. പലപ്രാവശ്യം! വീണ്ടും അന്വേഷണം തുടർന്നു. പഴയ പുസ്തകങ്ങൾ സൂക്ഷിക്കുന്ന ഒരു സുഹൃത്തിന്റെ വീട്ടിൽ നിന്നും രണ്ടു നോവലുകൾ കിട്ടി. ഈ മൂന്നു പുസ്തകങ്ങൾ വച്ച് കുറെയൊക്കെ എഴുതി. പക്ഷേ, ഒട്ടും തൃപ്തിയായില്ല. അപ്പോഴാണ് ബുക്ക് സ്റ്റാളുകൾ കയറിയിറങ്ങിയ എന്റെ മകന് തിരുവനന്തപുരത്ത് കോസ്മോയിൽ നിന്ന് രാജലക്ഷ്മിയുടെ ചെറുകഥകളും നോവലുകളും കവിതകളുമെല്ലാം കിട്ടിയത്. അതോടെ സന്തോഷമായി. രാജലക്ഷ്മി എങ്ങനെയും തീർക്കാമെന്നുള്ള ആത്മവിശ്വാസവുമായി വീണ്ടും ജോലി തുടർന്നു. ആറുമാസം കൊണ്ടു മിക്കവാറും തീർക്കാൻ കഴിഞ്ഞു. എന്നാൽ, പകർത്തിയെഴുത്ത് അസുഖങ്ങൾ മൂലം മുടങ്ങി.

എങ്കിലും രാജലക്ഷ്മി എത്രയും പെട്ടെന്ന് ഇറക്കണമെന്നുള്ള മനസ്സിന്റെ അടങ്ങാത്ത ആഗ്രഹം വാർദ്ധകൃത്തെയും രോഗങ്ങളെയും പരാജയപ്പെടുത്തി. ഒരു കണക്കിൽ ആറുമാസംകൊണ്ട് സ്ക്രിപ്റ്റ് പകർത്തി യെഴുതി പ്രസ്സിൽകൊടുക്കാൻ കഴിഞ്ഞു.

നിരന്തരം അലട്ടുന്ന അനേകം പ്രശ്നങ്ങൾക്കിടയിലും പുസ്തകം തീർക്കാൻ എന്നെ അനുഗ്രഹിച്ച ജഗദീശ്വരന് ആദ്യം തന്നെ കൃതജ്ഞത അർപ്പിക്കുന്നു!

പുസ്തകത്തിന്റെ ആഴങ്ങളിലേക്ക് ഇറങ്ങിച്ചെന്ന്, ആത്മാവു കണ്ടറിഞ്ഞ്, മനോഹരവും ഗഹനവുമായ ഒരവതാരികകൊണ്ട് കൃതിയെ സാന്ദ്രവും സുന്ദരവുമാക്കി ത്തീർത്ത ജയകുമാർസാറിനോടുള്ള നന്ദി വാക്കുകളിൽ ഒതുങ്ങുന്നതല്ല.

ഇതിന്റെ രചനയ്ക്ക് എന്നെ പ്രോത്സാഹിപ്പിച്ച എന്റെ സഹപ്രവർത്തകരേയും കൂട്ടുകാരേയും നന്ദിയോടെ സ്മരിച്ചുകൊണ്ട് ഈ ഗ്രന്ഥം സഹൃദയസമക്ഷം സമർപ്പിക്കുന്നു.

ഡോ. സി.പി. ലീല

കാലം കാത്തിരുന്ന പഠനം

കെ. ജയകുമാർ

നിഗൂഢലാവണ്യം ചൂഴ്ന്നു നിൽക്കുന്നവയാണ് രാജലക്ഷ്മിയുടെ രചനകൾ. സർഗ്ഗസ്വാതന്ത്ര്യത്തിന് വേണ്ടി സ്വയം ഹോമിച്ച ആ ജീവിതം ഇപ്പോഴും ഒരു പ്രഹേളികയായി തുടരുന്നു. അരനൂറ്റാണ്ട് കഴിയുമ്പോഴും രാജലക്ഷ്മിയുടെ ജീവിതവും സാഹിത്യവും ആത്മഹത്യയും പൂർണ്ണമായി അപഗ്രഥിക്കപ്പെട്ടുവെന്ന് പറഞ്ഞു കൂടാ. പഠനങ്ങളും വിശകലനങ്ങളും ഉണ്ടായില്ലെന്നല്ല, വെളിച്ചം വീശാത്ത ഇരുൾകോണുകൾ ഇനിയും ഏറെയുണ്ടെന്ന് മാത്രം. അത്തരം ഇരുളിടങ്ങളിലേക്കാണ് ഡോ. സി.പി.ലീലയുടെ ഈ പുസ്തകം അനുതാപത്തിന്റെയും അന്വേഷണത്തിന്റെയും പ്രകാശം ചൊരിയുന്നത്.

രാജലക്ഷ്മിയുടെ നോവലുകളുടെയും കഥകളുടെയും കവിതകളുടെയും സമഗ്രമെന്ന് വിശേഷിപ്പിക്കാവുന്ന പഠനമാണിത്. മുൻവിധികളൊന്നുമില്ലാതെ, എഴുത്തുകാരിയും വ്യക്തിയും എന്ന നിലയിൽ രാജലക്ഷ്മിയുടെ ഉണ്മ അറിയാനുള്ള ഭാവുകത്വ സന്നദ്ധതയോടെയാണ് ഡോ.ലീല ഈ പുസ്തകരചന ഏറ്റെടുത്തിരിക്കുന്നത്. രാജലക്ഷ്മിയോടുള്ള ഒരു ഹൃദയപ്പൊരുത്തത്താൽ സ്പന്ദിതമാണ് ഈ കൃതി. ആ ഹൃദയബന്ധമാകട്ടെ പഠനത്തെ അനന്യവും അമൂല്യവുമാക്കിയിരിക്കുന്നു.

വ്യക്തിത്വത്തിലെ സവിശേഷതകൾ സൂക്ഷ്മതയോടെ ഉൾക്കൊള്ളുമ്പോൾ മാത്രമേ രാജലക്ഷ്മിയുടെ രചനകളിലെ രഹസ്യവാതിലുകൾ തുറക്കപ്പെടൂ. നായികമാർക്കെല്ലാം തന്റെ ആത്മാംശം പകർന്നു കൊടുത്തിരുന്നു അവർ. എഴുത്തുകാരിയുടെ വ്യക്തിത്വത്തിന് സമാനമായ വ്യക്തിത്വമാണ് നായികമാർക്കെല്ലാമെന്നുള്ള നിരീക്ഷണത്തിലൂടെ പുരോഗമിക്കുന്ന അന്വേഷണം കഥാപാത്രങ്ങളും കഥാകൃത്തുമായുള്ള ബന്ധത്തിന്റെ അടരുകൾ വിദഗ്ദ്ധമായി കാട്ടിത്തരുന്നു. രാജലക്ഷ്മിയെപ്പോലെ തന്നെ അവരുടെ നായികമാർ, ഭൗതിക സാഹചര്യങ്ങൾ അനുകൂലമാണെങ്കിലും പരാജിതരും ഏകാകികളുമാണ്. കഥാപാത്രങ്ങളിലൂടെ

കഥാകൃത്തിന്റെ സങ്കീർണ്ണമായ ഹൃദയമറിയാനുള്ള പരിശ്രമത്തിന്റെ പക്വഫലങ്ങൾ ഈ കൃതിയിൽ നിറയെ കാണാം. രാജലക്ഷ്മിയുടെ മനസ്സിന്റെ വിഹ്വലതകളും വീർപ്പുമുട്ടലുകളും വിങ്ങലുകളും വൈകാരികമായി പകർന്നുതരാൻ ഡോ.ലീലയുടെ സമീപനം സമർത്ഥമാണ്. ഏകാന്തതയും അന്തർമുഖത്വവും വിഷാദാത്മകതയും പലായനപ്രവണതയും മൃത്യുബോധവും ആത്മരതിയും എല്ലാം കൂടിച്ചേർന്ന രാജലക്ഷ്മിയുടെ സ്ത്രൈണ ചേതന ഇത്ര ആധികാരികമായി മുൻപാരും വരച്ചിട്ടതായി അറിവില്ല.

സമൂഹവും വ്യക്തിയും തമ്മിലുള്ള ചേർച്ചയില്ലായ്മ നിരവധി എഴുത്തുകാർ അനുഭവിച്ചിട്ടുണ്ട്; അനുഭവിക്കുന്നുമുണ്ട്. എന്നാൽ അതിനോട് അവർ പ്രതികരിക്കുന്നത് ഓരോ വിധത്തിലായിരിക്കും. വ്യക്തിത്വം കൊണ്ട് നിർണ്ണയിക്കപ്പെടുന്നതാണ് ഈ വ്യത്യാസം. ചങ്ങമ്പുഴയും ഇടപ്പള്ളിയും തന്നെയാണ് രണ്ട് പ്രത്യക്ഷോദാഹരണങ്ങൾ. സമൂഹത്തെ ഭർത്സിച്ചുകൊണ്ട് ആ പൊരുത്തക്കേടിനെ അതിജീവിക്കാനാണ് ചങ്ങമ്പുഴ ശ്രമിച്ചതെങ്കിൽ, അതിനു മുമ്പിൽ കീഴടങ്ങി ജീവിതം അവസാനിപ്പിക്കുകയായിരുന്നു ഇടപ്പള്ളി. മരണത്തോട് ആഭിമുഖ്യമുള്ള എഴുത്തുകാരുടെ മനോഭാവത്തിന് അനേകം തലങ്ങളുണ്ടായിരിക്കും. അവരുടെ മനസ്സിന്റെ വനാന്തരങ്ങളും ഭൂഗർഭപാതകളും ലഘുവായ അന്വേഷണത്തിന്റെ സീമയിൽ വരുകയില്ല. രാജലക്ഷ്മിയുടെ ഭാവഗാഢതയ്ക്ക് ഈ സ്വഭാവമാണുള്ളത്. എങ്കിലും, ആശ വെടിഞ്ഞ ഒരു മനസ്സ് അവരുടെ സൃഷ്ടിക്കുപിന്നിൽ പ്രവർത്തിച്ചിരുന്നുവെന്നും തന്നോട് അവജ്ഞ കാട്ടിയ പുറംലോകത്തോട് അബോധപരമായി കഠിനമായ വെറുപ്പ് അവർ വച്ചു പുലർത്തിയിരുന്നെന്നും ഈ കഥാകാരിയുടെ സൃഷ്ടികൾ സാക്ഷ്യപ്പെടുത്തുന്നുണ്ട്. രാജലക്ഷ്മി ജീവിതത്തെ വെറുത്തത്, ഉണ്ടായിക്കാണണമെന്ന് താൻ ആഗ്രഹിച്ച മറ്റൊരു ജീവിതത്തെ ഗാഢമായി സ്നേഹിച്ചിരുന്നതുകൊണ്ടാണ്. അതുസാധ്യമല്ലാതെ വന്നപ്പോൾ അവർ മരണവുമായി സൗഹാർദ്ദത്തിലായി. കെ.പി. അപ്പൻ രാജലക്ഷ്മിയുടെ ആത്മഹത്യ എന്ന കഥ വിശകലനം ചെയ്യുന്നതിനിടയിൽ നടത്തുന്ന ഈ നിരീക്ഷണങ്ങൾ ശ്രദ്ധേയമാണെങ്കിലും (കെ.പി. അപ്പൻ, കഥ- ആഖ്യാനവും അനുഭവസത്തയും) ഇതിനെക്കാൾ എത്രയോ സങ്കീർണ്ണമായിരുന്നു ആത്മഹത്യയിലേക്കു നയിച്ച രാജലക്ഷ്മിയുടെ മനസ്സെന്ന് ഡോ.ലീലയുടെ അപഗ്രഥനം നമ്മെ ബോധ്യപ്പെടുത്തും. പുരുഷന്മാരുടെ അഹംബോധത്തെ ജയിക്കുന്ന തരത്തിലുള്ള ഒരഹംബോധമാണ് അവർക്കുള്ളതെന്ന വിലയിരുത്തൽ ശ്രദ്ധിക്കുക. 'ഞാനെന്ന ഭാവം' എന്ന നോവലിന്റെ പേര് തന്നെ ഈ അഹംബോധത്തെയാണ് കാണിക്കുന്നതെന്ന് ഡോ.ലീല അഭിപ്രായപ്പെടുന്നു. സ്വാതന്ത്ര്യം കാംക്ഷിക്കുന്നവരാണ് രാജലക്ഷ്മിയുടെ നായികമാരെല്ലാം.

അമർഷവും ആത്മപീഡനരതിയും വാശിയും സാഹസികതയും ഈഗോയും എല്ലാം കൂടിച്ചേർന്ന വ്യക്തിത്വം; സ്വന്തം ജീവിതം ഹോമിക്കാനും നാശത്തിന്റെ ഗർത്തത്തിലേക്ക് എടുത്തുചാടാനും ഈ കഥാപാത്രങ്ങളെ പ്രേരിപ്പിക്കുന്നു.

എഴുത്ത് രാജലക്ഷ്മിയുടെ ഏറ്റവും ഗാഢമായ സ്വാതന്ത്ര്യ പ്രഖ്യാപനമായിരുന്നു. എങ്കിലും അവിടെയും പൂർണ്ണസ്വാതന്ത്ര്യം പിടിച്ചുപറ്റാൻ അവർക്കു സാധിച്ചില്ല. സമൂഹം അവരെ വെറുതെ വിട്ടില്ല. രണ്ടുവർഷം എഴുതാതിരുന്നു. മാതൃഭൂമിയിൽ പ്രസിദ്ധീ കരിച്ചുവന്ന നോവൽ പകുതിയിൽ അവർ അവസാനിപ്പിച്ചു. എഴു താതെയിരിക്കുന്നത് പ്രാണൻ പറിച്ചെടുക്കുന്ന വേദനയായിരുന്നു. ജീവിതമേ സാഹിത്യമാണെന്നു കരുതുന്ന ഒരാൾക്ക് അങ്ങനെ ആയിരിക്കുമല്ലോ.... അവസാനം എഴുത്തിനുപകരമായി ജീവൻ തന്നെ കൊടുക്കേണ്ടി വന്നു. സാഹിത്യരചന ആത്മാവിന്റെ ആവശ്യമായിരുന്നു രാജലക്ഷ്മിക്ക്. എല്ലാ വേദനകളിൽ നിന്നും ഒരു മോചനമാർഗ്ഗം. ഡോ. ലീലയുടെ ഈ നിഗമനത്തോട് വായന ക്കാരന് യോജിക്കാനേ കഴിയൂ.

തന്നോടുതന്നെയുള്ള ഒരു പ്രതികാരം പോലെയായിരുന്നു ആ ആത്മഹത്യ. വർജിനിയാ വൂൾഫിന്റെയും സിൽവിയാപ്ളാത്തി ന്റെയും എമിലി ബ്രോണ്ടിയുടെയും ജീവിതങ്ങളുമായി രാജല ക്ഷ്മിയുടെ ആത്മസംഘർഷങ്ങളെയും ആത്മഹത്യയെയും ചേർത്തുവായിക്കാൻ ഈ കൃതിയിലുടനീളം ശ്രമിച്ചു കാണു ന്നുണ്ട്. വ്യത്യസ്തമായ സാംസ്കാരികഭൂമികകളിൽ ജീവിതനി ഷേധമെന്ന പ്രതിഭാസം വിശകലനം ചെയ്യപ്പെടുമ്പോൾ, ആത്മ ഹത്യയുടെ ദാർശനികവും വൈകാരികവുമായ സാർവ്വലൗകിക തയ്ക്കാണ് ഡോ.ലീല അടിവരയിടുന്നത്. സിൽവിയാപ്ളാത്തിനെ പ്പോലെ ഉന്മാദത്തോളമെത്തുന്ന ഒരു വികാരമായിരുന്നു രാജല ക്ഷ്മിക്കു പ്രണയം. ഒരിറ്റുസ്നേഹത്തിനായി ഒഴുകി നടക്കുന്ന ഒരു പുഴയുടെ ദാഹമുണ്ട് ഇരുവരുടെയും രചനകളിൽ. എങ്കിലും രാജലക്ഷ്മിക്ക് കൊതിതീരെ പ്രണയമനുഭവിക്കാൻ കഴിഞ്ഞില്ല. കഥാപാത്രങ്ങളിലൂടെ അത് ആവിഷ്കരിക്കുമ്പോൾ, നഷ്ടബോധ ത്തിന്റെ ദുഃഖം പുരണ്ട ഒരു ചിരി അവരുടെ ചുണ്ടുകളിൽ കാണാം. അതുപോലെതന്നെ രാജലക്ഷ്മിയുടെ സമകാലികനായ എം.ടി യുടെ കൃതികളുമായുള്ള ഒരു സമാന്തര താരതമ്യപഠനവും ഈ കൃതിയിൽ നടക്കുന്നുണ്ട്. രാജലക്ഷ്മിയെക്കുറിച്ചുള്ള എം.ടിയുടെ നിരീക്ഷണങ്ങളും വിപുലമായി ഉപയോഗപ്പെടുത്തുന്നുണ്ട്. അങ്ങനെ രാജലക്ഷ്മിയെന്ന വ്യക്തിയെയും എഴുത്തുകാരിയെയും കാഴ്ചപ്പാടുകളുടെ ത്രിമാനതയിൽ അവതരിപ്പിക്കാൻ ഡോ. ലീലയ്ക്കു സാധിക്കുന്നു.

എല്ലാ പ്രഹേളികകൾക്കും ഉത്തരം കണ്ടെത്തുമ്പോഴല്ല, അവയുടെ സങ്കീർണ്ണത അറിയുവാനും പുതിയ ചോദ്യങ്ങൾ

ഉണർത്തുവാനും കഴിയുമ്പോഴാണ് ഒരു പഠനത്തിനു മൂല്യമുണ്ടാവുന്നത്. വൈകാരികാഴമുള്ള ഒരെഴുത്തുകാരിയെക്കുറിച്ച് എല്ലാമറിഞ്ഞു കഴിഞ്ഞു എന്ന നാട്യം ഈ കൃതി വച്ചുപുലർത്തുന്നില്ല. കൂടുതൽ അറിയാനും അന്വേഷിക്കാനും പ്രേരണചെലുത്തുകയും ചെയ്യുന്നു. രാജലക്ഷ്മിയുടെ ജീവിതം, ആന്തരികലോകം, പ്രണയതൃഷ്ണ, മൃത്യുബോധം, കഥകളിലെ മരണബിംബങ്ങൾ, കാലസങ്കല്പം എന്നിങ്ങനെ ഒരെഴുത്തുകാരിയെ അറിയാൻ സഹായകമാവുന്ന എല്ലാ വഴികളിലൂടെയും അന്വേഷണം നടക്കുന്നുണ്ട് ഇതിൽ.

നമ്മുടെ സമൂഹത്തിന് ഒരു വ്യക്തിയുടെ ജീവിതത്തിൽ ഏല്പിക്കാൻ സാധിക്കുന്ന ആഘാതം എത്ര ക്രൂരമാണെന്നു കൂടി രാജലക്ഷ്മിയുടെ ജീവിതവും ആത്മഹത്യയും ഉദാഹരിക്കുന്നുണ്ട്. പുരുഷകേന്ദ്രീകൃതമായ ഒരു സമൂഹം, സർഗ്ഗാത്മകത അനുഗ്രഹിച്ച ഒരു എഴുത്തുകാരിയോടു ചെയ്ത അപരാധത്തിന്റെ നിത്യനിദർശനമായും അതിനെ കാണാം. 1965–ൽ രാജലക്ഷ്മി ജീവിതം അവസാനിപ്പിക്കുമ്പോൾ ഫെമിനിസം ഒരു നിർവ്വചിക്കപ്പെട്ട ആശയസംഹിതയായി മാറിയിരുന്നില്ല. എങ്കിലും മലയാളത്തിലെ സ്ത്രീപക്ഷസാഹിത്യപഠനങ്ങൾക്കുള്ള മുഖമൊഴിയും ആഗ്നേയചിഹ്നവുമാണ് രാജലക്ഷ്മി. പുരുഷമനോഭാവങ്ങളിലും സമൂഹത്തിന്റെ മുൻവിധികളിലും സ്വാതന്ത്ര്യചിന്തയുള്ള സ്ത്രീകളോടുള്ള സമീപനത്തിലും അടിസ്ഥാനപരമായ മാറ്റങ്ങളൊന്നും ഇപ്പോഴും ഭവിച്ചിട്ടില്ലെന്നു വേണം പറയാൻ. ആവിഷ്കാരസ്വാതന്ത്ര്യത്തെ തളച്ചിടാൻ പ്രേരിപ്പിച്ച സമൂഹത്തിനോട് ആത്മഹത്യ കൊണ്ടു പകരം വീട്ടിയ രാജലക്ഷ്മി നമ്മുടെ പൊതുഅപരാധബോധത്തിൽ സദാ ഉയിർത്തെഴുന്നേറ്റുകൊണ്ടേയിരിക്കും.

ഡോ. സി.പി.ലീലയും രാജലക്ഷ്മിയെപ്പോലെ എൻ. എസ്. എസ് കോളേജിലെ അധ്യാപികയായിരുന്നു എന്നത് അപ്രസക്തമായ യാദൃച്ഛികതയല്ല. രാജലക്ഷ്മി നടന്ന വഴികളും വഴിയിലെ നിഴലുകളും അവരുടെ മനസ്സിന്റെ സഞ്ചാരപഥങ്ങളും പരിചിതമായ ഹരിതകങ്ങളും വൈകാരികമായി ആഗിരണം ചെയ്യാൻ ഡോ. ലീലയ്ക്കു മറ്റാരെക്കാളും അർഹതയും കഴിവുമുണ്ട്. കൈത്തഴക്കം വന്ന കവയത്രിയും നിരൂപകയുമായ ഡോ.ലീല, കഥയിലെ അർദ്ധവിരാമമായി മാറിയ രാജലക്ഷ്മിയെക്കുറിച്ചുള്ള വൈകാരികസത്യസന്ധത തഴയ്ക്കുന്ന ഈ പഠനംകൊണ്ട് മലയാളസാഹിത്യത്തെ പുഷ്ടിപ്പെടുത്തിയിരിക്കുന്നു. മലയാളം കാത്തിരുന്നതാണ് ഈവിധമൊരു പഠനം! വരുംകാലങ്ങളിൽ പുഷ്കലമാകാതെ തരമില്ലാത്ത രാജലക്ഷ്മിപഠനശാഖയുടെ നാന്ദിയായി ഈ പുസ്തകത്തെ വിലയിരുത്താം. നിസ്തുലമായ ഈ സാഹിതീസേവനം വായനാലോകം സന്തോഷപൂർവം അംഗീകരിക്കുകയും അഭിനന്ദിക്കുകയും ചെയ്യുമെന്നതിൽ സന്ദേഹമില്ല!

രാജലക്ഷ്മി

കഥയിലെ അർദ്ധവിരാമം

ഒന്ന്

ദുരന്തനായിക

മലയാളസാഹിത്യത്തിലെ കാല്പനികജ്യോതിസ്സാണ് രാജലക്ഷ്മി. കഥാസാഹിത്യത്തിലെ ആദ്യകാല്പനിക ദുരന്തനായികയും വളരെ ചുരുങ്ങിയകാലത്തെ സാഹിത്യജീവിതം മാത്രമേ ഈ പ്രതിഭാശാലിക്ക് ഉണ്ടായിരുന്നുള്ളു. രണ്ടുവർഷത്തെ മൗനകാലംകൂടി കണക്കാക്കിയാൽപ്പോലും, ഒരു ദശവർഷം തികയില്ല. മുപ്പത്തഞ്ചുവയസ്സെത്തുംമുമ്പ് മലയാളികളുടെ മനസ്സിൽ ഒരു ദുരന്തസ്മൃതി അവശേഷിപ്പിച്ചുകൊണ്ട് ആ വെള്ളരിപ്രാവ് നമ്മെ വിട്ടു പറന്നുപോയി. ഒരുപക്ഷേ, ഉയരങ്ങളിലെത്തേണ്ട ആ മഹദ്പ്രതിഭ സ്വയം തല്ലിക്കെടുത്തിയതോർക്കുമ്പോൾ, സാഹിത്യപ്രേമികളുടെ ഉള്ളിൽ ഇന്നും അത് കനൽ വാരി എറിയുന്നുണ്ടാവണം. സാഹിത്യത്തിന് എന്നത്തേക്കും അതൊരു തീരാനഷ്ടമായിപ്പോയി എന്ന കാര്യത്തിലും സംശയമില്ല. എങ്കിലും പരിമിതമായ രചനകളിലൂടെ, സത്യസന്ധമായി, ആത്മാവിന്റെ ഭാഷയിൽ, അവർ നമ്മോടു സംവദിക്കുമ്പോൾ, ആ സാഹിത്യത്തിലേക്കും, ജീവിതത്തിലേക്കും നടന്നു കയറുവാൻ അതൊരു പ്രേരണയായി ഭവിക്കുന്നു. നിഗൂഢമായ ആ വ്യക്തിത്വത്തിന്റെ ആഴങ്ങൾ തിരയുന്നത് രസകരമായ ഒരനുഭവമായിരിക്കും. അതിലൂടെ കഥാകൃത്തിന്റെ രചനയുടെ അകത്തളങ്ങളിലേക്ക് എത്തിനോക്കാനും കഴിഞ്ഞേക്കും.

മലയാളസാഹിത്യത്തിൽ ആത്മഹത്യയിൽ അഭയംതേടിയ ആദ്യ എഴുത്തുകാരൻ ഇടപ്പള്ളി രാഘവൻപിള്ളയാണ്. മലയാളത്തിലെ ആദ്യ വിഷാദാത്മക കവിയും അദ്ദേഹമാണ്. കുമാരനാശാൻ ആ വകുപ്പിൽപ്പെടുന്ന കവിയാണെങ്കിലും അദ്ദേഹത്തെ വിഷാദാത്മകകവി എന്നതിനെക്കാൾ ദുഃഖാത്മകകവി എന്നു വിളിക്കുന്നതായിരിക്കും ഉചിതം. വിഷാദവും ദുഃഖവും രണ്ടാണല്ലോ. അടിസ്ഥാനപരമായി വിഷാദാത്മകനെങ്കിലും ഇടപ്പള്ളിയുടെ ആത്മഹത്യയ്ക്ക് മറ്റു പല കാരണങ്ങളുമുണ്ട്. പ്രത്യക്ഷ കാരണം പ്രണയനൈരാശ്യം തന്നെ! പെറ്റമ്മയുടെ മരണം, രണ്ടാനമ്മയുടെ പോര്, വീട്ടിലെ സ്നേഹശൂന്യമായ അന്തരീക്ഷം, ദാരിദ്ര്യം, അന്യനെ ആശ്രയിച്ചുള്ള ജീവിതവും അതിന്റെ അപമാനവും,

അച്ഛന്റെ ജയിൽവാസം, കള്ളന്റെ മകനെന്നുള്ള പേര്, രണ്ടാനമ്മയുടെ വഴിപിഴിച്ച ജീവിതം, കാമുകിയുടെ വിവാഹം തുടങ്ങിയ കാരണങ്ങളും അതോടൊപ്പം ചേർത്തുവയ്ക്കാവുന്നതാണ്. മരണത്തിനുമുമ്പ് തന്റെ അവസാനത്തെ കവിത മലയാളത്തിലെ പ്രസിദ്ധമായ ഒരു വാരികയിൽ (മലയാളരാജ്യം) വന്നു കാണണമെന്ന് ആഗ്രഹിച്ച് ഒരു കുറിപ്പും കൂടെ വച്ച് അയച്ചുകൊടുത്തിരുന്നു. എന്നാൽ, വാരികയുടെ പത്രാധിപർ ആ കുറിപ്പിനു വലിയ പ്രാധാന്യം കൊടുത്തില്ല. ഇടപ്പള്ളിയുടെ മരണത്തിനു തൊട്ടടുത്ത ദിവസം മരണവാർത്തയോടൊപ്പമാണ് കവിത പുറത്തുവരുന്നത്. മരണത്തിന്റെ മണിമുഴങ്ങുന്ന ആ കവിതയ്ക്ക് ഒരു യാത്രാമൊഴിയുടെ രൂപഭാവങ്ങളാണ് ഉണ്ടായിരുന്നത്. ആ കവിത കണ്ടിട്ടെങ്കിലും തന്റെ കാമുകിയുടെ വീട്ടുകാർക്ക് മാനസാന്തരം വരുമെന്ന് ഇടപ്പള്ളി പ്രതീക്ഷിച്ചിരുന്നു.

ആത്മഹത്യയിൽ അഭയം തേടിയ നന്തനാർക്കും വ്യക്തമായ കാരണങ്ങളുണ്ടായിരുന്നു. കുടുംബജീവിതത്തിലെ പൊരുത്തക്കേടുകളായിരുന്നു മുഖ്യം. വളരെ നേരത്തെ ആലോചിച്ചുറപ്പിച്ച ഒരാത്മഹത്യയായിരുന്നു അത്. വീടുവിട്ട് ഇറങ്ങിപ്പോയി പാലക്കാട്ട് ഒരു ലോഡ്ജിൽ മുറിയെടുത്ത്, മദ്യത്തിൽ വിഷം ചേർത്തു കഴിച്ചുള്ള ഒരാത്മഹത്യ. വീട്ടിൽ നിന്നും ഇറങ്ങിപ്പോകും മുമ്പ്, ദീർഘമായ ഒരു കുറിപ്പെഴുതി വച്ചിരുന്നു. വിവാഹമോതിരം ഊരി വീട്ടിൽ ഏല്പിക്കുകയും ചെയ്തിരുന്നു. അവസാനത്തെ നോവൽ ആത്മാവിന്റെ നോവുകളിലും ഞാൻ മരിക്കുന്നു, ജീവിതവും മരണവും , മരണമേ സ്വാഗതം തുടങ്ങി ഒട്ടേറെ കഥകളിലും മരണത്തോടുള്ള ആഭിമുഖ്യവും ആത്മഹത്യാവാഞ്ഛയും പ്രകടമാക്കിയിരുന്നു. തികച്ചും ആകസ്മികമായ ഒരു മരണമായിരുന്നില്ല അത്. കുറെനാളായി മനസ്സിൽ കൊണ്ടുനടന്ന ഒരാഗ്രഹം തന്നെയായിരുന്നു. എന്നാൽ, രാജലക്ഷ്മിയുടെ മരണം കേരളീയ ജനതയെ സംബന്ധിച്ചിടത്തോളം തികച്ചും ആകസ്മികവും അവിചാരിതവുമായ ഒന്നായിരുന്നു. ജീവിതത്തിൽ എല്ലാ ഭൗതികസുഖങ്ങൾക്കും നടുവിൽ നിൽക്കുമ്പോഴുള്ള ഒരു മരണം! ഉയർന്ന വിദ്യാഭ്യാസം, ബിരുദം, മാന്യമായ ഉദ്യോഗം, സാമ്പത്തികഭദ്രത, വാത്സല്യം നിറഞ്ഞ മാതാപിതാക്കളും ബന്ധുക്കളും, സ്വന്തം വിദ്യാർത്ഥികളുൾപ്പെടെ വലിയ ഒരാരാധകവൃന്ദം, എല്ലാമുള്ളപ്പോൾ, നിറഞ്ഞ യൗവനത്തിലുള്ള ഒരാത്മഹത്യ എന്തിനായിരുന്നു എന്നൊരു ചോദ്യമുണ്ടാകാം. കാരണങ്ങൾ പലതും ഊഹിക്കാമെന്നല്ലാതെ ഉറപ്പിക്കാൻ നിവൃത്തിയില്ല. തന്റെ ചുറ്റുമുള്ള സമൂഹത്തിന്റെ എതിർപ്പുകൾ, ആരോപണങ്ങൾ, പീഡനങ്ങൾ എന്നിവ തന്റെ സാഹിത്യപരിശ്രമങ്ങൾക്ക് കനത്ത ഭീഷണിയായിത്തീരുന്നു എന്നുള്ള സൂചനകളടങ്ങിയ ഒരു കത്ത് മരണത്തിനു തൊട്ടുമുമ്പ് രാജലക്ഷ്മി സഹോദരി സരസ്വതിയമ്മയ്ക്ക് എഴുതിയത് അവർ മാതൃഭൂമിയിലൂടെ പ്രസിദ്ധീകരിച്ചിരുന്നു. '26.1.2014 ലെ മാതൃഭൂമി ആഴ്ചപ്പതിപ്പിന്റെ ചരിത്രപഥ'ത്തിൽ കൊടുത്ത ആ കത്ത് താഴെ ചേർക്കുന്നു:

"സത്തി,

ഇതു വലിയ ദ്രോഹമാണെന്ന് എനിക്കറിയാം സത്തി. എന്നോടു ക്ഷമിക്കൂ. അമ്മയെ എങ്ങനെയെങ്കിലും ഒന്നു പറഞ്ഞു സമാധാനിപ്പിക്കൂ....

ഇതൊക്കെ ദ്രോഹമാണെന്ന് എനിക്കറിയാം സത്തി; അമ്മയോടും സത്തിയോടും ചെയ്യുന്ന ദ്രോഹം

പക്ഷെ, എനിക്കിതു.... വയ്യ... സത്തി... സത്തിയുടെ ഒരെഴുത്ത് ഇതൊന്നിച്ചുണ്ട്. മനുഷ്യർക്ക് എല്ലാവർക്കും എന്നെക്കൊണ്ട് ഉപദ്രവമാണെങ്കിൽ....എനിക്ക് ഇങ്ങനെയല്ലാതെ കഥയെഴുതാൻ അറിഞ്ഞു കൂടാ സത്തി!

കഥയെഴുതാതെ ഞാൻ രണ്ടുകൊല്ലം ഇരുന്നു നോക്കി. അതും എന്നെക്കൊണ്ടു സാധിക്കില്ല. വല്ല പേപ്പട്ടിയേയും പോലെ ഞാൻ തൊടുന്നതൊക്കെ വിഷം ആവുകയാണെങ്കിൽ... ഞാൻ പോട്ടെ സത്തി... ഇങ്ങനെ ഇരിക്കുന്നതിന് ഒരർത്ഥവുമില്ല. അമ്മ എനിക്ക് മാപ്പുതരുമായിരിക്കും....[1]

രാജലക്ഷ്മി തന്റെ ജ്യേഷ്ഠസഹോദരി സത്തി (സരസ്വതിയമ്മ) യോടു യാത്ര ചോദിക്കുന്ന ഒരു കത്താണ് ഇത്. സഹോദരങ്ങളിൽ സത്തിയോടായിരുന്നു അവർക്ക് ഏറ്റവും കൂടുതൽ അടുപ്പം. അതുകൊണ്ട് അവരോടു യാത്ര ചോദിക്കുന്നത് ഹൃദയഭേദകവുമായിരുന്നു. മരണത്തിനു തൊട്ടുമുമ്പ് എഴുതിയ കത്താകയാൽ രാജലക്ഷ്മിയുടെ ഉള്ളിലെ വൈകാരികസംഘർഷം മുഴുവൻ ആ കത്തിലൂടെ അറിയാൻ കഴിയും. വാക്യഘടനയിൽപ്പോലും അതു വ്യക്തമാണ്. ആത്മഹത്യയ്ക്കുള്ള കാരണം കത്തിലൂടെ വിശദമാക്കുന്നുണ്ട്. താൻ ജീവിച്ചിരുന്നാൽ എഴുതിപ്പോകും. എഴുതാനുള്ള ആന്തരികപ്രേരണയെ അടക്കിനിർത്താൻ തനിക്ക് ആവില്ല.

എഴുതിയാൽ അത് ആളുകൾക്ക് ഉപദ്രവമാകും. ഈ അവസ്ഥയിൽ മരിക്കുക മാത്രമാണ് ഒരേ ഒരു പോംവഴി.

ആത്മഹത്യയ്ക്കു പെട്ടെന്നൊരു പ്രകോപനമായിത്തീർന്നത് കത്തിൽ പറയുന്ന കാരണമാകാം. എഴുതാനാവാത്ത സാഹചര്യത്തെക്കുറിച്ചുള്ള വേവലാതിയും ആത്മനൊമ്പരവും ഏതെഴുത്തുകാരനെയും (എഴുത്തുകാരിയെയും) ബാധിക്കും. അങ്ങനെ ഒരവസ്ഥ എഴുത്തുകാരന് മരണതുല്യവുമാണ്. പ്രത്യേകിച്ചും സാഹിത്യം തന്നെയാണു ജീവിതം എന്നു കരുതുന്ന ഒരെഴുത്തുകാരന്. രാജലക്ഷ്മി എഴുതിത്തുടങ്ങിയ കാലത്ത് അവരുടെ രചനകൾക്ക് ധാരാളം ആരാധകരുണ്ടായിരുന്നു. എന്നാൽ, അതിനുശേഷം ആരാധകരിൽ പലരും അവരുടെ ശത്രുക്കളായി മാറി. കാരണം രാജലക്ഷ്മിയുടെ കഥകളും നോവലുകളും വായിച്ച ചിലർക്കെങ്കിലും അവ സ്വന്തം കഥകളാണെന്നു തോന്നിത്തുടങ്ങി. അടുത്തറിയുന്നവരുടെയും സുഹൃത്തുക്കളുടെയും ജീവിതകഥകൾ നോവലുകളും

കഥകളുമാക്കുന്ന ഈ എഴുത്തുകാരിയെ ശത്രുവായികണ്ട് അവർ ആക്രമണമാരംഭിച്ചു. തങ്ങളുടെ ജീവിതത്തിലെ നിഗൂഢതകൾ പുറത്തു കൊണ്ടുവരുന്ന കഥാകൃത്തിനെ പിന്നാലെ നടന്ന് അവർ ഉപദ്രവിക്കാൻ തുടങ്ങി. വീട്ടിലും ഉദ്യോഗസ്ഥലത്തും പിന്നെ എവിടെ പോകുന്നുവോ അവിടെയെല്ലാം അവർ രാജലക്ഷ്മിക്കു ഭീഷണിയായി. പരിഹാസ ങ്ങളും ആക്ഷേപങ്ങളും ശകാരങ്ങളുമൊക്കെയായി ഈ എഴുത്തു കാരിയെ കുറച്ചൊന്നുമല്ല അവർ വേദനിപ്പിച്ചത്. അവിവാഹിതയായ ഒരു യുവതിക്ക്, പ്രത്യേകിച്ചും സമൂഹത്തിൽ മാന്യമായ സ്ഥാനമുള്ള ഒര ദ്ധ്യാപികയ്ക്ക്, ഇതു സഹിക്കാവുന്നതിലപ്പുറമായിരുന്നു. ദുർബ്ബല ഹൃദയത്തിനുടമയായ ഒരു കാല്പനിക കഥാകാരിയാകുമ്പോൾ ചോദി ക്കാനുമില്ല. ഇത് അത്യന്തം തീവ്രമായ ഒരനുഭവമായിത്തീർന്നു രാജ ലക്ഷ്മിക്ക്. മറ്റുള്ളവരോടു പറയാനാവാത്ത ഒരു നീറ്റൽ ഈ എഴുത്തു കാരിയെ ആകെ തളർത്തിക്കളഞ്ഞു. മുൻഗാമികളായ അന്തർജ്ജനത്തെ പ്പോലെ പുരുഷപിന്തുണയോ, സരസ്വതിയമ്മയെപ്പോലെ എന്തും നേരി ടാനുള്ള തന്റേടമോ ഏകാകിനിയായ ഈ കഥാകാരിക്ക് ഇല്ലാതെ പോയി.

കാല്പനികരായ എഴുത്തുകാരെ സംബന്ധിച്ചിടത്തോളം സമൂഹം അവർക്ക് എന്നും പ്രബലനായ പ്രതിയോഗിയായിരിക്കും. സമൂഹവുമായി ഒരു സന്ധിയിലെത്താൻ അവർക്ക് ഒരിക്കലും സാദ്ധ്യമല്ല. പൊരുത്ത പ്പെടാനാവാത്ത ഈ ഒരു സാഹചര്യം വ്യക്തിയെ ഒറ്റപ്പെടുത്തുക മാത്ര മല്ല, ഏകാന്തതയുടെ ശാദ്വലഭൂമിയിലേക്ക് പലായനം ചെയ്യാൻ പ്രേരി പ്പിക്കുക കൂടി ചെയ്യുന്നു. നോവലുകളിൽ ബാഹ്യലോകവും കഥാപാത്ര ങ്ങളും തമ്മിലുള്ള ഏറ്റുമുട്ടൽ വളരെ ശക്തമാണ്. ജീവിതം രാജ ലക്ഷ്മിക്ക് ഒരു മഹാവ്യസനം തന്നെയായിരുന്നു. മലയാളത്തിന്റെ മഹാ പ്രതിഭയായ എം.ടിക്കും അതുപോലെ തന്നെയാണ്. അദ്ദേഹത്തിന്റെ അഭിപ്രായത്തിൽ–

"ജീവിതത്തിന്റെ കമ്പോളത്തിൽ സ്വപ്നങ്ങൾക്കു പകരം നാണയം കൈമാറ്റം ചെയ്യുന്ന കാലഘട്ടത്തിൽ, നമ്മെ ആവരണം ചെയ്യുന്ന ചൈതന്യത്തെ തനിമയോടെ, കലർപ്പുകലർത്താതെ, ആവിഷ്കരിക്കാ നുള്ള സംരംഭത്തിൽ ആത്മപീഡനമേറ്റ് ദുരന്തത്തിലെത്തുന്ന മറ്റൊരു നായിക കഥാകാരിയായ രാജലക്ഷ്മി തന്നെ. അവരിൽ മറ്റു കഥാപാത്ര ങ്ങളെല്ലാം ഒതുങ്ങുന്നു."[2]

ഭൗതികശാസ്ത്രത്തിൽ എം. എസ്.സി ബിരുദമെടുത്ത രാജലക്ഷ്മിക്ക് ആദ്യനിയമനം കിട്ടിയത് പെരുന്താന്നി എൻ. എസ്. എസ് വനിതാ കോളേജിലായിരുന്നു. ക്രമേണ അവിടെ അവർക്കു മനസ്സിനിണങ്ങിയ ധാരാളം സുഹൃത്തുക്കളുണ്ടായി. കോളേജ് ലൈബ്രറിയിലും നഗരത്തിലെ മറ്റു ലൈബ്രറികളിലും വായിക്കാൻ വേണ്ടുവോളം പുസ്തകങ്ങളും! തന്റെ സാഹിത്യവാസനയെ വളർത്തുന്നതരത്തിൽ സുഹൃത്തുക്കളുമായി അവർ പല ചർച്ചകളിലും ഏർപ്പെട്ടു. പബ്ളിക് ലൈബ്രറിയിലേക്കും ശംഖുമുഖത്തേക്കുമുള്ള സായാഹ്നസവാരികൾക്കിടയിൽ ഇമ്മാതിരി

ചർച്ചകളും സംഭാഷണങ്ങളും അവർ ശീലമാക്കി. ഇംഗ്ളീഷ് സാഹിത്യത്തിലെ ധാരാളം കൃതികൾ പ്രത്യേകിച്ചും നോവലുകൾ ഇതിനോടകം അവർ വായിച്ചു തീർത്തിരുന്നു. മലയാളത്തിൽ ലളിതാംബിക അന്തർജ്ജനമായിരുന്നു അവരെ ഏറ്റവുമധികം സ്വാധീനിച്ച കഥാകാരി.

ജീവചരിത്രകാരൻ എഴുതുന്നു:

“ഇംഗ്ളീഷ് സാഹിത്യം കഴിയുന്നത്ര ആഴത്തിലും പരപ്പിലും പഠിക്കാൻ അവർ ഈ അവസരം വിനിയോഗിച്ചു. വോഡ്ഹൗസായിരുന്നു കുറെക്കാലം അവരുടെ ഇഷ്ടപ്പെട്ട എഴുത്തുകാരൻ. ബ്രോണ്ടി സഹോദരിമാരുടെ നോവലുകളും, സോമർസെറ്റ്മോമിന്റെ കഥകളും അവരെ ആകർഷിച്ചു. റഷ്യൻ നോവലുകളിൽ താത്പര്യം ജനിച്ചതും ഇക്കാലത്താണ്. ഷേക്സ്പിയർ നാടകങ്ങൾ മനസ്സിരുത്തി വായിക്കുന്നതും അതിലെ വരികൾ ഉരുവിട്ടു നടക്കുന്നതും അവർക്ക് എന്തെന്നില്ലാത്ത നിർവൃതി നല്കി. നോവൽ വായിക്കുംപോലെ താത്പര്യമുള്ള കാര്യമായിരുന്നു ഇംഗ്ളീഷ് സിനിമകൾ കാണുന്നതും. കോളേജിലെ ശിപായി പത്മനാഭപിള്ളയെ സേവപിടിച്ച് കൂട്ടുകാരൊത്തു സിനിമയ്ക്കു പോയിരുന്നു. രാത്രി ഹോസ്റ്റലിലേക്കു മടങ്ങിവരാൻ പത്മനാഭപിള്ള ടാക്സി പിടിച്ചുകൊണ്ടു വരും. ഫോർ ഹും ദ ബെൽടോൾസ്, വുഥറിംഗ് ഹൈറ്റ്സ്, താലിസ്മൻ തുടങ്ങി അക്കാലത്തു കാണാനിടയായ നിരവധി ഇംഗ്ളീഷ് ചിത്രങ്ങൾ അവരെ ആഴത്തിൽ സ്പർശിച്ചിരുന്നു.”[3]

മുകളിൽ ചൂണ്ടിക്കാണിച്ച എഴുത്തുകാരിൽ മിക്കവരും ജീവിതനാടകത്തിൽ ദുരന്ത കഥാപാത്രങ്ങളായി ആടി ഫലിപ്പിച്ചവരാണ്. അവരുടെയൊക്കെ അന്ത്യവും ദുരന്തപൂർണ്ണമായിരുന്നു. രാജലക്ഷ്മി സ്നേഹിച്ചതും ആരാധിച്ചതും അത്തരത്തിൽ വിഷാദജീവികളായ എഴുത്തുകാരെത്തന്നെയായിരുന്നു എന്നുള്ളതും ശ്രദ്ധേയമാണ്.

തിരുവനന്തപുരം എൻ. എസ്. എസ് വിമൻസ് കോളേജിൽ നിന്നും പന്തളം എൻ.എസ്സ്, എസ്സ് കോളേജിലേക്കു മാറ്റം ലഭിച്ചപ്പോൾ അപരിചിതമായ ആ അന്തരീക്ഷത്തിൽ അവർ കടുത്ത വിഷാദത്തിന് അടിമയായി. ഏതോ ലോകത്ത് എന്നപോലെ സന്ധ്യയ്ക്കു ഹോസ്റ്റലിന്റെ മുറ്റത്ത് ഏകാകിയായി അങ്ങോട്ടുമിങ്ങോട്ടും നടക്കുന്നതും, അതു കഴിഞ്ഞ് മുറിയിൽകയറി കതകടച്ച് ഏകാന്തതയിൽ അഭയം തേടുന്നതും ജീവചരിത്രകാരൻ ചൂണ്ടിക്കാണിച്ചിട്ടുണ്ട്.

“മനസ്സിനിണങ്ങിയ സാഹചര്യത്തിൽ നിന്നുള്ള പറിച്ചുമാറ്റൽ അവരെ വിഷാദരോഗിയാക്കി മാറ്റി.”

സുഹൃത്തുക്കൾ, പുസ്തകങ്ങളുടെ ലോകം, രസകരമായ യാത്രയ്ക്കുള്ള അവസരങ്ങൾ, പ്രിയപ്പെട്ട കുട്ടികൾ ഇവയുടെയെല്ലാം നഷ്ടം രാജലക്ഷ്മിക്ക് താങ്ങാവുന്നതിലപ്പുറമായിരുന്നു.

“പ്രിയപ്പെട്ട വസ്തുവിന്റെ നഷ്ടത്തെച്ചൊല്ലിയുള്ള വിലാപമാണ് വിഷാദരോഗം.”[4]

ശാരീരികമായി തനിക്കുണ്ടായിരുന്ന നിസ്സാരമായ വൈകല്യവും മുപ്പതു കഴിഞ്ഞിട്ടും വിവാഹം നടക്കാതിരുന്നതും അവരുടെ ശുഭാപ്തി വിശ്വാസം നശിപ്പിച്ചു, ജീവിതം ഒരു പരാജയമാണെന്ന ചിന്ത രാജ ലക്ഷ്മിയെ അനുനിമിഷം വേട്ടയാടി. ശക്തമായ മൃത്യുബോധം പ്രകട മാക്കിയതും ഇക്കാലത്തുതന്നെയാണ്.

“ആത്മഹത്യ ചെയ്യുന്നവരിൽ ഭൂരിഭാഗംപേരും വിഷാദരോഗികളാ ണെന്ന നിഗമനത്തിലാണ് മനശ്ശാസ്ത്രഗവേഷണ പഠനങ്ങൾ ചെന്നെ ത്തുന്നത്.”[5]

എന്നാൽ ആത്മഹത്യയെക്കുറിച്ചുള്ള ചിന്തപോലും അവരെ ഭയ പ്പെടുത്തി. ആത്മഹത്യ എന്ന കഥയുടെ ആദ്യഭാഗത്ത് അവരതു വ്യക്ത മാക്കുന്നുണ്ട്. കടുത്ത ഭയമുള്ള ഒന്നിനെക്കുറിച്ച് കൂടെക്കൂടെ ചിന്തി ക്കുക എന്നുള്ളത് മനുഷ്യസഹജമാണ്. അതുകൊണ്ടുതന്നെ മരണചിന്ത അവരെ നിരന്തരം അലട്ടിക്കൊണ്ടിരുന്നു താനും. “സുന്ദരമായ പ്രഭാത ത്തിൽ മരിക്കാൻ പറ്റുക വലിയൊരനുഗ്രഹമാണെ”ന്ന് തന്റെ സുഹൃത്തു ക്കളോട് രാജലക്ഷ്മി ഇടയ്ക്കിടെ പറഞ്ഞിരുന്നു. ഇതിൽ നിന്നൊക്കെ പലതരത്തിലുള്ള ജീവിതസാഹചര്യങ്ങളും പലകാരണങ്ങളും ഈ എഴുത്തുകാരിയുടെ ആത്മഹത്യയ്ക്കു പിന്നിലുണ്ടായിരുന്നു എന്നു മനസ്സിലാക്കാം. മരിക്കുന്നതിനു രണ്ടുദിവസം മുമ്പ് കോളേജിൽ വച്ച് അദ്ധ്യാപികയായ അവർക്കു പറ്റിയ ഒരു കൈയബദ്ധം (ചോദ്യപേപ്പർ ഔട്ടായത്) മുതലാക്കി ചില വിദ്യാർത്ഥികൾ പെരുമാറിയതും കോളേജ് അധികൃതരുടെ മുമ്പിൽ അവർ കുറ്റവാളിയായതും രാജലക്ഷ്മിയെ വേദനിപ്പിച്ചിരുന്നു. വിദ്യാർത്ഥികളിൽ നിന്നും അങ്ങനെയൊരു പെരുമാറ്റം അവർ ഒരിക്കലും പ്രതീക്ഷിച്ചിരുന്നില്ല. മാറിക്കൊടുത്ത ചോദ്യപേപ്പർ എല്ലാവരും തിരികെ നൽകി എന്നാണ് അവർ വിചാരിച്ചിരുന്നത്. അന്നു തന്നെ അപരിചിതനായ ഒരാൾ ഡിപ്പാർട്ടുമെന്റിൽ അവർക്ക് ഒരു സന്ദേശം കൈമാറിയതും അവരുടെ വേദനയെ വർദ്ധിപ്പിക്കുന്ന ഒന്നായിരുന്നു. താൻ സ്നേഹിച്ച വ്യക്തി മറ്റൊരാളിന്റേതായി എന്നായിരുന്നു ആ സന്ദേ ശമെന്ന് ജീവചരിത്രത്തിൽ നിന്നു മനസ്സിലാക്കാം. അങ്ങനെ ആയിരത്തി ത്തൊള്ളായിരത്തി അറുപത്തഞ്ച് ജനുവരി പതിനെട്ടാം തീയതി സാഹിത്യരംഗത്തെ ആ വലിയ ദുരന്തം സംഭവിച്ചു! ജീവചരിത്രകാരൻ ആ രംഗം കൺമുമ്പിൽ കാണുമ്പോലെ വിവരിക്കുന്നുണ്ട്:

“പണ്ടേയുള്ള തലവേദന അന്നു കുറച്ചധികമായി. പകലത്തെ സംഭവങ്ങൾ (ക്ളാസ്സിൽ സംഭവിച്ച കാര്യങ്ങൾ) അവരുടെ ഉറക്കം കെടുത്തുകയും ചെയ്തു. ശനിയാഴ്ച പുലർന്നിട്ടും മനസ്സ് കനംതൂങ്ങി ത്തന്നെ നിന്നു. അന്നും പിറ്റേന്നും അവരുടെ ഉള്ളിൽ എന്തൊക്കെയോ അളക്കലും തൂക്കലും നടക്കുന്നുണ്ടായിരുന്നു. ഞായറാഴ്ച വൈകുന്നേര മായപ്പോഴേക്കും ഏതാണ്ടൊക്കെ നിശ്ചയിച്ചുറപ്പിച്ച മട്ടായിരുന്നു അവരുടെ മുഖത്ത്. ഉറങ്ങാൻ പോകുന്നതിനു മുൻപ് ചില കണക്കുകൾ ശരിയാ ക്കുന്നതിൽ അവർ വ്യാപൃതയായി.

റെക്കോർഡുബുക്കുകൾ വാങ്ങുന്നതിന് വിദ്യാർത്ഥികളിൽ നിന്ന് പിരിച്ച പണവും അതിന്റെ കണക്കുകളും ഒരു കുറിപ്പോടെ എടുത്തു വച്ചു. മൂല്യനിർണ്ണയം നടത്തിയ ഉത്തരക്കടലാസ്സുകളും മാർക്ക്ഷീറ്റും അതിനടുത്തുതന്നെ സൂക്ഷിച്ചു. എല്ലാം ഒതുങ്ങിയശേഷം ജ്യേഷ്ഠത്തി സത്തിയ്ക്ക് (സരസ്വതിയമ്മയ്ക്ക്) ഒരു സ്വകാര്യകത്തെഴുതി മടക്കിവച്ചു. ചെറിയ തോതിൽ പനി അനുഭവപ്പെട്ട ആ രാത്രി അമ്മയുടെ കിടക്കയിൽ, അമ്മയെ കെട്ടിപ്പിടിച്ചാണ് രാജലക്ഷ്മി ഉറങ്ങിയത്.

ആയിരത്തിത്തൊള്ളായിരത്തി അറുപത്തഞ്ച് ജനുവരി പതിനെട്ട്!

അന്നും പതിവുപോലെ രാജലക്ഷ്മി നേരത്തെ ഉണർന്നു. കൊഴിഞ്ഞുവീഴുന്ന മകരമഞ്ഞിന്റെ കുളിരിൽ അവരുടെ മനസ്സിലെ അഗ്നി അണഞ്ഞതുപോലെ കാണപ്പെട്ടു. ഏഴുമണിയോടെ അവർ കുളിക്കാനുള്ള പുറപ്പാടായി. പതിവിനു വിപരീതമായി വീടിനു പുറത്തെ കുളിമുറിയിലേക്കാണ് അന്ന് അവർ പോയത്. പനിയുള്ളതിനാൽ കുളിക്കരുതെന്ന് അമ്മ വിലക്കുകയുണ്ടായി.

ഭസ്മം പൂശി നിലവിളക്കിനു മുൻപിൽ ചമ്രം പടിഞ്ഞിരിക്കുന്ന അമ്മയെ കണ്ടുകൊണ്ട് ഈറൻ മാറാനുള്ള വസ്ത്രങ്ങളുമായി രാജലക്ഷ്മി കുളിമുറിയിലേക്കു നടന്നു. ഒപ്പം ചെന്ന പരിചാരിക തൊട്ടിയിൽ വെള്ളം നിറച്ചു കൊടുത്തശേഷം അടുക്കളയിലേക്കു മടങ്ങി. വാതിൽ ചാരിയ രാജലക്ഷ്മി മടക്കിവച്ചിരുന്ന സാരി നിവർത്തി ഒരറ്റം മുളംകഴുക്കോലിൽ കെട്ടി. വെള്ളം നിറച്ച പാത്രം കമഴ്ത്തിവച്ച് അതിനുമുകളിൽ കയറിനിന്നു.

മനസ്സിൽ എന്തോ വല്ലായ്മ തോന്നിയ അമ്മ, ജപം മതിയാക്കി മകൾ കുളിക്കുന്നിടത്തേക്കു ചെന്നു.

ആ കാഴ്ച അവരുടെ കണ്ണിൽ ഇരുട്ടുകയറ്റി.

പെട്ടെന്നു സമനില വീണ്ടെടുത്ത അവർ വിറയ്ക്കുന്ന കൈകളോടെ തറയിൽ നിന്നും രണ്ടംഗുലം മാത്രം ഉയർന്നു നിന്ന മകളുടെ കാലുകളിൽ കടന്നു പിടിച്ചു.

തൂങ്ങിയാടിക്കൊണ്ടിരുന്ന ഉടൽ ശക്തമായൊന്നു പിടഞ്ഞു. രാജലക്ഷ്മിയുടെ ജീവന്റെ അവസാനത്തെ തുടിപ്പായിരുന്നു അത്''[6]

ദുരന്തത്തിലവസാനിച്ച സാഹിത്യകാരന്മാരുടെ ജീവിതവും അവരുടെ അന്ത്യവുമാണ് രാജലക്ഷ്മിക്കു പ്രചോദനമായിത്തീർന്നത്. ഇംഗ്ലീഷ് കവി സിൽവിയാപ്ളാത്തുമായി അവർക്കുള്ള സാദൃശ്യം പലരും ചൂണ്ടിക്കാണിച്ചിട്ടുമുണ്ട്. പത്താമത്തെ വയസ്സു മുതൽ മൃത്യുവാഞ്ഛ പ്രകടമാക്കിയ എഴുത്തുകാരിയാണ് സിൽവിയാപ്ലാത്ത്. അന്ന് അത് ഒരപകടത്തിന്റെ രൂപത്തിലാണ് പ്രത്യക്ഷമായത്. പിന്നീട് ഓരോ പത്തുവർഷത്തിനിടയിലും വിഫലമായ ആത്മഹത്യയുടെ രൂപത്തിൽ അവരുടെ മൃത്യുവാഞ്ഛ പ്രത്യക്ഷപ്പെട്ടു. അവസാനം മുപ്പത്തിരണ്ടാമത്തെ വയസ്സിൽ അതു സംഭവിച്ചു. ആയിരത്തിത്തൊള്ളായിരത്തി

അറുപത്തി മൂന്ന് ഫെബ്രുവരി പതിനൊന്നാം തീയതി രാവിലെ ഒൻപതു മണിക്ക്! കുഞ്ഞുങ്ങളെ നോക്കുന്ന നേഴ്സ് വാതിലിൽ വന്നു മുട്ടി വിളിച്ചു. ആരും വാതിൽ തുറക്കാതിരുന്നപ്പോൾ സംശയം തോന്നിയ അവർ ചില തൊഴിലാളികളുടെ സഹായത്തോടെ വാതിൽ തുറന്നു നോക്കി. അപ്പോഴാണ് അടുക്കളയിൽ ഗ്യാസ് ഓവനിൽ തലകയറ്റിയ വിധത്തിൽ സിൽവിയാ പ്ലാത്ത് മരിച്ചു കിടക്കുന്നതു കണ്ടത്. ഡോക്ടറെ വിളിക്കുവാനുള്ള ഒരു കുറിപ്പ് അയൽക്കാരന്റെ പേരിൽ എഴുതിവച്ചിരുന്നു. ആരെങ്കിലും വന്ന് മരണത്തിൽ നിന്നും തന്നെ രക്ഷിക്കുമെന്ന് അവർ പ്രതീക്ഷിച്ചിരുന്നു. ഓരോ പ്രാവശ്യവും അങ്ങനെയായിരുന്നുവല്ലോ പതിവ്. ആത്മഹത്യയിൽ നിന്നു രക്ഷപ്പെട്ട് കൂടുതൽ ശക്തിയോടെ വീണ്ടും കവിതയെഴുതാൻ അവർ ആഗ്രഹിച്ചു. ആത്മഹത്യാശ്രമത്തിനുശേഷമുള്ള ഓരോ പുനർജ്ജന്മവും അവർ അങ്ങനെയാണ് ആഘോഷിച്ചത്. കുട്ടികൾക്കുവേണ്ട ഭക്ഷണം ഉണ്ടാക്കി വച്ചിരുന്നു. ഗ്യാസ് തുറന്നുവിടുമ്പോൾ അവരുടെ മുറിയിലേക്ക് കടക്കാതിരിക്കുവാൻ വാതിലിന്റെ വിടവ് ടേപ്പ് ഒട്ടിച്ച് അടച്ചിരുന്നു.

വിഷാദരോഗം സിൽവിയാപ്ലാത്തിന്റെ മരണത്തിന് അടിസ്ഥാന കാരണമായി പറയാമെങ്കിലും ആസ്സിയാ എന്ന സുന്ദരിയുമായി തന്റെ ഭർത്താവ് റ്റെഡ്ഹ്യൂസിനുണ്ടായിരുന്ന ബന്ധവും സ്ത്രീയെന്ന നിലയിൽ സമൂഹത്തിൽ അവരനുഭവിക്കേണ്ടിവന്ന അവഗണനയും മറ്റു കാരണങ്ങളായിരുന്നു. ഭർത്താവും കാമുകിയും കൂടെക്കൂടെ ആത്മഹത്യയ്ക്കുള്ള ശക്തമായ പ്രേരണ അവരിൽ ചെലുത്തിക്കൊണ്ടിരുന്നു.ആത്മഹത്യ ഒരു കലയാണെന്നും മരണം ഒരു സ്ത്രീയെ പൂർണ്ണയാക്കുകയാണു ചെയ്യുന്നതെന്നും അവർ എഴുതിയിട്ടുണ്ട്. സിൽവിയാ പ്ലാത്തിന്റെ ചില ആത്മഹത്യാശ്രമങ്ങൾ രാജലക്ഷ്മിയുടെ ആദ്യത്തെ ആത്മഹത്യാശ്രമത്തോടു സാദൃശ്യം വഹിക്കുന്നു. ഉറക്കഗുളികകൾ കഴിച്ച് വീട്ടിൽത്തന്നെ രഹസ്യമായ ഒരു സ്ഥാനത്ത് ആരും കാണാതെ പോയ്ക്കിടക്കുകയായിരുന്നു രണ്ടുപേരും. ബോധം നശിച്ച് ആസന്നനിലയിലായിത്തീർന്ന രണ്ടുപേരെയും വീട്ടുകാർ കണ്ടെത്തി വൈദ്യസഹായം തേടുകയാണുണ്ടായത്. രണ്ടുപേരും കഷ്ടിച്ച് രക്ഷപ്പെടുകയും ചെയ്തു. മരിക്കുംമുമ്പ് സാഹിത്യകൃതികൾ പിച്ചിക്കീറി കത്തിച്ച കാര്യത്തിലും അവർക്കു സാമ്യമുണ്ട്. ഒരാൾ സ്വന്തം രചനകൾ മാത്രമല്ല, ഭർത്താവിന്റെ രചനകളും കത്തിച്ചു. രാജലക്ഷ്മി തന്റെ രണ്ടാമത്തെ നോവലിന്റെ (ഉച്ചവെയിലും ഇളംനിലാവും) ആറദ്ധ്യായമൊഴികെ ബാക്കി മുഴുവൻ കത്തിച്ചുകളഞ്ഞു.

സിൽവിയാ ആത്മകഥാപരമായ നോവൽ ‘ദ ബെൽ ജാറി’ന്റെ ഒരേയൊരു കൈയെഴുത്തു പ്രതിയാണ് കത്തിച്ചത്. ആ നോവൽ അവർ രണ്ടാമതു വീണ്ടും എഴുതുകയും പ്രസിദ്ധീകരിക്കുകയുമാണുണ്ടായത്.

സിൽവിയാപ്ലാത്തും രാജലക്ഷ്മിയും അടിസ്ഥാനപരമായി വിഷാദാത്മകരായിരുന്നു എന്നു പറഞ്ഞുവല്ലോ. ദുഃഖത്തിന്റെ ശ്യാമസൗന്ദര്യം

രണ്ടുപേരുടെയും കൃതികളെ ചൂഴ്ന്നു നിന്നിരുന്നു. താന്താങ്ങളുടെ ജീവിതം തന്നെയാണ് അവർ സാഹിത്യരചനയ്ക്ക് ആധാരമാക്കിയത്. എഴുത്തിന്റെ പേരിൽ രണ്ടുപേർക്കും ഒരുപോലെ നിശിതമായ വിമർശനങ്ങൾ നേരിടേണ്ടിവന്നു. ദ ബെൽ ജാർ എന്ന ആത്മകഥാപരമായ നോവലിന്റെ പേരിൽ അമേരിക്കൻ വിമർശകലോകത്തുനിന്ന് പ്ലാത്തിന് ക്രൂരമായ വിമർശനങ്ങളുണ്ടായി. രാജലക്ഷ്മിക്കും ആദ്യനോവൽ ഒരു വഴിയും കുറെ നിഴലുകളും എന്ന കൃതിയുടെ പേരിൽ ബന്ധുക്കളിൽ നിന്നും സുഹൃത്തുക്കളിൽ നിന്നും ആക്രമണങ്ങൾ സഹിക്കേണ്ടതായി വന്നു. രാജലക്ഷ്മിയുടെ മരണകാരണം പ്രധാനമായും ചുറ്റുമുള്ള സമൂഹത്തിന്റെ ക്രൂരമായ പീഡനങ്ങളുടെ പേരിലായിരുന്നെങ്കിൽ, പ്ലാത്തിന്റെ മരണത്തിൽ സ്വന്തം രചനകളും അവയ്ക്കുണ്ടായ വിമർശനങ്ങളും പ്രത്യക്ഷമായ കാരണമല്ല. ഭർത്താവിന്റെ പരസ്ത്രീബന്ധവും അതെത്തുടർന്നുള്ള അപമാനവുമാണ് പ്രത്യക്ഷകാരണം. പ്രശസ്തിയുടെ കൊടുമുടിയിൽ നിൽക്കുമ്പോഴാണ് ഇരുവരുടെയും ആത്മഹത്യ. ഏതാണ്ട് ഒരേപ്രായത്തിൽ അടുത്തടുത്തവർഷങ്ങളിലും. യാഥാർത്ഥ്യത്തിന്റെ പരുപരുത്തതലങ്ങളിൽ തട്ടി പക്ഷങ്ങളിൽ മുറിവേറ്റ ഇരുപക്ഷികളാണ് അവർ. ജീവിതത്തിന്റെ മുള്ളുകൾ ദുസ്സഹമായിത്തീർന്നപ്പോഴാണ് ഇരുവരും മരണത്തെ സ്വാഗതം ചെയ്തത്. കദനാർത്തരായ മനുഷ്യരുടെ കഥകളാണ് ഇരുവരും എഴുതിയത്. കണ്ണുനീർകൊണ്ട് ദാഹം ശമിപ്പിക്കുന്ന കഥാപാത്രങ്ങളെയാണ് അവർ സൃഷ്ടിച്ചത്. ഭൗതിക പാരതന്ത്ര്യംകൊണ്ട് ദുസ്തരപഥങ്ങളിലേക്ക് തീർത്ഥയാത്ര നടത്താൻ പറ്റാത്ത ആത്മാവുകളുടെ വേപഥു രണ്ടുപേരിലും കാണാം. സ്നേഹത്തിലൂടെ ഇന്ദ്രിയാതീതമായ അവസ്ഥയിലേക്ക് ഉയരാൻ ശ്രമിച്ചെങ്കിലും താഴെ ഭൂമിയുടെ ബന്ധനം അവരെ തടഞ്ഞുനിർത്തി. വിഷാദമഞ്ജരികൾ ഉറങ്ങുന്ന ഹൃദയത്തിന്റെ ഉടമകളായിരുന്നു ഇരുവരും. അതുകൊണ്ടു തന്നെ മരണത്തിലൂടെ ഒരു വിമോചനം അവർ ആഗ്രഹിച്ചു. ജീവിച്ചുകൊണ്ട് ഒരു വിമോചനം അവർക്ക് സാധ്യമായില്ല. അതിനാൽ മരിച്ചുകൊണ്ടു വിമോചനം നേടുകയാണ് ചെയ്തത്. സാഹിത്യസപര്യയുടെ പൂർണ്ണതയിലെത്താൻ രണ്ടുപേർക്കും കഴിഞ്ഞില്ല. ജീവിതം ആമയപൂർണ്ണമായപ്പോൾ നിരാമയ മരണത്തിലേക്ക് ഇരുവരും നടന്നു കയറുകയും ചെയ്തു. ഒരേ കാലഘട്ടത്തിൽ രണ്ടുരാജ്യങ്ങളിൽ ജീവിച്ചിരുന്ന രണ്ടെഴുത്തുകാരികൾക്ക് ജീവിതത്തിലും രചനയിലും മരണത്തിലുമുണ്ടായ ഈ സാദൃശ്യം ഒരദ്ഭുതം തന്നെയാണ്.അതു തികച്ചും യാദൃച്ഛികവും!

സിൽവിയാപ്ലാത്തിനെപ്പോലെ തന്നെ രാജലക്ഷ്മിയുമായി അടുത്ത സാദൃശ്യമുള്ള മറ്റൊരെഴുത്തുകാരിയാണ് വെർജീനിയ വൂൾഫ്. വെർജീനിയായോടുള്ള ആരാധന രാജലക്ഷ്മി ഒരു ലേഖനത്തിൽ പ്രകടമാക്കിയിട്ടുണ്ട്.[7]

സ്ത്രീ എന്ന നിലയിൽ സമൂഹത്തിൽ നിന്നുണ്ടായ എതിർപ്പുകളും മാനസികപ്രശ്നങ്ങളുടെ പേരിൽ ഇടയ്ക്കിടെ എഴുതാൻ കഴിയാതിരുന്നതും വെർജീനിയാ വൂൾഫിനെ ആത്മഹത്യയ്ക്കു പ്രേരിപ്പിച്ചു. അവർ

അങ്ങേയററം സ്നേഹിച്ച പ്രിയതമന് ഹൃദയഭേദകമായ ഒരു കത്തെഴുതി വച്ചശേഷം. കോട്ടിന്റെ പോക്കറ്റിൽ നിറയെ കല്ലുകൾ വാരിയിട്ട്, അവർ ഔസ്നദിയുടെ ആഴങ്ങളിലേക്ക് ഇറങ്ങിപ്പോവുകയാണു ചെയ്തത്. സ്ത്രീസ്വാതന്ത്ര്യമായിരുന്നു അവരുടെ ലക്ഷ്യം. അതുകൊണ്ടുതന്നെ അവരുടെ ആത്മഹത്യ ഒരു വിമോചനമാർഗ്ഗമായിരുന്നു. ചക്രവാളത്തിന്റെ അപാരതയിൽ ചിറകുവിടർത്തി പറക്കാൻ മോഹിച്ച ഇരുപക്ഷികൾ- വെർജീനിയയും രാജലക്ഷ്മിയും! മസോക്കിസ്റ്റിന്റെ മരണത്തോടുള്ള തീവ്രാഭിലാഷമാണ് അവരുടെ ആത്മഹത്യാവാഞ്ഛയ്ക്കു പിന്നിലുണ്ടായിരുന്നത്. സ്ത്രൈണമനസ്സിന്റെ വേദനകളും; വിഹ്വലതകളും പ്രതീക്ഷകളും സ്വപ്നങ്ങളുമെല്ലാം അവരുടെ രചനകളിൽ പതിഞ്ഞു കിടക്കുന്നു. ദുഃഖവും സൗന്ദര്യവും തമ്മിലുള്ള അവികലലയം രചനകളെ ചേതോഹരമാക്കുന്നു. ആത്മാവിന്റെ അസ്വാസ്ഥ്യങ്ങളിൽ നിന്നു രക്ഷനേടുക എന്നുള്ളതായിരുന്നു രണ്ടുപേരുടെയും സാഹിത്യലക്ഷ്യം. ജീവിതവും സാഹിത്യവും തമ്മിൽ അതിരുകൾകൊണ്ട് അവർ വേർതിരിച്ചിരുന്നില്ല. ആകാശം വീണുറങ്ങുന്ന നദിയുടെ അഗാധതയിലേക്ക് വഴിതെറ്റി വന്ന ഒരു മേഘക്കീറ് ഇറങ്ങുംപോലെ വെർജീനിയാ ഇറങ്ങിപ്പോകുമ്പോൾ അവർക്കു പ്രായം അൻപത്തിയൊൻപതു വയസ്സായിരുന്നു. രാജലക്ഷ്മിക്ക് ആത്മഹത്യ ചെയ്യുമ്പോൾ പ്രായം മുപ്പത്തിനാലും. നിർമ്മാണപ്രക്രിയയിൽ ഏറ്റവുമധികം ധർമ്മസങ്കടമനുഭവിച്ച എഴുത്തുകാരിയായിട്ടാണ് ശ്രീ. എം.ടി. വാസുദേവൻ നായർ വെർജീനിയവൂൾഫിനെ കാണുന്നത്. കൃതികളെ മുൻനിർത്തിയല്ല, സൃഷ്ടിയുടെ വേദനകളെ കണക്കിലെടുക്കുമ്പോൾ രാജലക്ഷ്മി അവരുടെ കൂടെയാണെന്നും അദ്ദേഹം പറയുന്നു.[8]

വെർജീനിയാ വൂൾഫ്, സിൽവിയാപ്ലാത്ത്, രാജലക്ഷ്മി ഈ മൂന്നു പേരും സാഹിത്യത്തിലെ ദുരന്തനായികമാരാണ്. ഏതാണ്ട് ഒരേകാലത്ത്, വ്യത്യസ്ത ഭാഷകളിൽ, വ്യത്യസ്ത സാഹിത്യത്തിൽ, വ്യത്യസ്ത രാജ്യങ്ങളിൽ!

---

1. മാതൃഭൂമി ആഴ്ചപ്പതിപ്പ് 'ചരിത്രപഥം' 26-1-2014
2. കാഥികന്റെ പണിപ്പുര. എം.ടി.വാസുദേവൻ നായർ, കറന്റ് ബുക്സ്, തൃശ്ശൂർ. പേജ് -40
3. രാജലക്ഷ്മിയുടെ നിഴൽപ്പാടുകൾ, എം.ബി. രഘുനാഥൻ നായർ, പരിധി പബ്ലിക്കേഷൻസ്, തിരുവനന്തപുരം. പേജ് 30
4 അതേപുസ്തകം...........പേജ് 32
5 മനസ്സ് ഡോ. കൃഷ്ണൻ ഇളയത് ഡി. സി. ബുക്സ്, കോട്ടയം -പേജ് 70
6 രാജലക്ഷ്മിയുടെ നിഴൽപ്പാടുകൾ. എ.ബി.രഘുനാഥൻ നായർ പേജ് 35,36
7 ചങ്ങലകൾ പൊട്ടിക്കാൻ ഇനിയും, രാജലക്ഷ്മിയുടെ കഥകൾ- അനുബന്ധം, കറന്റ് ബുക്സ്, തൃശൂർ
8 കാഥികന്റെ പണിപ്പുര. എം.ടി.വാസുദേവൻ നായർ. കറന്റ് ബുക്സ്, തൃശൂർ പേജ് -36

രണ്ട്

ഒരേ തൂവൽപ്പക്ഷികൾ

മലയാളത്തിലെ ആദ്യത്തെ വനിതാ നോവലിസ്റ്റാണ് രാജലക്ഷ്മി. അവർക്കു മുൻപ് ആയിരത്തിത്തൊള്ളായിരത്തിപ്പതിന്നാലു മുതൽ നാല്പത്തിനാലുവരെ മുപ്പതുവർഷക്കാലം ഏതാണ്ട് ഒൻപതിലധികം വനിതാ നോവലിസ്റ്റുകൾ ഇവിടെ ഉണ്ടായി. അന്നു പുരുഷന്മാരെ അപേക്ഷിച്ച് സ്ത്രീകൾ സാഹിത്യരംഗത്തു പൊതുവെ കുറവായിരുന്നു. എങ്കിലും, ആ നോവലുകളോ, അവ എഴുതിയ സ്ത്രീകളോ തെല്ലും ആദരിക്കപ്പെട്ടില്ല. അവരുടെ നോവലുകളെ പില്ക്കാലത്തുണ്ടായ ലക്ഷണമൊത്ത നോവലുകളുടെ കൂട്ടത്തിൽ ഉൾപ്പെടുത്തിയതുമില്ല. സരസ്വതിയമ്മ എഴുതിയ 'പ്രേമഭാജനം' എന്ന നോവലിന്റെ അവസ്ഥ പോലും അതായിരുന്നു. ഒരു നീണ്ടകഥ എന്നതിലപ്പുറം അതിനൊരു സ്ഥാനവും ലഭിച്ചില്ല. ഈയൊരു സാഹചര്യത്തിൽ മലയാളത്തിലെ ആദ്യ വനിതാ നോവലിസ്റ്റ് എന്ന പദവി രാജലക്ഷ്മിക്കു നൽകുന്നതിൽ തെറ്റില്ല. അവരുടെ ആദ്യനോവൽ, ഒരു വഴിയും കുറെ നിഴലുകളും ഇന്നും മലയാളത്തിലെ ഏതൊരു മികച്ച നോവലിന്റെയും ഒപ്പം നിൽക്കുവാൻ പോന്ന ഒന്നു തന്നെ.

മലയാള കഥാരംഗത്ത് സ്ത്രീകൾക്കുവേണ്ടി ശബ്ദമുയർത്തിയ ആദ്യ കഥാകൃത്ത് സരസ്വതിയമ്മയാണ്. എന്നാൽ സ്ത്രീമനസ്സിന്റെ ഇരുണ്ട ഭൂഖണ്ഡങ്ങളിലേക്ക് തന്റേടത്തോടെ കടന്നുചെന്ന രാജലക്ഷ്മി സ്ത്രീ ശബ്ദത്തിലൂടെത്തന്നെ സാഹിത്യരചന നടത്തിയ ആദ്യത്തെ എഴുത്തുകാരിയാണ്. എങ്കിലും സാഹിത്യത്തിൽ ഇരുവരും വേണ്ടത്ര ശ്രദ്ധിക്കപ്പെട്ടില്ല. രണ്ടുപേരുടെയും സ്ഥാനം ഇന്നും സാഹിത്യത്തിന്റെ പുറമ്പോക്കിലാണ്. എഴുതിത്തുടങ്ങിയ കാലത്ത് വായനക്കാരിൽ നിന്നും നല്ല സ്വീകരണം രാജലക്ഷ്മിക്കു ലഭിച്ചിരുന്നു. അവരുടെ ആദ്യത്തെ കഥമകളും പിന്നീട് ആദ്യനോവൽ 'ഒരുവഴിയും കുറെ നിഴലുകളും' പുറത്തു വന്നപ്പോൾ തുടർരചനകൾക്കായി യുവാക്കളും വിദ്യാർത്ഥികളുമടങ്ങുന്ന ഒരു വലിയ ആസ്വാദകവൃന്ദം ആർത്തിയോടെ കാത്തുനിന്ന ഒരു കാലഘട്ടം കേരളത്തിലുടനീളമുണ്ടായിരുന്നു. കോളേജ് അദ്ധ്യാപികയായ രാജലക്ഷ്മിയുടെ വിദ്യാർത്ഥികൾതന്നെ അവരുടെ ഏറ്റവും വലിയ

ആരാധകരായിരുന്നു. ഒരു വിദ്യാർത്ഥിനിയുടെ ഓർമ്മക്കുറിപ്പുകളിൽ നിന്നും ഇതു വ്യക്തമാണ്.[1]

ഒരെഴുത്തുകാരിക്ക് എഴുതിത്തുടങ്ങുന്ന കാലത്ത് ഇത്രയും ആരാധകരുണ്ടാവുക എന്നുള്ളത് അത്യപൂർവമാണ്. പ്രത്യേകിച്ചും മലയാള സാഹിത്യത്തിൽ! അംഗീകാരങ്ങൾ നൽകുന്നതിൽ വളരെ പിശുക്കു കാണിക്കുന്ന മലയാളികൾ, പലപ്പോഴും പ്രഗല്ഭരായ സാഹിത്യകാരന്മാരുടെപോലും മരണശേഷമാണ് അവരുടെ മഹത്ത്വം മനസ്സിലാക്കുന്നത്. അല്ലെങ്കിൽ അന്യഭാഷയിലുള്ളവർ അവരെ അംഗീകരിച്ചതിനു ശേഷം മാത്രം. താൻ കേരളത്തിലല്ലാതെ മറ്റൊരു നാട്ടിൽ ജനിച്ചിരുന്നെങ്കിൽ! എന്നു വിലപിച്ച ചങ്ങമ്പുഴയേയും അതേ അഭിപ്രായം പുലർത്തിയ മാധവിക്കുട്ടിയെയും ഈയവസരത്തിൽ ഓർമ്മിച്ചുപോകുന്നു. കേരളീയ സമൂഹത്തിന്റെ അവഗണന അത്രമാത്രം അവരെ രണ്ടുപേരെയും വേദനിപ്പിച്ചിരുന്നു.

പ്രതിഭാശാലിയായ ഒരെഴുത്തുകാരിക്ക് എഴുതാനാവാത്ത അവസ്ഥ മരണതുല്യമാണന്നു പറഞ്ഞുവല്ലോ.സ്വയം പ്രകാശിപ്പിക്കാനുള്ള ത്വര ഏറെ ശക്തമാകുമ്പോൾ പ്രത്യേകിച്ചും! എഴുതിയ കൃതികൾക്ക് അർഹമായ അംഗീകാരം കിട്ടാതിരിക്കുന്നതും അതുപോലെ തന്നെ വേദനാജനകമാണ്. രാജലക്ഷ്മിക്കു നേരിടേണ്ടിവന്ന ഈ രണ്ടവസ്ഥകളും അവരിൽ നീറുന്ന വ്യഥയേറ്റി. ഇതേ അവസ്ഥ തന്നെ സരസ്വതിയമ്മയ്ക്കും ഉണ്ടായിട്ടുണ്ട്. സ്ത്രീയ്ക്കു നേരെ പുരുഷൻ കാട്ടുന്ന ഒരനീതിയും സരസ്വതിയമ്മയ്ക്കു സഹിക്കാൻ കഴിയുമായിരുന്നില്ല. ഇതിനെതിരെ ശക്തമായി പ്രതികരിക്കുന്ന സ്ത്രീകഥാപാത്രങ്ങളെയാണ് അവർ സൃഷ്ടിച്ചത്. പുരുഷനെ ചോദ്യം ചെയ്യുന്ന സ്ത്രീയെ, അവൾക്ക് എത്രമാത്രം കഴിവുകളുണ്ടെങ്കിലും, വെച്ചു പൊറുപ്പിക്കാൻ അന്നത്തെ പുരുഷസമൂഹം തയ്യാറല്ലായിരുന്നു. എന്നാൽ എല്ലാ എതിർപ്പുകളെയും സരസ്വതിയമ്മ തന്റേടത്തോടെ നേരിട്ടു. അവസാനം സ്വന്തം മകനെപ്പോലെ ലാളിച്ചു വളർത്തിയ സഹോദരീപുത്രനെച്ചേർത്ത് ലൈംഗികാപവാദമുണ്ടായപ്പോൾ അതിന്റെ മുമ്പിൽ അവർ തളർന്നുപോയി. അഭിമാനബോധമുള്ള ഏതു സ്ത്രീയെയും വീഴ്ത്താനുള്ള അവസാനത്തെ ആയുധമാണല്ലോ ലൈംഗികാപവാദം. അതിനോടകം സരസ്വതിയമ്മയുടെ എൺപത്തിയേഴിലധികം ചെറുകഥകളും ഏതാനും ലേഖനങ്ങളും ഇറങ്ങിക്കഴിഞ്ഞിരുന്നു. ആയിരത്തിത്തൊള്ളായിരത്തി അറുപത്തിരണ്ടിലാണ് അവരുടെ അവസാനത്തെ കഥ പ്രസിദ്ധീകരിക്കുന്നത്. അന്നു മുതൽ ആയിരത്തിത്തൊള്ളായിരത്തിയെഴുപത്തേഴിൽ അവർ മരിക്കുംവരെ, നീണ്ട പതിനഞ്ചുവർഷങ്ങൾ, സരസ്വതിയമ്മ ഒരിക്കൽപോലും തൂലിക കൈയിലേന്തിയില്ല. മൗനത്തിന്റെ ആഴമേറിയ ഇരുണ്ട ഗഹ്വരത്തിലെങ്ങോ അവർ അഭയം തേടിയിരുന്നു. അത് അവരുടെ മരണമായിരുന്നു എന്ന കാര്യത്തിൽ സംശയമില്ല. ശരിക്കും പറഞ്ഞാൽ, തന്റെ സർഗ്ഗാത്മകത ഉപേക്ഷിച്ച അറുപത്തിരണ്ടിൽത്തന്നെ അവരുടെ മരണം സംഭവിച്ചുകഴിഞ്ഞിരുന്നു. എന്നാൽ, അന്തർജ്ജനത്തിന്റെ അവസ്ഥ ഇതിൽ നിന്നു വളരെ

വ്യത്യസ്തമായിരുന്നു. മാമൂലുകളുടെ കർശനനിയന്ത്രണത്തിൽ നിന്നും, അന്ധമായ സമുദായാചാരങ്ങളിൽ നിന്നും പുറത്തുകടക്കാനാവാതെ നാലുകെട്ടിന്റെ ഇരുണ്ടകോണുകളിൽ ശ്വാസംമുട്ടിക്കഴിഞ്ഞ അന്തർജ്ജനങ്ങളെ പുറത്തുകൊണ്ടുവരിക എന്നതായിരുന്നു അവരുടെ ലക്ഷ്യം. ബാലവിധവകളുടെയും വൃദ്ധഭാര്യമാരുടെയും കണ്ണീരിന്റെ കഥകൾ പുറംലോകമറിയണമെന്ന് അവർ ആഗ്രഹിച്ചു. ഘോഷയും മറക്കുടയും വലിച്ചെറിയാനും സ്വാതന്ത്ര്യത്തിന്റെ യഥാർത്ഥ മധുരം നുണയാനും അവർ അന്തർജ്ജനങ്ങളെ ആഹ്വാനം ചെയ്തു. എന്നാൽ അന്ധമായ ആചാരങ്ങളിലും വിശ്വാസങ്ങളിലും പെട്ട് കണ്ണുകാണാതായ ഒരു സമൂഹത്തെ വെളിച്ചത്തിലേക്കു കൊണ്ടുവരിക എന്നുള്ളത് അത്ര എളുപ്പമായിരുന്നില്ല. അതിനു ശ്രമിക്കുന്തോറും അന്തർജ്ജനം സ്വന്തം സമുദായത്തിൽ ഒറ്റപ്പെട്ടു. സമുദായത്തിൽ നിന്നു ശക്തമായ എതിർപ്പുകളുണ്ടായി. യാഥാസ്ഥിതിക പുരുഷസമൂഹം ഭ്രഷ്ടു കല്പിച്ച് അവരെ പുറത്താക്കാൻ ശ്രമിച്ചു. എന്നാൽ, ഭർത്താവിന്റെയും അച്ഛന്റെയും ശക്തമായ പിന്തുണ ലഭിച്ചതുകൊണ്ട് അവർക്കു പിടിച്ചു നിൽക്കാൻ കഴിഞ്ഞു. അതേസമയം അവിവാഹിതരായിരുന്ന സരസ്വതിയമ്മയ്ക്കും രാജലക്ഷ്മിക്കും അങ്ങനെയൊരു പുരുഷപിന്തുണ എങ്ങുനിന്നും കിട്ടിയില്ല എന്നുള്ളതായിരുന്നു അവരുടെ ദൗർഭാഗ്യം. പടക്കളത്തിൽ അവരെന്നും ഏകരായിരുന്നു.

സരസ്വതിയമ്മ, അന്തർജ്ജനം, രാജലക്ഷ്മി ഇവർക്കുശേഷം മാധവിക്കുട്ടിക്കും സമൂഹത്തിന്റെ എതിർപ്പുകളെ ധാരാളമായി നേരിടേണ്ടി വന്നു. ആദ്യകാലത്ത് ഭർത്താവിനോടൊപ്പം കൽക്കട്ട, ബോംബെ, ഡൽഹി തുടങ്ങിയ നഗരങ്ങളിൽ താമസിച്ച് സാഹിത്യരചന നിർവ്വഹിച്ചതുകൊണ്ട് എതിർപ്പുകൾ അവരെ അത്രയ്ക്കൊന്നും അലട്ടിയില്ല. എന്നാൽ, ജന്മനാട്ടിലെത്തിയശേഷം, പ്രത്യേകിച്ചും ഭർത്താവിന്റെ മരണശേഷം മാധവിക്കുട്ടി അനുഭവിച്ച പീഡനങ്ങൾക്ക് അതിരില്ല. വീടിനു പുറത്തിറങ്ങിയാൽ പരിഹാസവാക്കുകളും തുളച്ചുകയറുന്ന നോട്ടങ്ങളും! രോഗിയായ അവർ ഉറക്കഗുളികകൾ കഴിച്ച് ഒന്നു മയങ്ങാൻ തുടങ്ങിയാൽ, ഫോണിൽ വിളിച്ചുണർത്തി അസഭ്യവർഷങ്ങൾ! അശ്ളീലക്കത്തുകളുടെ പൂരം! വീട്ടിൽ കയറിച്ചെന്ന് വധഭീഷണി! അവരുടെ വിലപ്പെട്ട ഡയറികളും പേനകളും മോഷ്ടിച്ചുകൊണ്ടുപോവുക, പണം കടം വാങ്ങിച്ചു കൊണ്ടുപോവുക (ഒരിക്കലും തിരിച്ചു കിട്ടാത്ത കടങ്ങൾ) തുടങ്ങി അനേകം തരത്തിലുള്ള ഉപദ്രവങ്ങൾ അവർക്കു സഹിക്കേണ്ടതായി വന്നു. ഇതൊന്നും പോരാഞ്ഞ് നായ്ക്കളുടെ വിസർജ്ജ്യവസ്തു പാഴ്സലാക്കി അയച്ചുകൊടുത്ത് അവരെ നീചമായ രീതിയിൽ അപമാനിക്കുക കൂടി ചെയ്തിരുന്നു എന്നറിയുമ്പോഴേ മാധവിക്കുട്ടി അനുഭവിച്ച പീഡനങ്ങളുടെ ആഴം നമുക്കു മനസ്സിലാവൂ. മലയാളത്തിലെ ആദരിക്കപ്പെടേണ്ട ഒരു മഹാപ്രതിഭയ്ക്കു ലഭിച്ച സ്വീകരണങ്ങളാണ് ഇവയെല്ലാം.വാസ്തവത്തിൽ ലജ്ജകൊണ്ട് മലയാളികൾ തലകുനിച്ചു പോവുകയാണു ചെയ്യുന്നത്. ഭർത്താവിന്റെയും സാഹിത്യപാരമ്പര്യമുള്ള പ്രസിദ്ധമായ ഒരു കുടുംബത്തിന്റെയും പിന്തുണയുണ്ടായിരുന്നതുകൊണ്ടാണ് ഇരുന്നൂറിലധികം ചെറുകഥകളും 'എന്റെ കഥ'യുൾപ്പെടെ നാല് ആത്മകഥകളും ഏതാനും കവിതാ

സമാഹാരങ്ങളും പ്രസിദ്ധീകരിക്കുവാൻ അവർക്കു കഴിഞ്ഞത്. ജന്മനാടിനോടുള്ള സ്നേഹം കൊണ്ട് കേരളത്തിൽ ജീവിക്കുവാൻ ഓടിയെത്തിയ അവർക്ക് കടുത്ത അപമാനം സഹിച്ച് ദുഃഖത്തോടെ നാടുംവീടുമെല്ലാം ഉപേക്ഷിച്ച് ഇവിടെ നിന്നും പോകേണ്ടതായിവന്നു. പിന്നെ അധികകാലം അവർ ജീവിച്ചിരുന്നില്ല. അത്ര വലുതായിരുന്നു ആ മനസ്സിനേറ്റ ആഘാതം.

മാധവിക്കുട്ടിക്കുശേഷം വന്ന എഴുത്തുകാരികൾ സാറാ ജോസഫ്, ഗ്രേസി, വിജയലക്ഷ്മി, സാവിത്രി രാജീവൻ തുടങ്ങിയവർക്കെല്ലാം തന്നെ ഇത്തരത്തിൽ അവഗണനയും അപമാനവും വേണ്ടുവോളം സഹിക്കേണ്ടതായി വന്നിട്ടുണ്ട്. സാഹിത്യത്തിൽ എന്നും സ്ത്രീവിഭാഗത്തിന്റെ അനുഭവങ്ങൾ ഏതാണ്ട് ഇതൊക്കെ തന്നെയായിരുന്നു. മലയാളത്തിലെ ആദ്യകാലസ്ത്രീരചനകളെക്കുറിച്ചു പറയുമ്പോൾ 'കവയ്ക്കട്ടെ കാണട്ടെ വൃത്തം' എന്നുപോലും ഒരെഴുത്തുകാരിയെക്കുറിച്ച് (തോട്ടയ്ക്കാട്ട് ഇക്കാവമ്മ) എഴുതാനുള്ള സംസ്കാരശൂന്യത ഇവിടത്തെ പുരുഷവർഗ്ഗത്തിന് ഉണ്ടായിരുന്നു. നമ്മുടെ പ്രസിദ്ധനായ ഒരു സാഹിത്യകാരൻ അന്തർജ്ജനത്തിന്റെ 'റിയലിസം' (1935) എന്ന കഥയെ പരിഹസിച്ചുകൊണ്ട് 'ആദർശാത്മകത്വം' എന്ന പേരിൽ ഒരു കഥയെഴുതി പ്രസിദ്ധീകരിക്കുകയുണ്ടായി. അന്തർജ്ജനത്തിന്റെ അമർത്തിവച്ച കാമവാസനയാണ് കഥകളായി പുറത്തുവരുന്നതെന്നു സ്ഥാപിക്കുകയും അതിനു ശമനം വരുത്തി കഥകളെല്ലാം തീയിലിട്ടു ചുടുന്നതുമാണ് കഥയിലെ വിഷയം. കഥയുടെ അവസാനം യുവസാഹിത്യകാരൻ അന്തർജ്ജനത്തോടു ചോദിക്കുന്നു. "നിന്റെ ഉപബോധമനസ്സിൽ മർദ്ദിതമായി കിടന്നുനുളച്ച നിന്റെ ആശകൾ സാക്ഷാത്കരിക്കപ്പെട്ടില്ലേ? ഇനി നിനക്ക് ആശ്വാസം കാണും അല്ലേ?" അന്തർജ്ജനത്തിന്റെ ആത്മകഥയിൽ താനനുഭവിച്ച അപമാനങ്ങളെക്കുറിച്ച് അവർ വിശദീകരിക്കുന്നുണ്ട്. അതുപോലെ തന്നെ മാധവിക്കുട്ടിയുടെ ആത്മകഥകളിലും കാണാം അവരുടെ ദുരന്താനുഭവങ്ങളുടെ വിവരണം. ഇവയൊക്കെ ഇന്നും നമ്മുടെ സാഹിത്യത്തിൽ സംസാരിക്കുന്ന തെളിവുകളായി അവശേഷിക്കുന്നു. ലോകത്തിന്റെ പലഭാഗത്തും സാഹിത്യകാരികളെന്ന നിലയിൽ സ്ത്രീകളനുഭവിച്ച കടുത്ത ദുഃഖങ്ങളെക്കുറിച്ചും അപമാനങ്ങളെക്കുറിച്ചും പല സ്ത്രീകളും എഴുതിയിട്ടുണ്ട്. തൂലിക ഹൃദയരക്തത്തിൽ മുക്കിയെഴുതിയ കഥകൾ! സിമോൺ ഡി ബുവ്വേയുടെ 'സെക്കന്റ് സെക്സി'ലും വെർജീനിയാ വൂൾഫിന്റെ 'എ റൂം ഓഫ് വൺസ് ഓൺ' എന്ന ലേഖനസമാഹാരത്തിലും സ്ത്രീകളനുഭവിച്ച പാരതന്ത്ര്യത്തിന്റെ കഥകൾ അവർ ആത്മനൊമ്പരത്തോടെ വിശദീകരിക്കുന്നുണ്ട്.

സ്ത്രീകളുടെ അസ്വാതന്ത്ര്യത്തെക്കുറിച്ചും, അവരുടെ നേർക്കുള്ള അനീതികളെക്കുറിച്ചും ഉറക്കെ പാടിയ കവിയായിരുന്നു മാഡം വിൻചിൽസിയ. വെർജീനിയ വൂൾഫ് തുടരുന്നു. ആയിരത്തി അറുനൂറ്റി അറുപത്തൊന്നിൽ ഒരു പ്രഭു കുടുംബത്തിൽ ജനിച്ച വിൻചിൽസിയയെ വിവാഹം കഴിച്ചതും ഒരു പ്രഭുവായിരുന്നു. സന്താനങ്ങളില്ലാത്ത ആ വനിത ധാരാളം കവിതകൾ എഴുതി. അവയിലെല്ലാം സത്രീകളുടെ

അന്നത്തെ പരിതാപകരമായ അവസ്ഥയെക്കുറിച്ചുള്ള ധാർമ്മികരോഷം തുള്ളിത്തുളുമ്പി നിന്നിരുന്നു. തെറ്റായ നിയമങ്ങളും വിദ്യാഭ്യാസസമ്പ്രദായങ്ങളും സ്ത്രീയുടെ മാനസികോന്നമനത്തിനുള്ള എല്ലാ മാർഗ്ഗങ്ങളും കൊട്ടിയടയ്ക്കുന്നു. അവരുടെ ഉള്ളിലെ അഗ്നിയാണ് കവിതയായി പുറത്തേക്കു പ്രവഹിച്ചതെന്നും വെർജീനിയ ചൂണ്ടിക്കാട്ടുന്നു.

“തന്റെ വിഹ്വലതകളെയും ഉള്ളുരുക്കത്തെയും നിയന്ത്രിച്ച് മനസ്സിനെ വെറുപ്പിൽ നിന്നും ഭയത്തിൽ നിന്നും കുറച്ചുകൂടി സ്വതന്ത്രമാക്കാൻ കഴിഞ്ഞിരുന്നെങ്കിൽ മാഡം വിൻചിൽസിയയുടെ പ്രതിഭ കൂടുതൽ ദീപ്തമായേനെ. അവരുടെ ഉള്ളിലെ കോപവും വെറുപ്പും അവരുടെ സർഗ്ഗശക്തിക്കു മങ്ങലേല്പിച്ചു.”[2]

വിൻചിൽസിയയുടെ കാലഘട്ടത്തിൽത്തന്നെ സാഹിത്യരംഗത്തേക്കു വന്ന മറ്റൊരെഴുത്തുകാരിയാണ് മാർഗരറ്റ് ഓഫ് ന്യൂകാസിൽ. അവരും സ്ത്രീകളോടു കാണിക്കുന്ന അനീതികൾക്കെതിരെ പൊട്ടിത്തെറിച്ചു.

“സ്ത്രീകൾ വവ്വാലുകളെപ്പോലെയും മൂങ്ങയെപ്പോലെയും ഇരുട്ടിൽ ജീവിക്കുന്നു. മൃഗങ്ങളെപ്പോലെ പണിയെടുക്കുന്നു. പുഴുക്കളെപ്പോലെ ചത്തൊടുങ്ങുന്നു.” എന്നാണ് മാർഗരറ്റ് സ്ത്രീകളുടെ ജീവിതത്തെക്കുറിച്ച് ധാർമ്മികരോഷത്തോടെ പാടിയത്. നിരൂപകന്മാരും പണ്ഡിതന്മാരും പൊതുജനങ്ങളും അവരെ പരിഹസിച്ചു. പ്രഭുകുടുംബത്തിലെ ചട്ടക്കൂടു ലംഘിച്ച് കവിത മാധ്യമമാക്കി സമൂഹത്തിലെ ചെറ്റത്തരങ്ങളും പൊള്ളത്തരങ്ങളും ഉറക്കെ വിളിച്ചു പറയുകയും സ്ത്രീകളുടെ ശോചനീയാവസ്ഥയെക്കുറിച്ച് ഉറക്കെ ചിന്തിക്കുകയും ആണുങ്ങളെ വിമർശിക്കുകയും ചെയ്ത മാർഗരറ്റിനെ സമൂഹം ഒറ്റപ്പെടുത്തുക മാത്രമല്ല തലയ്ക്കു സ്ഥിരതയില്ലാത്തവളായി മുദ്രകുത്തുകയും ചെയ്തു.[3]

പത്തൊൻപതാം നൂറ്റാണ്ടിലെ നാല് എഴുത്തുകാരികളെക്കുറിച്ചാണ് വെർജീനിയാ വൂൾഫ് അടുത്തതായി ചർച്ച ചെയ്യുന്നത്. ജോർജ്ജ് എലിയട്ട്, എമിലി ബ്രോൺടി, ഷാർലെറ്റ് ബ്രോൺടി, ജെയിൻ ഓസ്റ്റിൻ. നാലു പേരും നോവലുകളാണ് എഴുതിയത്. നാലുപേർക്കും പ്രത്യേക മുറികളുണ്ടായിരുന്നില്ല. പൊതുവായിട്ടുള്ള ഇരിപ്പുമുറിയിലിരുന്നാണ് നാലു പേരും എഴുതിയത്. എന്നിട്ടും ജയിൻ ഓസ്റ്റിന്റെ 'പ്രൈഡ് ആന്റ് പ്രിജുഡിസ്' എന്ന നോവൽ വളരെ പ്രസിദ്ധമായിത്തീർന്നു. സാഹചര്യങ്ങളുമായി സമരസപ്പെട്ടു ജീവിച്ച ജയിൻ ഓസ്റ്റിനെപ്പോലെയായിരുന്നില്ല ചാർലെറ്റ് ബ്രോൺടി. ജയിൻ ഓസ്റ്റിനേക്കാൾ പ്രതിഭാശാലിയായിരുന്നെങ്കിലും, അസ്വസ്ഥയും രോഷാകുലയുമായിരുന്നതിനാൽ തന്നെപ്പററി ത്തന്നെ എഴുതുകയും തന്നോടുതന്നെ കലഹിച്ച്, ചെറുപ്പത്തിലെ തന്നെ മരിക്കുകയും ചെയ്തു. ഷാർലെറ്റ് ബ്രോൺടിയുടെ നോവലുകളിൽ ഭാവനയേക്കാളേറെ മുന്തിനിൽക്കുന്നത് അരിശമാണ്. അത് അവരുടെ എഴുത്തിന്റെ നിറം കെടുത്തുന്നു. അവരുടെ ഗ്രന്ഥങ്ങൾ മഹത്തരമാണെങ്കിലും, അടിച്ചമർത്തലിന്റെ വേദനയും നീരസവും ലോകത്തോടുള്ള വിദ്വേഷവും അതിന്റെ ഘടനയെ സാരമായി ബാധിക്കുന്നു. ജയിൻ ഓസ്റ്റിനും എമിലി ബ്രോൺടിക്കും അസാമാന്യമായ പ്രതിഭയും സത്യസന്ധതയും

ഉണ്ടായിരുന്നതുകൊണ്ട് പുരുഷാധിപത്യസമൂഹത്തിൽ കുറെയൊക്കെ പിടിച്ചു നിൽക്കാൻ കഴിഞ്ഞു. ജയിൻ ഓസ്റ്റിന്റെ പ്രൈഡ് ആന്റ് പ്രജുഡിസും എമിലി ബ്രോണ്ടിയുടെ വുതറിംഗ് ഹൈറ്റ്സും കാലത്തെ അതിജീവിച്ച് ഇന്നും നിലനിൽക്കുന്നു. അസ്വാതന്ത്ര്യവും ആത്മപ്രകാശനത്തിനുള്ള അവസരക്കുറവും അന്നത്തെ സ്ത്രീകളുടെ എഴുത്തിനെ കാര്യമായി ബാധിച്ചിരുന്നു എന്ന് വെർജീനിയ വൂൾഫ് പരാതിപ്പെടുന്നു.[4]

പത്തൊൻപതാം നൂറ്റാണ്ടിൽപ്പോലും സമൂഹം കലാരംഗത്തും സ്ത്രീകൾക്കു യാതൊരു പ്രോത്സാഹനവും നൽകിയില്ല. പരിഹാസവും മർദ്ദനവും ശാസനയും മാത്രമാണു ലഭിച്ചത്. ഇതിനെയൊക്കെ എതിർക്കുകയും ഖണ്ഡിക്കുകയും ചെയ്യാനുള്ള ശ്രമത്തിൽ അവളുടെ ഓജസ്സു നിർവീര്യവും മനസ്സ് സംഘർഷഭരിതവുമായി. ജോൺസൺ സ്ത്രീയുടെ സാഹിത്യരചനയേയും സംഗീതരചനയേയും നായ പിൻകാലിൽ നടക്കുന്നതിനോടാണ് സാദൃശ്യപ്പെടുത്തുന്നത്. സ്ത്രീകളുടെ മതപ്രസംഗത്തെക്കുറിച്ചും അദ്ദേഹം ഇതേ അഭിപ്രായമാണ് പ്രകടിപ്പിച്ചത് എന്ന് വെർജീനിയാ വൂൾഫ് രേഖപ്പെടുത്തുന്നു.[5]

ഇവിടെ നാം മനസ്സിലാക്കുന്നത് പുരുഷന്മാരെപ്പോലെ എന്തും തുറന്നെഴുതാനാവാത്ത ഒരു സാഹചര്യം പാശ്ചാത്യനാടുകളിലെ സ്ത്രീകൾക്കുപോലുമുണ്ടായിരുന്നു എന്നാണ്. സർഗ്ഗാത്മകതയ്ക്കു നേരിടേണ്ടി വന്ന വിപരീതസാഹചര്യങ്ങൾ വെർജീനിയാ വൂൾഫിനെയും സിൽവിയാ പ്ലാത്തിനെയും വളരെയധികം വേദനിപ്പിച്ചിരുന്നു. സ്ത്രീകൾ എത്ര പ്രതിഭാശാലികളാണെങ്കിലും അവരെ അംഗീകരിക്കുവാനോ, അവരുടെ രചനകൾ എത്ര മഹത്തരമാണെങ്കിലും, അവയെ ഇരുകൈകളും നീട്ടി സ്വീകരിക്കുവാനോ പുരുഷ സമൂഹം തയ്യാറാകുന്നില്ല. സ്ത്രീരചനകളെക്കുറിച്ചു ക്രൂരമായി വിമർശിക്കുകയോ അല്ലെങ്കിൽ അവഗണിക്കുകയോ ചെയ്യുന്നു. ലോകത്തെവിടെയും അതുതന്നെയാണു നടക്കുന്നത്. പിന്നെ എഴുതാതിരിക്കാനാവാത്തതുകൊണ്ടു മാത്രമാണ് പല സ്ത്രീകളും സാഹിത്യരചനകളിൽ ഏർപ്പെട്ടത്. എന്നാൽ, ആധുനികകാലമായപ്പോൾ ഇതിനു കുറെയൊക്കെ മാറ്റം സംഭവിച്ചു. സ്ത്രീകൾ കുറച്ചുകൂടി ശക്തരായിത്തീർന്നു. പ്രതികൂലസാഹചര്യങ്ങളെ അതിജീവിച്ച് അവർ മുന്നേറിക്കൊണ്ടിരിക്കുന്നു. ഈ മാറ്റം ആഹ്ളാദകരമാണ്. രാജലക്ഷ്മിയെക്കുറിച്ച് ഇതിനോടകം അഞ്ചുപഠനഗ്രന്ഥങ്ങൾ ഇറങ്ങിക്കഴിഞ്ഞു എന്നുള്ളതും സന്തോഷം നൽകുന്നു. ആറാമതൊരെണ്ണം ഭാഷാ ഇൻസ്റ്റിറ്റ്യൂട്ട് തയ്യാറാക്കുന്നു.

---

1. മണികൃഷ്ണൻ- 'രാജലക്ഷ്മി എന്റെ അദ്ധ്യാപിക', മാതൃഭൂമി 1965 മാർച്ച് 7
2. സ്വന്തമായൊരു മുറി- വെർജീനിയാ വൂൾഫ്, പേജ് -64 ഡി.സി ബുക്സ് കോട്ടയം
3. അതിൽത്തന്നെ പേജ് 65
4. അതിൽത്തന്നെ പേജ് 75
5. അതിൽത്തന്നെ പേജ് 60

മൂന്ന്

ഭൂമിക

സരസ്വതിയമ്മയ്ക്കും, അന്തർജ്ജനത്തിനും രാജലക്ഷ്മിക്കും മുമ്പു തന്നെ കഥാസാഹിത്യത്തിൽ തകഴി, ദേവ്, പൊൻകുന്നം വർക്കി, ബഷീർ തുടങ്ങിയ കാഥികർ അവരുടെ സ്ഥാനമുറപ്പിച്ചു കഴിഞ്ഞിരുന്നു. നവോത്ഥാനകാഥികരായ ഇവരുടെ കാലഘട്ടം റിയലിസത്തിന്റേതായിരുന്നു. സാമൂഹികജീവിയായ മനുഷ്യനെ സൃഷ്ടിക്കുന്നതിലായിരുന്നു റിയലിസ്റ്റുകൾക്ക് താത്പര്യം. വർഗ്ഗീയമായും ജാതീയമായും സാമ്പത്തികമായും താഴെത്തട്ടിലുള്ളവരുടെ ജീവിതത്തിന് അവരുടെ സാഹിത്യകൃതികളിൽ സ്ഥാനം ലഭിച്ചു. തെണ്ടികളും തോട്ടികളും വേശ്യകളും രോഗികളുമൊക്കെ അവരുടെ കൃതികളിൽ കഥാപാത്രങ്ങളായി വന്നു. സാമൂഹികപശ്ചാത്തലത്തിൽ അവരുടെ ജീവിതപ്രശ്നങ്ങൾ കഥയിലെ പ്രമേയമായി. ദാരിദ്ര്യം, രോഗം, മരണം തുടങ്ങിയ സാമൂഹികസത്യങ്ങൾ അവരുടെ കലാസത്യങ്ങളായി മാറി. കഥ, നോവൽ സാഹിത്യങ്ങൾ തകഴിയുടെയും ദേവിന്റെയും മറ്റും കാലശേഷം റൊമാന്റിസിസത്തിലേക്കു വളർന്നു. അതേസമയം കവിതയിൽ നേർവിപരീതമായ മാറ്റമാണുണ്ടായത്. കവിത റൊമാന്റിസിസത്തിൽ നിന്നു റിയലിസത്തിലേക്കു വളർന്നു.

കഥാരംഗത്തുണ്ടായ മാറ്റം ആദ്യം ദൃശ്യമായത് പൊറ്റക്കാടിന്റെ രചനകളിലാണ്. പിന്നീട് എം.ടിയിലും രാജലക്ഷ്മിയിലുമെത്തിയപ്പോൾ, കാല്പനികത പൂർണ്ണ വളർച്ചയെത്തി. കവിതയിൽ ഇംഗ്ളീഷ് സാഹിത്യത്തിലെ കീറ്റ്സ്, ഷെല്ലി, ബൈറൺ തുടങ്ങിയ കാല്പനികരിൽ നിന്ന് പ്രചോദനമുൾക്കൊണ്ട് ആശാൻ, ഉള്ളൂർ, വള്ളത്തോൾ എന്നീ കവിത്രയത്തിലൂടെ ഇടപ്പള്ളിക്കവികളിലേക്ക് അതു പടർന്നു കയറി. അവരിൽ ത്തന്നെ ചങ്ങമ്പുഴയിലെത്തിയപ്പോൾ കാല്പനികതയുടെ വസന്തം പൂത്തുലഞ്ഞു നിന്നു. എം.ടിയിലും രാജലക്ഷ്മിയിലും അത് കഥാന്തരീക്ഷത്തെയാകെ സുഗന്ധപൂരിതമാക്കി. രാജലക്ഷ്മിക്കു തൊട്ടുമുമ്പ് സരസ്വതിയമ്മയും ലളിതാംബിക അന്തർജ്ജനവും യഥാതഥപ്രസ്ഥാനത്തിൽ രചന നടത്തിയവരാണ്. സമൂഹത്തിൽ നിന്നും സ്വന്തം സമുദായത്തിൽ നിന്നുമാണ് യഥാക്രമം അവർ കഥാപാത്രങ്ങളെ കണ്ടെത്തിയത്.

എന്നാൽ രൂപത്തെ സംബന്ധിച്ചു പറഞ്ഞാൽ ദേവിന്റെയും തകഴിയുടെയും പൊൻകുന്നം വർക്കിയുടെയും മറ്റും കഥകളാണ് അവർക്കു മാതൃകയായത്. കാരണം കഥാസാഹിത്യം അന്നു പൂർണ്ണമായും പുരുഷ സമൂഹം കൈയടക്കിയിരുന്നു. അവരിൽ നിന്നും നോവൽ കഥാസാഹിത്യങ്ങളെ മോചിപ്പിച്ച് സ്ത്രീകൾ കൂടി ഉൾപ്പെടുന്ന ഒരു സമൂഹത്തിന്റേതാക്കി മാറ്റിയതിൽ സരസ്വതിയമ്മയേയും അന്തർജ്ജനത്തേയും പോലെ തന്നെ രാജലക്ഷ്മിക്കും പങ്കുണ്ട്. ഇവർ മൂന്നുപേരുടെയും രചനകളിൽ സ്ത്രീകഥാപാത്രങ്ങളാണ് അധികവും. മലയാളസാഹിത്യത്തിൽ വ്യക്തിത്വമുള്ള സ്ത്രീ കഥാപാത്രങ്ങൾ ഇവരുടെ കഥകളിൽ പ്രത്യക്ഷപ്പെട്ടു. അതിനു മുമ്പ് പുരുഷന്റെ വീക്ഷണത്തിലൂടെയുള്ള സ്ത്രീകളെ മാത്രമേ അനുവാചകർക്കു പരിചയമുണ്ടായിരുന്നുള്ളു. അവരാകട്ടെ ത്യാഗിനികളും, സ്നേഹമയികളും ഭൂമിയോളം ക്ഷമയുള്ളവരും ദുഃഖപുത്രികളുമായിരുന്നു. പുരുഷനുവേണ്ടി സമർപ്പിക്കപ്പെട്ട ഒരു ജീവിതമായിരുന്നു അവരുടേത്. പുരുഷന്റെ ചെയ്തികളെ ചോദ്യം ചെയ്യാനുള്ള തന്റേടം അവർക്കാർക്കും തന്നെ ഉണ്ടായിരുന്നില്ല. എന്നാൽ, പൊതുവായ ഈ വീക്ഷണത്തിൽ നിന്നുമാറി നിൽക്കുന്ന കഥാപാത്രങ്ങളെ മലയാളത്തിൽ ആദ്യമായി സൃഷ്ടിച്ചത് സി.വിയും ചന്തുമേനോനുമായിരുന്നു. സി.വിയുടെ മാർത്താണ്ഡവർമ്മയിലെ സുഭദ്ര അസാധാരണവ്യക്തിത്വമുള്ള ഒരു സ്ത്രീ കഥാപാത്രമാണ്. രാജാവിന്റെ ശത്രുപാളയത്തിൽ കടന്നുചെന്ന് രഹസ്യങ്ങൾ ചോർത്തിയെടുക്കാനും രാജാവിനെ അപ്പൊഴപ്പോൾ വിവരങ്ങളറിയാക്കാനും പുരുഷനെക്കാൾ കവിഞ്ഞ സാമർത്ഥ്യവും ബുദ്ധിശക്തിയും പ്രകടമാക്കിയ സ്ത്രീയാണ് അവർ.രാത്രിയിൽ സഞ്ചരിക്കുവാനോ ആക്രമിക്കാൻ വരുന്ന പുരുഷനെ നേരിടാനോ അവർക്കുതെല്ലും ഭയമുണ്ടായിരുന്നില്ല. രാജാവിനും രാജ്യത്തിനും വേണ്ടി ജീവൻ പോലും ബലി കഴിക്കാൻ തയ്യാറായ ആ സ്ത്രീകഥാപാത്രം മലയാള സാഹിത്യത്തിലെ ജ്വലിക്കുന്ന സ്ത്രൈണ തേജസ്സാണ്.

സുഭദ്രയേക്കാൾ ഒരുപടി മേലെയാണ് ഇന്ദുലേഖ. ഇംഗ്ളീഷ് വിദ്യാഭ്യാസം നേടിയ ആ കഥാപാത്രത്തിന് വളരെ ഉയർന്ന ചിന്താഗതികളാണ് ഉണ്ടായിരുന്നത്. ഏതു വിഷയത്തിലും പുരുഷനെപ്പോലും വാദിച്ചു തോല്പിക്കാനുള്ള അറിവുണ്ടായിരുന്നു അവർക്ക്. സ്വയം തീരുമാനങ്ങളെടുക്കാനും ആ തീരുമാനങ്ങളിൽ ഉറച്ച് നിൽക്കാനും ഇച്ഛാശക്തിയുള്ള കഥാപാത്രമായിരുന്നു ഇന്ദുലേഖ. മരുമക്കത്തായത്തറവാട്ടിലെ സർവ്വാധികാരിയായ കാരണവരുടെ ആജ്ഞകളെ ധിക്കരിച്ച്, താൻ സ്നേഹിച്ച പുരുഷനെ മാത്രമേ വിവാഹം കഴിക്കൂ എന്നു തുറന്നു പറയാനുള്ള തന്റേടം കാണിച്ചു അവർ. നായർത്തറവാടുകളിലെ നമ്പൂതിരി സംബന്ധത്തെ എതിർത്ത ഇന്ദുലേഖ, കാരണവർ തനിക്കുവേണ്ടി കൊണ്ടുവന്ന സൂരി നമ്പൂതിരിപ്പാടിനെ പരിഹസിക്കാനും ആട്ടിപ്പായിക്കാനും മടിക്കുന്നില്ല. ഉന്നത വിദ്യാഭ്യാസം കിട്ടിയ മാധവനെക്കാൾ വ്യക്തിത്വമുള്ള കഥാപാത്രം ഇന്ദുലേഖ തന്നെയാണ്. ആരോടും സ്വന്തമഭിപ്രായം വെട്ടിത്തുറന്നു പറയാൻ അവൾക്കു യാതൊരു സങ്കോചവുമില്ല. അവളുടെ

തിളങ്ങുന്ന വ്യക്തിത്വത്തിനു മുമ്പിൽ കാരണവർ മാത്രമല്ല, അവളുടെ പ്രണയപാത്രമായ മാധവൻപോലും മുട്ടുമടക്കുന്നു. ഇംഗ്ളീഷ് വിദ്യാഭ്യാസം പുരുഷനുമാത്രമുള്ളതല്ലെന്നും വായനയും ചിന്തയും എഴുത്തുമെല്ലാം സ്ത്രീകളുടെ കൂടി മേഖലയാണെന്നും ഇന്ദുലേഖ തെളിയിച്ചു. അക്കാലത്തും അതിനുശേഷവുമുള്ള സ്ത്രീകളിൽ ഈ കഥാപാത്രം ചെലുത്തിയ സ്വാധീനം അവഗണിക്കാനാവാത്തതാണ്. സ്ത്രീവിദ്യാഭ്യാസം, സ്ത്രീവിമോചനം തുടങ്ങിയ ആശയങ്ങൾക്ക് തന്റെ കഥാപാത്രങ്ങളിലൂടെ പ്രചാരം നൽകിയ ചന്തുമേനോൻ കേരളീയ സമൂഹത്തിന്റെ പരിവർത്തനത്തിന് നിർണ്ണായക പങ്കുവഹിച്ചു. സ്ത്രീയെക്കുറിച്ച് അന്നോളമുണ്ടായിരുന്ന സങ്കല്പങ്ങളെയെല്ലാം ചന്തുമേനോന്റെ കഥാപാത്രം തകിടം മറിച്ചു. സ്വന്തം ഭാഗധേയം സ്വയം നിർണ്ണയിക്കാൻ പ്രാപ്തയായ ഈ സ്ത്രീകഥാപാത്രം മലയാളനോവലിന്റെ ചരിത്രത്തിലെ ഒരു നാഴികക്കല്ലായിത്തീർന്നു.

സി.വിക്കും ചന്തുമേനോനും ശേഷം വ്യക്തിത്വമുള്ള സ്ത്രീകഥാപാത്രങ്ങളെ സൃഷ്ടിച്ചത് കുമാരനാശാനാണ്. ആശാന്റെ പുരുഷകഥാപാത്രങ്ങളെക്കാൾ വളരെ ഉയരത്തിൽ നിൽക്കുന്നവരാണ് സ്ത്രീകഥാപാത്രങ്ങൾ. നളിനിയും ലീലയും സാവിത്രിയും സീതയുമെല്ലാം മലയാളി സമൂഹത്തിൽ സൃഷ്ടിച്ചത് ദൂരവ്യാപകഫലങ്ങളാണ്. വീടിന്റെ അസ്വതന്ത്രമായ ഇരുട്ടറകൾ വിട്ട് സ്ത്രീകൾ പുറത്തിറങ്ങുന്നത് അക്കാലത്തു സങ്കല്പിക്കുവാൻ പോലും സാദ്ധ്യമായിരുന്നില്ല. എന്നാൽ, ആശാന്റെ നായികമാരെല്ലാം തന്നെ അതിനുള്ള തന്റേടം കാട്ടി. അവരെല്ലാം കാമുകന്മാരെത്തേടി വീടുവിട്ടിറങ്ങിയവരാണ്. സീത വീടുവിട്ടുസ്വയം ഇറങ്ങിപ്പോകുന്നില്ല. കാട്ടിൽ ഉപേക്ഷിക്കപ്പെടുകയായിരുന്നു. എങ്കിലും, ഭർത്താവ് എന്തു ചെയ്താലും അതിനെ ചോദ്യം ചെയ്യാതെ ക്ഷമയോടെ സഹിക്കുന്ന വാല്മീകിയുടെ സീതയിൽ നിന്നു ബഹുദൂരം മുന്നോട്ടുപോകുവാൻ ആശാന്റെ സീതയ്ക്കു സാധിച്ചു. രാമന്റെ പ്രവൃത്തികളെ നിഷ്കരുണം വിമർശിക്കുന്ന ആ കഥാപാത്രം അക്കാലത്ത് ഒരദ്ഭുതമായിരുന്നു. അനീതീകൾക്കെതിരെ ശബ്ദമുയർത്തുന്ന ഒരു ആധുനികസ്ത്രീയാക്കി സീതയെ മാറ്റിയതിന്റെ പേരിൽ ആശാന് പ്രതിക്കൂട്ടിൽ കയറേണ്ടതായും വന്നു. എങ്കിലും സാമൂഹികപരിവർത്തനത്തിന് പ്രചോദനമാകാൻ ആശാന്റെ നായികമാർക്കെല്ലാം കഴിഞ്ഞു എന്നുള്ളത് ചോദ്യം ചെയ്യാനാവാത്ത ഒരു സത്യമായി നിലനിൽക്കുന്നു. ഇതിനൊരപവാദം 'കരുണ'യിലെ വാസവദത്ത മാത്രമാണ്.

ഇരുപതാം നൂറ്റാണ്ടിന്റെ തുടക്കത്തിലെ പുരോഗമനചിന്താഗതികളും സ്ത്രീവിദ്യാഭ്യാസവും സാഹിത്യത്തിലൂടെ പ്രചരിച്ച നൂതനാശയങ്ങളും അന്നത്തെ എഴുത്തുകാരെ ശക്തമായി സ്വാധീനിച്ചിരുന്നു. ഒപ്പം സുഭദ്ര, ഇന്ദുലേഖ, ആശാന്റെ നായികമാർ എന്നിവരെല്ലാം പരിവർത്തനത്തിന്റെ തീജ്ജ്വാലകളായിരുന്നു എന്ന കാര്യത്തിലും സംശയമില്ല. അനുകൂലമായ ഇത്തരം പരിതോവസ്ഥകൾ സ്ത്രീകളെ സാമൂഹിക സാംസ്കാരിക

രാഷ്ട്രീയ സാഹിത്യരംഗങ്ങളിലേക്ക് ആകർഷിച്ചു. ഈ സാഹചര്യത്തിലാണ്, സരസ്വതിയമ്മ , അന്തർജ്ജനം, രാജലക്ഷ്മി എന്നിവർ നോവൽ കഥാസാഹിത്യരംഗങ്ങളിലേക്കു കടന്നുവന്നത്. സുഭദ്ര, ഇന്ദുലേഖ, ആശാന്റെ നായികമാർ എന്നിവരുടെ സ്വാധീനവും വൈദേശിക സാഹിത്യത്തിൽ നിന്നു ലഭിച്ച അറിവും വിദ്യാഭ്യാസത്തിലൂടെ നേടിയ സ്വതന്ത്ര ചിന്താഗതികളും സ്വയം രൂപപ്പെടുത്തിയ വ്യക്തിത്വവും ഈ മൂന്ന് എഴുത്തുകാരികളേയും വ്യത്യസ്തരും വ്യക്തിത്വമുള്ളവരുമാക്കി മാറ്റി. വ്യവസ്ഥാപിതമൂല്യങ്ങളോട് കലഹിക്കുന്ന രചനകളായിരുന്നു ഇവർ മൂന്നുപേരും നിർവ്വഹിച്ചത്. ഇവർക്കു മുമ്പുള്ള സാഹിത്യകാരികൾ പുരുഷന്റെ സാഹിത്യത്തെയും അവന്റെ രചനാരീതികളെയും അനുകരിച്ചപ്പോൾ, ഇവർ സ്ത്രീയെ വേറിട്ടു കാണാനും അവരുടെ സ്വത്വം വേർതിരിച്ചറിയാനും ശ്രമിക്കുകയാണ് ചെയ്തത്. മൂന്നുപേരും സ്വയം രൂപപ്പെടുത്തിയെടുത്ത രചനാരീതികൾ സ്വായത്തമാക്കുകയും ചെയ്തു. ദുഃഖഭാഗിനികളായി മാത്രം സ്ത്രീകളെ കണ്ടിരുന്ന പഴയ സംസ്കാരത്തെ അവർ തിരുത്തിക്കുറിച്ചു.സ്ത്രീകളുടെ കണ്ണീരിനു യാതൊരു വിലയുമില്ലെന്നും അവരുടെ ദൈന്യം ആവിഷ്കരിച്ചതുകൊണ്ടുമാത്രം സ്ത്രീവിമോചനം സാദ്ധ്യമാവില്ലെന്നും ആദ്യം കണ്ടെത്തിയ എഴുത്തുകാരി സരസ്വതിയമ്മയാണ്. മറ്റുള്ളവർ ഇഷ്ടപ്പെട്ടാലും ഇല്ലെങ്കിലും എന്തും തുറന്നു പറയാനുള്ള തന്റേടം അവർക്കുണ്ടായിരുന്നു. ദുഃഖപുത്രിയെന്നും, ത്യാഗിനിയെന്നും,അബലയെന്നും പലതരത്തിൽ വിശേഷണങ്ങൾ നൽകി സ്ത്രീയെ ചൂഷണം ചെയ്യുന്ന വ്യവസ്ഥിതിയോട് തന്റെ കഥകളിലൂടെ അവർ ശക്തമായി പ്രതികരിച്ചു. സ്ത്രീയുടെ വ്യക്തിത്വം അംഗീകരിച്ചു കിട്ടുവാൻ ഇത്രത്തോളം പൊരുതിയ ഒരെഴുത്തുകാരി മറ്റില്ല. ഏതാണ്ട് ഒരാക്രമണസ്വഭാവം തന്നെ അക്കാര്യത്തിൽ അവർ കാട്ടി. താൻ അങ്ങനെയായിത്തീർന്ന സാഹചര്യം എന്താണെന്ന് സരസ്വതിയമ്മ വ്യക്തമാക്കുന്നുണ്ട്:

"പതിനേഴാമത്തെ വയസ്സിൽ അച്ഛൻ മരിച്ചു. അച്ഛന്റെ തണലില്ലാതെ എനിക്ക് ബാഹ്യലോകത്തെ അഭിമുഖീകരിക്കേണ്ടിവന്നു. പുറത്തിറങ്ങി പുരുഷന്മാരുടെ ലോകത്തിൽ ജീവിക്കാൻ തുടങ്ങിയപ്പോഴാണ് ഒരു സ്ത്രീയായി ജനിച്ചതിന്റെ പരിമിതികൾ മനസ്സിലാക്കാൻ തുടങ്ങിയത്. അന്നുണ്ടായിരുന്നത് തീർത്തും പുരുഷന്മാരുടെ ലോകമാണ്. പുരുഷന്മാർക്ക് എന്തും ചെയ്യാം സ്ത്രീകൾക്ക് യാതൊന്നും വയ്യ. എല്ലാവരും പുരുഷന്റെ അധീശാധികാരം സമ്മതിച്ചുകൊടുത്താലേ ജീവിക്കാൻ പറ്റൂ എന്നതായിരുന്നു നില. സ്ത്രീ എപ്പോഴും താഴ്ന്നപടിയിൽ നിന്നു കൊള്ളണം. ഇതു സമ്മതിച്ചുകൊടുക്കാൻ ഞാൻ തയ്യാറായിരുന്നില്ല. പ്രതിരോധത്തിനു മാത്രമല്ല, പ്രത്യാക്രമണത്തിനും ഞാൻ സന്നദ്ധയായിരുന്നു."[1]

ജീവിത ദുരന്തങ്ങളോടു പോരാടി നിൽക്കുവാൻ സരസ്വതിയമ്മ കാണിച്ച ധീരതയും തന്റേടവും ഊർജ്ജവും അവരുടെ സ്ത്രീ കഥാപാത്രങ്ങളിലും പ്രകടമായിരുന്നു. പുരുഷനുമൊത്തുള്ള ജീവിതത്തിലാണ്

എല്ലാ സുഖവും സ്ഥിതിചെയ്യുന്നതെന്നു കരുതുകയും പുരുഷനോടുള്ള പ്രണയത്തിൽ സ്വയംമറന്ന് സമർപ്പണം നടത്തുകയും ചെയ്യുന്ന സ്ത്രീകളെ സരസ്വതിയമ്മ തന്റെ കഥകളിൽ കണക്കിനു പരിഹസിക്കുന്നുണ്ട്. സ്ത്രീത്വം വഞ്ചിക്കപ്പെടുന്ന ഘട്ടങ്ങളിൽ അവരിലെ സ്ത്രീ ചിലപ്പോൾ പ്രതികാരദുർഗ്ഗയായി മാറുന്നുണ്ട്. പ്രണയത്തെ ദിവ്യവികാരമായി കാണുന്നതിനോട് എതിർപ്പു വ്യക്തമാക്കുന്ന പല കഥകളും അവർ എഴുതിയിട്ടുണ്ട്. 'ചോലമരങ്ങൾ' അതിന് ഏറ്റവും നല്ല ഉദാഹരണമാണ്.

സരസ്വതിയമ്മയുടെ കഥകളിൽ നിന്നു വളരെ വ്യത്യസ്തമായ ആവിഷ്കരണസമ്പ്രദായമാണ് അന്തർജ്ജനം സ്വീകരിച്ചത്. സാമൂഹികപരിഷ്കരണമായിരുന്നു അവരുടെ ലക്ഷ്യം. സ്ത്രീയുടെ നിസ്സഹായതയും ദൈന്യവും അനുഭവതീവ്രതയോടെ ആവിഷ്കരിച്ച എഴുത്തുകാരിയാണ് അവർ. ആത്തേന്മാരുടെ പീഡനത്തിന്റെ കഥകളും അവരനുഭവിച്ച യാതനകളുടെ ദൃശ്യങ്ങളും അവരുടെ കഥകളിൽ നിറഞ്ഞുനിൽക്കുന്നു. യുവവിധവകൾ ഇല്ലത്തും സമുദായത്തിലും നേരിടുന്ന അവഗണനയുടെ ക്രൂരമായ മുഖം ഹൃദയദ്രവീകരണക്ഷമമായി അവർ ചിത്രീകരിച്ചു. സ്വാതന്ത്ര്യസമരപ്രസ്ഥാനങ്ങളോടും പുരോഗമനപ്രസ്ഥാനങ്ങളോടും സാമുദായികവിപ്ളവപ്രസ്ഥാനങ്ങളോടും സർഗ്ഗക്രിയയിലൂടെ അനുഭാവം പ്രകടിപ്പിക്കുന്നതായിരുന്നു അവരുടെ രചനകൾ. സ്ത്രൈണഭാവത്തിന്റെ വിവിധതലങ്ങളെക്കുറിച്ച് ഏറ്റവും കൂടുതൽ ചിന്തിച്ച കാഥികയാണ് അന്തർജ്ജനം. മലയാളത്തിൽ അന്നോളം സ്ത്രീകേന്ദ്രിതകഥകൾ ഉണ്ടായിരുന്നില്ല. അത്തരം കഥകളിലൂടെ അമ്മയുടെയും ഭാര്യയുടെയും മകളുടെയും സഹോദരിയുടെയും എല്ലാം ദുഃഖമാണ് ഈ എഴുത്തുകാരി ആവിഷ്കരിച്ചത്.

"അടിമത്തത്തെയും അസ്വാതന്ത്ര്യത്തെയുംക്കുറിച്ച് പരിതോവസ്ഥകൾ സൃഷ്ടിച്ച വികാരം നിറഞ്ഞബോധതലവും മൃദുലഭാവങ്ങളോട് മൗലികമായിത്തന്നെ ആഭിമുഖ്യം പുലർത്തുന്ന സ്ത്രീ എന്ന പ്രതിഭാസത്തിന്റെ പാരമ്പര്യം പ്രദാനം ചെയ്ത ജന്മബോധവും ഇഴ ചേർത്ത ഒരു വ്യക്തിത്വമാണ് അന്തർജ്ജനത്തിനുള്ളത്."[2]

പ്രതികാരദേവത- കഥകളുടെ കൂട്ടത്തിൽ വ്യത്യസ്തമായി നിൽക്കുന്നു. വ്യവസ്ഥാപിതമൂല്യങ്ങളെപ്പോലും ചോദ്യം ചെയ്യുന്ന സ്ത്രീവിമോചനവാദിയായി അവരെ ചിത്രീകരിക്കുവാൻ അക്കാലത്തു പലർക്കും പ്രേരണയായിത്തീർന്നത് ആ കഥയാണ്. എന്നാൽ, പൊതുവേ നോക്കുമ്പോൾ, അന്തർജ്ജനത്തിന്റെ കഥകളുടെ അടിസ്ഥാനഭാവം കരുണമാണ്. മറ്റുള്ളവരുടെ അനുഭവങ്ങൾ സ്വാംശീകരിക്കുമ്പോൾ തോന്നുന്ന സഹതാപമോ ആർദ്രതയോ കഥകളിലെ മറ്റെല്ലാ ഭാവത്തെയും തള്ളിനീക്കി മുന്നിട്ടുനിൽക്കുന്നു. അനീതിക്കെതിരെ ഇടിമുഴക്കം സൃഷ്ടിച്ച സരസ്വതിയമ്മയുടെ ശബ്ദത്തെക്കാൾ മൃദുലമായ ശബ്ദമായിരുന്നു അന്തർജ്ജനത്തിന്റെ ശബ്ദം. പിൽക്കാലത്ത് മാധവിക്കുട്ടിയും സാറാ ജോസഫും ഗ്രേസിയുമെല്ലാം ഏറ്റുവാങ്ങിയത് അന്തർജ്ജനത്തിന്റെ

ആർദ്രമായ ശബ്ദമായിരുന്നില്ല സരസ്വതിയമ്മയുടെ മുഴങ്ങുന്ന ശബ്ദം തന്നെയായിരുന്നു.

സരസ്വതിയമ്മയെയും അന്തർജ്ജനത്തെയും തുടർന്നുവന്ന രാജലക്ഷ്മി തന്റെ പൂർവ്വികരുടെ ശബ്ദത്തിൽ നിന്നു വ്യത്യസ്തമായ പുതിയ ഒരു ശബ്ദമാണു സ്വീകരിച്ചത്. എന്നാൽ മറ്റു രണ്ടുപേരെയും പോലെ രാജലക്ഷ്മിയും കാലഘട്ടത്തിന്റെ സൃഷ്ടി തന്നെയായിരുന്നു. വീട്ടിലെ സ്വതന്ത്രമായ അന്തരീക്ഷവും, ഉയർന്ന വിദ്യാഭ്യാസവും, സമൂഹത്തിലെ മാന്യമായ ഔദ്യോഗികപദവിയും സ്ത്രീയെന്ന നിലയിൽ അവരാർജ്ജിച്ച വ്യക്തിത്വവും എന്തിനെക്കുറിച്ചും സ്വതന്ത്രമായ ഒരു കാഴ്ചപ്പാടുണ്ടാകുവാൻ കാരണമായി. അഭിപ്രായങ്ങൾ വ്യക്തമായി തുറന്നു പറയാനും തുറന്ന മനസ്സോടെ സർഗ്ഗാത്മകരചനകൾ നിർവ്വഹിക്കാനും അവർക്കു കഴിഞ്ഞത് അതുകൊണ്ടുതന്നെയാണ്. ഫെമിനിസം ഒരു പ്രസ്ഥാനമെന്ന നിലയിൽ നമ്മുടെയാളുകൾ അറിയുന്നതിനും എത്രയോ മുമ്പുതന്നെ സ്ത്രീയുടെ സ്വത്വം കഥകളിലൂടെയും നോവലുകളിലൂടെയും ആദ്യമായി ആവിഷ്കരിച്ച എഴുത്തുകാരിയും രാജലക്ഷ്മി തന്നെയാണ്. രമണിയെ (ഒരു വഴിയും കുറെ നിഴലുകളും)പ്പോലെയും, അമ്മിണിയെ(ഞാനെന്ന ഭാവം)പ്പോലെയും, വിമലയെപ്പോലെയും (ഉച്ചവെയിലും ഇളംനിലാവും), നിർമ്മലാപ്പണിക്കരെപ്പോലെയും (പരാജിത) ഉള്ള കഥാപാത്രങ്ങളെ സൃഷ്ടിക്കുവാൻ രാജലക്ഷ്മിക്കല്ലാതെ മറ്റാർക്കും കഴിയുമായിരുന്നില്ല. എങ്കിലും നിർമ്മലാപ്പണിക്കരെപ്പോലെ പരപുരുഷനെത്തേടുന്ന സ്ത്രീ കഥാപാത്രങ്ങൾ അക്കാലത്ത് മാധവിക്കുട്ടിയുടെ കഥകളിൽ പ്രത്യക്ഷപ്പെടാൻ തുടങ്ങിയിരുന്നു എന്നുള്ളതും ശ്രദ്ധേയമാണ്.

സത്യസന്ധമായ സർഗ്ഗാത്മകത രാജലക്ഷ്മിയുടെ പ്രത്യേകതയായിരുന്നു. കഥാപാത്രങ്ങളുടെ ഉള്ളുതുറന്നു കാട്ടുവാൻ അവർ തെല്ലും മടിച്ചില്ല. അക്കാര്യത്തിൽ രാജലക്ഷ്മി ചങ്ങമ്പുഴയ്ക്കു തുല്യയാണെന്നു പറയാം. സഹജവികാരങ്ങളെ ഉദാത്തവത്കരിച്ചു കാട്ടാൻ അവർ ഒരിക്കലും തയ്യാറായില്ല. പച്ചയായ സ്ത്രീയുടെ ആത്മഭാവങ്ങളാണ് അവർ ആവിഷ്കരിച്ചത്. കണ്ണുനീരുകൊണ്ടു ദാഹം ശമിപ്പിച്ച അവരുടെ കഥാപാത്രങ്ങൾക്ക് മരണമില്ല. ദുഃഖത്തിന്റെ ശ്യാമസൗന്ദര്യം അവരുടെ കൃതികളുടെ ആകർഷണീയത വർദ്ധിപ്പിച്ചു. സ്ത്രീഹൃദയത്തിലെ വികാരങ്ങൾ എന്തുതന്നെയാണെങ്കിലും അതു തുറന്നു ചിത്രീകരിക്കുവാൻ രാജലക്ഷ്മിക്ക് ഒരു പ്രത്യേക കഴിവുണ്ടായിരുന്നു. അങ്ങനെ ഒരവതരണരീതി സ്ത്രീകളായ എഴുത്തുകാരിൽ ആരും തന്നെ അതുവരെ സ്വീകരിച്ചിരുന്നില്ല.

ഇംഗ്ലീഷ് സാഹിത്യത്തിലെ ഒട്ടുമിക്ക നോവലുകളും വായിച്ചു തീർത്ത രാജലക്ഷ്മിക്ക് രചനയുടെ കാര്യത്തിൽ പ്രചോദനമായിത്തീർന്നത് ആ നോവലുകൾ തന്നെയാണ്. എങ്കിലും അവർക്ക് ഭൂമികയായി വർത്തിച്ചത് സരസ്വതിയമ്മയുടെയും അന്തർജ്ജനത്തിന്റെയും കൃതികളായിരുന്നു. സി.വിയുടെ സുഭദ്രയും ചന്തുമേനോന്റെ ഇന്ദുലേഖയും

ആശാന്റെ നായികമാരും അവരിൽ സ്വാധീനം ചെലുത്തിയിട്ടുണ്ടാവണം. കേരളത്തിന്റെ പാരമ്പര്യവും ഇവിടത്തെ സാംസ്കാരികാന്തരീക്ഷവും ഗ്രാമീണചാരുതയും വിട്ടുപോകാൻ രാജലക്ഷ്മിക്ക് ഒരിക്കലും കഴിയുമായിരുന്നില്ല. എങ്കിലും അവരുടെ കഥകൾക്കും നോവലുകൾക്കും മാതൃകയായിത്തീർന്നത് വൈദേശിക സാഹിത്യമായിരുന്നു എന്നു പറയാം. പ്രത്യേകിച്ചും അവതരണസമ്പ്രദായത്തിൽ ജെയിംസ് ജോയിസ്സും വെർജീനിയാ വൂൾഫും അവർക്കു ശക്തമായ സ്വാധീനമായി. എമിലി ബ്രോണ്ടിയും ജോർജ്ജ് എലിയട്ടും ജയിൻ ഓസ്റ്റിനും സാഹിത്യത്തിൽ സൃഷ്ടിച്ച വൈകാരികാന്തരീക്ഷം അവരെ ആകർഷിച്ചു. പാശ്ചാത്യ സാഹിത്യത്തിനൊപ്പം നമ്മുടെ സാഹിത്യം വളർന്നിട്ടില്ലെന്ന് അവർ പരാതിപ്പെടുന്നുണ്ട്. അതിനു കാരണം ചങ്ങലകൾ പൊട്ടിക്കുവാൻ ഇനിയും നമുക്ക് കഴിഞ്ഞിട്ടില്ലത്രേ. നാം ഇപ്പോഴും ബന്ധനത്തിൽ തന്നെയാണെന്ന് അവർ വിശ്വസിക്കുന്നു. പ്രസംഗത്തിനു തയ്യാറാക്കിയ ഒരു കുറിപ്പിൽ തനിക്കു പ്രചോദനമായിത്തീർന്ന പാശ്ചാത്യരായ ഈ എഴുത്തുകാരികളെ അവർ പ്രത്യേകം ചൂണ്ടിക്കാണിക്കുന്നുണ്ട്. പ്രതിഭാശാലികളായ ഇവരുടെ കഥാപാത്രങ്ങൾ ആത്മസംഘർഷത്തിന്റെ അഗ്നിപർവ്വതങ്ങളായി മാറുമ്പോൾ രാജലക്ഷ്മിയുടെ കഥാപാത്രങ്ങളും അവരിൽ നിന്നു വിഭിന്നരല്ലെന്നു നാമറിയുന്നു. ശാരദയും രമണിയും അമ്മിണിയും വിമലയും നീരജയും നിർമ്മലാപണിക്കരുമെല്ലാം തന്നെ അന്തർമുഖരും ഏകാകികളും സ്വയം പൊരുതുന്നവരുമാണ്. ആത്മഭാഷണത്തിന്റെ അതീന്ദ്രിയമേഖലകളിൽ സഞ്ചരിക്കുന്ന ഇവർ വികാരതീവ്രതയുടെ താമരനൂലുകൾകൊണ്ട് അനുവാചകഹൃദയങ്ങളെ ബന്ധിച്ചുനിർത്തുന്നു. സ്ത്രീമനസ്സുകാണാൻ ഇത്രത്തോളം കഴിവുള്ള ഒരെഴുത്തുകാരി മലയാളത്തിൽ അന്നോളമുണ്ടായിട്ടില്ല. മനസ്സിന്റെ ആഴങ്ങളിലേക്ക് ഊളിയിട്ട് അവിടെ കണ്ട ഏതുവികാരവും ഒപ്പിയെടുത്ത് കഥാപാത്രങ്ങളിലൂടെ ആവിഷ്കരിച്ച രാജലക്ഷ്മി പുതുമയുള്ള ഒരാവിഷ്കരണസമ്പ്രദായത്തിന്റെ ഉടമയായി മാറി. അതിന്റെ പേരിൽ അവർ അക്കാലത്ത് സ്ത്രീകളുടെ ആരാധനാപാത്രമായിത്തീരുകയും ചെയ്തു. എന്നാൽ, അവരുടെ മരണശേഷം അധികം ആരാധകർ അവർക്കുണ്ടായില്ല. രാജലക്ഷ്മിയുടെ മരണം ഒരാത്മഹത്യയായതാവാം ഒരുപക്ഷേ അതിനുള്ള കാരണം. ആത്മഹത്യയെ ബുദ്ധിശൂന്യമെന്നോ ഭീരുത്വമെന്നോ പറഞ്ഞ് പുച്ഛിച്ചു തള്ളാം. പക്ഷേ, രാജലക്ഷ്മിയെ സംബന്ധിച്ചിടത്തോളം അതവർക്ക് ഒരു വിമോചനമാർഗ്ഗമായിരുന്നുവെന്ന കാര്യത്തിൽ സംശയമില്ല.

---

1. ഗ്രന്ഥാലോകം– സരസ്വതിയമ്മപതിപ്പ്
2. ജിഷ പയസ്സ്– 'രാജലക്ഷ്മിയുടെ കൃതികൾ'– ഒരു സ്ത്രീപക്ഷ വായന പുസ്തക സദസ്സ്, ശുകപുരം, എടപ്പാൾ

നാല്

ആന്തരികലോകത്തിന്റെ അകത്തളങ്ങൾ

മലയാള കഥാരംഗത്തെ ആദ്യകാലസ്ത്രീ പ്രതിഭയാണ് രാജലക്ഷ്മി. കഥാപാത്രങ്ങളുടെ ആന്തരികലോകത്തെ അതിവിദഗ്ദ്ധമായും ആകർഷകമായും ആവിഷ്കരിക്കാൻ കഴിഞ്ഞത് നൂറുശതമാനവും അവർ ഒരു കാല്പനികമനസ്സിന് ഉടമയായിരുന്നതുകൊണ്ടാണ്. കാല്പനികമായ ഒരന്വേഷണത്വര അവരിൽ വളരെ ശക്തമായിരുന്നു. രാജലക്ഷ്മിയുടെ കൃതികളിലെ ആന്തരികലോകവർണ്ണന അക്കാലത്ത് ഒരു പുതുമയായിരുന്നു. ജീവിതം ബാഹ്യമായ ഒന്നു മാത്രമല്ല, ആന്തരികമായ ഒരുവശം കൂടി അതിനുണ്ട് എന്നു തെളിയിക്കുവാൻ എം.ടിയെപ്പോലെതന്നെ രാജലക്ഷ്മിക്കും കഴിഞ്ഞു. വ്യക്തിയുടെ ബാഹ്യലോകത്തെക്കാൾ അവരുടെ ആന്തരികലോകത്തിനു സൗന്ദര്യമേറും. അതുകൊണ്ടാവാം നിഗൂഢസൗന്ദര്യം നിറഞ്ഞ ആന്തരികലോകം എം.ടിക്കും രാജലക്ഷ്മിക്കും ഒരുപോലെ പ്രിയങ്കരമായിത്തീർന്നത്. കാല്പനികർ സൗന്ദര്യാരാധകർ കൂടിയാണ്. തികഞ്ഞ സത്യസന്ധതയോടെ അത്യന്തം സൂക്ഷ്മമായി ആന്തരികലോകം ആവിഷ്കരിക്കണമെങ്കിൽ, അതിന് മനസ്സിന്റെ ഉള്ളറകളിലേക്ക് ഊളിയിട്ട് ഇറങ്ങിച്ചെല്ലണം. അവിടത്തെ നേരിയ സ്പന്ദനങ്ങൾ പോലും തൊട്ടറിയണം. അങ്ങനെ അറിഞ്ഞു പുനഃസൃഷ്ടിക്കണമെങ്കിലോ. ക്രാന്തദർശിത്വമുള്ള ഒരു പ്രതിഭയുണ്ടാവണം. കഥാപാത്രങ്ങളുടെ മനസ്സ് അപഗ്രഥിച്ച രാജലക്ഷ്മി തന്റെ മനസ്സിലെ ദുരന്തബോധം തന്നെയാണ് അവിടെയും കണ്ടത്. ആത്മാംശമുള്ള കഥാപാത്രങ്ങളെ സൃഷ്ടിക്കുമ്പോൾ, സ്വന്തം അനുഭവത്തിന്റെ വെളിച്ചത്തിൽ മാത്രമേ ആവിഷ്കരിക്കുവാൻ കഴിയൂ. അതുകൊണ്ടുതന്നെ ഓരോ രചനയും സ്വാനുഭവങ്ങളും സ്വാംശീകരിച്ച അനുഭവങ്ങളുമായിത്തീരുന്നു. ഈ തന്മയീഭാവം ആത്മാർത്ഥതയുള്ള എഴുത്തുകാരുടെ സവിശേഷതയാണുതാനും. സമകാലീനരായ എഴുത്തുകാർ സമഷ്ടിദുഃഖങ്ങളെ ചിത്രീകരിച്ചപ്പോൾ, രാജലക്ഷ്മിയും എം.ടിയും വ്യഷ്ടിദുഃഖങ്ങൾക്കു പ്രാധാന്യം നൽകി. ഓരോ കഥയും അവർക്കു വ്യക്തിജീവിതത്തിന്റെ

വെളിപാടുകളായിരുന്നു. രചയിതാവിന്റെ ഉള്ളു പിടയുന്ന ചിത്രം ഓരോ കഥാപാത്രത്തിലൂടെയും വായിച്ചറിയാൻ കഴിഞ്ഞു. അസ്വസ്ഥമായ ഒരു മനസ്സ് കാല്പനികരുടെ അനുഗ്രഹമാണ്. അങ്ങനെയൊരു മനസ്സിൽ നിന്നേ യഥാർത്ഥകലയുണ്ടാകൂ. തിരമാലകളുയരുകയും അടങ്ങുകയും ചെയ്യുന്ന ഒരാഴക്കടലായിരുന്നു എം.ടിയുടെയും രാജലക്ഷ്മിയുടെയും മനസ്സ്. ദുഃഖങ്ങളെ ഒപ്പിയെടുക്കാൻ അതു സദാജാഗരൂകമായിരുന്നു. ഹൃദയോന്മാദിയായ അനുഭവപരമ്പരകളിലൂടെ തുടർച്ചയായി കടന്നുപോകുമ്പോൾ, ജീവിതത്തിൽനിന്നു തന്നെ ചിലപ്പോൾ അകന്നുപോകാൻ ഇടയാകുന്നു. കയ്പേറിയ അനുഭവസത്യങ്ങളിൽ നിന്നും അവർ അഭയം തേടുന്നത് സാഹിത്യലോകത്തേക്കാണ്. സാഹിത്യം ഇരുവർക്കും ഒരു സാന്ത്വനമായിരുന്നു. സാഹിത്യവും ജീവിതവും പലപ്പോഴും അവർക്ക് അഭേദ്യമായിത്തീരുന്നു. വേദനമാത്രം പകരുന്ന ബാഹ്യലോകത്തെയും ചുറ്റുപാടും കണ്ട സഹതാപമറ്റ സമൂഹത്തെയും അവർ വെറുക്കുന്നു. തന്നിലേക്ക് വീണ്ടും വീണ്ടും ഒതുങ്ങിക്കൂടാൻ ഇതു പ്രേരണയായിത്തീരുന്നു. നിന്നെ ഞാൻ സ്നേഹിക്കുന്നു. എന്ന കവിതയിലെ ശക്തമായ ബിംബം ആമ ഉൾവലിയലിന്റെ പ്രതീകമാണ്.[1]

എളുപ്പത്തിൽ മുറിപ്പെടാത്ത പുറംചട്ട ഒരു വലിയ അനുഗ്രഹം തന്നെയാണ്. ആഘാതങ്ങൾ തന്റെ കഠിനമായ പുറംചട്ടകൊണ്ടുതടുക്കുന്നു. മൃദുലാംഗങ്ങളോടു കൂടിയ ഒരു മനസ്സിന് നിയതി നൽകുന്ന സംരക്ഷണതന്ത്രമാണ് ആമയെപ്പോലെ ഉൾവലിയാനുള്ള കഴിവ്.

സ്വന്തം മനസ്സിനോടു സംസാരിക്കുന്ന കഥാപാത്രങ്ങളെയാണ് രാജലക്ഷ്മി സൃഷ്ടിച്ചത്. അതുകൊണ്ടുതന്നെ മൗനത്തിന്റെ ആഴമളക്കുന്ന വാചാലത അവരുടെ കഥകളിൽ ദൃശ്യമാണ്. അതാകട്ടെ അനേകം വ്യാഖ്യാനഭേദങ്ങളിലേക്കു നയിക്കുന്ന ഒന്നായിരുന്നു താനും. അനീതികൾക്കുനേരേ കയർക്കുന്ന കഥാപാത്രങ്ങളെ സരസ്വതിയമ്മയും, സ്വന്തം സമുദായത്തിലെ ദുഃഖപുത്രികളെ അന്തർജ്ജനവും പരിചയപ്പെടുത്തിയപ്പോൾ, രാജലക്ഷ്മി തന്റെയുള്ളിലെ ശക്തമായ വികാരങ്ങൾക്ക് കഥാപാത്രങ്ങളിലൂടെ മോചനം തേടുകയാണു ചെയ്തത്. അവരിലൂടെ സ്വത്വാവിഷ്കരണം നിർവ്വഹിച്ചു. രചയിതാവിന്റെ മനസ്സ് കഥാപാത്രങ്ങളിലൂടെ അനുവാചകമനസ്സിനോടു മന്ത്രിക്കുന്ന തരത്തിലുള്ള ഒരു രചനാസമ്പ്രദായമാണ് അതിനുവേണ്ടി അവർ സ്വീകരിച്ചത്. സ്ത്രൈണചിത്തം അതിന്റെ എല്ലാ ഭാവങ്ങളോടും തുറന്നു കാട്ടുന്ന കഥകൾ സ്ത്രീയുടെ വീക്ഷണത്തിലൂടെ അവതരിപ്പിക്കുകയായിരുന്നു ലക്ഷ്യം. തന്റെ ചുറ്റും തുടിക്കുന്ന ജീവിതങ്ങളെ മനസ്സിന്റെ വാതായനങ്ങളെല്ലാം തുറന്നിട്ട് ഉള്ളിലേക്ക് ആവാഹിക്കുകയും പിന്നീട് അത് പുനരാവിഷ്കരിക്കുകയും ചെയ്തു. "അത് വിരക്തിയുടെ ഏങ്കോണിച്ച ചില്ലിലൂടെയല്ല, നിസ്സംഗതയുടെ വഴുതി വീഴുന്ന മറയിലൂടെയല്ല, നഗ്നമായി സുന്ദരമായി ത്തന്നെ"... രാജലക്ഷ്മി തുടരുന്നു:

“നിന്നെ ഞാൻ സ്നേഹിക്കുന്നു–
ഭൂമിയിൽ കാലുറപ്പിച്ച് ചവിട്ടാൻ നീ എന്നെ പഠിപ്പിച്ചു....
ചെളിയാവുമെന്നുവെച്ച് നടക്കാതെ ഇരിക്കുകയായിരുന്നു ഞാൻ....
ഈ മണ്ണിനഴകുണ്ടെന്ന്,
അതിലെ വൃത്തികേടുകൾ കണ്ണീരിന്റെ
തെളിനീരിൽ കഴുകിപ്പോകാനുള്ളതേയുള്ളു എന്ന്..
നീ എന്നെ പഠിപ്പിച്ചു....
വാക്കുകൾ കൊണ്ടല്ല, നിന്റെ ഉജ്ജ്വലസത്തയിൽ കൂടി...”[2]

ജീവിതത്തിൽ നിന്നു രാജലക്ഷ്മി പലതും പഠിച്ചു. ആ പാഠങ്ങൾ ജീവിതത്തെ കൂടുതൽ കൂടുതൽ സ്നേഹിക്കുവാനാണ് അവരെ പ്രേരിപ്പിച്ചത്. ജീവിതരതി ഇത്രത്തോളമുള്ള എഴുത്തുകാർ നന്നെ കുറവാണ്. അതേ ജീവിതരതി തന്നെ ജീവിതത്തെ വെറുക്കാനും പഠിപ്പിച്ചു. അതു മൃത്യുബോധത്തിലേക്കാണു നയിച്ചത്.

രാജലക്ഷ്മിയുടെ കഥാപാത്രങ്ങൾക്ക് കുടുംബം ഒരിക്കലും സുരക്ഷിതത്വം നൽകുന്ന ഒരു അഭയകേന്ദ്രമായിരുന്നില്ല. അതുകൊണ്ടുതന്നെ കുടുംബത്തിലും സമൂഹത്തിലും ഒറ്റപ്പെടുന്ന വ്യക്തികളുടെ ദുഃഖമാണ് അവർ ആവിഷ്കരിച്ചത്. എം.ടിയും അതുപോലെതന്നെ. ഇരുവർക്കും ജീവിതം തന്നെ ഒരു വലിയ ദുഃഖസമസ്യയായിരുന്നു. രചനയുടെ നിമിഷങ്ങളിലാണ് ഈ ദുഃഖത്തിൽ നിന്നും അവർ താൽക്കാലികമോചനം നേടിയത്. അവർക്കു മുമ്പ് സാഹിത്യരചന നടത്തിയവർ കഥാപാത്രങ്ങളുടെ ആന്തരികവർണ്ണനകൾക്കല്ല, ബാഹ്യവർണ്ണനകൾക്കാണ് പ്രാധാന്യം നൽകിയത്. പില്കാലത്ത് പൊററക്കാടിന്റെ കഥകളിൽപ്പോലും ബാഹ്യവർണ്ണനകളും ആന്തരികവർണ്ണനകളും ഒരുപോലെ കാണാം. അതേ കാലഘട്ടത്തിൽത്തന്നെ എഴുതിത്തുടങ്ങിയ എം.ടിയാകട്ടെ തന്റെ കഥകളിൽ ബാഹ്യവർണ്ണനകളെക്കാൾ ആന്തരിക ഭാവങ്ങൾക്കു പ്രാധാന്യം നൽകി. എന്നാൽ രാജലക്ഷ്മിക്ക് കഥാപാത്രങ്ങളുടെ ആന്തരികഭാവങ്ങൾ മാത്രമാണ് സത്യങ്ങളായിത്തീർന്നത്. ഒരു വ്യക്തിക്കു സങ്കല്പിക്കാൻപോലും കഴിയാത്ത തരത്തിലാണ് അവരുടെ മനസ്സു സഞ്ചരിക്കുന്നത്. മനുഷ്യമനസ്സിന്റെ സഞ്ചാരപഥങ്ങളെ ചിത്രീകരിക്കുന്ന എഴുത്തുകാരൻ തികഞ്ഞ പ്രതിഭാധനനാണ്. ദ്രുതവേഗത്തിൽ സഞ്ചരിക്കുന്ന കഥാപാത്രമനസ്സുകൾക്കു പിന്നാലെ പായുവാൻ എം.ടിയെപ്പോലെ തന്നെ രാജലക്ഷ്മിക്കും നിഷ്പ്രയാസം കഴിഞ്ഞു. അനുവാചകനെ കൂടെ കൊണ്ടുപോകാനും കഴിഞ്ഞു. വ്യക്തിയുടെ ആന്തരികത ഉയർന്ന കലാപ്രതിഭയുടെ അടയാളമാണെന്ന് മലയാളത്തിലെ എക്കാലത്തെയും ഉയർന്ന നിരൂപകപ്രതിഭ കെ.പി.അപ്പൻ അഭിപ്രായപ്പെടുന്നു. അദ്ദേഹം തുടരുന്നു:

“മനുഷ്യനെ അവന്റെ ആന്തരികതയിൽ നിന്നു വേർപെടുത്തുന്നത് ഭൂമിയെ അതിന്റെ സൂര്യനിൽ നിന്നു വേർപെടുത്തുന്നതിനേക്കാൾ ആപൽക്കരമാണ്.”[3]

ഒരു പെൺവായനയിലൂടെ രാജലക്ഷ്മി എന്ന കലാപ്രതിഭയുടെ നിഗൂഢവ്യക്തിത്വം അന്വേഷണവിധേയമാക്കുമ്പോൾ തികഞ്ഞ യാഥാർത്ഥ്യബോധത്തോടെ അതു നിർവഹിക്കുവാൻ കഴിഞ്ഞേക്കും. കാരണം ഒരു സ്ത്രീയുടെ ആന്തരികലോകനിഗൂഢതകൾ അറിയാൻ ഒരു പെൺമനസ്സിനു കഴിയുന്നതുപോലെ മറ്റാർക്കും കഴിഞ്ഞെന്നു വരില്ല. മാനസികലോകത്ത് കൂടുതൽ സമയവും ജീവിച്ച ഒരെഴുത്തുകാരിയെയും അവരുടെ കഥാപാത്രങ്ങളെയും പഠനവിധേയമാക്കുമ്പോൾ മാനസികാപഗ്രഥനമാണ് ഏറ്റവുമധികം പ്രാധാന്യമർഹിക്കുന്നത്. അങ്ങനെ അപഗ്രഥിക്കുമ്പോൾ ഏകാന്തതയും അന്തർമുഖത്വവും വിഷാദാത്മകതയും വ്യക്തിബോധവും പലായനപ്രവണതയും ആത്മരതിയും ആത്മപീഡനവും പരപീഡനവും മൃത്യുബോധവും എല്ലാം കൂടിച്ചേർന്ന് സങ്കീർണ്ണമായിത്തീർന്ന ഒരു സ്ത്രൈണചേതനയിലേക്ക് നാം എത്തിച്ചേരുന്നു. അതാണ് രാജലക്ഷ്മിയെന്ന എഴുത്തുകാരിയുടെ വ്യക്തിത്വവും!

കാല്പനികതയുടെ മൗനമുദ്രിതമായ ലോകമാണ് രാജലക്ഷ്മിയുടെ കഥകൾക്കും നോവലുകൾക്കും ആഴവും അർത്ഥവും പശ്ചാത്തലഭംഗിയും പകർന്നു നൽകിയത്. വിശ്വാസം നഷ്ടപ്പെട്ട് ലക്ഷ്യബോധമില്ലാതെ ഏകാന്തതയിൽ അലയുന്ന കഥാപാത്രങ്ങൾ ആന്തരികലോകങ്ങളിൽ ഇരുൾമൂടിയ കാരാഗൃഹങ്ങളിൽ അഭയം തേടുന്നു. അവരെ മനസ്സിലാക്കുക എന്നുള്ളത് അത്ര എളുപ്പമല്ല. ഒരേ കുടുംബത്തിൽ ഒന്നിച്ചു കഴിയുന്നവർക്കു പോലും പരസ്പരം മനസ്സിലാക്കാൻ സാധ്യമല്ല. അതാകട്ടെ വ്യക്തികളെ കൂടുതൽ കൂടുതൽ ഏകാന്തതയിലേക്കു നയിക്കുന്നു. ഏകാന്തത കാല്പനികതയുടെ സവിശേഷഘടകമാണ്. അത് വിഷാദാത്മകരുടെ പ്രത്യേകതയുമാണ്. അന്തർമുഖത്വവും ഇതിന് പ്രധാനകാരണമായി ഭവിക്കുന്നു. ജീവിതത്തിലെ പരുക്കൻ യാഥാർത്ഥ്യങ്ങളോട് ഏറ്റുമുട്ടിത്തളരുമ്പോൾ ആത്മനിന്ദ അനുഭവിക്കുന്ന രാജലക്ഷ്മിയുടെ കഥാപാത്രങ്ങൾ ആരെയും നേരിടാൻ ശക്തരാകാതെ ഏകാന്തതയിൽ ഒളിക്കുകയാണു ചെയ്യുന്നത്. കഠിനമായ അവഗണനയും ജീവിതപരാജയവുമായിരുന്നു ഓരോ കഥാപാത്രത്തിന്റെയും കൈമുതൽ അതുകൊണ്ടുതന്നെ ആൾക്കൂട്ടത്തിൽ അവർ ഒറ്റപ്പെട്ടു പോകുന്നു. അപകർഷതാബോധം ഇവരെ പൊതിയുന്നു. അപകർഷതാബോധം സ്വാഭാവികമായ സ്വാതന്ത്ര്യത്തോടെയും ധൈര്യത്തോടെയും ഇടപെടുന്നതിൽ നിന്ന് അവരെ പിൻതിരിപ്പിക്കുന്നു. അതും ഏകാന്തതയെ വളർത്തുന്നു. അന്യരുടെ ആരോപണങ്ങളും വിമർശനങ്ങളും നേരിടാൻ ഇവർ അശക്തരാണ്. അത് അവരിൽ ആത്മനിന്ദ വർദ്ധിപ്പിക്കുന്നു. ആത്മനിന്ദയും ഏകാന്തതയെ വളർത്തുന്നു.

ജീവിതത്തിൽ മാത്രമല്ല എഴുത്തിലും രാജലക്ഷ്മി ഏകാകിനിയായിരുന്നു. സമകാലികരുടെ രചനകളിൽ നിന്നും ഏറെ വ്യത്യസ്തമായിരുന്നു അവരുടെ രചനകൾ. തന്റേതായ ഒരേകാന്തപാതയിലൂടെ അവർ സഞ്ചരിച്ചു. വിശ്വാസം നഷ്ടപ്പെട്ടതിനാൽ സൗഹൃദങ്ങളും കുറവായിരുന്നു. യഥാർത്ഥലോകത്തും സാഹിത്യലോകത്തും രാജലക്ഷ്മിയെ

പ്പോലെതന്നെ അവരുടെ കഥാപാത്രങ്ങൾക്കും ആത്മവിശ്വാസം നഷ്ടമായി. പ്രതിസന്ധികൾക്കുമുമ്പിൽ അതുകൊണ്ടുതന്നെ അവർ വേഗം തളർന്നുപോയി. ഹൃദയവികാരങ്ങൾ മറ്റുള്ളവരുമായി പങ്കുവയ്ക്കാൻ ഒരിക്കലും തയ്യാറായില്ല. ആത്മദുഃഖങ്ങൾ അധികമാകുമ്പോൾ ഒന്നുകിൽ ജീവിതത്തിൽ നിന്നു പലായനം ചെയ്യുന്നു. അല്ലെങ്കിൽ ജീവിതം തന്നെ അവസാനിപ്പിക്കുന്നു.

ഏതു സാഹചര്യത്തിലും യാഥാർത്ഥ്യങ്ങളെ നേരിടാനാവാതെ സ്വയം നിർമ്മിച്ച സങ്കല്പലോകങ്ങളിൽ അടയിരുന്നവരാണ് കാല്പനികരെല്ലാം തന്നെ. ഏകാന്തതയുടെ ഇരുൾമൂടിയ നികുഞ്ജങ്ങളിൽ കൂടുകൂട്ടിയ ആ കിളികൾക്ക് അവിടം വിട്ട് പറന്നുയരാൻ ഒരിക്കലും കഴിഞ്ഞില്ല. സന്ദർഭത്തിനനുസരിച്ച് ജീവിതത്തെ സൗകര്യപൂർവ്വം നോക്കിക്കാണാൻ കാല്പനികർ ഒരിക്കലും പ്രായോഗിക ബുദ്ധികളായിരുന്നില്ല. ആദർശങ്ങളുടെ നിറം പിടിപ്പിച്ച ഏകാന്ത ലോകമാണ് അവർക്കു പ്രിയങ്കരം. രാജലക്ഷ്മിയുടെ ഇത്തരം കഥാപാത്രങ്ങളെക്കുറിച്ച് ശ്രീ. എം.ടി. വാസുദേവൻ നായർ ചൂണ്ടിക്കാണിക്കുന്നു.

“രാജലക്ഷ്മിയുടെ കഥാപാത്രങ്ങൾ ഓരോരുത്തരും എന്റെ മുമ്പിൽ ചൈതന്യത്തോടെ അണിനിരക്കുന്നു.

ഏകാകിയായ അച്ഛൻ, ഏകാകിയായ മകൾ, നീണ്ട വിജനമായ പാതയിലൂടെ സഞ്ചരിച്ച് തണലുകൾ കടക്കുമ്പോൾ കടന്നത് തണലായിരുന്നില്ലെന്ന ബോദ്ധ്യം വന്ന്, അകലാനാശിച്ച ചോർന്നൊലിക്കുന്ന താവളത്തിൽ ക്ഷയരോഗിയുടെ ഭാര്യാപദത്തിൽ അവസാനമെത്തിച്ചേർന്ന മണിക്കുട്ടി, തന്റെ ഏകാന്തതയിൽ നിന്നു രക്ഷപ്പെടാൻ വേണ്ടി അടുത്ത വ്യക്തികൾ തന്നെപ്പോലെ ഏകാന്തജീവികളാണെന്നു ബോദ്ധ്യം വന്ന് യാത്ര മുടങ്ങി പാതവക്കിൽ സഹയാത്രികരാകാൻ വന്ന വ്യക്തിയുടെ ചോരപുരണ്ട മൃതദേഹം കണ്ടു നിൽക്കുന്ന ഡോക്ടർ വിമല, കൊട്ടാരം പോലത്തെ വലിയ വീട്ടിൽ സമ്പൽസമൃദ്ധിയുടെ മദ്ധ്യത്തിൽ ഏകാകിനിയായി കഴിയുന്ന അമ്മിണി[illegible]പ്പോൾ– ഇവരെല്ലാം എന്റെ മുന്നിലുണ്ട്. ആത്മാവിന്റെ കല്ലറകളിലെ തടവുകാർ! രക്ഷപ്പെടാനുള്ള വെമ്പലോടെ കിളിവാതിലുകളിലൂടെ ഞെങ്ങിഞെരുങ്ങി പുറത്തുചാടാൻ പാടുപെടുന്നവർ. ഇവരെക്കാളേറെ സജീവമായ ഒരു കഥാപാത്രം എന്റെ മുന്നിൽ തെളിയുന്നു– ആത്മപീഡനമേറ്റ് ദുരന്തത്തിലെത്തുന്ന മറ്റൊരു നായിക– കാഥികയായ രാജലക്ഷ്മി തന്നെ. അവരിൽ മറ്റു കഥാപാത്രങ്ങളെല്ലാം ഒതുങ്ങുന്നു.”[4]

ഏകാന്തതയുമായി അടുത്തബന്ധം പുലർത്തുന്ന സവിശേഷതയാണ് അന്തർമുഖത്വം. അതു കാല്പനികതയുടെ മുഖമുദ്ര തന്നെ. ശബ്ദായമാനമായ അന്തരീക്ഷവും ആൾക്കൂട്ടങ്ങളും ഇക്കൂട്ടർ വെറുക്കുന്നു. പ്രകടനപരതയും വാചാലതയും ഇവരുടെ പ്രത്യേകതകളല്ല. ജീവിതത്തെക്കുറിച്ച് ഇവർക്കു ശുഭാപ്തിവിശ്വാസമില്ല. ദുരന്തബോധം

സദാവേട്ടയാടുന്ന മനസ്സാണ് ഇവരുടേത്. ദുർബ്ബല ഹൃദയരായതിനാൽ ഒന്നും സഹിക്കാനുള്ള ശേഷിയുമില്ല. പുറമേ ധൈര്യം ഭാവിക്കുമെങ്കിലും ഉള്ളിന്റെയുള്ളിൽ ഭീരുക്കളാണ്. സ്ത്രൈണ ചേതന കൂടുതലുള്ളവരിലാണ് അന്തർമുഖത്വം അധികമായി കാണുന്നത്. രാജലക്ഷ്മിയുടെ വ്യക്തിത്വത്തിന്റെ സവിശേഷമായ ഒരു ഘടകം തന്നെയാണ് ഈ അന്തർമുഖത്വം. അന്തർമുഖത്വത്തിന്റെ പ്രധാന കാരണം വിഷാദാത്മകതയാണ്.

കാല്പനികതയുടെ അടിസ്ഥാനഭാവം തന്നെ വിഷാദാത്മകതയാണ്. വിഷാദാത്മകത രാജലക്ഷ്മിയുടെ രചനകളിൽ അന്തർധാരകളായി ഒഴുകുന്നു. ശിഥിലമായ മനുഷ്യബന്ധങ്ങളും പകയോടെ നോക്കുന്ന സമൂഹവും ചുറ്റും കാണുന്ന ആർദ്രത വറ്റിയ ഹൃദയങ്ങളും രാജലക്ഷ്മിയുടെ കഥാപാത്രങ്ങളെ വിഷാദാത്മകരാക്കി മാറ്റുന്നു. സ്നേഹനഷ്ടം അവർക്ക് ഏററവും വലിയ ദുഃഖമാണ്. രണ്ടുതരത്തിലുള്ള വിഷാദങ്ങളാണ് രാജലക്ഷ്മിയെ പീഡിപ്പിച്ചുകൊണ്ടിരിക്കുന്നത്. സാഹചര്യങ്ങൾ ഏല്പിച്ച വിഷാദവും സ്വയം വരുത്തിവെച്ച വിഷാദങ്ങളും തന്റെ ഒരു ഗദ്യകവിതയിൽ അവർ എഴുതുന്നു.

“വേദനകൾ
തുച്ഛമായ വേദനകൾ
ഊതിപ്പെരുപ്പിച്ച് ഞാൻ വലുതാക്കുന്ന
തുച്ഛമായ വേദനകൾ”[5]

ഊതിപ്പെരുപ്പിച്ചു വലുതാക്കുന്ന തുച്ഛമായ വേദനകൾ മാത്രമാണ് തനിക്കുള്ളതെന്ന് അവർ ഇവിടെ വ്യക്തമാക്കുന്നു. അതോടൊപ്പം അന്യന്റെ വേദനകൾ സ്വാംശീകരിക്കുകയും ചെയ്യുന്നു. അവയെ സ്വന്തം ഹൃദയത്തുടിപ്പുകളാക്കി മാറ്റുന്നു. അതിലൂടെ തന്റെ സാഹിത്യത്തിനു ജീവൻ പകരുന്നു.

“സാഹിത്യജീവിതം മാത്രം ആത്മീയ ജീവിതമായതുകൊണ്ട് ഓരോ മനുഷ്യാനുഭവവും ഈ കാഥികയെ വിഷമിപ്പിച്ചുവെന്നും രഹസ്യസ്വഭാവമുള്ള ചില ദുഃഖങ്ങൾ പരസ്യമായിത്തീർന്നപ്പോൾ അനുഭവിച്ചവർ പകയോടെ ഈ എഴുത്തുകാരിയെ നേരിട്ടുവെന്നും എ.ബി. രഘുനാഥൻ നായർ പറയുന്നു.[6]

ദുഃഖങ്ങളെ സ്വയം നെഞ്ചേറ്റിലാളിക്കുന്ന രാജലക്ഷ്മിയുടെ കഥാപാത്രങ്ങൾ അവനവനോടുതന്നെ പൊരുതി പരാജയപ്പെടുന്നു. നായികമാരാകട്ടെ, മനസ്സിന്റെ ഏകാന്തവീഥികളിൽ ദുഃഖജ്വാലകളായി അലഞ്ഞു നടക്കുന്നു. മുറിവേറ്റ ആ അരയന്നപ്പിടകളുടെ മൗനരോദനം നോവലുകളിലും കഥകളിലും നീറുന്ന അനുഭവമായി മാറുന്നു. ആസ്വാദകർ ആ ദുഃഖത്തിൽ അലിഞ്ഞുചേരുകയും താദാത്മ്യം പ്രാപിക്കുകയും ചെയ്യുന്നു.

രാജലക്ഷ്മിയുടെ വിഷാദാത്മകതയെക്കുറിച്ച് ശ്രീ. എം.ടി വാസുദേവൻ നായർ വ്യക്തമാക്കുന്നു:

"കഥാകൃത്തിന്റെ ജീവിതം തന്നെ കുറെവേദനകളുടെയും നെടുവീർപ്പുകളുടെയും ആകെത്തുകയായിരുന്നു. ജീവിതമെന്ന ചൈതന്യത്തെ തന്റെ കൃതികളിലാവിഷ്കരിക്കാൻ എല്ലാ കാലഘട്ടങ്ങളിലെയും എല്ലാ ഭാഷകളിലെയും ലോലഹൃദയമുള്ള കലാകാരന്മാർ അനുഭവിച്ച ദുഃഖത്തിന്റെ ഒരു ഭാഗമായിരുന്നു രാജലക്ഷ്മിയുടെ ദുഃഖവും"[7]

എം. ആർ. ചന്ദ്രശേഖരൻ നായർ ആ ദുഃഖത്തെ ഇങ്ങനെ നിരീക്ഷിക്കുന്നു.

"രാജലക്ഷ്മിയുടെ കഥകളിലെ ഭാവങ്ങൾക്ക് വർണ്ണം നൽകിപ്പോന്നത് അവരുടെ ഹൃദയമിടിപ്പിന്റേതായ ദുഃഖതരളമായ നാദമായിരുന്നു."[8]

ഏതു ദുഃഖവും അതെത്ര തീവ്രമാണെങ്കിൽപ്പോലും സ്വയം ഏറ്റുവാങ്ങുന്നതും അത് ആരുമായി പങ്കുവയ്ക്കാതെ നെഞ്ചോടുചേർത്തുവച്ച് അനുഭവിച്ചു തീർക്കുന്നതും കാല്പനികമനസ്സുകൾക്കു ലഹരിയായിരുന്നു.

"വേദന,വേദന, ലഹരിപിടിക്കും വേദന
ഞാനതിൽ മുഴുകട്ടെ, മുഴുകട്ടെ മമ
ജീവനിൽ നിന്നൊരു മുരളീമൃദുരവമൊഴുകട്ടെ."

എന്നു പാടിയ ചങ്ങമ്പുഴയെപ്പോലെ രാജലക്ഷ്മിയും വേദനയുടെ ലഹരിയിൽ ആണ്ടുമുങ്ങി. വല്ലാത്ത ഒരാവേശത്തോടെ, അതിൽ നിന്നു കഥാപാത്രങ്ങളും കഥകളും രൂപംകൊണ്ടു.

ചങ്ങമ്പുഴയിലെന്നപോലെ രാജലക്ഷ്മിയിലും വിഷാദം ഒരു രോഗാവസ്ഥയിലോളം എത്തിയിരുന്നു. രാജലക്ഷ്മിയുടെ വിഷാദരോഗത്തെക്കുറിച്ച് കെ.പി. അപ്പൻ രേഖപ്പെടുത്തുന്നു:

"രാജലക്ഷ്മിയുടെ മാനസികക്കുഴപ്പം വിഷാദരോഗം തന്നെയായിരുന്നു. തന്നിലെ ഈ വിഷാദരോഗത്തെയാണ് പ്രത്യക്ഷമായൊരു കുറ്റസമ്മതം പോലെ മാപ്പ് എന്ന കഥയിലെ കോളേജ് അധ്യാപികയായ രമയിലൂടെ അവർ അവതരിപ്പിച്ചത്. വിഷാദരോഗം ഒരു ആത്മഹത്യാമുനമ്പാണ്. നിസ്സാരസംഭവത്തെത്തുടർന്ന് കഠിനമായ ദുഃഖത്തിൽ വീഴുക, തന്നെയും മറ്റുള്ളവരെയും പീഡിപ്പിക്കാൻ തോന്നുക എന്നിവയെല്ലാം വിഷാദരോഗത്തിന്റെ ലക്ഷണങ്ങളാണ്. അതുകൊണ്ടാണ് ഇത്രയ്ക്ക് ഉള്ളിൽത്തട്ടാൻ ഒന്നുമില്ലല്ലോ എന്നു പറഞ്ഞുകൊണ്ട് രമ ടീച്ചർ സ്വയം പീഡിപ്പിക്കുകയും മറ്റുള്ളവരെ പീഡിപ്പിക്കുകയും ചെയ്തത്. ഞാൻ മുട്ടുകുത്താൻ വന്നപ്പോൾ അങ്ങു വാതിലടച്ചുകളഞ്ഞു...! എന്ന് മതാനുഭവങ്ങൾ നിറഞ്ഞ വാക്യത്തിൽ അവസാനിക്കുന്ന മാപ്പ് എന്ന കഥ വായിച്ചിട്ട് രമ ആദ്ധ്യാത്മികമായൊരു സൗന്ദര്യത്തിൽ മാനസികപ്രക്ഷുബ്ധതയിൽ നിന്നു മോചനം നേടുന്നുവെന്നും തികഞ്ഞ ചിത്തവിശ്രാന്തി അനുഭവിക്കുന്നുവെന്നും മനശ്ശാസ്ത്രത്തിന്റെ ജ്ഞാനപ്രകാശമേല്ക്കാത്ത ഒരു വായനക്കാരനു പെട്ടെന്നു തോന്നാം.

എന്നാൽ ഇതു ശരിയല്ല. കാരണം ഇത്തരം രോഗശാന്തിയിലൂടെ രോഗം ശാന്തമായെന്നു തോന്നുന്ന ഈ സന്ദർഭമാണ് ആത്മഹത്യ ചെയ്യാനുള്ള അനുതാപമില്ലാത്ത വാസനയെ പ്രവൃത്തിയുടെ രംഗത്തേക്ക് അതിവേഗം കൂട്ടിക്കൊണ്ടുപോകുന്നത്. അതുകൊണ്ട് രമ എന്ന അദ്ധ്യാപികയെ ഒരു ആത്മഹത്യാമുനമ്പിൽ കൊണ്ടുനിർത്തി തന്ത്രപൂർവം കഥ അവസാനിപ്പിക്കുന്ന രാജലക്ഷ്മി സൃഷ്ടിയെ വീണ്ടും തന്റെ മരണത്തെക്കുറിച്ചുള്ള ഹൃദ്യമായ മുന്നറിയിപ്പാക്കി മാറ്റുകയാണ്."[9]

വിഷാദരോഗത്തെക്കുറിച്ച് മനശ്ശാസ്ത്രജ്ഞർ പറഞ്ഞ അഭിപ്രായവും ശ്രദ്ധേയമാണ്.

"മാനസികമായ ആഘാതങ്ങൾ അന്തർലീനമായ വിഷാദരോഗത്തെ മറനീക്കി പുറത്തുകൊണ്ടുവരുന്നു. ക്രമേണ വിഷാദരോഗികൾ അമിതമായ വിഷാദവും അടിസ്ഥാനരഹിതമായ കുറ്റബോധവും പ്രകടിപ്പിക്കുവാൻ തുടങ്ങുന്നു. നിസ്സാരകാര്യങ്ങൾക്കുപോലും വിതുമ്പിക്കരയുന്നു. കരച്ചിൽ പലപ്പോഴും മണിക്കൂറുകളോളം നീണ്ടുനിൽക്കാം. ഞാൻ പാപിയാണ്; ചീത്തയാണ്; കുറ്റവാളിയാണ്; പൊറുക്കാനാവാത്ത തെറ്റുകൾ ചെയ്തവനാണ്; ഇതിനെല്ലാം ഞാൻ കഠിനമായ ശിക്ഷ അർഹിക്കുന്നു തുടങ്ങിയ ചിന്തകൾ രാവും പകലും അലട്ടുന്നു. കുറ്റബോധം വർദ്ധിക്കുമ്പോൾ എന്തിനു ജീവിക്കുന്നു എന്ന ചിന്തയുണ്ടാവും. കുറ്റബോധവും ദുഃഖഭാരവും കൊണ്ടു വീർപ്പുമുട്ടുമ്പോൾ ആത്മഹത്യയിൽ എത്തിച്ചേരും"[10]

സ്നേഹഭംഗം രാജലക്ഷ്മിയുടെ വിഷാദാത്മകതയ്ക്ക് ഒരു പ്രധാന കാരണമാണ്. ഏതുസ്നേഹവും കാല്പനികസാഹിത്യത്തിൽ സഫലമാകാറില്ല. തീവ്രമായ ഒരവസ്ഥയിൽ എത്തിക്കഴിഞ്ഞാൽ അടുത്ത നിമിഷത്തിൽ അതു പരാജയത്തിലേക്കു കൂപ്പുകുത്തുകയാണു ചെയ്യുന്നത്. പിന്നീട് ജീവിതകാലം മുഴുവൻ പ്രണയഭംഗത്തിന്റെ തീജ്ജ്വാലയിൽ കഥാപാത്രങ്ങൾ ഉരുകിത്തീരുന്നു. ആ അവസ്ഥയിൽ ദുഃഖം അവർക്ക് ഒരാവേശമോ സ്വയം പീഡനമേല്പിക്കുന്ന വിധത്തിൽ ഒരനുഭവമോ ആയിത്തീരുന്നു. ഈ ആത്മപീഡനരതി കഥാപാത്രങ്ങളുടെ സ്വഭാവത്തിൽ മാത്രമല്ല, കഥാകൃത്തിന്റെ വ്യക്തിത്വത്തിലും പ്രകടമായിരുന്നു. സ്നേഹനിഷേധത്തിലേക്കും ആത്മഹത്യയിലേക്കും രാജലക്ഷ്മിയെ ഒരു പരിധിവരെ നയിച്ചത് ഈ ആത്മപീഡനരതിയാണ്. കുടുംബത്തിനുവേണ്ടി പലതും ത്യജിച്ച കൂട്ടത്തിൽ സ്വന്തം പ്രണയത്തെപ്പോലും അവർ ബലികഴിച്ചു. ജീവിതകാലം മുഴുവൻ അതിന്റെ ദുഃഖഭാരം തലയിലേറ്റി നടക്കേണ്ടിവന്നു. ആത്മാവിനെ പീഡിപ്പിച്ച്, സ്വയം വരുത്തിവച്ച വ്യഥകളെക്കുറിച്ചോർത്ത് പശ്ചാത്തപിച്ച്, ഏകാന്തതയിൽ നീറി ദഹിക്കാനാണ് കാല്പനികരുടെ വിധി. ഒടുവിൽ എല്ലാം മടുത്ത് ജീവിതത്തിൽ നിന്നും അവർ ഓടിയൊളിക്കുന്നു. ഈ ഒളിച്ചോട്ടം പരോക്ഷമായ ആത്മഹത്യയാണു താനും.

രാജലക്ഷ്മിയുടെ രണ്ടാമത്തെ നോവൽ ഉച്ചവെയിലും ഇളംനിലാവും മാതൃഭൂമിയിൽ ഖണ്ഡശഃ വന്നുകൊണ്ടിരുന്നപ്പോൾ, അതു തങ്ങളുടെ കഥയാണെന്നു പറഞ്ഞ് ചിലയാളുകൾ പലതരത്തിലും അവരെ ദ്രോഹിക്കാൻ ശ്രമിച്ചു. സഹികെട്ട രാജലക്ഷ്മി നോവലിന്റെ കൈയെഴുത്തു പ്രതി തിരികെ വാങ്ങി പിച്ചിക്കീറി തീയിട്ടതിനുശേഷം, ആത്മഹത്യയ്ക്കു ശ്രമിച്ചു. നോവലിന്റെ ആറദ്ധ്യായങ്ങൾ മാത്രമാണ് അന്നു പ്രസിദ്ധീകരിക്കുവാൻ കഴിഞ്ഞത്. മാതൃഭൂമിയുടെ അന്നത്തെ പത്രാധിപരായിരുന്ന എൻ.വി.കൃഷ്ണവാരിയർ നോവൽ മുഴുവൻ വായിച്ചിരുന്നു. അതു തിരികെ വാങ്ങിക്കുമ്പോൾ, മാറ്റങ്ങൾ വരുത്താനാണെന്നല്ലാതെ അതു കത്തിച്ചുകളയാനാണെന്ന് അദ്ദേഹം ഒരിക്കലും കരുതിയില്ല.

"നഷ്ടപ്പെടാതെയിരുന്നെങ്കിൽ രാജലക്ഷ്മിയുടെ ഏറ്റവും നല്ല നോവൽ അതാകുമായിരുന്നു എന്നാണ് അദ്ദേഹം അഭിപ്രായപ്പെട്ടത്."[11]

പ്രിയപ്പെട്ട എന്തിനെയും നശിപ്പിക്കാനുള്ള ഈ പ്രവണത ആത്മപീഡനരതിയുടെ ഭാഗമാണ്. ആത്മപീഡനരതിയുള്ളവർ അത് ഒരാവേശത്തോടെതന്നെ ചെയ്യുന്നു.

കഥാപാത്രങ്ങളുടെ ആന്തരിക ലോകങ്ങളെക്കുറിച്ചു മാത്രമല്ല, രാജലക്ഷ്മിയുടെ ആന്തരികലോകത്തെക്കുറിച്ചും ഇവിടെ പ്രതിപാദിച്ചു കഴിഞ്ഞു. നേരത്തെ സൂചിപ്പിച്ചതുപോലെ എഴുത്തുകാരിയുടെ പ്രതിരൂപങ്ങളാണ് അവരുടെ കഥാപാത്രങ്ങൾ എന്നുള്ളതാണ് അതിന് അടിസ്ഥാനം. ഒന്നിനൊന്നു വ്യത്യസ്തരായ ഈ കഥാപാത്രങ്ങളെക്കുറിച്ച് ഡോ. എം.ലീലാവതി–

"ജീവിതത്തിലെ വിവിധ മണ്ഡലങ്ങളിൽ നിന്നും ഇറങ്ങിവരുന്നവർ കുടുംബം പോറ്റുക എന്ന കടപ്പാട് മറക്കാത്ത സ്നേഹശീലയായ അഭിഭാഷക, പ്രണയത്തിനെതിരായ കടപ്പാട് ചുമലിൽ പേറുന്ന കാമുകൻ, കർത്തവ്യത്തിനെതിരായ പ്രലോഭനത്തിന്റെ കൊടുങ്കാറ്റിൽ ഉലഞ്ഞുപോകുന്ന അഭ്യസ്തവിദ്യ, പ്രണയച്ചൂളയിൽ നീറുമ്പോൾ ആചാര കാർക്കശ്യവും ജനകസ്വഭാവകാർക്കശ്യവും മറന്നു പോകുന്ന മുഗ്ദ്ധകന്യക, ഇളക്കക്കാരിയായി അറിയപ്പെട്ടെങ്കിലും ഉള്ളുറച്ചവളായ ഉദ്യോഗസ്ഥ, പ്രേമിക്കാൻ നേരമില്ലാത്ത ലോലഭാവങ്ങളെ പകയോടെ വീക്ഷിക്കേണ്ട ദൗർബല്യങ്ങളായി കരുതുന്ന ഡോക്ടർ, കേട്ടറിവു മാത്രമുള്ള ഒരുവനെ ഉള്ളറയിൽ പ്രതിഷ്ഠിച്ച് ആരാധിക്കുന്ന കുമാരിക, തൊട്ടാൽ വാടുന്ന മനസ്സുള്ള ഒരു കോളേജ് അദ്ധ്യാപിക, കൊതിക്കുന്ന പ്രേമലാളനകൾ ലഭിക്കാതെ പുരുഷപരുഷതയ്ക്കു വിധേയയായി ഇഴയാൻ വിധിക്കപ്പെട്ട വീട്ടമ്മ. പാടുപെട്ടുണ്ടാക്കിയതു തകർന്നു വീണു ചിതറുമ്പോൾ അഭയം തേടി അമ്പലത്തിലെത്തുന്ന ആലംബഹീന, പ്രേമത്തെ ഇടതുകൈകൊണ്ടു തട്ടിനീക്കി രക്ഷ്യർക്കുവേണ്ടി കുരിശുപേറുന്ന അദ്ധ്യാപിക ഇത്യാദികഥാപാത്രങ്ങൾ ജീവിതത്തിന്റെ വിഭിന്ന ശ്രേണികളിൽ നിന്നും വ്യത്യസ്ത പ്രവർത്തനരംഗങ്ങളിൽ നിന്നും ഇറങ്ങിവരുന്നവരാണ്."[12]

ഇവരുടെയെല്ലാം ആന്തരികലോകം അസാധാരണവും അദ്ഭുതകരവുമാണ്. ഒരു മനശ്ശാസ്ത്രവിദഗ്ദ്ധന്റെ അന്വേഷണബുദ്ധിയോടെ അവിടേക്കു കടന്നു ചെല്ലുമ്പോൾ കൂടുതൽ കാര്യങ്ങൾ അറിയാൻ കഴിയും. അങ്ങനെയൊരു പഠനം മലയാള നിരൂപണശാഖയ്ക്ക് തന്നെ ഒരുമുതൽക്കൂട്ടാവും.

---

1. നിന്നെ ഞാൻ സ്നേഹിക്കുന്നു ഗദ്യകവിത. അനുബന്ധം രാജലക്ഷ്മിയുടെ കഥകൾ. കറന്റ് ബുക്സ് തൃശ്ശൂർ.
2. അതിൽത്തന്നെ
3. മാറുന്ന മലയാള നോവൽ - കെ.പി. അപ്പൻ, ഗൗതമ പബ്ളിക്കേഷൻസ്, ആലപ്പുഴ
4. ഏകാന്തപഥിക- എം.ടി.വാസുദേവൻ നായർ. രാജലക്ഷ്മിയുടെ കഥകൾക്ക് ആമുഖം, കറന്റ് ബുക്സ്. തൃശ്ശൂർ
5. കുമിള(ഗദ്യകവിത) രാജലക്ഷ്മിയുടെ കഥകൾക്ക്. അനുബന്ധം, കറന്റ് ബുക്സ്, തൃശ്ശൂർ
6. രാജലക്ഷ്മിയുടെ നിഴൽപ്പാടുകൾ. എ ബി രഘുനാഥൻനായർ, പരിധി പബ്ളിക്കേഷൻസ്, തിരുവനന്തപുരം
7. കാഥികന്റെ പണിപ്പുര- എം.ടി വാസുദേവൻ നായർ, കറന്റ് ബുക്സ്, തൃശ്ശൂർ പേജ് 36
8. എം.ആർ.ചന്ദ്രശേഖരൻ -രാജലക്ഷ്മിയുടെ കൃതികൾ. മാതൃഭൂമി ആഴ്ചപ്പതിപ്പ് - 1965 മാർച്ച് 7
9. മരണത്തിന്റെ ഹൃദ്യമായ മുന്നറിയിപ്പുകൾ. കെ.പി.അപ്പൻ
10. മനസ്സ്- ഡോ. കൃഷ്ണൻ ഇളയത് ഡി.സി ബുക്സ്, കോട്ടയം -പേജ് 73
11. എൻ.വി.കൃഷ്ണവാരിയർ- രാജലക്ഷ്മി എന്ന എഴുത്തുകാരി - മാതൃഭൂമി 1965 മാർച്ച് 7
12. യജ്ഞതീർത്ഥം- ഡോ. എം.ലീലാവതി

അഞ്ച്

സ്ത്രൈണചേതനയുടെ കാണാപ്പുറങ്ങൾ

രാജലക്ഷ്മിയുടെ കഥകളിലും നോവലുകളിലുമെല്ലാം പ്രധാനകഥാപാത്രങ്ങൾ സ്ത്രീകളാണ്. സ്ത്രീകേന്ദ്രീകൃതകഥകളിൽ സ്ത്രീകളുടെ ജീവിതവുമായി ബന്ധപ്പെട്ട വളരെ കുറച്ചു പുരുഷന്മാർ മാത്രമേയുള്ളു. ആ പുരുഷകഥാപാത്രങ്ങളുടെ വ്യക്തിത്വം വേണ്ടതരത്തിൽ പ്രകടമാക്കാൻ എഴുത്തുകാരി ശ്രമിക്കുന്നുമില്ല. അതിനപവാദമായി നിൽക്കുന്നത് 'ഞാനെന്ന ഭാവ'ത്തിലെ കൃഷ്ണൻകുട്ടിയും (നായകപാത്രം) 'ചരിത്രം ആവർത്തിക്കുന്നില്ല' എന്ന ചെറുകഥയിലെ എഞ്ചിനീയറും മാത്രമാണ്. ഞാനെന്ന ഭാവത്തിലെ നായിക അമ്മിണിയാണ്. അമ്മിണിക്കു പ്രാധാന്യം കൊടുക്കാൻ നോവലിസ്റ്റ് ശ്രമിക്കുമ്പോൾ, അവരറിയാതെതന്നെ, കൃഷ്ണൻകുട്ടിക്കാണു പ്രാധാന്യം കൈവരുന്നത്. ചരിത്രം ആവർത്തിക്കുന്നില്ല എന്ന കഥയിൽ പ്രധാന കഥാപാത്രം എഞ്ചിനീയറാണ്. എഞ്ചിനീയറുടെ ചിന്തകളിലൂടെ മാത്രമാണ്. ആ കഥയിൽ സ്ത്രീകൾ കടന്നുവരുന്നത്. നായകപ്രധാനമായ ഒരു ചെറുകഥയാണ് ഇത്. രാജലക്ഷ്മിയുടെ മററു കഥകളിൽനിന്ന് വ്യത്യസ്തമാണ് ഈ കഥ. നായികാപ്രധാനമായ രചനകളിലെ സ്ത്രീകഥാപാത്രങ്ങൾ നേരത്തേ സൂചിപ്പിച്ചതുപോലെ രാജലക്ഷ്മിയുടെ ആത്മാംശമുള്ളവരാണ്. അവരുടെ വ്യക്തിത്വത്തിനു സമാനമായ ഒരു വ്യക്തിത്വമാണ് നായികമാർക്കെല്ലാം തന്നെ നൽകിയിട്ടുള്ളത്. ആർക്കും കീഴടങ്ങാത്ത ഈഗോ ഇവരുടെ മുഖമുദ്രയാണ്. പുരുഷാധിപത്യം അവർക്കു സഹിക്കാനാവാത്ത ഒന്നാണ്. അടിമത്തം ഏററവും വലിയ ശാപമായി ഇവർ കാണുന്നു. പുരുഷന്റെ ആജ്ഞകൾ അനുസരിക്കാനല്ല, ധിക്കരിക്കാനാണ് ഇവർക്കു താത്പര്യം. ദാമ്പത്യത്തിൽ സ്ത്രീപുരുഷന്മാർക്കു തുല്യസ്ഥാനം ലഭിക്കണമെന്നുതന്നെ രാജലക്ഷ്മി ആഗ്രഹിക്കുന്നു. സ്ത്രീക്ക് സ്വപ്നങ്ങളും പ്രതീക്ഷകളുമുണ്ടെന്ന് പുരുഷൻ മനസ്സിലാക്കണമെന്നും അതുനേടിയെടുക്കാൻ സ്ത്രീക്കൊപ്പം പുരുഷനുമുണ്ടാവണമെന്നും രാജലക്ഷ്മി പറയുന്നു. പുരുഷന്റെ ആഗ്രഹങ്ങൾ

സ്ത്രീയിൽ അടിച്ചേല്പിക്കുന്നതിനോട് അവർക്ക് ഒരിക്കലും യോജിക്കാൻ കഴിയുന്നില്ല. പുരുഷനോടൊപ്പം സ്വതന്ത്രമായ ഒരു ജീവിതം അതാണ് അവർ എന്നും കൊതിച്ചത്. വീട്ടിലായാലും സമൂഹത്തിലായാലും സ്ത്രീക്ക് അവളുടേതായ വ്യക്തിത്വം ഉണ്ടാവണം. സ്നേഹവും പരസ്പരവിശ്വാസവുമാണ് ഏതു കുടുംബത്തിന്റെയും നിലനില്പിനാവശ്യം. അവ രണ്ടും നഷ്ടപ്പെടുമ്പോൾ, കുടുംബാംഗങ്ങൾ പരസ്പരം കലഹിക്കുകയും വെറുക്കുകയും ചെയ്യുന്നു. കുടുംബജീവിതത്തിന്റെ താളം തെറ്റുന്നു. അസ്വസ്ഥവും അവ്യവസ്ഥിതവുമായ അത്തരം കുടുംബങ്ങളെ കഥകളിലൂടെയും നോവലുകളിലൂടെയും അവർ കാട്ടിത്തരുന്നു. ആദ്യകഥയിലും ആദ്യനോവലിലും അത്തരം രണ്ടു കുടുംബങ്ങളെയാണ് അവർ ചിത്രീകരിക്കുന്നത്. രചയിതാവിന്റെ മനസ്സിലെ അസ്വസ്ഥതയും അസംതൃപ്തിയുമാണ് ഇവിടെ ദൃശ്യമാകുന്നത്. അത്തരമൊരു മനസ്സ് രാജലക്ഷ്മിയ്ക്ക് ശാപമോ അനുഗ്രഹമോ ആയി ഭവിച്ചു. സർഗ്ഗാത്മകജീവിതത്തിൽ അത് അനുഗ്രഹവും യഥാർത്ഥ ജീവിതത്തിൽ അതു ശാപവുമാണ്.

കാല്പനികമനസ്സിന്റെ ശക്തമായ ഈഗോ രാജലക്ഷ്മിയുടെ നായികമാരിലെല്ലാം പ്രകടമാണ്. ആർക്കും ഒന്നിനും കീഴടങ്ങാത്ത ഈ അഹംബോധം അവരെ മറ്റുള്ളവരിൽ നിന്നും വ്യത്യസ്തരാക്കുന്നു. അത്തരം സ്ത്രീകളെ സഹിക്കാൻ പുരുഷന്മാർ തയ്യാറാകുന്നില്ല. അധീശത്വം പുലർത്തുന്ന സ്ത്രീയേക്കാൾ വിധേയത്വം പുലർത്തുന്ന സ്ത്രീയെയാണ് പുരുഷസമൂഹം ഇഷ്ടപ്പെടുന്നത്. രാജലക്ഷ്മിയുടെ നായികമാർ അഭ്യസ്തവിദ്യരും ഉദ്യോഗസ്ഥകളുമാണ്. വായിച്ചും പഠിച്ചും അറിവു നേടിയ ഇവർ ഉയർന്ന ചിന്താഗതികളും വീക്ഷണങ്ങളും, സാംസ്കാരികമായ ഔന്നത്യവും പുലർത്തുന്നു. അവർക്ക് എന്തിനെക്കുറിച്ചും സ്വന്തമായ കാഴ്ചപ്പാടുകളുണ്ട്. എന്നാൽ അതിനനുസരണമായി ഉയർന്ന ഒരു ജീവിതനിലവാരം അവർക്കാർക്കും തന്നെ ലഭിച്ചില്ല. സ്വാതന്ത്ര്യം ആഘോഷിക്കാനും കഴിഞ്ഞില്ല. കുടുംബത്തിന്റെ കെട്ടുപാടുകളിൽ സ്വയം തളയ്ക്കപ്പെടുന്ന ഒരവസ്ഥയാണ് അവർക്കുണ്ടായത്.

ജീവിതത്തെക്കുറിച്ച് ശുഭപ്രതീക്ഷ പുലർത്തുന്നവരായിരുന്നില്ല രാജലക്ഷ്മിയുടെ നായികമാർ. ഏതോ ദുരന്തബോധം അവരെ സദാ വേട്ടയാടിക്കൊണ്ടിരുന്നു. മരണചിന്തയും അതെക്കുറിച്ചുള്ള ഭയവും അവരെ അസ്വസ്ഥരാക്കി. കഥാകാരിയുടെ ആത്മബിംബങ്ങളായ നായികമാർക്ക് അങ്ങനെ ആവാതെ വയ്യതാനും. നായികമാരുടെ വ്യക്തിത്വത്തിനനുസരണമായി കുടുംബത്തിലെ മററംഗങ്ങൾക്ക് ഉയരാൻ സാധിച്ചില്ല എന്നുള്ളതും അവരുടെ ദുരന്തമാണ്. ആദ്യകഥ 'മകളി'ലെ ശാരദ അഭിഭാഷകയാണ്. എന്നാൽ, അത്രയും വിദ്യാഭ്യാസമുള്ള ആരും തന്നെ അവളുടെ വീട്ടിൽ ഉണ്ടായിരുന്നില്ല. അതുകൊണ്ടുതന്നെ ശാരദയെ മനസ്സിലാക്കാനും ഉൾക്കൊള്ളാനും മറ്റംഗങ്ങൾക്ക് കഴിഞ്ഞില്ല. 'മാപ്പി'ലെ രമ കോളേജ് അദ്ധ്യാപികയാണ്. 'തെറ്റു'കളിലെ മാലതിയും

'ഉച്ചവെയിലും ഇളംനിലാവും' എന്ന നോവലിലെ വിമലയും ഡോക്ടർമാരാണ്. 'ഒരദ്ധ്യാപിക ജനിക്കുന്നു' എന്ന കഥയിലെ ഇന്ദിര സ്കൂളിലെ അദ്ധ്യാപികയാണ്. ഇവരുടെയെല്ലാം അനുഭവം ശാരദയുടേതിനു തുല്യമാണ്. കുടുംബാംഗങ്ങൾക്ക് പരസ്പരം സ്നേഹിക്കുവാനാവാതെ, മനസ്സിലാക്കുവാനാവാതെ, വീട്ടിൽ ശ്വാസംമുട്ടി കഴിയേണ്ടിവരുന്നു. എന്നാൽ കുടുംബത്തിനുവേണ്ടി ത്യാഗമനുഷ്ഠിക്കുന്ന നായികമാർ കുടുംബത്തിൽ അവഗണിക്കപ്പെടുകയും ചെയ്യുന്നു. കുടുംബാംഗങ്ങൾക്ക് പരസ്പരം പൊരുത്തപ്പെടാനാവാത്ത അവസ്ഥ അവരിൽ സംഘർഷം നിറച്ചു. തകരുന്ന കുടുംബബന്ധങ്ങളും സ്നേഹബന്ധങ്ങളും അവരിൽ ദുസ്സഹവേദനയായി. ശാന്തിയും സമാധാനവും പുലരേണ്ട കുടുംബാന്തരീക്ഷത്തിൽ അത് കനൽകോരിയിടുന്ന അവസ്ഥ സൃഷ്ടിച്ചു. ജീവിതം തന്നെ കൈപ്പിടിയിൽ നിന്നു വഴുതിപ്പോകുന്നതായി തോന്നി. ചിലർ ചെറുത്തു നിന്നെങ്കിലും അവസാനം അവരും വിധിക്കു കീഴടങ്ങുന്ന കാഴ്ചയാണ് കാണുന്നത്.

വ്യക്തിയും സമൂഹവും തമ്മിലുള്ള സംഘർഷം നോവലുകളിലും കഥകളിലും പൊതുവെ കാണാം. വ്യക്തി സമൂഹത്തിനു കീഴടങ്ങാൻ തയ്യാറല്ല. പൊരുത്തപ്പെടാനും തയ്യാറല്ല. സമൂഹത്തിൽ നിന്നു കുതറിമാറാനാണ് ശ്രമിക്കുന്നത്. അദമ്യമായ ഈ സ്വാതന്ത്ര്യബോധം രചയിതാവിന്റെയും കഥാപാത്രങ്ങളുടെയും സ്വഭാവഘടകമാണ്. പാരതന്ത്ര്യത്തിന്റെ വിഷവായു ശ്വസിച്ച് ശ്വാസംമുട്ടുമ്പോൾ അവർ പുറത്തുചാടാൻ ശ്രമിക്കും. പക്ഷേ, അവിടെ നിന്നും അവർ നേരിട്ടു പതിക്കുന്നത് നാശഗർത്തത്തിലേക്കാവും. അപക്വമായ തീരുമാനങ്ങളാവാം അതിന്റെ പിന്നിൽ. അല്ലെങ്കിൽ സാഹചര്യങ്ങൾ അവരെ അവിടെ കൊണ്ടെത്തിക്കുന്നതാവാം.

അസ്വസ്ഥവും അസംതൃപ്തവുമായ മനസ്സ് എഴുത്തുകാരുടെ അനുഗ്രഹമാണെന്ന് കെ.പി. അപ്പനെപ്പോലെയുള്ള നിരൂപകർ അവകാശപ്പെടുന്നു. സ്വയം എരിഞ്ഞുകൊണ്ട് അവർ നൽകുന്ന കൃപാവരമായി അവരുടെ കൃതികളെ അദ്ദേഹം കാണുന്നു.[1]

ഇന്ദ്രിയങ്ങളിലൂടെ അനുഭവിക്കാൻ കഴിയുന്ന മനുഷ്യജീവിതമായിരുന്നു അറുപതുകളിലെ നോവലിന്റെ പ്രത്യേകത. പക്ഷേ, അതിനും ഒരു ദശാബ്ദം മുമ്പുതന്നെ രാജലക്ഷ്മി അത്തരം കഥകൾ സൃഷ്ടിച്ചു എന്നു പറയുമ്പോൾ അവരുടെ പ്രതിഭ എത്രത്തോളം ദീപ്തമായിരുന്നുവെന്ന് ഊഹിക്കാവുന്നതേയുള്ളു. സൃഷ്ടിയിലൂടെ സ്വാതന്ത്ര്യം പ്രഖ്യാപിക്കുകയായിരുന്നു ഈ എഴുത്തുകാരി. എങ്കിലും താൻ എന്നും എവിടെയും ഒറ്റപ്പെട്ടവളാണെന്ന ചിന്ത അവരെ വല്ലാതെ അലട്ടിയിരുന്നു. അത് അവരുടെ പ്രതിഭയെ നിർമ്മാണാത്മകമാക്കിയിട്ടുണ്ടാവാം. പക്ഷേ, മനസ്സിനെ സംഘർഷപൂരിതമാക്കുകയും ചെയ്തു. ബാഹ്യജീവിതവും പ്രധാനകഥാപാത്രങ്ങളും തമ്മിലുള്ള ഏറ്റുമുട്ടൽ ഗ്രാമീണജീവിതത്തിന്റെ സാധാരണപ്രശ്നങ്ങളിലേക്ക് അവർ ഒതുക്കി നിർത്തി. രണ്ടര

നോവലിലും ജീവിതശൈഥില്യം പ്രധാനഘടകമായിത്തീർന്നു. കുടുംബാംഗങ്ങൾക്കെല്ലാം ജീവിതം ഒരു മഹാവ്യഥയാണ്. സ്നേഹത്തിലൂടെ അതിനെ തരണം ചെയ്യാൻ ആർക്കും തന്നെ കഴിഞ്ഞില്ല. സ്നേഹം പരസ്പരം ബന്ധിച്ചു നിർത്തുന്ന ഒരു കണ്ണിയായി ഇവിടെ മാറുന്നില്ല. കഥാപാത്രങ്ങൾ പലപ്പോഴും സ്വന്തം ഉത്തരവാദിത്വങ്ങൾ മറക്കുന്നവരാണ്. പൊതുവെ സ്വാർത്ഥമതികളും. ആദ്യത്തെ കഥ 'മകളി'ൽത്തന്നെ ശാരദയുടെ അച്ഛൻ, സഹോദരൻ എന്നിവരെ ആ രീതിയിൽ കാണാവുന്നതാണ്. 'ആത്മഹത്യ'യിലെ നീരജയുടെ ഭർത്താവ്, 'പരാജിത'യിലെ നിർമ്മലാപണിക്കരുടെ ഭർത്താവ് തുടങ്ങി ധാരാളം ഉദാഹരണങ്ങളുണ്ട്.

രാജലക്ഷ്മിയുടെ നായികമാർക്ക് ഒരു ദുരന്തപരിവേഷമുണ്ട്. എഴുത്തുകാരിയുടെ തന്നെ ഉള്ളിലെ ദുരന്തബോധമാവാം അതിനു പ്രേരണയായിത്തീർന്നത്. ഈ ദുരന്തബോധം കഥാപാത്രങ്ങളെ പലായനപ്രവണതയിലേക്കും ആത്മപീഡനരതിയിലേക്കും ആത്മഹത്യാവാസനയിലേക്കും നയിക്കുന്നു. ആത്മഹത്യാവാസനയുള്ളപ്പോൾത്തന്നെ ശക്തമായ ജീവിതരതിയും അവരിൽ പ്രകടമാണ്. രാജലക്ഷ്മിയുടെ ആത്മഹത്യ എന്ന കഥ കലയുടെ രൂപത്തിൽ ആവിഷ്കരിച്ച ഒരു ആത്മഹത്യാ കുറിപ്പാണെന്ന് കെ.പി.അപ്പൻ ചൂണ്ടിക്കാട്ടുന്നു.

"ആത്മഹത്യ എന്ന കഥ രാജലക്ഷ്മിയുടെ ആത്മഹത്യയ്ക്കു കുറച്ചു നാളുകൾക്കു മുമ്പെഴുതിയതാണ്. ആ കഥയിലെ നായികയാണു നീരജ. നീരജയുടെ ആത്മഹത്യയെക്കുറിച്ചുള്ള വാർത്ത പത്രത്തിൽ വന്നില്ല. പകരം കഥാകാരിയായ രാജലക്ഷ്മി നമുക്കു തന്നത് സ്വന്തം ആത്മഹത്യയെക്കുറിച്ചുള്ള വാർത്തയായിരുന്നു. അതിന്റെ അർത്ഥം ഈ കഥ രാജലക്ഷ്മിയെ സംബന്ധിച്ചിടത്തോളം വരാൻപോകുന്ന നടുക്കത്തെക്കുറിച്ചുള്ള സൂചനയായിരുന്നുവെന്നാണ്. കഥയുടെ തുടക്കത്തിൽ കാണുന്ന ആത്മഹത്യയെക്കുറിച്ചുള്ള ചർച്ച ഈ പ്രശ്നത്തിൽ രാജലക്ഷ്മിക്കുണ്ടായിരുന്ന ബുദ്ധിപരവും വികാരപരവുമായ ആഭിമുഖ്യത്തെയാണ് ഉയർത്തിപ്പിടിക്കുന്നത്. പ്രായം കുറഞ്ഞ നീരജ തന്നെക്കാൾ വളരെ പ്രായം കൂടിയ ഒരാളെ വിവാഹം കഴിക്കാൻ തീരുമാനിച്ചതു പ്രതിരൂപാത്മകമായ ആത്മഹത്യയായിരുന്നു. അവർ നടത്തിയ മന്ദഗതിയിലുള്ള ആത്മഹത്യാശ്രമം മറ്റൊരു പ്രത്യക്ഷത്തെളിവായി നമ്മുടെ കൺമുമ്പിൽ നിൽക്കുന്നു.നാട്ടിലേക്കുള്ള യാത്ര അവസാനത്തെ വിടവാങ്ങലാണെന്ന പ്രസ്താവനയിൽ കാണുന്നത് രൂക്ഷത കുറഞ്ഞ പദപ്രയോഗത്തിലൂടെ സ്വയംഹത്യയെക്കുറിച്ചുള്ള കൊടുംഭീതിയെ കവിതയായി അവതരിപ്പിക്കുന്ന തന്ത്രമാണ്. നമുക്കറിയാവുന്ന സ്ഥലത്തുനിന്നുള്ള നീരജയുടെ പെട്ടെന്നുള്ള തിരോധാനം ആത്മഹത്യയുടെ പ്രതീതി സൃഷ്ടിക്കുന്നു. കഥാകാരിക്കുള്ള കത്തുകളിൽ തന്നെക്കുറിച്ച് ഒന്നും തന്നെ എഴുതാതിരുന്ന നീരജ സ്വന്തം നിലനില്പിനെ നിർദ്ദയം നിഷേധിക്കുകയാണു ചെയ്യുന്നത്. അവനവന്റെ തന്നെ ഇത്തരം അസ്തിത്വനിഷേധം തത്ത്വചിന്തയിൽ ആത്മഹത്യയുടെ ചിഹ്നമാണ്."[2]

രാജലക്ഷ്മിയുടെ നായികമാർക്ക് ജീവിതത്തെ വെറുക്കാൻ പ്രേരണയായിത്തീർന്നത് അവരുടെ സാഹചര്യങ്ങളാണ്. അടിസ്ഥാനപരമായി അവരൊന്നും അങ്ങനെയായിരുന്നില്ല. താത്പര്യത്തിനു വിപരീതമായ ജീവിതമണ്ഡലങ്ങൾ അവരെ നിരാശരാക്കി. കിട്ടിയതുകൊണ്ടു തൃപ്തിപ്പെടുക എന്ന ഗതികേടിലായിരുന്നു അവരിൽ പലരും. ആദ്യകഥയിലെ ശാരദ തന്നെ സാഹിത്യം പഠിക്കാൻ മോഹിച്ചിട്ട് അച്ഛന്റെ നിർബന്ധം കൊണ്ട് നിയമം പഠിച്ച് അഡ്വക്കേറ്റാകേണ്ടിവന്നു. 'ചരിത്രം ആവർത്തിക്കുന്നില്ല' എന്ന കഥയിലെ എൻജിനീയർക്ക് സ്നേഹിച്ച പെണ്ണിനെ വിവാഹം കഴിക്കാനാവാതെ അച്ഛൻ ചൂണ്ടിക്കാണിച്ച പണക്കാരിയെ വിവാഹം കഴിക്കേണ്ടി വരുന്നു. കഥാകൃത്തിന്റെ ജീവിതവും ആ നിലയിൽ ഒരു പരാജയമായിരുന്നു. സാഹിത്യം പഠിക്കാനായിരുന്നു രാജലക്ഷ്മി ആഗ്രഹിച്ചത്. അതിനു കഴിയാതെ ഭൗതികശാസ്ത്രം പഠിച്ച് കോളേജിൽ അദ്ധ്യാപികയാകേണ്ടി വന്നു. ശാരദയ്ക്കു സ്നേഹിച്ച പുരുഷനെ വിവാഹം കഴിക്കാൻ സാധിക്കാതെ അവിവാഹിതയായി കഴിയേണ്ടതായും വന്നു. "എറണാകുളത്ത് ഒരു വക്കീലുമായുള്ള പ്രണയം കുടുംബങ്ങൾ തമ്മിലുണ്ടായിരുന്ന കുടിപ്പകയിൽപ്പെട്ട് തകർന്നടിഞ്ഞു."[3]

എഴുത്തുകാരി എന്ന നിലയിൽ സമൂഹത്തിന്റെ എതിർപ്പുകൾ കാരണം ആഗ്രഹിച്ചതൊന്നും സ്വാതന്ത്ര്യത്തോടെ ചിത്രീകരിക്കുവാൻ രാജലക്ഷ്മിക്കും കഴിഞ്ഞില്ല. രണ്ടുവർഷം ഒന്നും എഴുതാതെപോലും ഇരിക്കേണ്ടിവന്നു. ഉച്ചവെയിലും ഇളംനിലാവും എന്ന നോവലിന്റെ ആറ് അദ്ധ്യായങ്ങളൊഴിച്ച് ബാക്കിയെല്ലാം കത്തിച്ചു. ആളുകളുടെ തെറ്റിദ്ധാരണയും എതിർപ്പും കാരണം 'ഞാനെന്ന ഭാവം' എന്ന നോവലിന്റെ പലഭാഗങ്ങളും മുറിച്ചുമാറ്റി. അതുകൊണ്ടുതന്നെ ആ നോവൽ അപൂർണ്ണവും അനാകർഷകവുമായി.

തന്റെ കൺമുമ്പിൽ കണ്ടതും തന്റെ അനുഭവത്തിൽപ്പെട്ടതും സുഹൃത്തുക്കൾ പറഞ്ഞുകേട്ടതുമായ കാര്യങ്ങൾ സ്വാംശീകരിച്ചു ചിത്രീകരിക്കുക എന്നുള്ളതായിരുന്നു രാജലക്ഷ്മിയുടെ രീതി. എന്നാൽ, അങ്ങനെ ചിത്രീകരിച്ചതിന്റെ പേരിൽ തൊട്ടടുത്ത സുഹൃത്തുക്കൾപോലും ശത്രുക്കളായി മാറിയതും നാം കണ്ടു. അന്യരുടെ അനുഭവങ്ങൾ സ്വാംശീകരിക്കുമ്പോൾ, അതു സ്വന്തം അനുഭവങ്ങളായി മാത്രം കണ്ട രാജലക്ഷ്മി അതിത്രത്തോളം വലിയ ഭവിഷ്യത്തുണ്ടാക്കുമെന്നോ അതിന്റെ പേരിൽ തന്റെ ജീവിതം തന്നെ കൈവിട്ടുപോകുമെന്നോ ഒരിക്കലും കരുതിയില്ല. എന്തെഴുതിയാലും അതെല്ലാം സ്വന്തം അനുഭവങ്ങളായി വായനക്കാരിൽ ചിലർ വ്യഖ്യാനിക്കാൻ തുടങ്ങിയപ്പോൾ രാജലക്ഷ്മി ദുഃഖിതയായി. എഴുതാതിരിക്കാനും അവർക്കു കഴിയുമായിരുന്നില്ല. മനസ്സിന്റെ വേദനകളും അസ്വസ്ഥതകളും പരിഹരിച്ചത് എഴുത്തിലൂടെയാണ്. രണ്ടുവർഷം എഴുതാതിരിക്കാൻ നോക്കിയെങ്കിലും, അവരനുഭവിച്ച ആത്മസംഘർഷം അതികഠിനമായിരുന്നു. അങ്ങനെ ഒരവസ്ഥ നേരിടാനാവാത്തതുകൊണ്ടുതന്നെ അവർ വീണ്ടും എഴുതിത്തുടങ്ങി. അപ്പോഴും

എതിർപ്പുകൾ ധാരാളമുണ്ടായി. ആവിഷ്കാരസ്വാതന്ത്ര്യം ഹനിക്കപ്പെടുന്നത് ഏതെഴുത്തുകാരന്റെയും ആത്മവ്യഥയാണെന്നുള്ളതിൽ തർക്കമില്ല. ഉള്ളിലെ സംഘർഷങ്ങൾ എത്ര വർദ്ധിച്ചാലും രാജലക്ഷ്മി അതൊന്നും ആരുമായും പങ്കുവച്ചിരുന്നില്ല. അതിനുള്ള ഒരേയൊരു പാധിയായിരുന്നു അവർക്ക് സർഗ്ഗാത്മകത. ആന്തരികമായ അസ്വസ്ഥതകൾക്ക് അവർ കണ്ട സഞ്ജീവനി! ഉള്ളിലെ ശക്തമായ സംഘർഷങ്ങൾ അവരുടെ കാല്പനിക സൗന്ദര്യപ്രകർഷത്തെയും പ്രതിഭാപ്രകാശത്തെയും ഒട്ടൊക്കെ തല്ലിക്കെടുത്തി.ആദ്യകാലകഥകളിലും നോവലിലും നിറഞ്ഞുനിന്ന കാല്പനിക സൗന്ദര്യവും കലാപരമായ മേന്മയും പില്ക്കാലകൃതികളിൽ അത്രത്തോളം സ്വായത്തമാക്കാൻ അവർക്കു കഴിയാതിരുന്നതും അതുകൊണ്ടുതന്നെയാണ്.

കാല്പനികതയുടെ പ്രത്യേകതകളായ ആത്മപീഡനരതിയും അതിന്റെ മറുവശമായ പരപീഡനരതിയും രാജലക്ഷ്മിയുടെ കഥാപാത്രങ്ങൾ പ്രകടമാക്കുന്നുണ്ടെന്നും അവരുടെ ആത്മഹത്യയ്ക്കുപോലും ഈ ആത്മപീഡനരതിയുമായി അടുത്ത ബന്ധമുണ്ടെന്നും നേരത്തെ പറഞ്ഞുവല്ലോ. തെറ്റുകൾ എന്ന കഥയിലെ ഡോ. മാലതി മെഡിക്കൽ റെപ്രസെന്റേറ്റീവ് ഗോപിനാഥൻ നായരോടു കാണിക്കുന്ന ക്രൂരത അവരുടെ പരപീഡനരതിക്ക് ഉദാഹരണമാണ്. കമ്പനിയുടെ ആളുകൾ നേരിട്ടുവന്ന് അപേക്ഷിച്ചിട്ടുപോലും കേസിൽ നിന്ന് അവർ പിന്മാറുന്നില്ല. ഒരു നിസ്സാര പ്രശ്നത്തിന്റെ പേരിൽ ഒരു ചെറുപ്പക്കാരന്റെ ഭാവി തകർത്ത് അവർ അയാളെ പീഡിപ്പിച്ചു രസിക്കുകയാണ്. മകൾ എന്ന കഥയിലെ ശാരദ, അച്ഛന്റെ മരണത്തോടെ തന്റെ ജീവിതം നശിപ്പിച്ചുകളഞ്ഞ അച്ഛനോടുണ്ടായിരുന്ന പ്രതികാരം തന്നോടുതന്നെ തീർക്കുന്നു. ഇത് ആത്മപീഡനരതിയുടെ പ്രകടനമാണ്. കുടുംബത്തോടുള്ള കടമകൾ അച്ഛൻ നിർവഹിക്കാതിരുന്നതുകൊണ്ടാണ് അവൾക്ക് ആ ഭാരം മുഴുവൻ ചെറിയ പ്രായത്തിൽത്തന്നെ തലയിലേറ്റേണ്ടിവന്നത്. അതിൽ അവൾക്ക് അമർഷമുണ്ട്. പ്രണയംകൂടി തകർന്നതോടെ ജീവിതം വെറുത്തുപോവുകയും ഗോവാ വിമോചനമുന്നണിയിൽ ചേർന്ന് വീടുവിട്ടുപോവുകയും ചെയ്യുന്നു. ഈ ഒളിച്ചോട്ടം പരോക്ഷമായ ആത്മഹത്യതന്നെ. വേദനിപ്പിക്കുന്ന ജീവിതയാഥാർത്ഥ്യങ്ങളെ നേരിടാനാവാതെ അതിൽ നിന്നു മോചനം തേടിയുള്ള ഒരു പലായനം! ഗോവാ ജയിലിലെ ജീവിതം അവൾക്ക് വാസ്തവത്തിൽ അവളുടെ അതുവരെയുള്ള ജീവിതത്തിന് ഒരന്ത്യം കുറിക്കലായിരുന്നു. സംഭവബഹുലവും ദുരിതപൂർണ്ണവുമായ സ്വന്തം ജീവിതത്തിൽ നിന്ന് ഒരു സ്ത്രീ നടത്തുന്ന സ്വാതന്ത്ര്യപ്രഖ്യാപനമായും ഈ പലായനത്തെ വ്യാഖ്യാനിക്കാവുന്നതാണ്.

'ഒരദ്ധ്യാപിക ജനിക്കുന്നു' എന്ന കഥയിൽ ധനവാനും സ്നേഹസമ്പന്നനുമായ രവിയുടെ പ്രണയം ഇന്ദിര നിരസിക്കുന്നത് ദരിദ്രമായ തന്റെ കുടുംബത്തോടുള്ള കടപ്പാടിന്റെ പേരിലാണ്. എന്നാൽ, പ്രണയഭംഗത്തിന്റെ ദുഃഖത്തിൽ രവി നാടുവിട്ടുപോയി എന്നറിയുമ്പോൾ, വല്ലാത്ത

നഷ്ടബോധമാണ് അവൾക്കുണ്ടാകുന്നത്. രവിയുടെ മരണവാർത്ത തന്നെ തേടിയെത്തുമ്പോൾ, ആശുപത്രിയിൽ മരിക്കുംമുമ്പ് തന്റെ അഡ്രസ്സാണ് രവി കൊടുത്തിരുന്നതെന്ന് അറിയുമ്പോൾ മാത്രമാണ് അയാളുടെ സ്നേഹത്തിന്റെ ആഴം ഇന്ദിര മനസ്സിലാക്കുന്നത്. രവി അത്രനാളും തന്നെ മനസ്സിൽ കൊണ്ടുനടന്നിരുന്നുവെന്ന അറിവ് ഇന്ദിരയുടെ നഷ്ടബോധം ഇരട്ടിയാക്കുന്നു. അവളുടെ മനസ്സിലൂടെ കടന്നുപോകുന്ന ഭൂതകാലസ്മൃതികളും അതിൽ നിന്നുണ്ടാകുന്ന മനസ്സിന്റെ വിഭ്രാമകമായ അവസ്ഥയുമാണ് കഥയിൽ ആവിഷ്കരിച്ചിട്ടുള്ളത്. മകൾ എന്ന കഥയിലെപ്പോലെതന്നെ ജീവിതത്തിൽ നിന്നുള്ള ഒളിച്ചോട്ടമാണ് ഇവിടെയും കാണുന്നത്. എങ്കിലും കഥാന്ത്യത്തിൽ നായികയായ ഇന്ദിര താൻ വെറുത്തിരുന്ന അദ്ധ്യാപകവൃത്തിയെ സ്നേഹിക്കുകയും രവിയോടുള്ള സ്നേഹം കുട്ടികളോടുള്ള വാത്സല്യമാക്കി മാറ്റുകയും ചെയ്യുമ്പോൾ, കഥയ്ക്ക് പ്രത്യാശയുടെ ഒരു വെളിച്ചം പകരാൻ കഥാകൃത്തിനു കഴിഞ്ഞിട്ടുണ്ട്. എങ്കിലും നഷ്ടപ്പെടുത്തിയതിനെക്കുറിച്ചോർത്ത് ഈ നായികയ്ക്കും ജീവിതകാലം മുഴുവൻ വേദനിക്കാനാണു വിധി. ഇവിടെയും പുതിയ ഒരു ജീവിതത്തിലേക്കുള്ള പ്രവേശം സ്ത്രീയുടെ സ്വാതന്ത്ര്യപ്രഖ്യാപനമായി കാണാവുന്നതാണ്.

ആത്മഹത്യ എന്ന കഥയിലെ വിഷയവും ജീവിതത്തിൽ നിന്നുള്ള ഒളിച്ചോട്ടമാണെന്നു കണ്ടു. പൊരുത്തപ്പെടാനാവാത്ത ദാമ്പത്യത്തിൽ നിന്നു രക്ഷനേടാൻ വേണ്ടി നീരജ ജീവിതം അവസാനിപ്പിക്കാൻ ആഗ്രഹിക്കുന്നു. അതിന് അവൾ സ്വീകരിക്കുന്ന മാർഗ്ഗം ഗർഭരക്ഷയ്ക്കുള്ള മരുന്നുകൾ കഴിക്കാതിരിക്കുക എന്നുള്ളതാണ്. അവളുടെ അനാരോഗ്യം കാരണം ഗർഭത്തിൽ വച്ചുതന്നെ കുഞ്ഞു മരിക്കുകയും അവൾ രക്ഷപ്പെടുകയും ചെയ്യുന്നു. പക്ഷേ, താമസിയാതെ അവളും മരിക്കും എന്ന സൂചന നൽകിക്കൊണ്ടാണ് കഥ അവസാനിക്കുന്നത്. നീരജയുടെ ആത്മഹത്യയെ ദുരിതപൂർണ്ണമായ ജീവിതത്തിൽ നിന്നുള്ള അവളുടെ സ്വാതന്ത്ര്യപ്രഖ്യാപനമായി കാണാവുന്നതാണ്. ഒരാഖ്യാതാവിലൂടെയാണ് ഇവിടെ കഥാകൃത്ത് നീരജയുടെ കഥ അവതരിപ്പിക്കുന്നത്. ആഖ്യാതാവിൽ മറഞ്ഞുനിൽക്കുന്നത് കഥാകൃത്തു തന്നെയാണ്. കഥാകൃത്തിന്റെ ആത്മഹത്യാവാഞ്ഛയാണ് നായികയിലൂടെയും ആഖ്യാതാവിലൂടെയും പ്രകടമാകുന്നത്. സാഹിത്യകാരന്റെ സഹജമായ വാസനകൾ (മരിക്കാനും കൊല്ലാനുമുള്ളവാസന) കഥാപാത്രങ്ങളിലൂടെ സാക്ഷാത്കരിക്കുന്നതിനെക്കുറിച്ച് ഫ്രോയിഡിന്റെ പഠനങ്ങൾ ചൂണ്ടിക്കാണിക്കുന്നുണ്ട്. ഡോസ്റ്റോവ്സ്കിയെക്കുറിച്ചു പഠനം നടത്തുന്ന സന്ദർഭത്തിലാണ് ഫ്രോയിഡ് ഈ മനശ്ശാസ്ത്രതത്ത്വം അവതരിപ്പിക്കുന്നത്.

മൃത്യുവാഞ്ഛയും ഹിംസാവാഞ്ഛയുമുള്ള കഥാപാത്രങ്ങളെ ഡോസ്റ്റോവ്സ്കി സൃഷ്ടിച്ചത് അതുകൊണ്ടാണത്രേ.[4]

രാജലക്ഷ്മിയുടെ ആത്മാംശമുള്ള കഥാപാത്രങ്ങളെല്ലാം കഠിനമായ ദുഃഖം പേറുന്നവരാണെന്ന് കഴിഞ്ഞ അദ്ധ്യായത്തിൽ കണ്ടു. അതേ സമയം തന്നെ ദുഃഖത്തിൽ നിന്നുള്ള മോചനമാർഗ്ഗം തേടുന്നവരുമാണ്. പ്രണയം അവർക്കെല്ലാം ദുഃഖത്തിൽ നിന്നു താൽക്കാലിക മോചനം നൽകുന്നു. നായികമാർ എല്ലാവരും തന്നെ വ്യക്തിത്വമുള്ളവരാണ്. എന്നാൽ ആ വ്യക്തിത്വം അവരുടെ ജീവിതവിജയത്തിനു കാരണമായി ഭവിക്കുന്നില്ല. സ്വയം വരുത്തിവച്ച കാരണങ്ങളോ അല്ലെങ്കിൽ വിധിയോ അവരെ പരാജയത്തിലെത്തിക്കുന്നു. 'ഒരു വഴിയും കുറെ നിഴലുകളും' എന്ന നോവലിലെ രമണിയും, 'ഞാനെന്ന ഭാവ'ത്തിലെ അമ്മിണിയും, 'ഉച്ചവെയിലും ഇളം നിലാവും' എന്ന നോവലിലെ വിമലയും ആരും തന്നെ ജീവിതത്തിൽ വിജയം വരിച്ച സ്ത്രീകളല്ല. ഭൗതികസുഖങ്ങളും മെച്ചപ്പെട്ട വിദ്യാഭ്യാസവും ഉയർന്ന ചിന്താഗതികളും ഉദ്യോഗവും ഉണ്ടെങ്കിലും സ്വഭാവത്തിലെ ചില പ്രത്യേകതകളും, സങ്കീർണ്ണമായ വ്യക്തിത്വവും കൂടിച്ചേർന്നു രൂപപ്പെടുന്ന സ്ത്രൈണ ചേതന അവരെ പരാജയത്തിലെത്തിക്കുകയാണ് ചെയ്യുന്നത്. ഈ പരാജയത്തിൽ നിന്നു രക്ഷ നേടാൻ പിന്നീട് അവർക്ക് ഒരിക്കലും കഴിയുന്നുമില്ല.

സ്ത്രൈണചേതനയുടെ കാണാപ്പുറങ്ങളിലേക്കു കടക്കുവാൻ ശ്രമിക്കുന്നതിലൂടെ രാജലക്ഷ്മി എന്ന എഴുത്തുകാരിയുടെ സ്ത്രൈണ ചൈതന്യത്തെ മാത്രമല്ല, അവരുടെ സ്ത്രീകഥാപാത്രങ്ങളുടെ സ്ത്രൈണചൈതന്യത്തെയും ആവാഹിക്കുവാൻ കഴിയും. കാരണം അവ രണ്ടും ഒന്നാണെന്നുള്ള സത്യം നാമിവിടെ തിരിച്ചറിയുന്നു.

---

1 മാറുന്ന മലയാള നോവൽ- കെ.പി. അപ്പൻ, ഗൗതമ പബ്ളിക്കേഷൻസ്, ആലപ്പുഴ

2 കെ.പി. അപ്പൻ - മരണത്തിന്റെ ഹൃദ്യമായ മുന്നറിയിപ്പുകൾ

3 രാജലക്ഷ്മിയുടെ നിഴൽപ്പാടുകൾ- എ.ബി.രഘുനാഥൻ നായർ, പരിധി പബ്ളിക്കേഷൻസ് തിരുവനന്തപുരം പേജ് -45

4 The Basic writing of Sigmapnd frend Transilated and edited with an introduction by Dr.A.A.Brill - Random House

ആറ്

കൂട്ടിലെ കിളിയുടെ രോദനം

രാജലക്ഷ്മിയുടെ കഥകളിലും നോവലുകളിലുമെല്ലാം നായികമാർ ഒറ്റപ്പെട്ടവരാണെന്ന് കണ്ടുവല്ലോ. ഒറ്റപ്പെടലിന്റെ തീവ്രദുഃഖം കാല്പനികതയുടെ മുഖമുദ്രയാണെന്നും അവിടെ വ്യക്തമാകുന്നു. ഏകാന്തതയുടെ നിതാന്തവ്യഥപേറുന്ന ഇത്തരം കഥാപാത്രങ്ങൾ എം.ടിയുടെയും രാജലക്ഷ്മിയുടെയും കൃതികളുടെ മാത്രമല്ല, പില്ക്കാലത്ത് ഉറൂബ്, പത്മനാഭൻ തുടങ്ങിയ കാല്പനികരുടെയെല്ലാം കൃതികൾക്കുള്ള സവിശേഷതയാണ്. രാജലക്ഷ്മിയുടെ ആദ്യനോവലിലെ നായിക രമണിയാണ് ഏറ്റവും നല്ല ഉദാഹരണം. നോവലിൽ ആദ്യന്തം നിറഞ്ഞുനിൽക്കുന്നതും രമണിതന്നെ. അവൾക്ക് അച്ഛനുമമ്മയും രണ്ടനുജന്മാരുമുണ്ടെങ്കിലും വീട്ടിൽ അവൾ എന്നും ഒറ്റപ്പെട്ടവളാണ്.

"കുന്നിൻചരിവിലെ രണ്ടുനിലക്കെട്ടിടത്തിൽ ഉറ്റവരുടെ നടുവിലാണെങ്കിലും ആ പെൺകുട്ടി തികച്ചും ഒറ്റയായിരുന്നു."

എന്നു നോവലിസ്റ്റു പറയുമ്പോൾ, അത് എഴുത്തുകാരിയുടെ അവസ്ഥ കൂടിയാണ്. സാധാരണ പെൺകുട്ടികളെ സംബന്ധിച്ചിടത്തോളം അമ്മമാരായിരിക്കും അവരുടെ സന്തതസഹചാരികളും, സുഹൃത്തുക്കളും, ഗുരുനാഥന്മാരും, വഴികാട്ടികളുമെല്ലാം. അമ്മമാർക്കു ചെലുത്താൻ കഴിയുന്ന സ്വാധീനം പോലെ മറ്റാർക്കും കഴിഞ്ഞെന്നു വരില്ല. ഒറ്റമകളാകുമ്പോൾ പ്രത്യേകിച്ചും. എന്നാൽ, രമണിക്ക് തന്റെ അമ്മ, അവൾ മറക്കാൻ ശ്രമിക്കുന്ന അസുഖകരമായ ഒരനുഭവമാണ്. രമണിയുടെ വീക്ഷണത്തിലൂടെത്തന്നെ നോവലിസ്റ്റ് അത് ആവിഷ്കരിക്കുന്നു.

"അമ്മ എന്നു പറഞ്ഞാൽ കുഴമ്പും ചന്ദനത്തിരിയും മണക്കുന്ന കോണിച്ചുവട്ടിലെ വടക്കെ അകമാണ് ഓർമ്മ വരിക. ആ വെളിച്ചം കയറാത്ത മുറിയിലെ പഴയ കട്ടിലിൽ നിന്നു വേറെയായി അമ്മയെ സങ്കല്പിക്കുവാൻ അവൾക്കു സാധിച്ചിട്ടില്ല. അറിവുവെച്ചതു മുതൽ അതിന്റെ ഒരുഭാഗമായിട്ടാണ് അവരെ കണ്ടിട്ടുള്ളത്. കാപ്പിയും കഞ്ഞിയും ചോറും ഉപ്പുമാങ്ങയും കാച്ചിയമോരുമെല്ലാം ഒന്നൊന്നായി

അകത്തേക്കു പോകുന്നതു കാണാം. ഒഴിഞ്ഞ ഗ്ലാസ്സുകളും പാത്രങ്ങളും പുറത്തേക്കു വരുന്നതും. അതിനുള്ളിൽ എന്താണ് നടക്കുന്നതെന്ന് അറിഞ്ഞുകൂടാ. അറിയണമെന്ന് തോന്നിയിട്ടുമില്ല. ഒരാൾ ഇങ്ങനെ സദാ സമയവും കിടന്നു കഴിക്കുന്നതെന്തിനാണെന്ന് ഒരാലോചന പോയിട്ടേയില്ല. ദിവസത്തിൽ ഒരിക്കൽ ഒഴിച്ചുകൂടാൻ വയ്യാത്തതുകൊണ്ട് മുറിക്കകത്തേക്കു കടന്നു ചെല്ലും.

ആ പ്രഭയറ്റനോട്ടം ദേഹത്തു വീണാൽ ആ ഞരമ്പെഴുന്നു നിൽക്കുന്ന കൈകൾ മേൽതൊട്ടാൽ ഉള്ളിൽ അടിയിൽ എവിടെയോ നിന്ന് ഒരു തണുപ്പു പൊങ്ങിവരും. കഴിയുന്നതും വേഗം പുറത്തുകടന്നാലേ സമാധാനമുള്ളു. സന്ധ്യയ്ക്കു വിളക്കു വെക്കേണ്ട നേരത്തു മാത്രമേ അമ്മ എന്ന വ്യക്തി അറിവോടെ മനസ്സിൽ വരാറുള്ളു. അതും കഴിയുന്നതും വേഗം ചെയ്തുതീർക്കേണ്ട ഒരിഷ്ടമില്ലാത്ത പ്രവൃത്തിയായിട്ട്...

ആ കാറ്റുകടക്കാത്ത മുറിയേയും, അതുൾക്കൊള്ളുന്ന മനുഷ്യജീവിയെയും വിട്ടുനിർത്തിയാണ് ചിന്ത പ്രവർത്തിക്കാറുള്ളത്. സുഖകരമല്ലാത്തതിനെ ഒഴിവാക്കാനുള്ള അബോധപൂർവ്വമായ പ്രേരണ."[1]

രമണിയും അനിയനും തമ്മിലും വലിയ അന്തരമുണ്ടായിരുന്നു. സ്വഭാവത്തിന്റെ കാര്യത്തിൽ വ്യത്യസ്തമായ രണ്ടു ധ്രുവങ്ങളിലായിരുന്നു അവർ. ഒരു വയസ്സിന്റെ വ്യത്യാസമേ ഉണ്ടായിരുന്നുള്ളു. എന്നാൽ പ്രകൃതത്തിൽ ഒരു ലോകത്തിന്റെ അന്തരം മുഴുവനും.

"പറയുന്നതുകേൾക്കാൻ അവനു വിഷമമില്ല. എതിരു പ്രവർത്തിക്കുന്നതിനേക്കാൾ അനുസരിക്കാനാണ് അവനു വാസന. എല്ലാവർക്കും അവനെയാണ് കൂടുതലിഷ്ടം. അമ്മൂമ്മയ്ക്കും കിടക്കുന്ന അമ്മയ്ക്കും കൂടി."[2]

പറയുന്നതൊന്നും അനുസരിക്കാത്ത, എന്തും തന്നിഷ്ടത്തിനു മാത്രം പ്രവൃത്തിക്കുന്ന, ആരെയും എതിർക്കുന്ന ധിക്കാരിയായ പെൺകുട്ടിയെ വീട്ടിലാരും ഇഷ്ടപ്പെട്ടില്ല. അവൾക്കും ആരെയും ഇഷ്ടമുണ്ടായിരുന്നില്ല. എല്ലാറ്റിനോടും ഒരമർഷമായിരുന്നു അവൾക്ക്.

"ഗോപുവും അവളും ഒരേമനസ്സായി ചെയ്യുന്ന പ്രവൃത്തി വടക്കേ അകത്തേക്കുള്ള സന്ധ്യാനേരത്തെ യാത്രമാത്രമാണ്. അവർ തമ്മിൽ അതിനെപ്പറ്റി സംസാരിച്ചിട്ടില്ലെങ്കിലും അവൾക്കറിയാം അവനും അതു വിഷമമാണെന്ന്"

പിന്നെ രമണിയുടെ അച്ഛൻ; അദ്ദേഹം അവൾക്ക് ഒരു പേടിസ്വപ്നമാണ്. ഗൗരവപ്രകൃതിയായ, ഒരിക്കൽപ്പോലും സ്നേഹത്തോടെ ഒരു വാക്കു സംസാരിച്ചിട്ടില്ലാത്ത, അദ്ദേഹത്തിന്റെ മുമ്പിൽ ചെന്നുപെടുന്നത് അവൾക്കു ഭയമാണ്. എന്നാൽ, അച്ഛൻ അധികസമയവും വീട്ടിൽ ഉണ്ടാവില്ല എന്നുള്ളത് അവൾക്കു വലിയ ആശ്വാസമാണ്.

അച്ഛൻ ഉള്ള സമയമാണെങ്കിൽ, അവിടെ ഇല അനങ്ങുന്നതു കൂടി

അദ്ദേഹം സ്ഥലത്തുണ്ട് എന്ന ഓർമ്മയോടെയാണ്. അച്ഛൻ ഉറക്കെ സംസാരിക്കുകയോ ചിരിക്കുകയോ ചെയ്തു കേട്ടിട്ടില്ല.

അച്ഛന്റെ കടുത്തനിയന്ത്രണവും ആരെയും അടുപ്പിക്കാത്ത പ്രകൃതവും ക്രൂരമായ ശിക്ഷാവിധികളും അവളിൽ വെറുപ്പുണ്ടാക്കി. അച്ഛന്റെ കിടക്ക പങ്കുവയ്ക്കുകയും അമ്മയെ അടുക്കളയിൽ നിന്നകറ്റി രോഗശയ്യയിലാക്കുകയും ചെയ്ത ചെറിയമ്മയുടെ അധികാരഭാവവും രമണിയുടെ മനസ്സിൽ വിദ്വേഷം നിറച്ചു. ഒരിക്കൽപ്പോലും അവളോടു സ്നേഹമായി സംസാരിക്കാത്ത സ്ത്രീയാണ് അവർ. അച്ഛൻ വരുമ്പോൾ തന്നെക്കുറിച്ച് വേണ്ടാത്ത കാര്യങ്ങളൊക്കെ പറഞ്ഞു കേൾപ്പിച്ച് ശിക്ഷ വാങ്ങിത്തരുന്ന ചെറിയമ്മ അവളുടെ ശത്രുക്കളുടെ കൂട്ടത്തിൽ മുൻപന്തിയിൽത്തന്നെ. ഒരിക്കൽ അപ്പേട്ടന്റെ വീട്ടിൽപോയിട്ട് വൈകിയാണു തിരിച്ചെത്തിയത്. വന്നപ്പോൾ അച്ഛൻ വീട്ടിലുണ്ടായിരുന്നില്ല. രാത്രിയാണു വന്നത്. അടുത്തദിവസം ഞായറാഴ്ചയായിരുന്നു. അന്നു വൈകിട്ടാണ് ചോദ്യം ചെയ്യലും ശിക്ഷയുമൊക്കെ ഉണ്ടായത്. അതു ചെറിയമ്മ പറഞ്ഞുകൊടുത്തിട്ടുതന്നെയാണെന്ന് അവൾക്കു മനസ്സിലായി. “ദുഷ്ട!” അവൾ മനസ്സിൽ വിചാരിച്ചു. തലേദിവസം ഒരു മണിക്കു സ്കൂൾ വിട്ടിട്ട് അഞ്ചരവരെ എവിടെയായിരുന്നുവെന്ന ചോദ്യത്തോടെയാണ് അച്ഛന്റെ ചോദ്യം ചെയ്യൽ ആരംഭിച്ചത്. “അപ്പേട്ടന്റെ വീട്ടിൽ പോയിരുന്നു” എന്ന സത്യം അവൾ തുറന്നു പറഞ്ഞു. സ്കൂൾ വിട്ടാൽ അപ്പോൾത്തന്നെ നേരെ വീട്ടിലേക്കു പോരണം എന്ന താക്കീതോടെ മേശവലിപ്പിൽ നിന്നുചൂരൽ വലിച്ചെടുത്ത് അടിയും തുടങ്ങി. ശക്തി മുഴുവനെടുത്ത് ആറടികൾ! ആദ്യത്തെ ആറടികൾ വലത്തുകൈയിൽത്തന്നെ വീണു. അതേ ശക്തിയിൽ ആറടികൾ ഇടത്തു കൈയിലും! മണിക്ക് അച്ഛന്റെ അടികിട്ടിയ രംഗം ഒട്ടൊരു നാടകീയതയോടെ നോവലിസ്റ്റു വിവരിക്കുന്നു.

“ആദ്യത്തെ അടിവീണപ്പോൾ നെഞ്ചിന്റെ പിടപ്പു നിന്നു....

ആറാമത്തേതുമായി... തൊലിപൊട്ടി ചോര പൊടിച്ചുവന്നു

“മറ്റേകൈ” അവൾ ഇടത്തുകൈയും നീട്ടി...

ഒന്ന്... രണ്ട്... മൂന്ന്...

കരയരുത്, കരയരുത്....

ആറ്! നിന്നു!

കരഞ്ഞില്ല....

അച്ഛന്റെ ഉഗ്രമായ ശബ്ദം കേട്ടു...

“പൊയ്ക്കോളൂ, നിക്കണ്ട...

കാലുകിടന്നു വിറയ്ക്കുകയാണ്

നടന്നാൽ, വീണാലോ...?”

അച്ഛന്റെ മുമ്പിൽ വീഴുകയോ?

രണ്ടു കൈയും തൂക്കിയിട്ട് അവൾ നടന്നു...പുറത്തു കടന്നു.

കടലാസ്സുപോലെ വെളുത്ത മുഖവുമായി ഗോപു ഇടനാഴിയിൽ നില്ക്കുന്നുണ്ട്.

അവൾ ഓടി...

നേരെ പറമ്പിലേക്ക്...

പിന്നാമ്പുറത്തെ പടിതുറന്നുകിടക്കുകയാണ്....

ദൈവാധീനം!

അവൾ കുന്നിൻപുറത്തേക്കു കയറി കൈ രണ്ടും നീട്ടിപ്പിടിച്ചു.

തുടുത്തു പൊട്ടിയ കൈയിലേക്കു നോക്കിക്കൊണ്ട് അവൾ നിന്നു...

എന്തു പുകച്ചിൽ!

തുളച്ചുകയറുന്ന വേദന!”[3]

എങ്കിലും മനസ്സിനൊരു കനക്കുറവാണ് തോന്നിയത്. അച്ഛൻ ആദ്യ മായാണ് അവളെ വേദനിപ്പിക്കുന്നത്. “ഉള്ളിൽ എവിടെയോ ഒരു ചങ്ങല അറ്റു.”

ഇവിടെ അറ്റുപോയത് ബന്ധങ്ങളുടെ പവിത്രമായ ചങ്ങലയാണ്. ചെറിയ കുട്ടിയാണെങ്കിലും മണിയുടെ വാശിയും വൈരാഗ്യവും നിശ്ചയ ദാർഢ്യവും ശ്രദ്ധേയമാണ്. ആർക്കും കീഴടങ്ങുവാൻ അവളുടെ ഈഗോയ്ക്ക് ഒരിക്കലും സാദ്ധ്യമല്ല. സ്നേഹശൂന്യനും ക്രൂരനുമായ അച്ഛനെ ഒരിക്കലും സ്നേഹിക്കുവാനും രമണിക്കു കഴിഞ്ഞില്ല. അച്ഛനുമായുള്ള ബന്ധത്തിന്റെ ചങ്ങല അറുത്തുമാറ്റുവാൻ ഈ സംഭവ ത്തോടെ അവൾക്കു നിഷ്പ്രയാസം സാധിച്ചു. തന്നെ സ്നേഹിക്കാത്ത, തന്നെ അംഗീകരിക്കാത്ത ആരെയും, അത് അച്ഛനെന്നല്ല ആരു തന്നെ യായാലും അവരെ സ്നേഹിക്കുവാൻ രമണിക്ക് കഴിയുമായിരുന്നില്ല. സ്നേഹശൂന്യമായ ഈ അന്തരീക്ഷമാണ് രമണിയെ ഒറ്റപ്പെടുത്തിയത്. വീടെന്നു പറഞ്ഞാൽ അതു രമണിക്ക് ഒരു ആയസപഞ്ജരം തന്നെയാ യിരുന്നു. അതു തകർത്തു പുറത്തുചാടി സ്വാതന്ത്ര്യത്തിന്റെ വിഹായ സ്സിലേക്ക് ഉയരാൻ അവൾക്കു സാധിച്ചത് പട്ടണത്തിലെ കലാശാലയിൽ പഠിക്കാൻ ചേർന്നപ്പോൾ മാത്രമാണ്.

രമണിയുടെ വീട്ടിൽ രണ്ടംഗങ്ങൾ കൂടി ബാക്കിയുണ്ട്. ഒരാൾ രമണി യുടെ അമ്മൂമ്മയും മറ്റെയാൾ ജോലിക്കാരി കുഞ്ഞിയമ്മയുമാണ്. അമ്മൂമ്മ രമണിയെ തീരെ ശ്രദ്ധിച്ചിരുന്നില്ല. ഗോപുവിനെ സ്നേഹിക്കു വാനും ശുശ്രൂഷിക്കുവാനും മാത്രമേ അവർക്ക് സമയമുണ്ടായിരുന്നുള്ളു. അമ്മൂമ്മയ്ക്ക് അവൻ ഒരു ദൗർബല്യം തന്നെയായിരുന്നു. പിന്നെ കുഞ്ഞിയമ്മ! അവർക്ക് അടുക്കളയിൽ നൂറുകൂട്ടം പണിയുണ്ടാവും. അവിടെ നിന്നും ഇറങ്ങാൻ സമയമില്ല. വർഷങ്ങളായി ആ വീട്ടിൽ ജോലി ചെയ്യുന്ന സ്ത്രീയാണ് കുഞ്ഞിയമ്മ. അവളുടെ സംശയങ്ങൾക്ക് ഉത്തരം നല്കുന്ന ഒരേ ഒരു വ്യക്തിയും അവരാണ്. വീട്ടിലെ പലകാര്യങ്ങളും

അവൾ മനസ്സിലാക്കിയത് കുഞ്ഞിയമ്മയിലൂടെയാണ്. വെളിച്ചപ്പാടിന്റെ കഥകളും. അപ്പേട്ടന്റെ വീട്ടിലെ കഥകളും അവൾക്കു പറഞ്ഞു കൊടുത്തതും കുഞ്ഞിയമ്മ തന്നെ. ആ വീട്ടിൽ രമണിയെ അംഗീകരിക്കുന്നതും അവർ മാത്രം. അവളോട് അല്പമെങ്കിലും സ്നേഹത്തോടെ പെരുമാറുന്നതും, അവളെ ഒരു മനുഷ്യജീവിയായി കരുതുന്നതും കുഞ്ഞിയമ്മയാണ്. പില്കാലത്തു മാധവിക്കുട്ടിയുടെ കഥകളിൽ ജോലിക്കാരികൾക്കുള്ള അതേ സ്ഥാനമാണ് ഇവിടെ രാജലക്ഷ്മിയുടെ നോവലിൽ കുഞ്ഞിയമ്മയ്ക്കുള്ളത്. രമണിയെ സംബന്ധിച്ചിടത്തോളം ജോലിക്കാരി ശമ്പളം പററുന്ന വെറും ആശ്രിത മാത്രമല്ല സ്നേഹവും വാത്സല്യവും പകരുന്ന വീട്ടിലെ ഒരംഗം തന്നെയാണ്. അതുകൊണ്ടുതന്നെ ഈ നോവലിൽ അവർ ഒരു പ്രധാനകഥാപാത്രമായി മാറുന്നു. മാധവിക്കുട്ടിയുടെ കഥകളിൽ വേലക്കാരി നായികയാകുന്ന സന്ദർഭങ്ങൾ തന്നെയുണ്ട്.

വീട്ടിലെ സ്നേഹശൂന്യമായ അന്തരീക്ഷം അവിടെ നിന്നും അകന്നു പോകാനും തന്റേതു മാത്രമായ ഒരു ലോകം കണ്ടെത്താനും രമണിയെ പ്രേരിപ്പിച്ചു. പൊരുത്തപ്പെടാൻ കഴിയുന്ന ഒരൊറ്റ വ്യക്തിയെപ്പോലും സ്വന്തം വീട്ടിൽ കണ്ടെത്താൻ രമണിക്കു കഴിഞ്ഞില്ല. അത് അവളുടെ ദുരന്തത്തിനു തീവ്രതയേറ്റി. ഏകാന്തതയുടെ ലോകം കൂടുതൽ ദുഃഖപൂർണ്ണമാക്കി. രമണിയുടെ സ്കൂൾ വിദ്യാഭ്യാസം കഴിയുംമുമ്പ് അവളുടെ അപ്പേട്ടൻ ദൂരെ ഒരു കോളേജിൽ പഠിക്കാൻ പോയതും അവളുടെ ഏകാന്തത ഇരട്ടിയാക്കി. വെളിച്ചപ്പാടിന്റെ മരണശേഷം അവളുടെ ഏക ആശ്രയം അപ്പേട്ടനായിരുന്നു. അപ്പേട്ടന്റെ വീട്ടിലെ സ്നേഹവും, സന്തോഷവും, സമാധാനവും, പരസ്പരവിശ്വാസവും ചേർന്ന അന്തരീക്ഷം അവളെ വളരെയധികം ആകർഷിച്ചിരുന്നു. അവിടെ കൊച്ചച്ഛന്റെ വാത്സല്യവും അപ്പേട്ടന്റെ പ്രണയവും അവൾക്കു സുരക്ഷിതത്വബോധം പകർന്ന ഘടകങ്ങളാണ്. എന്നാൽ അപ്പേട്ടൻ പോയതോടെ വീണ്ടും താൻ ഒറ്റപ്പെട്ടു എന്ന ചിന്ത രമണിയിൽ ശക്തമായി.

"അപ്പേട്ടൻ കോളേജുപഠനത്തിനു ദൂരെപോയതോടെ അവളുടെ രണ്ടാമത്തെ സൗഹൃദവും അറ്റു. സാന്ത്വനത്തിന്റെയും സ്നേഹത്തിന്റെയും ഉറവകൾ അവളുടെ മുൻപിൽ കാൺകെ വറ്റിപ്പോകുകയാണ്. ആ വരൾച്ചയെ രൂക്ഷമാക്കുന്ന മറ്റൊരു ആഘാതമായിരുന്നു അവളുടെ വീട്ടിലെ അപ്രതീക്ഷിത സംഭവം. രോഗാതുരയായി ഇരുട്ടുമുറിയിൽ കഴിഞ്ഞിരുന്ന അവളുടെ അമ്മ ഗർഭിണിയാണെന്ന വിവരം അവളിൽ നിറച്ചത് കനിവിന്റെയോ ഇഷ്ടത്തിന്റെയോ അല്ല, വെറുപ്പിന്റെ വികാരമായിരുന്നു. അതിനെത്തുടർന്നുള്ള ഓരോ സംഭവവും വീടൊരു നരകമെന്ന തോന്നൽ അവളിൽ ഇരട്ടിപ്പിച്ചു. പ്രസവത്തോടെ അമ്മയുടെ മാനസികനില തെറ്റുന്നു. എല്ലാം ചേർന്ന് അനുകമ്പയും കടുത്ത അമർഷവും നിസ്സഹായതാബോധവും ആണ് രമണിയിൽ കലങ്ങിമറിയുന്നത്. എല്ലാറ്റിൽ നിന്നും അകന്നുമാറിപ്പോകാനുള്ള പ്രവണത, ഒരു തരം ഉൾവലിയൽ, അവളിൽ രൂക്ഷമായി. ഏതോതരം അപമാനബോധം!

അവധിക്കെത്തുന്ന അപ്പേട്ടനോടുപോലും അവൾക്കു മനസ്സു തുറക്കാനായില്ല. ഒറ്റയ്ക്കുള്ള വഴി സ്വയം വരിക്കുകയായിരുന്നു രമണി. അനുരാഗവും അവളിൽ നിന്നു മായുന്നു. അവളെ അല്പമെങ്കിലും മനസ്സിലാക്കിയത് കൊച്ചച്ഛനായിരുന്നു. അപ്പേട്ടന്റെ അച്ഛൻ. നേരത്തെ നഷ്ടപ്പെട്ട അവളുടെ മുതിർന്ന ചങ്ങാത്തം വെളിച്ചപ്പാടുമായുള്ളത് പുനഃസൃഷ്ടിക്കപ്പെടുന്നു. പക്ഷേ, ആ സാന്ത്വനവും നീണ്ടുനിന്നില്ല." [4]

ഇവിടെ രമണിയെ ഒരു ദുരന്തനായികയായി ചിത്രീകരിക്കാനുള്ള ശ്രമമാണു കാണുന്നത്. ആശ്രയം നഷ്ടപ്പെട്ടു പോകുന്ന, പിടിവള്ളി ഇല്ലാതാകുന്ന, ഒരു നിരാലംബ ജന്മമായി രമണി മാറുന്നു. കരയകന്നു പോകുന്ന ഒരു ജലാശയത്തിൽ അവൾ കൈകാലിട്ടടിക്കുകയാണ്.

കൊച്ചച്ഛന്റെ മരണം രമണിക്ക് വലിയ ഒരു ഷോക്കായിരുന്നു. പഠനമുപേക്ഷിച്ച് അപ്പേട്ടൻ ജോലിക്കുപോയവിവരം അവൾ അറിഞ്ഞിരുന്നു. പക്ഷേ, വീട്ടിലെ കടുത്ത ബന്ധനംമൂലം അവിടേക്കു പോകാനോ, പിന്നീടുള്ള വിവരങ്ങൾ അറിയുവാനോ കഴിഞ്ഞില്ല. എന്നാൽ, തുടർന്നുള്ള കോളേജ് ജീവിതം അവളെ വളരെ വ്യത്യസ്തമായ, തികച്ചും പുതുമയാർന്ന ഒരന്തരീക്ഷത്തിലെത്തിച്ചു. വീടെന്ന ശരപഞ്ജരത്തിൽ നിന്നും ആകാശവിശാലമായ സ്വാതന്ത്ര്യത്തിലേക്ക് അവൾ പറന്നുയർന്നു. പെട്ടെന്നു കിട്ടിയ സ്വാതന്ത്ര്യം പലതും ചെയ്യാൻ അവളെ പ്രേരിപ്പിച്ചു. തന്നിഷ്ടത്തിനുള്ള പോക്ക് ഉയിർത്തെഴുന്നേല്ക്കാനാകാത്തവണ്ണം പടുകുഴികളിൽ വീഴ്ത്തി. ആ വീഴ്ചയിലേറ്റ ആഘാതത്തിൽ നിന്നും പിന്നെ ഒരിക്കലും മോചനം നേടാൻ രമണിക്കായില്ല. ഇത് രമണിയുടെ മാത്രം ഒറ്റപ്പെട്ട അനുഭവമല്ല. രാജലക്ഷ്മിയുടെ ഒട്ടുമിക്കകഥാപാത്രങ്ങൾക്കും ഒരുതരത്തിലല്ലെങ്കിൽ മറ്റൊരു തരത്തിൽ സമാനമായ അനുഭവങ്ങളായിരുന്നു.

---

1 ഒരുവഴിയും കുറെ നിഴലുകളും-രാജലക്ഷ്മി, കറന്റ് ബുക്സ്- തൃശ്ശൂർ-പേജ് 18,19

2 അതിൽത്തന്നെ പേജ് 19

3 ഒരു വഴിയും കുറെ നിഴലുകളും- രാജലക്ഷ്മി, കറന്റ് ബുക്സ്, തൃശ്ശൂർ, പേജ് -38,39

4 ഡോ. എൻ.ഗ്രാമപ്രകാശ്, ഏകാന്തപഥിക- രാജലക്ഷ്മി- ജീവിതവും കൃതികളും എസ്.പി.സി. എസ് കോട്ടയം പേജ്, 66, 67

ഏഴ്

പ്രകൃതിയുടെ മടിത്തട്ടിൽ

സ്നേഹത്തിനു കൊതിച്ച രമണിയുടെ മനസ്സ് പ്രകൃതിയുടെ മടിത്തട്ടിൽ അഭയംതേടുന്നു. ഏകാന്തവേളകൾ പ്രകൃതിയുമായി സല്ലപിച്ച് അവൾ സമയംപോക്കുന്നു. സ്നേഹവാത്സല്യങ്ങൾ നിർല്ലോഭം പകർന്നു കൊടുത്ത പ്രകൃതി രമണിക്ക് അമ്മയെപ്പോലെയാണ്. അവൾക്കു ശാന്തിയും സമാധാനവും സാന്ത്വനവും ലഭിച്ചത് അവിടെ നിന്നാണ്. മനുഷ്യർക്കു നൽകാൻ കഴിയാത്ത പലതും പ്രകൃതിക്കു നൽകാൻ കഴിയുമെന്ന് രമണി അറിഞ്ഞു. വീടിനു പിന്നിലെ കുന്നിൻ മുകളിലും എള്ളിൻ കുറ്റികൾ നിറഞ്ഞ താഴ്വരയിലും കാട്ടുജമന്തികളും വെള്ളരികളും പൂത്ത പറമ്പുകളിലും അവൾ ഓടിനടന്നു. എം.ടിയുടെ നോവലുകളിൽ കാണുന്ന താന്നിക്കുന്നുപോലെ രാജലക്ഷ്മിയുടെ നോവലിലെ മനോഹരമായ കുന്നിൻപ്രദേശം ഒരു പ്രധാനകഥാപാത്രത്തിന്റെ സ്ഥാനം വഹിക്കുന്നു. എന്തു പ്രയാസമുണ്ടായാലും രമണി ആദ്യം ഓടിയെത്തുന്നത് ആ കുന്നിൻമുകളിലേക്കാണ്. രാജലക്ഷ്മിയുടെ ജീവിതവുമായി അഭേദ്യമായ ഒരു ബന്ധം ആ കുന്നിനുണ്ട്. വെർജീനിയാ വൂൾഫിന്റെ ജീവിതത്തോടു ബന്ധപ്പെട്ടു നിൽക്കുന്ന ഔസ്പുഴയും അതിന്റെ തീരവും എംടിയുടെ ജീവിതത്തോടു ബന്ധപ്പെട്ടു നില്ക്കുന്ന നിളയും അതിന്റെ തീരവും ഇവിടെ സ്മരണീയമാണ്. വെർജീനിയാ തന്റെ ജീവിതം അവസാനിപ്പിച്ചതുപോലും ഔസ്പുഴയിലാണ്. വീടിനു പിന്നിലെ കുന്നിൻപുറവും, അതിനപ്പുറമുള്ള കശുമാവിൻതോപ്പും, വെളിച്ചപ്പാടിന്റെ വീട്ടുമുറ്റത്തെ ചെത്തിപ്പഴങ്ങളും, അകലെയുള്ള നീലമലകളും തന്നെ മാടിവിളിക്കുന്നതായി രമണിക്കു തോന്നുകയാണ്. മലയുടെ മറ്റൊരുവശത്ത് വനദുർഗ്ഗയുടെ കാവും, കാവിന്റെ നടയ്ക്കൽ നിന്നും അല്പം മാറി വയ്ക്കോൽ മേഞ്ഞ വെളിച്ചപ്പാടിന്റെ ചെറിയ വീടും അവളുടെ മനസ്സിൽ മായാത്ത ചിത്രങ്ങളാണ്.

“അകലെ ചക്രവാളം തൊട്ടുരുമ്മിക്കൊണ്ട് നീലമലകളുടെ രേഖ! കാടും മരങ്ങളുമൊന്നും വ്യക്തമായികാണുന്നില്ല, നീലവരകൾ മാത്രം! ചങ്ങലപോലെ പൊങ്ങിയും താണും പൊങ്ങിയും താണും...

അവൾ കണ്ണിമയ്ക്കാതെ നോക്കി നിന്നു. ചൂളംവിളിച്ചു കൊണ്ടുവന്ന കാറ്റ് കനത്ത തലമുടിക്കിടയിൽ തത്തിക്കളിച്ചു. അടക്കമില്ലാത്ത മുടി കണ്ണിലും മുഖത്തുമെല്ലാം വന്നുവീണു.

മാടിയൊതുക്കാതെ, അനങ്ങാതെ അവൾ നിന്നു...

മനുഷ്യകരസ്പർശത്തിനു വഴങ്ങിയിട്ടില്ലാത്ത നീലമലകൾ ചെവിയിൽ സാന്ത്വനം മൊഴിയുകയാണ്.

മനസ്സു വിഷമിച്ചു നിൽക്കുന്ന കൊച്ചുമകളെ കുന്നിൻപുറം അണച്ചു തഴുകുകയാണ്.പടിഞ്ഞാറ് രക്തനിറം വ്യാപിച്ചു. മലകൾ വ്യക്തമല്ലാതായി. ഇരുട്ടിന്റെ പുതപ്പ് മലമുകളിൽ ഊർന്നുവീണു! എന്നിട്ടും അവൾ ഒന്നും അറിയുന്നില്ല. രമണി ഒറ്റയ്ക്ക് ആ കുന്നിൻമുകളിൽ നിന്നു. തന്നെ അന്വേഷിച്ചുവരുന്ന അമ്മൂമ്മയുടെ ശകാരം അകലെനിന്നുതന്നെ അവളുടെ ചെവികളിലെത്തി..."[1]

രമണി അതൊന്നും ശ്രദ്ധിക്കാതെ അമ്മൂമ്മയെ പിന്നിട്ട് മുമ്പിൽ കയറി ഓടി. പിന്നീട് കുന്നിൻമുകളിൽ കയറി നിൽക്കുക എന്നുള്ളത് അവൾക്ക് ഒരു പതിവായിത്തീർന്നു. അത്രത്തോളം ആ പ്രകൃതി അവളെ കീഴ്പ്പെടുത്തിക്കഴിഞ്ഞിരുന്നു. നേരമല്ലാത്ത നേരത്ത് അവിടെ വന്നു നിൽക്കുന്നതിന് വീട്ടുകാരുടെ ശകാരം ധാരാളമായി കേൾക്കേണ്ടിവന്നു. എന്നാൽ ഏകാന്തതയിൽ കിട്ടുന്ന അത്തരം അനുഭൂതികൾ അവൾ വേണ്ടെന്നുവച്ചില്ല. അത് ആരുമായും പങ്കുവയ്ക്കാനും തയ്യാറായില്ല, അത് അവൾക്ക് ഒരാവശ്യമായിരുന്നു. കാരണം ഉണങ്ങിവരണ്ട ജീവിതത്തിൽ പ്രകൃതി പകർന്ന സമാശ്വാസം ചെറുതൊന്നുമായിരുന്നില്ല.

"പരന്ന മൊട്ടപ്പറമ്പിന്റെ മാറിൽ വരണ്ട കാറ്റിന്റെ സംസ്പർശത്തിൽ ഇതുവരെ കിട്ടിയിട്ടില്ലാത്ത പരിലാളനകളുടെ ആശ്വാസം അനുഭവിക്കുകയായിരുന്നു അവൾ."

പ്രകൃതിയെ അമ്മയായി കാണുകയും, ആ വാത്സല്യാനുഭവത്തിൽ നിർവൃതികൊള്ളുകയും ചെയ്യുന്നത് തികച്ചും കാല്പനികമാണെന്നു പറയേണ്ടതില്ലല്ലോ. കഥാസന്ദർഭങ്ങളിൽ പശ്ചാത്തലമായി പ്രകൃതിയെ വർണ്ണിക്കുക, പ്രകൃതിയിൽ മനുഷ്യത്വമാരോപിച്ച് അവതരിപ്പിക്കുക എന്നിവയും ആ പ്രവണതയുടെ ഭാഗങ്ങൾ തന്നെ. ഇവിടെയെല്ലാം കാല്പനികമായ നൂതനാനുഭൂതികൾ തേടുകയാണ് നോവലിസ്റ്റ്. വർത്തമാനകാലം വേദനിപ്പിക്കുന്ന ഒന്നാകുമ്പോൾ, അതിനോട് ഒരുതരത്തിലും പൊരുത്തപ്പെടാനാവാതെ, ഭൂതകാലത്തിലേക്ക് പ്രയാണം ചെയ്യുക എന്നുള്ളത് കാല്പനികമനസ്സുകളുടെ പ്രത്യേകതയാണ്. ഭൂതകാലം അവരുടെ ഉള്ളിൽ ജ്വലിക്കുന്ന ഓർമ്മകളായി എന്നും നിലനില്ക്കുന്നു. അവിടെ സൗന്ദര്യവും സംതൃപ്തിയും സന്തോഷവും അവർ കണ്ടെത്തുന്നു. ഭൂതകാലത്തിൽ അഭിരമിക്കുന്ന കാല്പനികർ ചെന്നെത്തുന്നത് ഗ്രാമീണപ്രകൃതിയുടെ ഹൃദയാകർഷകമായ അന്തരീക്ഷത്തിലാണ്. ഗ്രാമവും, അവിടത്തെ പ്രകൃതിയും, ക്ഷേത്രങ്ങളും, കാവുകളും, ഉത്സവങ്ങളും വേലയും

പൂരവും, കാളകെട്ടുമെല്ലാം ബാല്യകാലസ്മൃതികളുമായി കോർത്തിണക്കി പുനഃസൃഷ്ടിക്കുമ്പോൾ അതിനു വല്ലാത്ത വശ്യതയുണ്ട്. ഗൃഹാതുരത്വഭാവമുണ്ട്. അനുവാചകമനസ്സും കഥാകൃത്തിനൊപ്പം അവിടേക്കു കുതിക്കുന്നു. രാജലക്ഷ്മി തന്റെ കുടുംബവീടും അവിടത്തെ പ്രകൃതിയുമെല്ലാം വളരെ ചെറിയ പ്രായത്തിൽ കണ്ടതാണെങ്കിലും അത് അവരുടെ മനസ്സിന്റെ അഭ്രപാളികളിൽ മായാതെ നിൽക്കുന്നു. നോവലിലെ ഉത്സവവർണ്ണന അതീവഹൃദ്യമായ ഒരു വാങ്മയമാണ്. ആ ഉത്സവത്തിൽ പങ്കുചേരുന്നതും ആഹ്ളാദകരമാണ്.

"അങ്ങനെ മകരമാസം വന്നു! കാവിൽ ചുറ്റുവിളക്കും വേലയുമാണ്. സന്ധ്യയ്ക്കു ചെറിയമ്മ തൊഴാൻ പോകും. വിളക്കും നിറമാലയുമെല്ലാം അങ്ങനെ കുറെനേരം കാണാം."[2]

വേലദിവസമായിട്ടും രമണിയുടെ അച്ഛൻ എത്തിയിട്ടില്ല. അവൾക്കും ഗോപുവിനും വല്ലാത്ത നിരാശ തോന്നി. അച്ഛനുണ്ടെങ്കിൽ, കൂത്തുപറമ്പിൽ കൊണ്ടുപോയില്ലെങ്കിലും, നിരത്തുവക്കത്തെ വാണിയന്റെ പീടികയുടെ മുകളിലെങ്കിലും കയറ്റിയിരുത്തും. കൊണ്ടുപോയാക്കിയിട്ട് അച്ഛൻ തിരിച്ചുപോകും. വെളുപ്പാൻകാലത്തു വിളിക്കാൻ വരികയേയുള്ളൂ. അവിടെ നിന്നാൽ കാളയെ ഇറക്കുന്നതും കളിയുമെല്ലാം കാണാം. പക്ഷേ, കൂത്തു കാണാൻ പറ്റില്ല. അതിന് അടുത്തുതന്നെ നിൽക്കണം. എന്നാലും കാളകളിയെങ്കിലും കാണാമല്ലോ. അക്കൊല്ലം അതുപോലും കാണാൻ പറ്റില്ലെന്നുള്ള സങ്കടത്തിലാണ് മണി. അച്ഛനില്ലാതെ മറ്റാരാണ് കൊണ്ടുപോവുക? പൂതനും തിറയും കെട്ടിവന്നു കളിച്ചിട്ടു പോയി. വെയിലാറിയപ്പോൾ, പുത്തൻകളത്തിക്കാരുടെ കാളയെകെട്ടി പടിക്കൽക്കൂടി കൊണ്ടുപോയി. വലിയ കാളയാണ്. പള്ള്യാലിന്റെ ഇടയ്ക്കുകൂടി കടക്കില്ല. വേലി പൊളിക്കണം. മണിയുടെ കൊച്ചച്ഛൻ വേലി പൊളിച്ചു കൊടുത്തു. ദേഹം മുഴുവൻ ചുവന്ന പട്ടിൽ പൊതിഞ്ഞ് വെളുത്തതലയും കഴുത്തു നിറച്ചു മണികളുമായി നല്ല ഭംഗിയുള്ള കാള!

രമണി നോക്കിനിന്നു! മണി ഏഴായി. അച്ഛൻ അപ്പോഴും എത്തിയിട്ടില്ല. മണിയും ഗോപുവും നേരത്തെ ചോറുമേടിച്ചുണ്ടു. വേലിക്കൽ സ്ഥലം പിടിച്ചു. അവിടെ നിന്നെങ്കിലും കാണാമല്ലോ. ആളുകൾ ഒന്നോടെ കാവിലേക്കു പോകുന്നത് അവർ കൊതിയോടെ നോക്കി നിന്നു. തൊട്ടടുത്തുള്ള കാവിൽ ഇങ്ങനെയൊരു ഉത്സവം നടക്കുമ്പോൾ, വീട്ടിലടച്ചിരിക്കുവാൻ അവർക്കു കഴിയുമായിരുന്നില്ല.പോകാനുള്ള ആഗ്രഹം അടക്കാൻ വയ്യാതായി. അപ്പോഴാണ് അപ്പേട്ടനും കൊച്ചച്ഛനും അതുവഴി വന്നത്. അവർ മണിയെയും ഗോപുവിനെയും കൂടെ ചെല്ലാൻ ക്ഷണിച്ചു. അകത്തു ചെന്ന് ചെറിയമ്മയോടു വിളിച്ചു പറഞ്ഞിട്ട് രണ്ടുപേരും ഉത്സാഹപൂർവ്വം ഓടിവന്നു. ഉത്സവത്തിന്റെ ആഘോഷങ്ങൾ ഓരോന്നും വളരെ സൂക്ഷ്മമായി ഇവിടെ നോവലിസ്റ്റ് നമ്മെ അനുഭവപ്പെടുത്തിത്തരുന്നു. നേരിട്ടു കാണുന്ന ഒരു പ്രതീതി വായനക്കാരനുണ്ടാകുന്നു. ബാല്യത്തിന്റെ ഓർമ്മയിൽ നിന്ന് നൽകുന്ന ഈ വിവരണം നോവലിസ്റ്റിന്റെ

ഭൂതകാലാഭിരുചി വ്യക്തമാക്കുന്നു. കുട്ടികളുടെ മനസ്സിലേക്ക് ഇറങ്ങി ച്ചെന്ന് ഉത്സവകാലത്തുള്ള അവരുടെ ആഹ്ളാദവും, കൗതുകവും, ആശ്ച ര്യവും, നിഷ്കളങ്കതയും, ഗ്രാമീണജീവിതത്തിന്റെ നൈർമ്മല്യവും പ്രസരിപ്പും ഓജസ്സുമെല്ലാം പ്രകടമാക്കാൻ രാജലക്ഷ്മിക്ക് അനായാസം കഴിഞ്ഞിരിക്കുന്നു. ഇരുപത്തിയൊൻപതാമത്തെ വയസ്സിലാണ് രാജ ലക്ഷ്മി ഈ നോവലെഴുതുന്നത് -1959-ൽ. ബാല്യത്തിലെ ഓർമ്മകൾ അപ്പോഴും അവരിൽ സജീവമായി നിൽക്കുന്നു. ഗ്രാമീണപ്രകൃതിയുമായി അഭേദ്യബന്ധം പുലർത്തുന്ന ഈ ഉത്സവവർണ്ണന ആരിലും ഗൃഹാതുര ത്വത്തിന്റെ വൈകാരികഭാവമുണർത്തുന്നു.

കൊച്ചച്ഛന്റെ സ്നേഹവും പരിഗണനയും കുട്ടികളായ അവർക്കു കൊടുക്കുന്ന സ്വാതന്ത്ര്യവുമെല്ലാം ഇവിടെ രമണി വ്യക്തമാക്കുന്നുണ്ട്. തന്റെ അച്ഛന്റെ സ്വഭാവത്തിന് നേർവിപരീതമായ ഒരു സ്വഭാവമാണ് കൊച്ചച്ഛന്റേത്. കഥയിൽ വളരെ പ്രാധാന്യമുള്ള കഥാപാത്രങ്ങളായ കൊച്ചച്ഛനേയും അപ്പേട്ടനെയും അവതരിപ്പിക്കുക മാത്രമല്ല തന്റെ കുടുംബത്തിൽ നിന്ന് ഏറെ വ്യത്യസ്തമായി സ്നേഹത്തിന്റെയും സ്വാത ന്ത്ര്യത്തിന്റെയും പരസ്പരവിശ്വാസത്തിന്റെയും അടിത്തറയുള്ള മറ്റൊരു കുടുംബത്തെ സമാന്തരമായി അവതരിപ്പിക്കുക കൂടി രാജലക്ഷ്മിയുടെ ലക്ഷ്യമായിരുന്നു.

"അച്ഛൻ കൊണ്ടുപോകുന്നതുപോലെയല്ല കൊച്ചച്ഛന്റെ കൂടെ പോയാൽ... പീടികയുടെ മുകളിലൊന്നും കയറ്റാതെ, തിരക്കിന്റെ ഒത്ത നടുവിൽ കൊണ്ടുനിർത്തി. കാള ഇറക്കേണ്ട നേരമായി. നാലും കൂടി യിടത്തെ ആൽച്ചുവട്ടിൽ നിന്നാണു തുടങ്ങുക. അവർ അങ്ങോട്ടുനീങ്ങി. എല്ലാം നിരന്നു തുടങ്ങി. പുത്തൻകളത്തിൽ മുതിർന്ന കുട്ടികൾ ഇല്ലാ ത്തതുകൊണ്ട് ഏട്ടനാണ് അവരുടെ വിളക്ക് പിടിക്കുന്നത്... പുള്ളിക്ക് ആകെപ്പാടെ വലിയ ഉത്സാഹം! ഇതൊക്കെ കാണുന്നതുതന്നെ ആദ്യ മായിട്ടാണ്. തട്ടിൽ കയറി കുത്തുവിളക്കും പിടിച്ച് കാളയുടെ കഴു ത്തിൽക്കൂടി കൈയിട്ടു ചേർന്നുനിന്നപ്പോൾ എന്തൊരന്തസ്സാണ്. ഉറക്കം വരാതിരിക്കാൻ മടി നിറച്ചു പൊരി വാരിയിട്ടിട്ടുണ്ട്. എട്ടുപത്താൾ കൂടി കാളയെ പൊക്കിയെടുത്തു.

"സൂക്ഷിക്കണേ അപ്പേ! വീഴല്ലേ പിടിച്ചു നിന്നോളണം."

കൊച്ചച്ഛൻ വിളിച്ചു പറഞ്ഞു.

ഏട്ടൻ വലിയ ആളുടെ ഭാവത്തിൽ കീഴ്പോട്ടുനോക്കി ചിരിച്ചുകൊണ്ടു നിന്നു. വരിവരിയായി ചെമപ്പും വെളുപ്പും ഇടകലർന്നു കാളകൾ നിരന്നു നീങ്ങി. കൂട്ടത്തിൽ പറങ്ങോട്ടുനായരുടെ ഇരട്ടക്കാളയും!

അതിനാണ് ഏറ്റവും ഭംഗി.

കാളകൾ നടയ്ക്കൽ നിരന്നു!

വെടിക്കെട്ടു തുടങ്ങി...

അമിട്ടും മൂളിപ്പൂവും!

ഒന്നും ഇത്ര നന്നായി ഇതുവരെ കണ്ടിട്ടില്ല.

കാളയെ കളിപ്പിക്കാൻ അകത്തു കടക്കാനുള്ള ഒരുക്കമായി...

കുട്ടികളെയെല്ലാം താഴെയിറക്കി. ഏട്ടനും അവരും കൂടി ഗോപുരത്തിങ്കലെ മതിലിന്മേൽ കയറിനിന്നു.

ചാടിച്ചുതുള്ളിച്ച് മത്സരിച്ച് എത്രനേരമാണ് കളിച്ചത്...

തീരുംവരെ കണ്ടുനിന്നു.

പിന്നെ പതുക്കെ കൂത്തുമാടത്തിന്റെ അടുത്തേക്കു നീങ്ങി. ഇത്ര അടുത്തുനിന്നു കൂത്തുകാണുന്നത് ആദ്യമായിട്ടാണ്. വെളുത്തശീലയ്ക്കു മുമ്പിൽ നിഴലുകൾ ചാടിക്കളിക്കുന്നതു കണ്ടുനിന്നാൽ മതിയാവില്ല.

നേരെ തിരിയാത്ത ആ പാട്ടും ഇടയ്ക്കിടയ്ക്ക് മറ്റേ ആളുടെ ആ എന്ന ഈണത്തിലുള്ള മൂളലും ഹനുമാനേയും രാവണനേയുമെല്ലാം അവൾക്കു പിടിച്ചു."[3]

രാജലക്ഷ്മിയുടെ ഭൂതകാലസ്മൃതികളിലൂടെ വളരെ സൂക്ഷ്മമായി കാവും ഉത്സവവും താലപ്പൊലിയും കാളകെട്ടും അവിടത്തെ പ്രകൃതിയുമെല്ലാം തെളിഞ്ഞുവരുമ്പോൾ ആസ്വാദകൻ അതിൽ ലയിച്ചുനിന്നുപോകും. ഒരു കൊച്ചുകുട്ടിയുടെ വീക്ഷണത്തിലൂടെ അവളുടെ ഭാഷയിൽത്തന്നെ അവതരിപ്പിക്കുമ്പോൾ അതിനു പ്രത്യേകമായ ഒരു ഭാവസൗന്ദര്യമുണ്ട്. ഗ്രാമീണപ്രകൃതിയുമായി ബന്ധപ്പെട്ടു നിൽക്കുന്ന ഈ ഉത്സവവർണ്ണന നോവലിന്റെ അസാധാരണമായ ആകർഷണീയത വർദ്ധിപ്പിക്കുന്നു.

"നോവലിന്റെ ആദ്യപകുതിയിൽ നിറഞ്ഞുനില്ക്കുന്ന ഗ്രാമീണാന്തരീക്ഷവും രമണിയുടെ നിഷ്കളങ്കമായ ബാല്യവും രാജലക്ഷ്മിയുടെ മനസ്സിൽ ആഴത്തിൽ പതിഞ്ഞു കിടക്കുന്ന കുട്ടിക്കാലത്തെ ഓർമ്മകളാണ്. രമണിയുടെ വീടും പരിസരവുമായി സങ്കല്പിച്ചിരിക്കുന്നത് നോവലിസ്റ്റിന്റെ ചെർപ്പുളശ്ശേരിയിലെ തറവാടായ അമയങ്കോട് കുറിശ്ശികളവും ചുറ്റുപാടുകളും തന്നെ! വീടിനു മുന്നിലെ പാടവും തോടും തോട്ടിനക്കരെയുള്ള പള്ള്യാലും അവരുടെ മനസ്സിൽ എന്നും നിഴൽ വിരിച്ചിരുന്നു. വീടിനു പിന്നിൽ എള്ളുപൂത്തുനിന്ന കുന്നിൻ ചരിവും, അതിനപ്പുറം ശ്രീകോവിലും മേൽപ്പുരയുമില്ലാത്ത ക്ഷേത്രവും കുട്ടിക്കാലത്ത് രാജലക്ഷ്മിയെ വളരെയേറെ ആകർഷിച്ചിട്ടുണ്ട്. ക്ഷേത്രത്തിനു സമീപം കുടിലുകെട്ടി ഒറ്റയ്ക്കു പാർത്തിരുന്ന വൃദ്ധനായ വെളിച്ചപ്പാടിന്റെ പഴം പുരാണങ്ങൾ കേട്ടു സ്വയം മറന്നു നില്ക്കുമായിരുന്നു രാജലക്ഷ്മി. അവധിക്കാലത്തു പതിവായി തറവാട്ടിലെത്തിയിരുന്ന അവർ ഒരിക്കൽ പുത്തനാൽക്കൽ ദേവീക്ഷേത്രത്തിൽ താലപ്പൊലി കാണാൻ പോയതിന്റെ ഓർമ്മയാണ് കൊച്ചച്ഛനോടൊപ്പം ഉത്സവം കാണാൻ പോകുന്ന മണിയുടെ അനുഭൂതികളായി ചിത്രീകരിക്കുന്നത്."[4]

വെർജീനിയ വൂൾഫിനും താൻ ബാല്യം കഴിച്ചുകൂട്ടിയ കോൺവാൾ ഗൃഹാതുരത്വമുണർത്തുന്ന ഒരോർമ്മയായിരുന്നു. അവിടെ പാറക്കെട്ടുകൾ നിറഞ്ഞതും അറ്റ്ലാന്റിക് തീരത്തുള്ളതുമായ ടാലന്റ് ഹൗസ് എന്ന വസന്തകാലവസതിയിലെ ഒഴിവുകാലങ്ങൾ അവരുടെ സ്മരണയിൽ ഒരിക്കലും മായാത്ത ചിത്രങ്ങൾ രചിച്ചു. ആ ബാല്യകാലസ്മൃതികളിലെ കാഴ്ചകളും വ്യക്തികളും അവരുടെ ടു ദ ലൈറ്റ് ഹൗസ് പോലെയുള്ള പില്ക്കാലകൃതികളിൽ ജീവൻ വയ്ക്കുന്നതായി കാണാം.

ഗ്രാമത്തിലെ അതിമനോഹരമായ പ്രകൃതിയും, അവിടത്തെ കാഴ്ചകളും, കുന്നുകളും താഴ്വരകളും, തൊടികളും, തോടുകളും ക്ഷേത്രങ്ങളുമെല്ലാം രാജലക്ഷ്മിയുടെ മനസ്സിൽ മറക്കാനാവാത്ത ഓർമ്മകളാണു നിറച്ചത്. പ്രകൃതിയോടും ഗ്രാമീണതയോടുമുള്ള ഈ ആരാധനാഭാവം കാല്പനികരുടെ പ്രത്യേകതയാണ്. ആദ്യനോവലിന്റെ ആദ്യപകുതി ഇത്തരം കാല്പനികദൃശ്യങ്ങളാൽ അത്യന്തം ചാരുതയാർന്നതാണ്. നിഷ്കളങ്കമായ ഒരു ബാല്യത്തിന്റെ അടക്കാനാവാത്ത കൗതുകങ്ങളും, നിർമ്മല സ്നേഹവും, കൊച്ചുകൊച്ചു ദുഃഖങ്ങളും കുറുമ്പുകളും നിറഞ്ഞ ഒരു മായാലോകം വായനക്കാരുടെ മുമ്പിൽ രാജലക്ഷ്മി മലർക്കെ തുറന്നുവയ്ക്കുകയാണ്. രമണിയുടെ എണ്ണമററ അനുഭവങ്ങളെയും, അനുഭൂതികളെയും സാഹിത്യശില്പമാക്കി മാറ്റുന്ന ഘടകങ്ങളുടെ വിദഗ്ദ്ധമായ സംയോജനം കരവിരുതോടെയും കലാസുഭഗമായും അവർ ഇവിടെ നിർവ്വഹിച്ചിരിക്കുന്നു.

---

1 ഒരുവഴിയും കുറെ നിഴലുകളും- രാജലക്ഷ്മി- കറന്റ് ബുക്സ്, തൃശ്ശൂർ, പേജ് -24

- അതിൽത്തന്നെ പേജ് 25

2 ഒരുവഴിയും കുറെ നിഴലുകളും- രാജലക്ഷ്മി, കറന്റ് ബുക്ക്സ് തൃശൂർ, പേജ്- 28, 29

3 ഒരു വഴിയും കുറെ നിഴലുകളും- കറന്റ് ബുക്സ്- തൃശ്ശൂർ പേജ് 30,31,32

4 രാജലക്ഷ്മിയുടെ നിഴൽപ്പാടുകൾ- എ.ബി. രഘുനാഥൻ നായർ, പരിധി പബ്ളിക്കേഷൻസ്, തിരുവനന്തപുരം പേജ് 70, 71

എട്ട്

വ്യക്തിയും സമൂഹവും

വ്യക്തിയും സമൂഹവും തമ്മിലുള്ള സംഘട്ടനം എന്നും എവിടെയും കാല്പനികരായ എഴുത്തുകാരുടെ ധർമ്മസങ്കടമാണ്. ഈ ധർമ്മസങ്കടം വേണ്ടുവോളമനുഭവിച്ചവരാണ് കുമാരനാശാനും, ചങ്ങമ്പുഴയും, എം.ടി. വാസുദേവൻ നായരും, രാജലക്ഷ്മിയുമെല്ലാം. എന്നാൽ, ആശാനും ചങ്ങമ്പുഴയും ആ സംഘർഷത്തിൽ നിന്നും സ്വയം മോചിതരായപ്പോൾ രാജലക്ഷ്മി അവിടെ പരാജയപ്പെടുന്നു. അത് അവരുടെ ആത്മഹത്യയിൽ ചെന്നെത്തുന്നു. സമൂഹവുമായി ഒരു പൊരുത്തപ്പെടൽ- ഒരനുരഞ്ജനം- അവർക്കു സാധ്യമല്ലെന്നു വ്യക്തമായിക്കഴിഞ്ഞതാണ്. സാഹചര്യവിശേഷങ്ങളും വ്യക്തികളും തമ്മിലുള്ള ഏറ്റുമുട്ടൽ ഒരുവശത്ത്, വ്യക്തികളിൽത്തന്നെ അവരുടെ കർത്തവ്യങ്ങളും അഭിലാഷങ്ങളും തമ്മിലുള്ള ഏറ്റുമുട്ടൽ മറ്റൊരുവശത്ത്. ഇങ്ങനെയുള്ള നിരന്തരമായ സംഘട്ടനങ്ങളിൽ പരുക്കുപറ്റാതെ രക്ഷപ്പെടുന്ന കഥാപാത്രങ്ങൾ രാജലക്ഷ്മിയുടെ രചനകളിൽ നന്നേ കുറവാണ്.

"സാഹിത്യജീവിതം മാത്രം ആത്മീയജീവിതമായതുകൊണ്ട് ഓരോ മനുഷ്യാനുഭവവും ഈ കാഥികയെ വിഷമിപ്പിച്ചു. ഓരോ അനുഭവവും താത്ത്വികമായ അർത്ഥത്തിൽ 'എന്റേയും' എനിക്കപ്പുറമുള്ള 'ലോകത്തിന്റേയും' ഏറ്റുമുട്ടലായിരുന്നു. ഞാനാണ് കർത്താവ് എനിക്കപ്പുറമുള്ളത് കർമ്മം. ഈ സംഘട്ടനവും സംയോജനവും ലോലമായ ഒരു ഹൃദയത്തിൽ ആഘാതങ്ങളേല്പിക്കുന്നു."[1]

ഇവിടെ സമൂഹത്തിന് വ്യക്തിയെ സംബന്ധിച്ചിടത്തോളം ഒരു വില്ലൻ വേഷമാണുള്ളത്. വ്യക്തിയുടെ അദമ്യമായ സ്വാതന്ത്ര്യബോധത്തിന് സമൂഹം ഒരു തടസ്സമായി നിൽക്കുന്നു. അഭിലാഷസഫലീകരണവും വ്യക്തിക്കു സാധിക്കുന്നില്ല.

"എഴുത്തുകാരന്റെ ധർമ്മസങ്കടങ്ങളെപ്പറ്റി, സാഹിത്യസൃഷ്ടിയുടെ പശ്ചാത്തലമായി വർത്തിക്കുന്ന മാനസികാസ്വാസ്ഥ്യത്തെപ്പറ്റി, സങ്കീർണ്ണമായ വേദനകളെപ്പറ്റി, അനുഭാവപൂർവ്വം മനസ്സിലാക്കാവുന്ന സമൂഹത്തിന്റെ ഒരു ഖണ്ഡം അവർക്കു തണൽ വിരിച്ചില്ല. ഇളംകാറ്റിനുകൂടി

ഉലയ്ക്കാൻ കഴിയുന്ന ലോലമായ ഹൃദയമുള്ള ഒരു കലാകാരനോ, കലാകാരിയോ അവസാനത്തെ അദ്ധ്യായം സ്വന്തം ജീവിതകൃതിയിലെഴുതിച്ചേർക്കാൻ ഇടവരുത്തുന്നതിൽ അവരുടെ ജീവിതപശ്ചാത്തലമായി വർത്തിച്ച സമൂഹത്തിന്റെ സഹതാപശൂന്യതയ്ക്കു പങ്കുണ്ട്. മുപ്പത്തിയഞ്ചാം വയസ്സിൽ ജപ്പാനിൽ ആത്മഹത്യ ചെയ്ത 'റാഷമോണി'ന്റെ കർത്താവായ അകുടഗാവയെ ഓർക്കുക. റഷ്യൻ കവി മയാക്കോവ്സ്കിയേയും ഓർക്കുക. വ്യക്തികൾക്കു പ്രത്യേകമായോ, സമൂഹത്തിനു പൊതുവായോ ഉത്തരവാദിത്വമില്ലെന്നു പറയാം. കലാകാരന്റെ ചുറ്റും വർത്തിക്കുന്ന സമൂഹത്തിന്റെ ചെറിയ ഖണ്ഡത്തിന് പക്ഷേ, കൈകഴുകാൻ സാദ്ധ്യമല്ല."[2]

ചങ്ങമ്പുഴ തന്റെ രചനകളിൽ സമൂഹത്തെ പലപ്പോഴും ഭർത്സിക്കുന്നതു കാണാം. എല്ലാ വൈയക്തികദുഃഖങ്ങൾക്കും കാരണം സമൂഹമാണെന്ന് അദ്ദേഹം കരുതുന്നു. ചുറ്റുപാടുമുള്ള സമൂഹത്തെ ഒരു ശത്രുവായിട്ടാണ് ചങ്ങമ്പുഴ വീക്ഷിച്ചിരുന്നത്. കാല്പനികകവിയായ അദ്ദേഹത്തിന്റെ അജയ്യമായ വ്യക്തിബോധത്തിനു മുൻപിൽ സമൂഹം എന്നും ഒരു പ്രതിയോഗിയുടെ സ്ഥാനത്തായിരുന്നു. ചങ്ങമ്പുഴയെപ്പോലെതന്നെ രാജലക്ഷ്മിയിലും വ്യക്തിപ്രതിഷ്ഠാപന വ്യഗ്രത വളരെ കൂടുതലായിരുന്നു. ഒന്നിനും കീഴടങ്ങാത്ത ഒരഹംബോധം അവരുടെ നായികമാരിലും പ്രകടമാണ്. രാജലക്ഷ്മിയുടെ കൃതികളിൽ ഭൂരിഭാഗവും നായികാപ്രധാനമാണ്. സ്ത്രീകളെങ്കിലും പുരുഷന്മാരുടെ അഹംബോധത്തെ ജയിക്കുന്ന തരത്തിലുള്ള ഒരഹംബോധമാണ് അവർക്കുണ്ടായിരുന്നത്. 'ഒരു വഴിയും കുറെ നിഴലുകളും' എന്ന നോവലിലെ നായിക രമണി, 'ഞാനെന്ന ഭാവ'ത്തിലെ അമ്മിണി, 'ഉച്ചവെയിലും ഇളംനിലാവും' എന്ന നോവലിലെ വിമല എന്നിവരെല്ലാം അഹംബോധത്തിന്റെ കാര്യത്തിൽ ഒന്നിനൊന്നു മെച്ചമാണ്. ഇക്കൂട്ടത്തിൽ ഒരു നോവലിന്റെ പേര്- ഞാനെന്ന ഭാവം- തന്നെ ഈ അഹംബോധത്തെയാണ് കാണിക്കുന്നത്. പ്രസ്തുത നോവലിലെ നായിക അമ്മിണിയുടെ അഹംബോധത്തിനു മുമ്പിൽ അവളുടെ ചേച്ചിയുടെ മകൻ കൃഷ്ണൻകുട്ടി (നോവലിലെ നായകൻ) പലപ്പോഴും ചൂളിപ്പോകുന്നുണ്ട്. ആദ്യനോവലിലെ നായിക രമണി തന്റെ ഇച്ഛകൾക്ക് മറ്റെന്തിനേക്കാളും പ്രാധാന്യം നൽകുന്നവളാണ്. മുന്നോട്ടുള്ള വഴിയിൽ പ്രതിബന്ധമായി നിൽക്കുന്ന എന്തിനെയും തട്ടിത്തെറിപ്പിച്ചു പോകാനുള്ള ശക്തി അവളിൽ ചെറിയപ്രായം മുതലേ പ്രകടമാണ്. വീട്ടിലെ മുതിർന്ന അംഗങ്ങളുടെ പ്രത്യേകിച്ചും അച്ഛന്റെ എതിർപ്പുകൾ രമണിക്ക് ഒരു പ്രശ്നമായിരുന്നില്ല. തനിക്കു ശരിയെന്നു തോന്നുന്നതു ചെയ്യാൻ അവൾക്ക് ആരുടെയും അനുവാദം ആവശ്യമില്ല. വെറുമൊരു കുട്ടിയായിരിക്കെ നാട്ടിലെല്ലാവരും വെറുപ്പോടെയും മറ്റു കുട്ടികൾ ഭയത്തോടെയും കണ്ടിരുന്ന വെളിച്ചപ്പാടിനെ സ്നേഹിക്കുവാനും,സ്കൂളിൽ പോകുംവഴി അയാളുടെ വീട്ടിലെ നിത്യസന്ദർശകയാകാനും രമണിക്കു കഴിഞ്ഞത് അവളുടെ സ്വഭാവത്തിലെ

ഈ പ്രത്യേകത കൊണ്ടാണ്. ആർക്കും ഒന്നിനും കീഴടങ്ങാത്ത അവളിലെ വ്യക്തിമഹത്വബോധം യഥാർത്ഥ സ്നേഹത്തിനു മുൻപിൽ അടിയറ വയ്ക്കുന്നു.

“കാല്പനികചിന്തയുടെ കേന്ദ്രബിന്ദു വ്യക്തിയാണ്; സമൂഹമല്ല. സഹജാവബോധവും സമൂഹബോധവും ഏതു വ്യക്തിയിലും അന്തർലീനമായി കിടക്കുന്നു.

‘ഞാനാണ് വലുത്’ ‘ഞാനാണു വലുത്’ എന്ന് ഈ അവബോധങ്ങൾ തമ്മിൽ നിരന്തരമായ പോരാട്ടം നടക്കുന്നു. വ്യക്തിമനസ്സിൽ, സഹജാവബോധം (Instinet) വ്യക്തിയുടെ താത്പര്യങ്ങളെ ഉയർത്തിക്കാട്ടുന്നു. സമൂഹത്തിന്റെ താത്പര്യങ്ങളെ സമൂഹബോധവും. സമൂഹബോധത്തെ അധഃകരിച്ചുകൊണ്ട് സഹജാവബോധവും വ്യക്തിയുടെ മേൽ ആധിപത്യം നടത്തുമ്പോൾ കാല്പനികസാഹചര്യം സംസൃഷ്ടമാകുന്നു.

വ്യക്തിയുടെ അഹം (ഈഗോ) ബോധത്തിന്റെ ഉപബൃംഹണം തന്നെയാണ് യഥാർത്ഥത്തിൽ കാല്പനികത.

വ്യക്തികേന്ദ്രിതമായ ഒരുതരം മനോഭാവം തന്നെ ഇത്. ഈ അഹംബോധം സമൂഹബോധത്തെ പിന്തള്ളിക്കൊണ്ട് തന്റെ ഇച്ഛാസ്വാതന്ത്ര്യം പ്രഖ്യാപിക്കുന്നു.

തന്റെ സ്വാതന്ത്ര്യേച്ഛയ്ക്കെതിരെ നിൽക്കുന്ന എന്തിനേയും നിഷേധിക്കുകയും, എന്തിനോടും കലമ്പൽ കൂട്ടുകയും ചെയ്യുന്നു ഈ മനോഭാവം.

മനസ്സിന്റെ പ്രാകൃതമായ നഗ്നത, തനിമ ഇഷ്ടപ്പെടുന്നു ഇത്.

മറ്റൊരു രീതിയിൽ പറഞ്ഞാൽ കേവലമായ (absolute) വ്യക്തിബോധത്തിന്റെ പ്രതിഷ്ഠാപനവ്യഗ്രത (assertion) യാണ് കാല്പനികത. ഈ വ്യക്തിബോധത്തിൽ സ്വച്ഛന്ദഭാവവും, പ്രാക്കാലാഭിരതിയും, ഭവിഷ്യത്കാല സ്വപ്നങ്ങളും, അന്യവത്കരണഭീതിയും ഏകാന്തതയും വിഷാദവും എല്ലാം അടങ്ങിയിരിക്കുന്നു.”[3]

ആജ്ഞാപിക്കുവാൻ മാത്രമറിയുന്ന സ്വന്തം പിതാക്കന്മാരെ അംഗീകരിക്കുവാൻ രാജലക്ഷ്മിയുടെ നായികമാർക്കു കഴിയുന്നില്ല. മകളിലെ ശാരദയ്ക്കും,. ഒരുവഴിയും കുറെ നിഴലുകളും എന്ന നോവലിലെ രമണിക്കും അതിനു സാദ്ധ്യമല്ല. ഇവരുടെ പിതാക്കന്മാർ സമൂഹത്തിന്റെ പ്രതിപുരുഷന്മാരാണ്. അവർ വ്യക്തിയുടെ മേൽ അധികാരം അടിച്ചേല്പിക്കുവാൻ വെമ്പൽ കൊള്ളുന്നു.

“മുതലാളിത്ത വികാസത്തോടൊപ്പം രൂപം കൊണ്ടതെങ്കിലും, പത്തൊമ്പതാം ശതകത്തിന്റെ ഉത്തരാർദ്ധത്തിൽ മാത്രം കേരളത്തിൽ രൂപപ്പെട്ടു തുടങ്ങിയ അണുകുടുംബമാണ് കുടുംബത്തെ സംബന്ധിച്ച നമ്മുടെ ഇന്നത്തെ ആദർശമാതൃക. പുരുഷന്റെ പരമാധികാരവും സ്ത്രീയുടെ വിധേയത്വവുമാണ് ഈ കുടുംബഘടനയുടെ അന്തസ്സത്ത.

അതുകൊണ്ടാണ് ഈ ഘടനയിൽ "പുരുഷന്മാർ ബൂർഷ്വായും സ്ത്രീ തൊഴിലാളിയുമാണ്" എന്ന് ഏംഗൽസ് വിശേഷിപ്പിച്ചത്. പുരുഷനും സ്ത്രീയും തമ്മിലുള്ള അനുരഞ്ജനമെന്ന നിലയിലല്ല ഈ കുടുംബ രൂപം ചരിത്രത്തിൽ പ്രത്യക്ഷമായതെന്നും ഒരുലിംഗവിഭാഗം മറ്റേതിനെ കീഴടക്കുന്നതാണ് അതിൽ കാണുന്നതെന്നും ഏംഗൽസ് ചൂണ്ടിക്കാണിക്കുന്നുണ്ട്. പുരുഷന്റെ അധികാരവും സ്ത്രീയുടെ വിധേയത്വവും സ്വാഭാവികമെന്നോണം നിലനിർത്തി പുരുഷാധിപത്യവ്യവസ്ഥയെ അഭംഗുരം സംരക്ഷിക്കുക എന്നതാണ് ഒരു പ്രത്യയശാസ്ത്രസ്ഥാപനമെന്ന നിലയിൽ കുടുംബത്തിന്റെ പ്രവർത്തനം."[4]

എന്നാൽ ഈ കുടുംബവ്യവസ്ഥിതിക്കു കീഴടങ്ങി നിൽക്കുവാൻ രാജലക്ഷ്മിയുടെ നായികമാർ തയ്യാറല്ലായിരുന്നു. ശാരദയ്ക്കും രമണിക്കും അവർ എങ്ങനെ ജീവിക്കണമെന്നും, ആരെ കല്യാണം കഴിക്കണമെന്നും തീരുമാനിക്കുന്ന അവരുടെ അച്ഛന്മാരെ ധിക്കരിക്കേണ്ടി വന്നു. വ്യക്തികളുടെ മേൽ അധികാരം അടിച്ചേല്പിക്കുവാൻ ശ്രമിക്കുന്ന അവരുടെ ധിക്കാരം ഒരുതരത്തിലും പൊറുക്കാൻ സ്വാതന്ത്ര്യമോഹികളായ നായികമാർക്ക് സാധിച്ചില്ല. അടിമത്തത്തിന്റെ ഇരുൾമൂടിയ സ്വന്തം വീട്ടിലെ അന്തരീക്ഷം അവരെ ശ്വാസം മുട്ടിച്ചു. സ്നേഹശൂന്യതയുടെയും ക്രൂരമായ ശിക്ഷാവിധികളുടെയും നേർക്കുള്ള അവരുടെ പകയും വിദ്വേഷവും നായികമാരുടെ പ്രവൃത്തികളിലൂടെ നോവലിസ്റ്റ് ദൃശ്യവത്കരിക്കുന്നു. പുരുഷന്റെ സർവ്വാധിപത്യത്തിന്റെയും കടന്നുകയററത്തിന്റെയും നേരെയുള്ള അമർഷം, ആദ്യമൊന്നും പ്രകടമാക്കാൻ അവർക്കു സാധിക്കുന്നില്ല. എന്നാൽ അവസാനമെത്തുമ്പോൾ എല്ലാ ബന്ധങ്ങളും പൊട്ടിച്ചെറിഞ്ഞ് കുടുംബമെന്ന വ്യവസ്ഥാപിതവൃത്തത്തിൽ നിന്നും അവർ പുറത്തുകടക്കുന്നു. തെറ്റുചെയ്യാതെ ശിക്ഷ അനുഭവിക്കേണ്ടിവരുമ്പോഴുള്ള കടുത്ത പ്രതിഷേധം, ഉള്ളിലെ ശക്തമായ വികാരവിക്ഷോഭങ്ങൾ പ്രകടമാക്കാൻ കഴിയാതെ വരുമ്പോഴുള്ള വീർപ്പുമുട്ടൽ എന്നിവ നായികമാരിലെല്ലാം കാണാം.

നോവലിലെ രമണി ശാരദയെക്കാൾ സ്വാതന്ത്ര്യമോഹിയാണ്. പൊരുത്തപ്പെടാനാവാത്ത സാഹചര്യങ്ങളോടുള്ള പ്രതികരണം അവളുടെ മനസ്സിനെ സംഘർഷപൂരിതമാക്കിയിരുന്നു. സ്വാർത്ഥനായ അച്ഛന്റെ പ്രവൃത്തികൾ അവൾക്ക് അസഹനീയമായിത്തീർന്നു. അമ്മയെ ഉപേക്ഷിച്ച് ചെറിയമ്മയെ സ്വീകരിച്ചപ്പോഴും, തളർന്നുവീണ അമ്മയ്ക്ക് വീണ്ടും അച്ഛന്റെ ഒരു കുട്ടി ഉണ്ടായപ്പോഴും അമ്മ ഭ്രാന്തിയായി മാറിയപ്പോഴും അവൾക്കു സഹതാപം തോന്നുകയല്ല ചെയ്തത്. അച്ഛനോടുള്ള പ്രതിഷേധവും അമർഷവും മൂർദ്ധന്യത്തിലെത്തുകയാണുണ്ടായത്. അച്ഛനോടുള്ള വെറുപ്പ് അകാലത്തിലുണ്ടായ കുട്ടിയോടു കാട്ടാനും മടിക്കുന്നില്ല.

നായർ സമുദായത്തിൽ നിലനിന്ന മരുമക്കത്തായവ്യവസ്ഥിതിയുടെ പിൻഗാമിയാണ് രമണിയുടെ അച്ഛൻ. അങ്ങനെയൊരു പുരുഷനോട്

എതിർത്തുനില്ക്കണമെങ്കിൽ, അതിനു സാധാരണയിൽ കവിഞ്ഞ ഇച്ഛാ ശക്തിയും സ്വാതന്ത്ര്യബോധവും ആവശ്യമാണ്. വളരെ വ്യത്യസ്തമായ വ്യക്തിത്വമാണ് അച്ഛനും മകൾക്കുമുള്ളത്. ഈ വ്യക്തിത്വങ്ങൾ കൂടെ ക്കൂടെ ഇടയുന്നതും പൊട്ടിത്തെറികൾ ഉണ്ടാകുന്നതും നോവലിൽ ദൃശ്യ മാണ്. തന്റെ ഇച്ഛകൾക്കു വിധേയമായി എന്തും ചെയ്യാൻ മണി ആഗ്രഹിച്ചു. വീട്ടിലെ ശ്വാസംമുട്ടിക്കുന്ന അന്തരീക്ഷത്തിൽ നിന്ന് കോളേജിലും ഹോസ്റ്റലിലുമൊക്കെ എത്തിയപ്പോൾ അമർത്തി വെച്ചി രുന്ന സ്വാതന്ത്ര്യബോധം നിയന്ത്രണം വിട്ടു സഞ്ചരിച്ചു. ആലോചന യില്ലാതെ തനിക്കു തോന്നിയതൊക്കെ ചെയ്തുകൂട്ടി. അച്ഛന്റെ കടുത്ത നിയന്ത്രണത്തിൽ നിന്നു മോചനം കിട്ടിയപ്പോൾ വാശിയോടെ പലതും ചെയ്യാൻ അവൾ പ്രേരിതയായി. കെട്ടുപാടുകളില്ലാത്ത സ്വതന്ത്രമായ ചുറ്റുപാടിൽ അവളുടെ കാല്പനികഹൃദയം കവിതകൾ മെനഞ്ഞു. പലതും പ്രസിദ്ധീകരിച്ചു. ഇഷ്ടപ്പെട്ട പുരുഷനുമായി പ്രണയബന്ധത്തി ലേർപ്പെടാനും സ്വാതന്ത്ര്യമോഹിയായ അവൾ തയ്യാറായി. പലരും പിന്നാലെ കൂടിയെങ്കിലും, അവരെയൊക്കെ നിഷ്കരുണം അകറ്റി നിർത്താനും കഴിഞ്ഞു. അവസാനം മലയാളം അദ്ധ്യാപകനായ മാധവ മേനോനിൽ മനസ്സു ചെന്നു പറ്റി. എന്നാൽ, ദിവ്യമെന്നു കരുതിയ ആ പ്രണയം യാഥാർത്ഥ്യത്തോടടുത്തപ്പോൾ കയ്പുറ്റതായിത്തീർന്നു. രമണി യുടെ മനസ്സിൽ ആത്മാഭിമാനം കത്തിജ്വലിച്ചു. പുരുഷന്റെ മുമ്പിൽ പ്രണയത്തിന്റെ കൈക്കുമ്പിൾ നീട്ടി അപമാനിതയായി നിൽക്കാൻ അവൾ ഒരിക്കലും തയ്യാറായില്ല. തന്റേടത്തോടെ പിന്തിരിഞ്ഞു നടക്കുന്നു. അമർഷവും, ആത്മപീഡനരതിയും, വാശിയും, സാഹസികതയും, ഈഗോയും എല്ലാം കൂടിച്ചേർന്ന വ്യക്തിത്വം സ്വന്തം ജീവിതം ഹോമി ക്കാനും നാശത്തിന്റെ ഗർത്തത്തിലേക്കു എടുത്തു ചാടാനും അവളെ പ്രേരിപ്പിക്കുന്നു. രചനയെ സംബന്ധിച്ചു പറഞ്ഞാൽ, സൃഷ്ടിയിലൂടെ രാജലക്ഷ്മി എന്ന വ്യക്തിയുടെ സ്വാതന്ത്ര്യപ്രഖ്യാപനമാണിത്. സൃഷ്ടി യെക്കുറിച്ച് എം.ടി എഴുതിയ വാക്കുകൾ ഇവിടെ പ്രസക്തമാണ്.

"ആ നിമിഷങ്ങളിൽ ഞാൻ അദൃശ്യനാണ്. നിർമ്മാണപ്രക്രിയയിൽ ജീവിതത്തിന്റെ മറ്റേതൊരു നിമിഷത്തിലും അനുഭവിക്കാത്ത സ്വാതന്ത്ര്യം ഞാൻ അനുഭവിക്കുന്നു. അവിടെ എനിക്ക് ഇടയനും മേലാളുമില്ല. വീട്ടിലും ജോലിസ്ഥലത്തും നഗരവീഥിയിലും, സമൂഹത്തിലും ഞാൻ പരതന്ത്രനാണ്, ദുർബ്ബലനാണ്, അടിമയാണ്. എന്നാൽ, എന്റെ ഈ ലോക ത്തിൽ രാജാവും പ്രജയുമായി ഞാൻ മാത്രമേയുള്ളു. അവിടുത്തെ അദ്ധ്വാനവും, വേദനകളും, ജയങ്ങളും, പരാജയങ്ങളും എല്ലാം എനിക്ക് ആഹ്ളാദകാരിയാണ്. ആ ലോകത്തിൽ മനുഷ്യനെ അവന്റെ രൂപത്തിൽ ഞാൻ കാണുന്നു. അസംതൃപ്തമായ ആത്മാവിന് വല്ലപ്പോഴും വീണു കിട്ടുന്ന ആഹ്ളാദത്തിന്റെ അസുലഭ നിമിഷങ്ങൾക്കുവേണ്ടി, സ്വാതന്ത്ര്യ ത്തിനുവേണ്ടി ഞാനെഴുതുന്നു. ആ സ്വാതന്ത്ര്യമാണ് എന്റെ അസ്തിത്വം! അതില്ലെങ്കിൽ ഞാൻ കാനേഷുമാരിക്കണക്കിലെ ഒരക്കം മാത്രമാണ്."[5]

എം.ടി ഇവിടെ പറഞ്ഞ കാര്യങ്ങൾ രാജലക്ഷ്മിയുടെ കാര്യത്തിലും സത്യമായി ഭവിക്കുന്നു. അസംതൃപ്തമായ ആത്മാവിന് ആഹ്ലാദവും സ്വാതന്ത്ര്യവും കിട്ടാൻ വേണ്ടിത്തന്നെയാണ് അവരും എഴുതിയത്. ഓരോ രചനയും അതു വ്യക്തമാക്കുന്നുണ്ട്. തനിക്കു പറയാനുള്ളതു മുഴുവൻ തന്റെ സൃഷ്ടികളിലൂടെ സത്യസന്ധമായി അവർ പറഞ്ഞുവച്ചു. സ്ത്രീയെന്നു പറഞ്ഞ് പിന്നിലേക്കു മാറിനിൽക്കാൻ രാജലക്ഷ്മി ഒരുക്കമായിരുന്നില്ല. അവരുടെ നായികമാരും അങ്ങനെ തന്നെ. വീട്ടിലുള്ളവർക്കുപോലും അവരുടെ വ്യക്തിത്വം തിരിച്ചറിയാൻ കഴിഞ്ഞില്ല. അതിനെക്കുറിച്ചു ചിന്തിച്ച് രാജലക്ഷ്മിയുടെ ജ്യേഷ്ഠസഹോദരി സരസ്വതിയമ്മ പില്കാലത്ത് പശ്ചാത്തപിക്കുന്നുണ്ട്.[6]

നോവലിലെ നായിക രമണിയെക്കുറിച്ച് അവളുടെ മുത്തശ്ശി പറയുന്ന വാക്കുകളും അതു വ്യക്തമാക്കുന്നു.

"ഈ പെണ്ണ് എവിടെയായിരുന്നു ഇത്രനേരം? നെറഞ്ഞ സന്ധ്യയ്ക്ക് കുന്നിന്റെ മോളില് ഒറ്റയ്ക്കു ചെന്നു നിക്വ! ഇതിനു പേടീല്യേ? കാവിലെ വളവിന്റെ തൊട്ട് ഒരു പെണ്ണു തന്നെ നിക്വാത്രേ! എന്തൊരു ജനിസ്സാണോ?"[7]

വളർച്ചയെത്താത്ത ഒരു പെണ്ണിന്റെ തന്റേടത്തിനു മുമ്പിൽ വീട്ടിലുള്ള ഓരോരുത്തരും അദ്ഭുതപ്പെട്ടു നിൽക്കുകയാണ്. അവളെ മനസ്സിലാക്കാൻ മുത്തശ്ശിക്കെന്നല്ല നോവലിൽ ആർക്കും തന്നെകഴിയുന്നില്ല. തനിക്കു താൻപോരിമയും സ്വാതന്ത്ര്യബോധവും രമണിയെ കരുത്തുററ ഒരു കഥാപാത്രമാക്കി മാറ്റുന്നു. രാജലക്ഷ്മിയുടെ വ്യക്തിത്വമാർന്ന സ്ത്രീ കഥാപാത്രങ്ങളിൽ മുൻപന്തിയിൽ നില്ക്കുന്നത് ആദ്യനോവലിലെ രമണിയും ആദ്യകഥയിലെ ശാരദയും തന്നെ. ശാരദ തന്റെ അനുജത്തി പാറൂട്ടിയെക്കുറിച്ചു ചിന്തിക്കുന്ന ഒരു സന്ദർഭമുണ്ട് കഥയിൽ. ഒരു മൃഗത്തെപ്പോലെ വീട്ടുജോലികളെല്ലാം ചെയ്യുന്ന, സൗന്ദര്യം അല്പവുമില്ലാത്ത, പാറൂട്ടിയോട് അവൾക്ക് സഹതാപമാണുള്ളത്.

"വേറൊന്നുമില്ലാത്തതിനു പകരമാണോ ഈ കേശസമൃദ്ധി അവൾക്കു പ്രകൃതി കൊടുത്തത്. പല്ലുപൊങ്ങിയതാണ്; കണ്ണിനു ജീവനില്ല; നിറമില്ല; തലമുടി മാത്രമുണ്ട്. ബാക്കി എല്ലാവരും വെളുത്താണ്. അവൾക്കു മാത്രം എന്തുപററി? സൗന്ദര്യമില്ലെങ്കിൽ ബുദ്ധിയെങ്കിലുമുണ്ടാവാമായിരുന്നില്ലേ? തോറ്റുതോറ്റ് അടുക്കളമൂലയിലേക്ക് തള്ളപ്പെട്ട വീട്ടുമൃഗം. ഭാരവണ്ടിക്കു കെട്ടിയ എരുമക്കിടാവ്! അവളുടെ മാത്രം പേരിനുപോലും ഒരു പരിഷ്കാരം ഇല്ലാതെ പോയതെന്തേ? അച്ഛൻ ജയിലിലായിരുന്നപ്പോൾ പ്രസവിച്ചതാണ്. അതായിരിക്കുമോ അവളുടെ പേര് പാറുക്കുട്ടിയിൽ തുടങ്ങി പാറൂട്ടിയിൽ അവസാനിക്കുവാൻ കാരണം? ഒരു പക്ഷേ, അടുപ്പിന്റെ മൂലയിലേക്കുള്ളവളാണെന്ന് അവരന്നേ കണ്ടിരിക്കാം. അവളെന്തിനിങ്ങനെ ദരിദ്രയായി ജനിച്ചു. ഇങ്ങനെ കൈയിൽ യാതൊന്നുമില്ലാതെ മനുഷ്യർ ജനിക്കാമോ? അനീതിയാണത്. പ്രകൃതി

കാട്ടുന്ന കൊടിയ നീതികേട്. പടക്കോപ്പൊന്നും ഒരുക്കിക്കൊടുക്കാതെ ചട്ടയും കൈയുറയും ഒന്നും കൂടാതെ അടർക്കളത്തിലേക്ക് ഇറക്കി വിടും."[8]

ഇവിടെ പാറുക്കുട്ടിയോടു വീട്ടിലുള്ളവർ കാണിക്കുന്ന അനീതിയിൽ മാത്രമല്ല, പ്രകൃതി അവളോടു കാട്ടിയ കൊടിയ നീതികേടിനോടും ശാരദയ്ക്കു കടുത്ത പ്രതിഷേധമുണ്ട് എന്നുകാണാം. സ്ത്രീയോടു കാട്ടുന്ന ഏതുതരത്തിലുള്ള അനീതിയോടും ഏതു നെറികേടിനോടും ശക്തമായി പ്രതികരിക്കാൻ കഥാകൃത്തിനു മടിയില്ല. എന്നാൽ ആ പ്രതി ഷേധം കഥാപാത്രങ്ങളിലൂടെയാണെന്നുമാത്രം. നേരിട്ടു പ്രതികരിക്കു വാൻ, സ്വന്തം കാര്യത്തിൽപോലും, രാജലക്ഷ്മിക്കു കഴിഞ്ഞില്ല എന്നു ള്ളത് ഒരു പരമാർത്ഥമാണ്. തന്റെ കൃതികളിലെ കഥാപാത്രങ്ങളെ തനിക്കു താൻപോരിമയും, വ്യക്തിത്വവും, ഇച്ഛാശക്തിയുമുള്ളവരായി ചിത്രീകരിക്കാൻ ശ്രമിച്ച രാജലക്ഷ്മി തനിക്കു കഴിയാത്തത് കഥാപാത്ര ങ്ങളിലൂടെ സഫലമാക്കുകയാണ് ചെയ്യുന്നത്. "കഥാപാത്രങ്ങളി ലൂടെയുള്ള ഈ അഭിലാഷസഫലീകരണം എഴുത്തുകാരെ സംബന്ധി ച്ചിടത്തോളം ഒരു മനശാസ്ത്രതത്ത്വമാണ്."[9]

രാജലക്ഷ്മിയുടെ ഞാനെന്ന ഭാവത്തിലെ അമ്മിണി വ്യക്തിത്വമുള്ള ഒരു കഥാപാത്രമാണ്. അവളുടെ ഞാനെന്ന ഭാവം പരാമർശവിഷയ മായതാണ്. ചെറിയ പ്രായത്തിൽത്തന്നെ അമ്മിണിയുടെ വ്യക്തിത്വം പ്രകടമാകാൻ തുടങ്ങിയിരുന്നു. അച്ഛനും അമ്മയുമില്ലാത്ത അവളെ വളർത്തിയത് ചേച്ചിയും ഭർത്താവുമാണ്. അവർ അമ്മിണിക്ക് അച്ഛനും അമ്മയും തന്നെയാണ്. അവരുടെ മകൻ കൃഷ്ണൻകുട്ടിയുമായി വഴ ക്കിടുമ്പോഴെല്ലാം അവർ അമ്മിണിയുടെ ഭാഗത്താണ്. ഏതുവഴക്കിലും അതുകൊണ്ടുതന്നെ ജയിക്കുന്നത് അമ്മിണിയാണ്. കൃഷ്ണൻകുട്ടിയുടെ കൈമാന്തിപ്പൊളിച്ച് അവൻ വേദനകൊണ്ടു പിടയുമ്പോഴും അതുചെയ്ത അമ്മിണിയുടെ ഭാഗത്താണ് അവന്റെ അച്ഛൻ. അയാൾ അവളെ ന്യായീ കരിക്കുമ്പോൾ, ഭാര്യ പറയുന്നു.

"എന്നാലും ഇതൊരു പെണ്ണല്ലേ? ഇങ്ങനെ ഒരു വാശീം വൈരാഗ്യവും തന്റേടവും ക്കെ കൊള്ളോ? മൊളേന്നു പൊറപ്പെടുമ്പോഴേ ഇതിങ്ങനെ യാണ്. എന്തൊരു ശീലോ എന്തോ?"

തുടർന്നും അവർ ഭർത്താവിനോടു പരാതി പറയുന്നു:

"ഇതിന്റെ കുറുമ്പൊന്നു കുറയ്ക്കാൻ എന്താ ചെയ്യേണ്ടത് ആവോ? അഞ്ചാറുവയസ്സായതിനുശേഷമാണ് ഒരിക്കൽ അർദ്ധരാത്രിക്ക് എന്നെക്കൊണ്ട് വെള്ളച്ചോറ് കൈയിട്ടുവാരിച്ചത്."

അവർ ആ കഥ വിവരിക്കുന്നു:

അടുക്കളത്തളത്തില് കുട്ട്യോള് പകലൂണിന് ഇരിക്കുകയാണ്. ഈ പെണ്ണും ഇരിക്കണുണ്ട്. ഞാൻ കൃഷ്ണൻകുട്ടിയെ എടുത്തു നടന്ന് ചോറുകൊടുക്കാണ്. എടത്തെ കൈയില് കിണ്ണവും ഒക്കത്ത് കുട്ടിയും.

ചെറിയ മുത്തശ്ശി ചോറുവിളമ്പി ഓരോരുത്തർക്കായിട്ട് കൂട്ടാൻ കൊടുക്കുകയാണ്. അപ്പോണ്ട് ഈ പെണ്ണ് ചാടിയെണീറ്റ് ഒരു കിണുങ്ങല്....

"യ്ക്ക് വേണ്ട ഈ ചോറ്..."

"എന്തേടീ? എന്തേ പറ്റീത്?" ചെറിയ മുത്തശ്ശി ചോദിച്ചു.

"ന്റെ ചോറ് ഇച്ചിലായി"

"ഇച്ചിലാക്കാണ്ടയാ പിന്നെ ഉണ്ണുക?"

"കൃഷ്ണൻകുട്ടീടെ ഇച്ചില് ഞാൻ തിന്നില്ല."

"കൃഷ്ണൻകുട്ടീടെ ഇച്ചിലെങ്ങനെയാ നെന്റെ കിണ്ണത്തില്" എന്നായി മുത്തശ്ശി.

"അമ്മേടെ കൈയീന്നു വറ്റ് എന്റെ കിണ്ണത്തിലു വീണു."[10]

"വീണില്ലാന്നു ഞാൻ എത്രപറഞ്ഞാലും പെണ്ണുസമ്മതിക്കില്ല. എനിക്കു വേണ്ടാന്നും പറഞ്ഞ് കൈയും കഴുകി ഒരു നടത്തം. അതു മാറ്റി വേറെ ചോറുകൊടുക്കാൻ മുത്തശ്ശിയൊട്ട് സമ്മതിക്കൂല്യ. അത്രയ്ക്ക് കുറുമ്പാണെങ്കിൽ അങ്ങട് പഷ്ണി കെടക്കട്ടെ എന്ന് അവര്. പെണ്ണ് രാത്രി പന്ത്രണ്ടുമണിയായപ്പോൾ തൊടങ്ങി ഒണർന്ന് കരയാൻ, വെശന്നട്ട്. ഒരു നിവൃത്തീല്ലാണ്ടെ അടുക്കള തൊറന്ന് പഴങ്കഞ്ഞിക്കലത്തിൽ കൈയിട്ട് പിഴിഞ്ഞ് വാരിക്കൊടുത്തു. എന്നട്ടേ അവള് നെലോളി നിർത്തിയുള്ളു."

അതേസമയം കുട്ടികളായാൽ കുറച്ചുവാശിയും കുറുമ്പുമൊക്കെ വേണമെന്നായിരുന്നു ഭർത്താവിന്റെ അഭിപ്രായം. അവൾ കേമത്തിയാകുമെന്നും അയാൾ വിധി എഴുതുന്നു. തനിക്ക് ഇഷ്ടമല്ലാത്ത വിവാഹത്തിന്, അതും കണ്ടാൽ വർക്കത്തില്ലാത്ത ഒരു വയസ്സൻ നമ്പൂതിരിയുമായുള്ള സംബന്ധത്തിന്, കാരണവന്മാർ ഒരുങ്ങുമ്പോൾ, വിവാഹത്തിനു തൊട്ടുമുമ്പുള്ള രാത്രിയിൽ ഒറ്റയ്ക്കു വീടുവിട്ട് ഓടിപ്പോയി. അച്ഛന്റെ വീട്ടിൽ (ചേച്ചിയുടെ ഭർത്താവിനെയാണ് അങ്ങനെ വിളിക്കുന്നത്) ചെന്ന് അഭയം തേടാൻ തന്റേടം കാണിച്ച പെൺകുട്ടിയാണ് അമ്മിണി. കാരണവന്മാരുടെ എതിർപ്പ് അവൾ നിസ്സാരമായി നേരിട്ടു. ഇവിടെ അമ്മിണിയുടെ വ്യക്തിത്വം സമൂഹഘടനകളെ നിഷ്പ്രഭമാക്കുന്ന ഒന്നായിരുന്നു. ഇതുപോലെ വ്യക്തിയും വ്യക്തിയും തമ്മിലും, വ്യക്തിയും കുടുംബവും തമ്മിലുമുള്ള സംഘർഷങ്ങൾ രാജലക്ഷ്മിയുടെ രചനകളിൽ ധാരാളമായി കാണാം.

അമ്മിണി സബ്ജഡ്ജിയുടെ ഭാര്യയായി സ്വന്തം വീട്ടിൽ നിന്നു മറ്റൊരു വീട്ടിലേക്ക് എത്തിയപ്പോഴാണ് അവളുടെ വ്യക്തിത്വം കൂടുതൽ പ്രകടമായത്. അനേകം കുടുംബാംഗങ്ങളും അളവില്ലാത്ത സ്വത്തുമുള്ള വലിയ വീടു ഭരിക്കാൻ ആ പെൺകുട്ടിക്ക് യാതൊരു പ്രയാസവുമുണ്ടായിരുന്നില്ല. പെൺകുട്ടിയാണെങ്കിലും അവൾക്ക് ഒരാൺകുട്ടിയുടെ തന്റേടവും കാര്യപ്രാപ്തിയുമുണ്ട്. അവിടെ കൃഷ്ണൻകുട്ടിയുടെ

വ്യക്തിത്വവുമായി അവളുടെ വ്യക്തിത്വം ഇടയുന്നു. തോല്ക്കാൻ തയ്യാറാകാതെ രണ്ടുപേരും തമ്മിൽ അകലുന്നു. ആദ്യനോവലിലെ രമണിക്കും വീടുവിട്ട് സ്വതന്ത്രമായ ഒരു സാഹചര്യത്തിൽ എത്തുമ്പോഴാണ് അവളുടെ വ്യക്തിത്വം കൂടുതൽ പ്രകാശമാനമാകുന്നത്. ഒരു കാല്പനികനായിക എന്ന നിലയിൽ അവളിലെ മധുരസങ്കല്പങ്ങൾ ഇഴ വിടർത്തുന്നതും കൂടുതൽ മെച്ചപ്പെട്ട കവിതകൾ എഴുതുന്നതും ഇക്കാലത്താണ്. ആൺകുട്ടികളോട് യാതൊരു സങ്കോചവും കൂടാതെ ഇടപഴകാനും, ഏതു വിഷയത്തെക്കുറിച്ചും തനിക്കുള്ള അഭിപ്രായങ്ങൾ തുറന്നു പറയാനും അവൾക്കു സാധിക്കുന്നു. ഡിപ്പാർട്ടുമെന്റിൽ കയറിച്ചെന്ന് അദ്ധ്യാപകരോടു സംസാരിക്കുവാനും നാട്ടിൻപുറത്തു ജനിച്ചു വളർന്ന ഈ പെൺകുട്ടിക്കു മടിയില്ല. പലരും പ്രണയിച്ചു പിന്നാലെ നടക്കുമ്പോൾ, അവരെയൊക്കെ നിഷ്കരുണം ആട്ടിപ്പായിക്കുവാനുള്ള തന്റേടവും അവൾക്കുണ്ട്. എങ്കിലും കോളേജിൽ നിന്നും നിസ്സാരമൊരു ബി.എ ഡിഗ്രിയുമായി അവൾക്കു പോരേണ്ടിവന്നു. രമണിയുടെ ഞാനെന്ന ഭാവത്തിനു കിട്ടിയ ശിക്ഷയാണ് അത്. ഒടുവിൽ ക്ഷയരോഗിയായ അപ്പേട്ടനെ ശുശ്രൂഷിക്കുവാൻ വേണ്ടി രമണി തന്റെ ജീവിതം അർപ്പിക്കുന്നു. ഒരുതരം ആത്മത്യാഗമായിരുന്നു അത്. വളരെയധികം കഴിവുകളുള്ള സമർത്ഥയായ ഒരു വിദ്യാർത്ഥിനിയായിരുന്നിട്ടും സ്ത്രീയെന്ന നിലയിൽ ഉയർന്ന വ്യക്തിത്വമുണ്ടായിരുന്നിട്ടും രമണിക്ക് എങ്ങുമെത്താൻ കഴിഞ്ഞില്ല. സ്വയം വരുത്തിവച്ച വിനകളോ, വിധിയോ എന്തുമാകട്ടെ വ്യക്തി എന്ന നിലയിലുള്ള അവളുടെ അനുഭവം വളരെ ക്രൂരമായിരുന്നു. വ്യക്തിയുടെ ഉള്ളിലെ സംഘർഷവും തീവ്രമായിരുന്നു. നോവലിസ്റ്റിന്റെ ജീവിതം സമാനമായ ഒന്നായിരുന്നു. ഉയർന്ന വിദ്യാഭ്യാസമുണ്ടായിരുന്നിട്ടും, സമൂഹത്തിൽ മാന്യമായ ജോലിയുണ്ടായിരുന്നിട്ടും പ്രസിദ്ധയും പ്രതിഭാശാലിയുമായ സാഹിത്യകാരിയായിരുന്നിട്ടും അതിനു തക്കവണ്ണം സാമൂഹികജീവിതത്തിൽ ഉയരാൻ അവർക്കു സാധിച്ചില്ല. സാഹിത്യത്തിലും കഴിവിനുതക്ക പ്രസിദ്ധി ഉണ്ടായില്ല. ജീവിതം പരാജയമായിത്തീർന്ന് ഒടുവിൽ മരണത്തിൽ അഭയം തേടേണ്ടതായി വന്നു. ഇവിടെ വിധി മാത്രമാണ് അവരെ ചതിച്ചതെന്നു പറയാൻ കഴിയില്ല. നേരത്തെ സൂചിപ്പിച്ചതുപോലെ അവർക്കു ചുറ്റുമുള്ള സമൂഹവും അതിനു കാരണമാണ്. എന്തെഴുതിയാലും അതിലൊക്കെ തങ്ങളുടെ ജീവിതകഥയുണ്ടെന്നു തെറ്റിദ്ധരിക്കുന്ന ഒരു സമൂഹം അവർക്കു പിന്നാലെ ഭീഷണിയും ശകാരവും ആക്ഷേപങ്ങളുമൊക്കെയായി ഉണ്ടായിരുന്നുവല്ലോ. എന്നാൽ തന്റെ സർഗ്ഗാത്മകരചനകൾ നിർത്തിവെക്കാനും അവർക്കു കഴിയുമായിരുന്നില്ല. രണ്ടുവർഷം എഴുതാതിരുന്നു നോക്കി. എന്നാൽ അതിനും അവർക്കു സാധിക്കുമായിരുന്നില്ല. മൗനകാലം മരണതുല്യമായിരുന്നു. ഭക്തികൊണ്ടു മനസ്സിനു ധൈര്യം പകരാൻ നോക്കി. ഈശ്വരനാമങ്ങൾ അനേകമാവൃത്തി ഉരുവിട്ടു. ഇരുനൂറു പേജുള്ള ഒരു ബുക്കുനിറയെ ഈശ്വരനാമങ്ങൾ എഴുതിനോക്കി. അതുകൊണ്ടും മനസ്സു സ്വസ്ഥമായില്ല. ഇവിടെ സാഹിത്യകാരിയും വ്യക്തിയും

തമ്മിലും സാഹിത്യകാരിയും സമൂഹവും തമ്മിലും സംഘർഷം നടക്കുന്നതു കാണാം. ഒരു യഥാർത്ഥ സാഹിത്യകാരിക്ക്, പ്രതിഭാശാലിക്ക്, സർഗ്ഗാത്മകപ്രവർത്തനങ്ങൾക്കു തുല്യം മറ്റൊന്നുമില്ല. എഴുതാതെയിരിക്കുന്നത് പ്രാണൻ പറിച്ചെടുക്കുന്ന വേദനയാണ്. ജീവിതം തന്നെ സാഹിത്യമെന്നു കരുതിയ രാജലക്ഷ്മിക്ക് മൗനകാലം മരണതുല്യമായിരുന്നു. അതുകൊണ്ടുതന്നെ എല്ലാ എതിർപ്പുകളെയും അവഗണിച്ച് അവർ വീണ്ടും എഴുതിത്തുടങ്ങി. എഴുതിത്തുടങ്ങിയപ്പോൾ എതിർപ്പുകൾ വീണ്ടും ശക്തമായി. അവസാനം എഴുത്തിനുപകരം ജീവൻ തന്നെ കൊടുക്കേണ്ടിവന്നു. സാഹിത്യരചന രാജലക്ഷ്മിക്ക് തന്റെ ആത്മാവിന്റെ ആവശ്യമായിരുന്നു. എല്ലാ വേദനകളിൽ നിന്നും ഒരു മോചന മാർഗ്ഗം. അതിനു കഴിയാതെ വരുമ്പോൾ ഏതെഴുത്തുകാരെയും പോലെ അത് ഏറ്റവും വലിയ ധർമ്മസങ്കടമായിത്തീരുന്നു. ആന്തരികസംഘർഷം തീവ്രതരമാകുന്നു. രാജലക്ഷ്മിയുടെ അക്കാലത്തെ രചനകളിൽ അതു വളരെ വ്യക്തമായിരുന്നു. മനസ്സിന്റെ അവ്യവസ്ഥിതത്വം രചനകളെയും അവ്യവസ്ഥിതമാക്കി. ആദ്യകാലരചനകളുടെ സ്വാഭാവികസൗന്ദര്യമോ, കലാതന്ത്രമോ, പൂർണ്ണതയോ പില്ക്കാലരചനകളിൽ കാണാതിരുന്നതും ഈ ഒരു പശ്ചാത്തലത്തിലാവണം.

സമൂഹത്തിന്റെ ഇടപെടൽ ആത്മപ്രകാശനത്തിനു വിഘാതം സൃഷ്ടിക്കുമ്പോൾ, കാല്പനികരായ എഴുത്തുകാർ തങ്ങളോടുതന്നെ പ്രതികാരം ചെയ്യുന്നു. ഇടപ്പള്ളിയും ചങ്ങമ്പുഴയും മാധവിക്കുട്ടിയുമെല്ലാം തന്നെ രാജലക്ഷ്മിയെപ്പോലെതന്നെ ജീവിതത്തെ അത്തരമൊരു പ്രതികാരത്തിൽ മുക്കിക്കളഞ്ഞവരാണ്. തങ്ങളോടു തന്നെയായിരുന്നു അവരുടെ പ്രതികാരം. ഇടപ്പള്ളിയെപ്പോലെയോ രാജലക്ഷ്മിയെപ്പോലെയോ ഒറ്റയടിക്ക് ആത്മഹത്യ ചെയ്തില്ലെങ്കിലും ചങ്ങമ്പുഴയും മാധവിക്കുട്ടിയും സാവധാനം ആത്മഹത്യയിലേക്കു നടന്നടുക്കുകയാണ് ചെയ്തത്. ഇഞ്ചിഞ്ചായുള്ള മരണം! എമിലി ബ്രോണ്ടി, വെർജീനിയാ വൂൾഫ്, സിൽവിയാ പ്ലാത്ത്, എമിലി ഡിക്കിൻസൺ തുടങ്ങിയ പാശ്ചാത്യരായ എഴുത്തുകാരും ഇതുപോലെതന്നെ തങ്ങളുടെ ജീവിതം സ്വയം ഹോമിച്ചവരാണ്. എമിലി ബ്രോണ്ടി തന്റെ ആരോഗ്യം മുഴുവൻ നഷ്ടപ്പെടുമ്പോഴും രോഗത്തിനു ചികിത്സതേടാതെ, യാതൊരു മരുന്നും കഴിക്കാതെ, ഭക്ഷണംപോലും കഴിക്കാൻ കൂട്ടാക്കാതെ, സ്വയം മരണത്തിനു കീഴടങ്ങി. വെർജീനിയാ വൂൾഫിന് എഴുതാനാവാത്ത ഒരവസ്ഥ വന്നപ്പോഴാണ് ജീവിതത്തോട് അവർ പ്രതികാരം ചെയ്തത്. രോഗാവസ്ഥ എഴുത്തിനു തടസ്സമായി. എഴുതാതെ ജീവിക്കുവാൻ ഇവർക്കാർക്കും തന്നെ കഴിയുമായിരുന്നില്ല. ആത്മദുഃഖങ്ങളാണ് സിൽവിയാ പ്ലാത്തിനെ മരണത്തിലേക്കു നയിച്ചത്. തന്റെ സ്ത്രീത്വത്തോടു ഭർത്താവു കാട്ടിയ അവഹേളനവും സമൂഹത്തിൽ തനിക്കുണ്ടായ അപമാനവും എഴുതാനാവാത്ത സാഹചര്യവും അവരെ ആത്മഹത്യക്കു പ്രേരിപ്പിച്ചു. ഒരിക്കലല്ല പലപ്രാവശ്യം. എന്നാൽ മുൻപെന്നപോലെ അവസാനത്തെ

പ്രാവശ്യവും ആരെങ്കിലും വന്നു തന്നെ രക്ഷിക്കുമെന്നും കൂടുതൽ കരുത്തോടെ സാഹിത്യരംഗത്തേക്കു തിരിച്ചുവരാൻ കഴിയുമെന്നും സിൽവിയ വ്യാമോഹിച്ചു. എങ്കിലും അതുണ്ടായില്ല. അത് അവരുടെ അന്ത്യമായിത്തീരുക തന്നെ ചെയ്തു. അവിടെ വിധിയാണു ജയിച്ചത്. വ്യക്തിയോ സമൂഹമോ അല്ല.

---

1 ഏകാന്തപഥിക- എം.ടി.വാസുദേവൻ നായർ. രാജലക്ഷ്മിയുടെ കഥകൾ ആമുഖം, കറന്റ് ബുക്സ് തൃശ്ശൂർ പേജ് 15

2 കാഥികന്റെ പണിപ്പുര- എം.ടി.വാസുദേവൻ നായർ, കറന്റ് ബുക്സ്, തൃശ്ശൂർ പേജ് -40

3 കാല്പനികതയുടെ സാമൂഹികശാസ്ത്രം - വീണ്ടുവിചാരം ഡോ.പി.വി. വേലായുധൻപിള്ള, പ്രസാധകർ - പ്രഭാത് ബുക് ഹൗസ്, തിരുവനന്തപുരം- പേജ് -87

4 പെണ്ണെഴുതുന്ന ജീവിതം- എൻ.കെ.രവീന്ദ്രൻ, മാതൃഭൂമി ബുക്സ് പേജ് -79

5 കാഥികന്റെ പണിപ്പുര- എം.ടി.വാസുദേവൻ നായർ, കറന്റ് ബുക്സ്, തൃശ്ശൂർ പേജ് 11.12

6 സരസ്വതിയമ്മ - മാതൃഭൂമി രാജലക്ഷ്മി പതിപ്പ് ചരിത്രപഥം-26.1.2014

7 രാജലക്ഷ്മി- ഒരു വഴിയും കുറെ നിഴലുകളും, കറന്റ് ബുക്സ്, തൃശ്ശൂർ, പേജ് 25

8 മകൾ- രാജലക്ഷ്മിയുടെ കഥകൾ, കറന്റ് ബുക്സ്, തൃശ്ശൂർ പേജ് -64

9 Basic writings of sigmaond frauid Translated and Edited with an Introduction by Dr.A.A.Brill -Random House

10 ഞാനെന്ന ഭാവം- രാജലക്ഷ്മി, കറന്റ് ബുക്സ്, തൃശ്ശൂർ പേജ് 11, പേജ്

ഒമ്പത്

പ്രണയതൃഷ്ണ

കാല്പനിക മനസ്സിനുടമയായ രാജലക്ഷ്മിയുടെ നോവലുകളും കഥകളും മിക്കവാറും പ്രണയകഥകളാണ്. ആദ്യകഥയും ആദ്യനോവലും അക്കൂട്ടത്തിൽ മുൻപന്തിയിൽ നില്ക്കുന്നു. പ്രണയാതുരമനസ്സിന്റെ ഉത്കണ്ഠകളും പ്രതീക്ഷകളുമെല്ലാം അനുഭവതീവ്രതയോടെ അവർ ആവിഷ്കരിക്കുമ്പോൾ, വായനക്കാർ അതിൽ വ്യാമുഗ്ദ്ധരായിത്തീരുന്നു. മലയാള സാഹിത്യത്തിൽ പ്രണയത്തെ ആർദ്രമായും, വശ്യമായും ചിത്രീകരിച്ച ചങ്ങമ്പുഴയ്ക്കുശേഷം കാല്പനികപ്രണയത്തിന്റെ ചാരുത അതിന്റെ വർണ്ണഭംഗികളോടെ പീലി വിടർത്തുന്നത് രാജലക്ഷ്മിയുടെ രചനകളിലാണ്. പ്രണയജോടികളുടെ തുടിക്കുന്ന മനസ്സ് ഇത്രത്തോളമറിഞ്ഞ എഴുത്തുകാർ ദുർല്ലഭമാണെന്നു പറയാം. പ്രണയത്തിന്റെ മാസ്മരലോകങ്ങളിലേക്ക് അനുവാചകനെ കൂട്ടിക്കൊണ്ടുപോകുവാൻ അവർക്ക് ഒരു പ്രത്യേക കഴിവുതന്നെയുണ്ടായിരുന്നു. പ്രണയം അതിന്റെ കാല്പനികഭംഗിയോടെ മിഴിതുറക്കുമ്പോൾ, രാജലക്ഷ്മിയുടെ അത്തരം രചനകൾ യുവതലമുറയെ ഹരം കൊള്ളിച്ചു. യുവഹൃദയങ്ങളുടെ സ്വപ്നസമാനമായ പ്രണയസങ്കല്പങ്ങളെ അനശ്വരമാക്കിയ ഈ എഴുത്തുകാരിക്ക് ചങ്ങമ്പുഴയെപ്പോലെ അന്നു സാഹിത്യത്തിൽ ഒരു പ്രത്യേകസ്ഥാനം തന്നെ ലഭിച്ചു. മകൾ എന്ന കഥയിലെ ശാരദയും, ഒരുവഴിയും കുറെ നിഴലുകളും എന്ന നോവലിലെ രമണിയും പ്രണയത്തിന്റെ സ്വർഗ്ഗീയാനുഭൂതികളിൽ മുഴുകുന്നത് അനുവാചകമനസ്സിനെ ഇളക്കുന്ന രീതിയിലാണ്. ചങ്ങമ്പുഴക്കവിതയിലെ ഹൃദ്യമായ പ്രണയമുഹൂർത്തങ്ങളെ ഇത് ഓർമ്മിപ്പിക്കുന്നു. കമിതാക്കളിൽ കാമുകിയുടെ മനസ്സിലൂടെയാണ് ഈ എഴുത്തുകാരിയുടെ സഞ്ചാരം. സ്വാനുഭവപ്രതീതിയോടെ അവതരിപ്പിക്കുമ്പോൾ അത് അങ്ങനെയാകാതെ വയ്യ. കാമുക ഹൃദയങ്ങൾ രാജലക്ഷ്മിക്ക് അപ്രാപ്യങ്ങളോ, അപരിചിതങ്ങളോ ആണെന്നു പലപ്പോഴും തോന്നിയിട്ടുണ്ട്. കാമുകിയുടെ വീക്ഷണത്തിലൂടെ കാണുന്ന കാമുകന്മാർ മാത്രമേ അവരുടെ രചനകളിലുള്ളൂ. ഇതിനു വിപരീതമായി കാമുകവീക്ഷണത്തിലൂടെ അവതരിപ്പിക്കുന്ന കാമുകി

'ചരിത്രം ആവർത്തിക്കുന്നില്ല' എന്ന ഒരു കഥയിൽ മാത്രം വേറിട്ടു നിൽക്കുന്നുണ്ട്.

ജീവിതത്തിന്റെ അർദ്ധയാമമെത്തി നിൽക്കുമ്പോഴും, രാജലക്ഷ്മിയിൽ പ്രണയതൃഷ്ണ അത്യന്തം തീവ്രമായിരുന്നു. മാധവിക്കുട്ടിക്ക് ജീവിതത്തിന്റെ അന്ത്യയാമത്തിൽപ്പോലും പ്രണയതൃഷ്ണ അദമ്യമായിരുന്നു എന്ന് അവരുടെ രചനകൾ തെളിയിക്കുന്നുണ്ട്. തന്നിലെ സ്ത്രീയെ തീക്ഷ്ണമായ പ്രണയത്തിലൂടെ വിളിച്ചുണർത്താൻ കഴിയുന്ന പുരുഷസാന്നിദ്ധ്യം അവരിരുവരും ആഗ്രഹിച്ചിരുന്നു. അവരുടെ നായികമാരിൽ ഭൂരിഭാഗവും അങ്ങനെയൊരു സ്നേഹത്തിനു വെമ്പൽകൊണ്ടു. അതിനുവേണ്ടി പിടയുന്ന മനസ്സോടെ കാത്തിരുന്നു. സിൽവിയാപ്ലാത്തിനെപ്പോലെ ഉന്മാദത്തോളമെത്തുന്ന ഒരു വികാരമായിരുന്നു ഇരുവർക്കും പ്രണയം. ഒരിറ്റു സ്നേഹത്തിനായി ഒഴുകി നടക്കുന്ന ഒരു പുഴയുടെ ദാഹമുണ്ട് ഇരുവരുടെയും രചനകളിൽ. കണ്ണന്റെ രാധയാണ് മാധവിക്കുട്ടിയുടെ കാമുകിമാർക്കു മാതൃക. അതേസമയം രാജലക്ഷ്മിയുടെ കാമുകിമാർക്ക് ഒരിക്കലും അങ്ങനെയൊരു മാതൃകയില്ല. അവർക്കു പ്രണയ സാഫല്യം ഉണ്ടാകുന്നുമില്ല. കൊതിയോടെ അണയുമ്പോൾ പ്രണയം ചീട്ടുകൊട്ടാരം പോലെ തകർന്നുവീഴുന്നു. നഷ്ടബോധത്തിന്റെ ദുഃഖം പുരണ്ട ഒരു ചിരി മാത്രം അവരുടെ ചുണ്ടുകളിൽ അവശേഷിക്കുന്നു.

പ്രണയലോലമായ മനസ്സിന്റെ അനുഭൂതി വിശേഷങ്ങൾ കഥാപാത്രങ്ങളിലൂടെ അനുവാചക ഹൃദയങ്ങളിലേക്കു നിർവ്യാജം പകർന്ന രാജലക്ഷ്മി പ്രണയഭംഗത്തിന്റെ തീവ്ര ദുഃഖങ്ങൾ ആവിഷ്കരിക്കാനും മറന്നില്ല. പ്രണയം മനസ്സിൽ മൊട്ടിടുന്ന ഘട്ടം മുതൽ അതിന്റെ അനുക്രമമായ വളർച്ചയിലൂടെ അനുവാചകനെ പ്രണയോന്മാദത്തിന്റെ നിത്യഹരിതലോകങ്ങളിലെത്തിക്കുവാൻ ഈ കഥാകാരിക്ക് നിഷ്പ്രയാസം കഴിയുന്നു. മകൾ എന്ന കഥയിൽ ശാരദയുടെ പ്രണയം വായനക്കാരന്റെ മനസ്സിനെ ഇക്കിളിപ്പെടുത്തുന്ന തരത്തിൽ ഭാവതീവ്രമായ ഒരു തലത്തിലേക്ക് ഉയരുന്നു. അനശ്വരമായ അനേകം പ്രണയമുഹൂർത്തങ്ങളിലൂടെ കടന്നുപോകുമ്പോൾ ആസ്വാദകൻ സ്വർഗ്ഗീയാനുഭൂതികളിൽ മുഴുകുന്നു.

"അവിടെ മാരിവില്ലിന് നിറപ്പകിട്ട് അധികമുണ്ട്
വിഭാതസന്ധ്യയ്ക്കു തുടുപ്പേറും
പൂനിലാവിനു വെണ്മ കൂടുതലുണ്ട്
നക്ഷത്രപ്പൊട്ടുകൾ ചിന്നിച്ചിതറിയ
ശാരദാകാശത്തിന് നീലിമ ഇരട്ടിയുണ്ട്.
അനിർവ്വചനീയമായ വൈകാരികാനുഭവം!
ചുറ്റുമുള്ള പരിചിതമായ ലോകം നിറപ്പകിട്ടോലുന്ന
പരിവേഷമിട്ട് അവൾ കണ്ടു.

ഒരു പ്രഭാവലയത്തിലൂടെയാണ് അവൾ
പ്രപഞ്ചത്തെ വീക്ഷിച്ചത്.
സർവ്വത്ര സൗന്ദര്യം!
എന്നും പോകുന്ന വഴിക്ക്, എന്നും കാണുന്ന മരം
പൂവണിഞ്ഞിരിക്കുന്നു എന്ന് അവൾ
പെട്ടെന്നറിഞ്ഞു.
റോഡിലേക്ക് തലനീട്ടി നിൽക്കുന്ന ഇല്ലിക്കൂടിന്റെ
മർമ്മരശബ്ദത്തിൽ അവൾ കവിത കണ്ടു.
ഏതോ തെങ്ങിന്റെ ഓലയിലിരിക്കുന്ന
കാക്കത്തമ്പുരാട്ടിയുടെ കൂകലിലുമുണ്ട്
സംഗീതം!
ഓരോ നിമിഷവും ഓരോന്നു പുതിയത്
കണ്ടുപിടിക്കുകയാണ് അവൾ
കവിയാകേണ്ടിയിരുന്ന ആ പെൺകുട്ടിയുടെ
ഉറങ്ങിക്കിടന്ന ഹൃദയത്തിന്റെ ഉള്ളറകളിൽ
അദൃശ്യാംഗുലികൾ വീണ മീട്ടി[1]

പ്രണയത്തിന്റെ അദൃശ്യാംഗുലികൾ വീണമീട്ടുമ്പോൾ, ശാരദയുടെ മനസ്സിലുണരുന്ന സംഗീതത്തിന്റെ അലയൊലികളാണ് ഇവിടെ കേൾക്കുന്നത്. യഥാർത്ഥത്തിൽ അനുഭവിച്ച ഒരാൾക്കല്ലാതെ മറ്റാർക്കും പ്രണയത്തെ ഇത്ര ആസ്വാദ്യമായി അവതരിപ്പിക്കാൻ സാദ്ധ്യമല്ല. കഥാകൃത്തിന്റെ കവിത നിറഞ്ഞ മനസ്സ് ഈ വിവരണത്തിൽ ദർശിക്കാം. കാമുകനെ കാണുന്ന നിമിഷത്തിൽ പ്രണയിനിക്കുണ്ടാകുന്ന അനുഭൂതി വിശേഷങ്ങളെ ഹൃദയാകർഷകമായി കാട്ടിത്തരുന്ന ചില നിമിഷങ്ങൾ ഈ കഥയിലുണ്ട്.

“ ആ യുവാവു പ്രത്യക്ഷപ്പെടുന്നതോടെ
അവൾ മേഘങ്ങൾക്കിടയിലേക്ക്
ഉയരും
പിന്നെ വയസ്സൻ പ്ലാവു നിൽക്കുന്ന കവലയിൽ
രണ്ടുപേരും പിരിയുന്നതുവരെ,
അവൾ വായുവിലാണു നടക്കുക.[2]

കാമുക ദർശനത്തിൽ പ്രണയിനിക്കുണ്ടാകുന്ന വൈവശ്യമാണ് ഇവിടെ വ്യക്തമാകുന്നത്. നായികയുടെ അനുഭവ വർണ്ണന എഴുത്തുകാരിക്ക് സ്വാനുഭവതീവ്രമാണെന്നു സമ്മതിക്കാതെ വയ്യ.

പ്രണയത്തിന്റെ നിർവൃതി വാക്കുകളിൽ പകർന്ന രാജലക്ഷ്മി പ്രണയഭംഗത്തിന്റെ തീക്ഷ്ണ ദുഃഖത്തെ അനുഭവവേദ്യമാക്കുന്നതെങ്ങനെയെന്നു നോക്കാം;

"പരന്ന മരുഭൂമിയാണു മുന്നിൽ!
പച്ചയുടെ ലാഞ്ഛന പോലുമില്ല
ഇങ്ങനെ എത്രനാൾ കഴിയണം ദൈവമേ!
നിമിഷങ്ങൾ അരിച്ചരിച്ചു നീങ്ങി!
നിമിഷങ്ങളോ, യുഗങ്ങളോ?
ശാരദയ്ക്കു സഹിക്കവയ്യാതായി
എല്ലിൻകൂട് ഇപ്പോൾ തകരും.
നെഞ്ചത്ത് താങ്ങാനാവാത്ത ഭാരം!
ശ്വാസം വിടാൻ വയ്യ!
ഇതിനുള്ളിൽ നിന്നു പുറത്തുകടന്നില്ലെങ്കിൽ
ഭ്രാന്തു പിടിക്കും.
അവൾ എഴുന്നേറ്റ് ഇരുട്ടത്തു തപ്പി,
വാതിൽ തുറന്നു.
യാതൊരനക്കവുമില്ല പുറത്ത്.
വെളിച്ചത്തിന്റെ ഒരൊറ്റ രേഖയില്ല.
അവൾ മുറ്റത്തേക്കിറങ്ങി
മണിക്കൂറുകളായി അടക്കിനിർത്തിയിരുന്ന കണ്ണീർ
അണപൊട്ടി!
പുല്ലുപോലുമില്ലാത്ത പൂഴിമണ്ണിൽ
കമിഴ്ന്നു വീണ് അവൾ തേങ്ങി
എല്ലാം കാണുന്ന, എല്ലാമറിയുന്ന ഭൂമി
ആ ഏങ്ങലടികൾ നിർവ്വികാരമായി
മാറിടത്തിലേക്ക് ഏറ്റുവാങ്ങി.............
കാല്ക്കൽ കിടന്നുതകരുന്ന മനുഷ്യഹൃദയത്തെ
ഗൗനിക്കാതെ മരങ്ങൾ നിന്നുറങ്ങി.
നക്ഷത്രക്കണ്ണൊന്നു തുറക്കുക കൂടി ചെയ്യാതെ,.
ആകാശം കരിമ്പടം പുതച്ചു കിടന്നു!"[3]

കാല്പനികരുടെ സ്ഥിരം ശൈലിയിൽ പ്രകൃതിയുമായി ബന്ധപ്പെട്ടു കൊണ്ടു തന്നെ പ്രണയവും പ്രണയഭംഗവും ഇവിടെ വർണ്ണിക്കുന്നു.

"വിശ്വാസം നശിക്കുന്നതുവരെ രക്ഷയുണ്ട്
ആരാധനാമൂർത്തി കളിമണ്ണാണെന്ന്
അറിഞ്ഞാൽ, തീർന്നു!
അതോടെ, വിഗ്രഹം തകരും മുമ്പ്,
ക്ഷേത്രത്തിനു പുറത്തുകടക്കണം!
പൂജിച്ചിരുന്നിടത്ത് അനുകമ്പയായി നിൽക്കാൻ
ഇടവരരുത്."[4]

ഏതു സ്നേഹത്തിന്റെയും അടിസ്ഥാനം വിശ്വാസമാണ്. വിശ്വാസം നഷ്ടപ്പെട്ടാൽപ്പിന്നെ, ആ സ്നേഹം തുടരുന്നതിൽ അർത്ഥമില്ല.

ആരുടെയും അനുകമ്പയ്ക്കുവേണ്ടി കൈനീട്ടി നിൽക്കരുത്. സ്നേഹം അനുകമ്പയല്ല. അതു ഭിക്ഷയായി കിട്ടേണ്ട ഒന്നല്ലതാനും. അതു താനേ ഉള്ളിന്റെയുള്ളിൽ ഉറവയെടുക്കേണ്ട ഒന്നാണ്. ഓരോ സ്ത്രീയും കാമുകനിൽ തേടുന്നത് തന്നിലെ സ്ത്രീയെ മനസ്സിലാക്കാൻ കഴിയുന്ന, വികാരവിചാരങ്ങൾ പങ്കുവെക്കാൻ കഴിയുന്ന ഒരു തോഴനെയാണ്. പരസ്പര ബഹുമാനം സ്ത്രീപുരുഷന്മാർക്കിടയിൽ ഉണ്ടാവണം. അഭിമാനമുള്ള ഒരു സ്ത്രീക്കും അവഗണന സഹിക്കാനാവില്ല. അതിന്റെ അപമാനവും സഹിക്കാനാവില്ല. സ്ത്രീ അടിമയാണെന്ന് രാജലക്ഷ്മി ഒരിക്കലും കരുതുന്നില്ല. അടിമത്തം ഭയവും വെറുപ്പുമല്ലാതെ ഒരിക്കലും സ്നേഹം ജനിപ്പിക്കില്ല. സ്വാതന്ത്ര്യം അനിവാര്യമാണ്. സ്വാതന്ത്ര്യത്തിന്റെ വെള്ളിത്തേരിൽ പറന്നുയരാൻ ആഗ്രഹിക്കുന്നവരാണ് രാജലക്ഷ്മിയുടെ കൃതികളിലെ സ്ത്രീകൾ. പറക്കുമ്പോൾ തങ്ങളുടെ ചിറകുകൾക്ക് മുറിവേല്ക്കുന്നത് അവർക്ക് ഒരിക്കലും ക്ഷമിക്കാനും കഴിയില്ല.

ഒരു വഴിയും കുറെ നിഴലുകളും എന്ന കൃതിയിലെ നായിക രമണിയുടെ ഹൃദയത്തിലും കാല്പനിക പ്രണയത്തിന്റെ ലയഭംഗികളാണ് കാണുന്നത്. തന്നിലെ സ്ത്രീയെ പ്രണയത്തിലൂടെ വിളിച്ചുണർത്താൻ കഴിയുന്ന ഒരു പുരുഷനെത്തന്നെയാണ് അവളും തേടുന്നത്. സ്നേഹവഴികളിൽ ഒരു ഭിക്ഷാംദേഹിയെപ്പോലെ അലയുമ്പോഴും, അവളുടെ മനസ്സു കൊതിച്ചത് അത്തരമൊരു സ്നേഹസാക്ഷാത്കാരത്തെയാണ്. നോവലിലെ കാല്പനിക പ്രണയത്തിന്റെ സ്നിഗ്ദ്ധതയും ചാരുതയും ആരെയും മോഹിപ്പിക്കുന്ന തരത്തിലുള്ള ഒന്നു തന്നെ. ചങ്ങമ്പുഴക്കവിതകളെ നെഞ്ചേറ്റി ലാളിച്ച നായികാനായകന്മാർ പ്രണയത്തിന്റെ മുഗ്ദ്ധസങ്കല്പങ്ങളിൽ മുഴുകി സ്വയം കവികളായി മാറുന്നു.

"രമണനും, ബാഷ്പാഞ്ജലിയും, സ്പന്ദിക്കുന്ന
അസ്ഥിമാടവുമെല്ലാം വാരിവിഴുങ്ങുക
യാണ് ഓരോ വരിയും കാണാതെ
പഠിച്ചേ താഴത്തു വയ്ക്കൂ."[5]

ഇവിടെ കാമുകീകാമുകന്മാർ ചങ്ങമ്പുഴയുടെ പ്രണയകവിതകൾ വായിക്കുകയല്ല; വാരിവിഴുങ്ങുകയാണ് ചെയ്യുന്നത്. ആ കൃതികളോട് അന്നത്തെ യുവതലമുറ കാട്ടിയ ആർത്തിയും ആസക്തിയും എത്രയായിരുന്നു എന്ന് ഇവിടെ നോവലിസ്റ്റു വ്യക്തമാക്കുന്നു. യുവതലമുറയിൽ പ്രത്യേകിച്ചും കമിതാക്കൾക്ക്, പ്രണയികളായവർക്ക്, ആ കവിതകളോട് നിറഞ്ഞ ആരാധനയായിരുന്നു. ജീവിതത്തിൽ ഒരിക്കലെങ്കിലും പ്രണയിക്കാത്തവർ ചുരുങ്ങും. മനസ്സുകൊണ്ടെങ്കിലും! അങ്ങനെ പ്രണയിക്കുന്നവർക്ക് അവരുടെ സ്മരണകളെ ഉണർത്താൻ ചങ്ങമ്പുഴക്കവിതകൾ വളരെ ഉപകരിച്ചു. ഒരു സമൂഹം മുഴുവൻ, ഒരു കാലഘട്ടം മുഴുവൻ, ഒരു കവിയുടെ വാക്കുകൾക്കു ചെവിയോർത്തു നിന്നു എന്നുള്ളത് ചരിത്രത്തിൽ രേഖപ്പെടുത്തേണ്ട ഒന്നാണ്. ചങ്ങമ്പുഴയുടെ ഏറ്റവും വലിയ

ആരാധികയാണു താനെന്ന് ഒരിക്കൽ മാധവിക്കുട്ടിയും രേഖപ്പെടുത്തുകയുണ്ടായി. ആ മാസ്മരികതയിൽ നിന്നു രാജലക്ഷ്മിയും മോചിതയായില്ല. അവർ സൃഷ്ടിച്ച കഥാപാത്രങ്ങളും! ചങ്ങമ്പുഴക്കവിതയുടെ പ്രചോദനത്തിൽ നായികയായ രമണി സ്വയം കവിയായി മാറുന്നു. അവർ പറയുന്നതു ശ്രദ്ധിക്കുക:

"പടിഞ്ഞാറൻ കാറ്റുമൂളിയടുക്കുന്ന
സന്ധ്യകളിൽ വീടിനടുത്തുള്ള കുന്നിന്റെ
നെറുകയിൽ കയറിനിന്ന് ഉള്ളിൽ
ക്കിടന്നു മുഴങ്ങുന്ന വരികൾ അവൾ ഉറക്കെപ്പാടി.
അകലെയുള്ള നീലമലകൾ ആ കവിതകൾ
കേട്ടുനിന്നു.
വാക്കുകൾക്കു പിന്നിലെ വികാരത്തിലേക്ക്
ആഴ്ന്നിറങ്ങി നിന്ന്, അവൾ പാടു
മ്പോൾ, വാക്കുകൾ ചുണ്ടത്തു
ജീവിക്കുകയാണ്....."[6]

നോവലിലെ നായികയും എഴുത്തുകാരിയും ഇവിടെ ഒന്നായിത്തീരുന്നു. ആദ്യത്തെ കവിത രൂപം കൊണ്ട നിമിഷത്തെ നോവലിസ്റ്റ് സാക്ഷാത്കരിക്കുന്നത് ഇങ്ങനെ:

"ചങ്ങമ്പുഴക്കവിതകൾ വായിച്ചുവായിച്ച്
മധുരാക്ഷരങ്ങൾ സ്വപ്നം കണ്ടു
നടക്കുന്ന കാലം!
വാതിലിനു പിന്നിലും, മുറിയുടെ കോണിലും
അപ്സരസ്സുകൾ നൃത്തം ചവിട്ടുന്നുണ്ടെന്ന്
അവൾക്കു തോന്നുകയാണ്.
"ഞ്ജ..........ങ്ഗ................മ്ബ..........
ലളിതാക്ഷരങ്ങൾ കൺമുമ്പിൽ കിടന്ന്
ആടിയുലയുകയാണോ?
ലഹരി അവൾക്കും പകർന്നു.
മഞ്ജരിയും, ശിഞ്ജിതവും, മഞ്ജുളവും!
വാക്കുകൾ കൊണ്ടു നോട്ടുപുസ്തകം
നിറഞ്ഞു.
അങ്ങനെയാണ് ആദ്യത്തെ കവിത
രൂപം കൊണ്ടത്......
ഒരർത്ഥവുമില്ല. ചെവിക്കിമ്പമുള്ള
വാക്കുകൾ അടുക്കിവെച്ച് ഏഴെട്ടു
വരികൾ!
അതാരെയും കാണിച്ചില്ല!

പ്രണയത്തിലാണ്ടു മുങ്ങിയ നോവലിലെ നായകൻ അപ്പേട്ടനും കവിതകളെഴുതി. വെർജീനിയാ വൂൾഫിന്റെ 'A Room of one's own'എന്ന ഉപന്യാസ സമാഹാരത്തിൽ അവരെഴുതുന്നുണ്ട്.

"പുരുഷനിൽ സർഗ്ഗാത്മക ചൈതന്യം ഉദ്ദീപ്തമാക്കാൻ ഒരു സ്ത്രീയുടെ തീവ്രപ്രണയത്തിനു മാത്രമേ കഴിയൂ" എന്ന്. തിരിച്ചും അങ്ങനെതന്നെയാവണം. ആദ്യപ്രണയം പോലെതന്നെ ആദ്യ കവിതയും അവളിൽ കുതൂഹലം ജനിപ്പിച്ചു. അത് ഉള്ളിൽ നിഗൂഢമാക്കിവച്ചു. അതിന്റെ പ്രചോദനത്തിൽ പിന്നീട് കുറെ കവിതകൾ എഴുതി. എന്നാൽ ആ കവിതകൾ അവൾ പ്രസിദ്ധീകരിക്കാൻ തയ്യാറായി. നോവലിന്റെ അവസാനഭാഗത്ത് പ്രണയം തലയ്ക്കു പിടിച്ച സന്ദർഭത്തിൽ

എഴുതിയ ഒരു കവിത ഉദ്ധരിക്കുന്നുണ്ട്. കോളേജ് മാഗസിനിൽ പ്രസിദ്ധീകരിക്കുവാൻ വേണ്ടി എഴുതിക്കൊടുത്തതാണ് ആ കവിത. അവളുടെ ജീവിതവുമായി ബന്ധപ്പെട്ട അർത്ഥപൂർണ്ണമായ ഒരു കവിത! ആത്മാവിൽ നിന്നും ഒഴുകിവന്ന ആ കവിതയ്ക്ക് അസാധാരണമായ ഭാവഭംഗിയുണ്ട്. അതിൽ അനേകം ബിംബങ്ങളുമുണ്ട്. ബിംബങ്ങൾക്ക് ധ്വനിതലങ്ങളും!

"എന്റെ വിളക്ക് കത്തിക്കപ്പെടുകയുണ്ടായില്ല.
ഞാൻ കാത്തിരുന്നു.
എന്റെ മൺവിളക്ക് ചായം പുരട്ടി,
നിറം പിടിപ്പിച്ച്,
വാസനയുള്ള എണ്ണനിറച്ച്,
പതുപതുത്ത തിരിയുമിട്ട്,
ഞാൻ കാത്തിരുന്നു!
പക്ഷേ,
വിളക്കു കത്തിക്കപ്പെടുകയുണ്ടായില്ല.
മിന്നാമിനുങ്ങുകൾ വന്നു.
അവരുടെ ചൂടില്ലാത്ത വെളിച്ചത്തിൽ
തിരി കത്തിയില്ല.
എന്റെ വിളക്ക് കത്തിക്കപ്പെടുകയുണ്ടായില്ല
അവസാനം വരെയും
ഈ കത്താത്ത വിളക്കുമായി
ഞാൻ കാത്തിരിക്കണമോ?
ഒരിക്കലുമൊരിക്കലും
ഈ കാത്തിരിപ്പു തീരുകയില്ലേ?
എന്റെ ഈ വിളക്കു കത്തുകയുണ്ടാവില്ലേ?"

ടാഗോർ കവിതകൾ ധാരാളമായി വായിക്കുന്ന കാലമായിരുന്നു അതെന്നും; ആ സ്വാധീനം തന്റെ ഈ കവിതയിലുണ്ടെന്നും, ഇവിടെ രാജലക്ഷ്മി അവകാശപ്പെടുന്നു. ഈ കവിതയിൽ പ്രകടമാകുന്നത്

നായികയുടെ അടക്കാനാവാത്ത പ്രണയതൃഷ്ണയാണ്. പക്ഷേ, അതു ശമിപ്പിക്കുവാൻ, അവളിലെ സ്ത്രീയെ തൃപ്തിപ്പെടുത്തുവാൻ, പ്രാപ്തനായ ഒരു കാമുകൻ! അവളുടെ വിളക്കു കത്തിക്കുവാൻ കഴിവുള്ള പുരുഷൻ! അങ്ങനെയൊരാൾ ഒരിക്കലും വന്നില്ലെന്ന ദുഃഖം കവിതയിലാകെ നിറഞ്ഞുനില്ക്കുന്നു. ഒരിക്കലും കത്താത്ത തന്റെ വിളക്കുമായി, ചായം പുരട്ടി നിറം പിടിപ്പിച്ച, വാസനയുള്ള എണ്ണനിറച്ച, പതുപതുത്ത തിരിയിട്ട വിളക്കുമായി, ജീവിതാവസാനം വരെ അവൾക്കു കാത്തിരിക്കേണ്ടിവന്നു. ഒരിക്കലും വരാത്ത പുരുഷനുവേണ്ടിയുള്ള വ്യർത്ഥമായ ഒരു കാത്തിരിപ്പായിത്തീർന്ന രാജലക്ഷ്മിയുടെ ജീവിതത്തെക്കുറിച്ചു കൂടി ഇവിടെ സൂചിപ്പിക്കുന്നു. അങ്ങനെ ഒരു സാഹചര്യത്തിലും ജീവിതത്തെ വെറുക്കാൻ അവർക്കു കഴിയുന്നില്ല. കാല്പനിക കവിയുടെ ജീവിത രതി അവരിൽ തീവ്രമായിരുന്നു. എങ്കിലും മരണം അനിവാര്യമെന്നു തോന്നിയ ഒരു ഘട്ടത്തിൽ അവരതിനെ സ്വീകരിക്കുകയാണു ചെയ്തത്. സാഹചര്യങ്ങൾ അവരെ അതിലേക്കു നയിക്കുകയാണുണ്ടായത്.

നീണ്ട ഒരു കാത്തിരിപ്പിന്റെ ദുഃഖം പേറുന്ന ‘കത്താത്ത വിളക്ക്’ എന്ന കവിത രാജലക്ഷ്മിയുടെ വ്രണിത ഹൃദയത്തിന്റെയും, ജീവിതവ്യഥകളുടെയും, മോഹഭംഗത്തിന്റെയും, എരിഞ്ഞടങ്ങുന്ന പ്രണയ പ്രതീക്ഷകളുടെയും ശവപ്പറമ്പാണ്. ഏതു കൃതിയിലും കഥാപാത്രങ്ങളുമായുള്ള തന്മയീഭാവം ഈ എഴുത്തുകാരിയുടെ പ്രത്യേകതയായിരുന്നു. “നിന്നെ ഞാൻ സ്നേഹിക്കുന്നു” എന്ന ഗദ്യകവിതയിൽ അവർ എഴുതുന്നു.

“എനിക്കു കൈയെത്താത്ത ദൂരം
നീ പൊയ്ക്കഴിഞ്ഞു
മറ്റൊരാൾക്ക് അവകാശപ്പെട്ടതായി
ക്കഴിഞ്ഞു നീ
ബോധപൂർവം
എന്നെ നീ വേദനയിലേക്കെറിഞ്ഞു!”[7]

പൊലിഞ്ഞുപോയ തന്റെ പ്രണയത്തെക്കുറിച്ചുള്ള ഒരു വിലാപമാണ് ഇവിടെയും കാണുന്നത്.

നോവലിലെ നായിക എഴുത്തുകാരിയുടെ പ്രതിരൂപം തന്നെ! പ്രണയദുഃഖങ്ങളുടെ അഗാധ സാഗരത്തിൽ, വീണടിയുന്ന കമിതാക്കൾ! മരിച്ചതിനു തുല്യമായ ഒരു ജീവിതമാണ് അവർ നയിക്കുന്നത്.

കാല്പനികപ്രണയത്തിന്റെ ജീവിക്കുന്ന രക്തസാക്ഷികളാണ് പലരും.

ആത്മദുഃഖത്തിന്റെ അഗ്നിപർവ്വതം ഉള്ളിലെരിയുന്നവർ!

ദുഃഖങ്ങൾ നെഞ്ചേറ്റി സ്വയം പീഡിപ്പിക്കുന്നവർ! ഉള്ളിൽ സംഘർഷങ്ങൾ പുകയുമ്പോഴും, പുറമേ തന്റേടത്തോടെ പ്രശ്നങ്ങൾ നേരിടാൻ ശ്രമിക്കുകയും, എന്നാൽ, സഹനത്തിന്റെ അതിരുകൾ ഭേദിക്കുമ്പോൾ,

ജീവിതത്തിൽ നിന്നു തന്നെ പലായനം നടത്തുകയും ചെയ്യുന്നവർ! നേരിട്ടു മരണത്തിലേക്കല്ലെങ്കിലും, അതു നാശത്തിലേക്ക് തന്നെ! പരോക്ഷമായി മരണത്തിലേക്കും! കോളേജ് വിദ്യാഭ്യാസത്തിന്റെ ആനന്ദകരമായ കാലഘട്ടത്തിൽ സുന്ദരിയും പഠിക്കാൻ സമർത്ഥയും കവയിത്രിയുമായ അവളെ പ്രണയിക്കുവാൻ വിദ്യാർത്ഥികൾ തമ്മിൽ മത്സരമായിരുന്നു. ആത്മസുഹൃത്തും സന്തതസഹചാരിയുമായിരുന്ന അമ്മുവിന്റെ ചേട്ടൻ, സഹപാഠിയായിരുന്ന ബാലചന്ദ്രൻ, ഗോപിനാഥ മേനോൻ, പണിക്കരുമാസ്റ്റർ തുടങ്ങി പലരും. ഇവരുടെയൊക്കെ പേരോടു ചേർത്ത് കുട്ടികൾ തന്റെ പേരു പറഞ്ഞു നടക്കുമ്പോഴും, അവൾക്ക് യഥാർത്ഥത്തിൽ അവരോടൊന്നും പ്രണയമുണ്ടായിരുന്നില്ല.

"ഇവരാരും വിചാരിച്ചിട്ട് ഉറങ്ങിക്കിടക്കുന്നതിനെ ഉണർത്താൻ സാധിച്ചില്ല." എന്ന് അവൾ വ്യക്തമായി പറയുന്നുമുണ്ട്. അങ്ങനെ ഉണർത്താൻ കഴിവുള്ള ഒരാളെ അവൾ കണ്ടെത്തുന്നു. മലയാളം അദ്ധ്യാപകനും, സുന്ദരനും വ്യക്തിത്വമുള്ളവനും കവിയുമായ മാധവമേനോൻ! രമണിയുടെ ആത്മാവിലോളം ഇറങ്ങിച്ചെന്ന ആ മധുരപ്രണയത്തിന്റെ ഭാവവൈവശ്യം അനുഭവവേദ്യമായിത്തന്നെ നോവലിൽ ആവിഷ്കരിക്കുന്നുണ്ട്.

"എവിടെ നിന്നോ ഒരു മൂളിപ്പാട്ടു കേട്ടാണ്
ഉണർന്നത്.
പണിക്കരുമാഷുടെ മുറിയുടെ ജനാലയ്ക്കൽ
ആരോ നില്പുണ്ട്.
അദ്ദേഹം!
വരച്ചതുപോലെ, നേർത്ത ആ ചുണ്ടുകളാണ്
പാട്ടു മൂളുന്നത്.
ഒരു വശത്തേക്കു തിരിഞ്ഞു നിൽക്കുകയാണ്.....
മുഖത്തിന്റെ ഒരു ഭാഗം മാത്രമേ കണ്ടുകൂടൂ.....
പടിയിന്മേൽ വെച്ച നീണ്ട വിരലുകൾക്കിടയിൽ
സിഗരറ്റ് ഇരുന്നു പുകയുന്നു.
ജനലിന്റെ ചട്ടക്കൂട്ടിൽ എഴുതിവച്ച
ആ ചിത്രം നോക്കിക്കൊണ്ട് അവൾ
അടിവെച്ചടിവെച്ച് നടന്നു......."
"അദ്ദേഹം പെട്ടെന്നു തിരിഞ്ഞുനോക്കി
ആ നോട്ടത്തിനു മുമ്പിൽക്കൂടി വേണം
കടന്നുപോകാൻ......
പണിപ്പെട്ട് ഒരുവിധം കാൽ വലിച്ചു
വെച്ചു നടന്നു...

ആ നാലടി വെക്കാൻ ഒരു യുഗം
എടുത്തെന്നു തോന്നി...
നെഞ്ചിന്റെ പിടപ്പുമാറിയിട്ടില്ല.
ഇതെന്തൊരു മാസ്മര ശക്തി!"[8]

അവൾ എല്ലാ ദിവസവും കോണിപ്പടികൾക്കു മുകളിലുള്ള ഇരട്ടത്തൂണിന് മറഞ്ഞുനിന്നു നോക്കിക്കാണാൻ തുടങ്ങി. ക്ലാസ്സിന്റെ വാതില്ക്കലൂടെ നടന്നുപോകുമ്പോൾ, ഉള്ളിൽ ഒരു കോളിളക്കം തന്നെ നടക്കുന്നു.

അപരിചിതമായ കാലൊച്ച കേൾക്കുന്നതു
വരെ സൂചിമുനയിലാണ് ഇരിക്കുക
ഒച്ച അടുത്തടുത്തു വരുന്നതോടെ
ഹൃദയത്തിന്റെ പിടപ്പും കൂടിക്കൂടി വരും
കേൾക്കുന്നതുവരെ കാത്തിരിപ്പാണ്.
കഴിഞ്ഞാൽപ്പിന്നെ....
ആ ഓർമ്മ അയവിറക്കലും!'[9]

ലോകം മുഴുവൻ ഒരു വ്യക്തിയിലേക്ക് ഒതുങ്ങിക്കൂടിയിരിക്കുന്നു.

ഊണിലും ഉറക്കത്തിലുമെല്ലാം ഒരാളെക്കുറിച്ചുള്ള സ്വപ്നങ്ങൾ മാത്രം! മറ്റൊന്നുമില്ല! തന്നെപ്പോലും മറക്കുന്നു.

"ഈ ഒരാളെച്ചുറ്റിയാണ് പ്രപഞ്ചം
കറങ്ങുന്നത്.
ഒരു നോട്ടം! ഒരു കാലൊച്ച! മതി!
ആവേശത്തിന്റെ നിറകുടം വഴിഞ്ഞൊഴുകാൻ
അതുമതി!
വലിച്ചുനീട്ടിക്കെട്ടിയ വീണക്കമ്പി!
ഒന്നു തൊട്ടാൽ മതി,
നിലയ്ക്കാത്ത അനുരണനമാണ്
ഇത്രയ്ക്കു ബൃഹത്താണോ ഈ ചെറിയ ജീവിതം?
ഇമ്മാതിരി വൈകാരികാനുഭവങ്ങൾക്കുമുണ്ടോ
ഇതിലിടം?
ഇന്നലെവരെ പരന്ന സമഭൂമിയിൽ
തട്ടിയും തടഞ്ഞും ഒഴുകിയിരുന്നത്
ഇന്നു ചിരി വിതറുന്ന വെള്ളച്ചാട്ടമായി
മാറിയെന്നോ?
അവസാനം വിളക്കു കത്തിയോ?
തന്നെ മണ്ണിൽ നിന്നു പിടിച്ചുയർത്തിയ
ഈ ശക്തി എന്താണ്?

ഇതാണോ കവികൾ വാഴ്ത്തുന്ന പ്രേമം?
അസാധാരണവാക്കുകൊണ്ട്, അവിടെയും
ഇവിടെയും ഇട്ടുതട്ടി, വാസന കളഞ്ഞപദം
കൊണ്ട് ഈ ഉജ്ജ്വലമായ അനുഭൂതിയെ
വിവക്ഷിക്കുകയോ?
രക്തത്തിനു ചൂടേറിയ, ചുറ്റും വെളിച്ചം പരത്തിയ,
അലൗകിക വികാരം!
ഓരോ നിമിഷവും ഗാനം ഉടലെടുക്കുകയാണ്
ഉള്ളിൽ പാഴ്മണ്ണിനെപ്പറ്റിയുള്ള വൃഥാ
വിലാപം നിന്നു.
നവനവോന്മേഷങ്ങളായ ചിന്തകൾ!"
"ഉള്ളിലെ സർഗ്ഗശക്തി മുഴുവൻ
തലയുയർത്തിയിരിക്കുകയാണ്....
അനർഘ നിമിഷങ്ങൾ കോർത്തിണക്കിയ മാല
ആരാധനാമൂർത്തിയുടെ കാല്ക്കൽ
അർപ്പിക്കുകയാണു ഞാൻ....
ഹൃദയത്തുടിപ്പുകൊണ്ട് അദ്ദേഹത്തിന്
ചവിട്ടിനടക്കാൻ വർണ്ണകംബളം
വിരിക്കുകയാണു ഞാൻ....
ഉച്ഛ്വാസ വേഗം കൊണ്ട് അദ്ദേഹത്തിനു
കാഴ്ച വെക്കാൻ
പൂച്ചെണ്ടൊരുക്കുകയാണു ഞാൻ...."[10]

വാക്കുകൾ ഇവിടെ പൂക്കളായി മാറുന്നു. പ്രണയിയുടെ കാല്ക്കൽ

അർപ്പിക്കുന്ന അർച്ചനാസുമങ്ങൾ! കാല്പനിക കവികൾ വാഴ്ത്തിയ അനശ്വര പ്രണയത്തിന്റെ അനുഭവ സാക്ഷ്യമാണ് നോവലിലെ ഈ സന്ദർഭം. പ്രണയത്തിനും കവിതയ്ക്കും തമ്മിലുള്ള അഭേദ്യ ബന്ധം നാമിവിടെ അറിയുന്നു. പ്രണയിനി കവിയായി മാറുന്നു. പ്രണയം മൊട്ടിട്ട അനുഭൂതികളായി പിന്നെ ഇതൾ വിരിയുമ്പോൾ അതിന്റെ കൂടെ കവിതയുടെ പൂക്കളും വിരിയുന്നു. പ്രണയസുഗന്ധത്താൽ മധുരമായ കാല്പനിക കവിതകൾ! എന്നാൽ, ആ കവിതകൾ സ്വന്തം പേരിലല്ല നായിക പ്രസിദ്ധീകരിക്കുന്നത്. "ആരാധിക" എന്ന തൂലികാ നാമ ത്തിലാണ്. തന്റെ ആത്മാവിനെ തുറന്നുകാട്ടുന്ന അത്തരം കവിതകൾ തന്റെ പേരിൽ പരസ്യമാക്കാൻ നായിക ആഗ്രഹിക്കുന്നില്ല. പ്രണയം നിഗൂഢവും വൈയക്തികവുമായ ഒരുനുഭൂതിയാണ്. നിഗൂഢതയിൽ അനു ഭവിക്കുന്ന എന്തിനും തീവ്രത ഇരട്ടിയാണ്. പ്രണയം പോലെയുള്ള ആത്മ ഭാവങ്ങളെ ഇത്രത്തോളം തുറന്നെഴുതുന്ന പെണ്ണെഴുത്തുകാർ അന്നോളം ഉണ്ടായിട്ടില്ല. പ്രണയാനുഭൂതികളുടെ യഥാർത്ഥ വർണ്ണന!

പ്രണയം ഇത്ര അനുഭവതീവ്രതയോടെ വസന്തശോഭ പടർത്തി നിൽക്കുന്നത് ചങ്ങമ്പുഴയ്ക്കു ശേഷം രാജലക്ഷ്മിയിലാണ്. സ്വന്തം മനസ്സ് അതിലെ എല്ലാ ചിന്തകളോടും, വികാരങ്ങളോടും, ഭാവവൈവശ്യങ്ങളോടും അന്യന്റെ മുമ്പിൽ മറച്ചുപിടിക്കാൻ ആഗ്രഹിക്കുന്നവരാണ് മിക്കവാറും സ്ത്രീകൾ. ഇവിടെ തന്റെ രചനകളിലൂടെ രാജലക്ഷ്മി അതിനൊരപവാദമായിത്തീരുന്നു. പില്ക്കാലത്ത് മാധവിക്കുട്ടിയാണ് തന്റേടത്തോടെ ആ പാത പിൻതുടർന്ന എഴുത്തുകാരി.

പ്രണയം രാജലക്ഷ്മിക്ക് ഒരേ സമയം ശക്തിയും ദൗർബല്യവുമായിരുന്നു. താൻ സ്വപ്നം കാണുന്ന ആദർശ പ്രണയം, തികച്ചും സ്വാർത്ഥരഹിതമായ പ്രണയം, അതിൽ നിന്നു വിഭിന്നമായ മറ്റൊന്ന് അവർക്കു സങ്കല്പിക്കാൻ പോലും സാധ്യമായിരുന്നില്ല. അത്തരമൊരു പ്രണയത്തിന്റെ സ്വാഭാവികമായ പ്രയാണത്തിന് ഭംഗമുണ്ടായാൽ, പ്രണയനിർഭരമായ മനസ്സിന് ഒരു മുറിവേറ്റാൽ അത് അവരെ ദുഃഖക്കയത്തിലാഴ്ത്തിയിരുന്നു. കുടുംബത്തോടുള്ള കടപ്പാടുകളുടെ പേരിലാണ് രാജലക്ഷ്മിയുടെ നായികമാരിൽ മിക്കവരും തങ്ങളുടെ പ്രണയം ബലികഴിച്ചത്. 'മകളിലെ ശാരദയും 'അദ്ധ്യാപിക ജനിക്കുന്നു' എന്ന കഥയിലെ ഇന്ദിരയും,'ചരിത്രം ആവർത്തിക്കുന്നില്ല.' എന്ന കഥയിലെ എൻജിനീയറുമെല്ലാം തന്നെ! മകളിൽ കഥാകാരി

എഴുതുന്നു:

"മാറാല പോലെ നനുത്ത നാരുകൊണ്ട്
കൈകാലുകൾ കെട്ടിക്കിടക്കുകയാണ്
പൊട്ടിച്ചെറിഞ്ഞിറങ്ങാൻ വഴിയൊന്നുമില്ല."

"കാലിൽപറ്റിച്ചേർന്നു വരിഞ്ഞുകിടക്കുന്ന
മാറാല തൂത്തുകളയാനാണ്, ഇരുമ്പു
ചങ്ങല അറുക്കുന്നതിനേക്കാൾ
കൂടുതൽ മനശ്ശക്തിവേണ്ടത്"

നായികമാരിൽ മിക്കവരും ആദർശത്തിൽ അടിയുറച്ച് വിശ്വസിക്കുന്നവരാണ്. അവർക്ക് അവരുടേതായ വിശ്വാസങ്ങളും വീക്ഷണങ്ങളും ജീവിതമാർഗ്ഗങ്ങളുമുണ്ട്. തങ്ങൾ സ്നേഹിക്കുന്നവരും ആ മാർഗ്ഗങ്ങളിലൂടെ മാത്രം സഞ്ചരിക്കുന്നവരാകണമെന്ന് അവർ ആഗ്രഹിക്കുന്നു. അതിൽ നിന്നു വ്യതിചലിച്ചു മുന്നോട്ടു പോകുന്നവരെ സഹിക്കാനോ, അവരോടു ക്ഷമിക്കാനോ, ആരും തയ്യാറല്ലതാനും. ആദ്യകഥയിൽ ശാരദയുടെ പ്രണയം തകരാൻ പ്രധാനമായ കാരണം കാമുകൻ പറയുന്ന ഒരു വാചകമാണ്. തന്റെ ജീവിതം പൂർണ്ണമാക്കാൻ വേണ്ടി മറ്റുള്ളവരെ നശിപ്പിക്കാൻ തയ്യാറല്ലെന്ന് അവൾ പറയുമ്പോൾ അനിയന്മാരെയും അനിയത്തിമാരെയും നോക്കേണ്ടത് അവരെ ഉണ്ടാക്കിയവരാണെന്നും ചേച്ചിയല്ലെന്നും ഭാസ്കര മേനോൻ മറുപടി പറയുന്നു. അദ്ദേഹം തുടരുന്നു. അല്പം ഈർഷ്യയോടെ-

"ഒരു പറ്റം പിള്ളേർക്കുവേണ്ടി....." എന്ന് അർദ്ധോക്തിയിൽ വിരമിക്കുന്നു. അപൂർണ്ണമായ ഈ വാചകമാണ് ശാരദയെ ചൊടിപ്പിക്കുന്നത്. തനിക്ക് ഇഷ്ടമല്ലാത്ത ആ സംസാര രീതി അവളെ വല്ലാതെ ശുണ്ഠി പിടിപ്പിച്ചു. പ്രണയഭംഗത്തിന് അതു കാരണമായിത്തീർന്നു. നൈമിഷികം മാത്രമായിരുന്ന ആ പ്രണയസുഖത്തെക്കുറിച്ച് പിന്നീട് ഏകാന്തതയിൽ അവൾ അനുസ്മരിക്കുന്ന ഒരു രംഗമുണ്ട്.

"ഇരുട്ടിൽ കിടന്ന സ്വപ്നസാമ്രാജ്യങ്ങളിലേക്ക്
ഒരു നൊടിനേരം വെളിച്ചം വീശാൻ
ആ കിരണം എന്തിന് ജീവിതത്തിലേക്ക്
കടന്നു വന്നു?
കാർമേഘത്തിന്റെ മറനീക്കി പ്രഭാ
വലയിതമായ മായിക ലോകം
ഒരു നിമിഷനേരത്തേക്ക് എന്തിന്
കൺമുന്നിൽ തെളിഞ്ഞു?
വെളിച്ചം എന്തെന്നറിഞ്ഞില്ലെങ്കിൽ
ഇരുട്ടിനെപ്പറ്റി വിലപിക്കേണ്ടി
വരില്ലായിരുന്നു"

ഇനി കാത്തിരിക്കാൻ ഒന്നുമില്ല. യാതൊന്നും! എല്ലാം എന്നെന്നേക്കുമായി നഷ്ടപ്പെട്ടു കഴിഞ്ഞിരിക്കുന്നു.

പരന്ന മരുഭൂമിയാണു മുന്നിൽ!
പച്ചയുടെ ലാഞ്ഛന പോലുമില്ല."[11]

ആദ്യനോവലിൽ രമണിയുടെ പ്രണയം പരാജയപ്പെടുന്നതും ഇതുപോലെ ഒരു സംഭവത്തിന്റെ പേരിലാണ്. അവൾ ആത്മാർത്ഥമായി സ്നേഹിച്ച മാധവമേനോൻ, ദിവ്യമെന്നു കരുതിയ പ്രണയത്തെ ഒരു വില്പനച്ചരക്കാക്കാൻ ശ്രമിക്കുന്നു. കൂട്ടുകാരി അമ്മുവിന്റെ ചേട്ടനും , സഹപാഠി ബാലചന്ദ്രനും ഗോപിനാഥ മേനോനും പണിക്കരുമാസ്റ്ററുമെല്ലാം അവളുടെ സ്നേഹത്തിനായി കൊതിച്ചുവെങ്കിലും രമണിയുടെ പ്രണയ നിർഝരി ഒഴുകിച്ചേർന്നത് മാധവമേനോനിലാണ്. അവളിൽ ചലനങ്ങൾ സൃഷ്ടിക്കാൻ കഴിഞ്ഞത് അദ്ദേഹത്തിനാണ്. അവളിലെ സ്ത്രീത്വത്തെ ഉണർത്താൻ അദ്ദേഹത്തിനല്ലാതെ മറ്റാർക്കും സാധിച്ചില്ല. അതേ സമയം, രമണി തന്റെ ജീവിതവും ഭാവിയുമെല്ലാം തുലച്ചതും അദ്ദേഹത്തിനു വേണ്ടിയാണ്. മാധവമേനോനെ മാത്രം സ്വപ്നം കണ്ടു നടന്ന അവൾക്ക് പഠിത്തത്തിൽ തീരെ ശ്രദ്ധിക്കാൻ കഴിഞ്ഞില്ല. ക്ലാസ്സിലെ ഏറ്റവും സമർത്ഥയായ കുട്ടിയായിരുന്നിട്ടും, അനേകം കഴിവുകൾ ഉണ്ടായിരുന്നിട്ടും വെറുമൊരു ബി.എ ഡിഗ്രി കൊണ്ട് അവൾക്കു തൃപ്തിപ്പെടേണ്ടി വന്നു. ലക്ഷ്യം വച്ചതൊന്നും നേടാനാവാതെ നിരാശയോടെയാണ് രമണി കലാലയ ജീവിതം അവസാനിപ്പിച്ചു തിരികെ

പോകുന്നത്. അതേ സമയം പഠിക്കാൻ അവളെക്കാൾ മോശമായിരുന്നിട്ടും പരിശ്രമിച്ചു പഠിച്ച് അനിയൻ ഗോപു എം.ബി.ബി.എസ് ഡിഗ്രി എടുക്കുകയും ചെയ്തു. ആദർശപുരുഷനായി അവൾ കണ്ട മാധവമേനോൻ അയാളുടെ അനിയത്തിയെ വിവാഹം കഴിക്കാൻ രമണിയുടെ അനിയൻ തയ്യാറായാൽ മാത്രമേ അവരുടെ വിവാഹം നടക്കൂ എന്നു വ്യവസ്ഥ വയ്ക്കുമ്പോൾ രമണി ആകെ തകർന്നു പോവുകയാണ്. അവളുടെ അഭിമാനത്തെ അതു മുറിവേല്പിച്ചു. പ്രണയത്തെക്കുറിച്ച് അവളുടെ മനസ്സിലുണ്ടായിരുന്ന ഉയർന്ന സങ്കല്പങ്ങൾ ഒന്നോടെ വീണടിയുന്നു. പ്രണയത്തിനു വിലപേശുന്ന കാമുകന്റെ വ്യവസ്ഥകൾക്കു കീഴടങ്ങാൻ അവൾ ഒരിക്കലും തയ്യാറല്ല. ബന്ധങ്ങളെ പണത്തിന്റെ അടിസ്ഥാനത്തിൽ കാണുന്ന സ്വാർത്ഥനായ ആ മനുഷ്യനെ അന്ധമായി വിശ്വസിച്ചുപോയതിലും സ്നേഹിച്ചുപോയതിലും അയാൾക്കു വേണ്ടി ജീവിതം നശിപ്പിച്ചുകളഞ്ഞതിലും അവൾ സ്വയം ശപിക്കുന്നു. രമണിക്ക് ആത്മനിന്ദ തോന്നുകയാണ്. അപ്പേട്ടൻ നല്കിയ കളങ്കമറ്റ സ്നേഹം തിരിച്ചറിയാൻ കഴിയാഞ്ഞതിൽ അവൾ പശ്ചാത്തപിക്കുന്നു. ഒരുപക്ഷേ, ആ മനുഷ്യന്റെ ശാപം കൊണ്ടാകാം തനിക്ക് ഇങ്ങനെയൊക്കെ സംഭവിച്ചതെന്നു വ്യാകുലപ്പെടുന്ന അവൾ ഇനിയുള്ള ജീവിതം അയാളെ ശുശ്രൂഷിക്കുവാൻ വേണ്ടിയുള്ളതാണെന്ന് തീരുമാനിക്കുന്നു.

കാല്പനിക പ്രണയത്തിന്റ അനിവാര്യമായ ദുരന്തമാണ് ഇവിടെ സംഭവിച്ചത്. കാല്പനിക പ്രണയം ഒരിക്കലും സാഫല്യമടയാറില്ല. മോഹഭംഗങ്ങൾ മാത്രം നൽകിക്കൊണ്ട് അതു ദുരന്തത്തിലവസാനിക്കുകയാണ് പതിവ്. യാഥാർത്ഥ്യങ്ങളുടെ ലോകത്തല്ല, പ്രണയികൾ ജീവിക്കുന്നത്. മധുരസ്വപ്നങ്ങളും പ്രതീക്ഷകളുമാണ് അവരെ മുന്നോട്ടു നയിക്കുന്നത്. ആകാശക്കോട്ടകൾ കെട്ടി അതിനുള്ളിൽ കഴിയാനാണ് അവർക്കിഷ്ടം. പരുക്കൻ യാഥാർത്ഥ്യങ്ങളുടെ കൽമുനകളിൽ തട്ടി ചില്ലുപാത്രം പോലെ പ്രണയം ഉടഞ്ഞുവീഴുമ്പോൾ കാല്പനികരുടെ ആത്മാവിൽ ആഴമേറിയ മുറിവുകൾ സമ്മാനിച്ചുകൊണ്ട് അത് എന്നെന്നേക്കുമായി അവസാനിക്കുന്നു. രമണിയെ സംബന്ധിച്ചുപറഞ്ഞാൽ ഈ പ്രണയഭംഗം അവളുടെ മരണമായിരുന്നു. പിന്നീട് നഷ്ടസ്മൃതിയിൽ, മരിച്ചതിനു തുല്യമായ ഒരു ജീവിതമാണ് അവൾ നയിച്ചത്. ആരോടോ വാശി തീർക്കും മട്ടിൽ ജീവിതത്തെ സ്വയം ബലികഴിക്കുന്നതിലും ആത്മാവിനെ പീഡിപ്പിച്ചു. രസിക്കുന്നതിലും അവൾ സുഖം കണ്ടെത്തുകയാണ്. രമണിയുടെ ആത്മത്യാഗം ഇവിടെ പൂർണ്ണമാകുന്നു.എന്നാൽ ഈ ജീവിതവ്യതിയാനത്തെ മറ്റൊരു തരത്തിലും വ്യാഖ്യാനിക്കാവുന്നതാണ്. അപ്പേട്ടന്റെ വീട് ചെറുപ്പം മുതൽ തന്നെ സ്നേഹവും സ്വാതന്ത്ര്യവും പരസ്പരവിശ്വാസവുമുള്ള ഒരു വീടായിട്ടാണ് അവൾ കണ്ടിരുന്നത്. അവിടേക്കുള്ള യാത്രയാകുമ്പോൾ, തീർച്ചയായും രമണിക്ക് അതു

സ്വാതന്ത്ര്യത്തിലേക്കും, സ്നേഹത്തിലേക്കും, സുരക്ഷിതത്വത്തിലേക്കുമുള്ള യാത്രയാണ്. സ്വാതന്ത്ര്യം ഹനിക്കപ്പെടുന്ന സ്ത്രീ സ്വാതന്ത്ര്യത്തിലേക്ക് സ്വയം രക്ഷപ്പെടുകയാണ്. കാല്പനിക പ്രണയ തൃഷ്ണയെ സ്ത്രീയുടെ സ്വാതന്ത്ര്യബോധവുമായി ചേർത്തുവായിക്കുവാൻ സാധിക്കും.

1 രാജലക്ഷ്മിയുടെ കഥകൾ - കറന്റ് ബുക്സ്, തൃശ്ശൂർ, പേജ് -76,77

2 രാജലക്ഷ്മിയുടെ കഥകൾ - രാജലക്ഷ്മി, കറന്റ് ബുക്ക്സ് തൃശ്ശൂർ - പേജ് 77

3 രാജലക്ഷ്മിയുടെ കഥകൾ - രാജലക്ഷ്മി, കറന്റ് ബുക്ക്സ് തൃശ്ശൂർ -പേജ് 77

4 Ibid - പേജ് - 65

5 അതിൽത്തന്നെ പേജ് 44

6 അതിൽത്തന്നെ പേജ് 46

7 രാജലക്ഷ്മിയുടെ കഥകൾ - അനുബന്ധം, 'നിന്നെ ഞാൻ സ്നേഹിക്കുന്നു - കറന്റ് ബുക്സ്, തൃശ്ശൂർ

8 ഒരുവഴിയും കുറെ നിഴലുകളും - കറന്റ് ബുക്സ്, തൃശ്ശൂർ പേജ് 143, 144

9 അതിൽത്തന്നെ - പേജ് 147

10 ഒരു വഴിയും കുറെ നിഴലുകളും - രാജലക്ഷ്മി. കറന്റ് ബുക്ക്സ്, തൃശ്ശൂർ, പേജ്- 148

11 മകൾ - രാജലക്ഷ്മിയുടെ കഥകൾ, രാജലക്ഷ്മി. കറന്റ് ബുക്സ്, തൃശ്ശൂർ പേജ് - 79

പത്ത്

മൃത്യുബോധം

ജീവിതരതി ഏറ്റവും കൂടുതലുള്ളവരാണ് കാല്പനികർ. അതുകൊണ്ടു തന്നെ മരണഭയം അവരിൽ കൂടുതലാണ്. ഭയമുള്ളതിനെക്കുറിച്ച് എപ്പോഴും ചിന്തിക്കുക സ്വാഭാവികമാണ്. അങ്ങനെ മൃത്യുബോധം കാല്പനികരുടെ രചനകളിൽ സദാ ആധിപത്യം പുലർത്തുന്നു.

ഇംഗ്ലീഷ്, ഫ്രഞ്ച്, റഷ്യൻ, ജർമ്മൻ കാല്പനിക കവികളിൽ മാത്ര മല്ല, മലയാളത്തിലെ കാല്പനിക കവികളായ കുമാരനാശാൻ, ജി. ശങ്കര ക്കുറുപ്പ്, ചങ്ങമ്പുഴ, ഇടപ്പള്ളി, വൈലോപ്പിള്ളി തുടങ്ങിയ കവികളിലും ഈ പ്രവണത വളരെ തീവ്രമായിരുന്നു. ജീവിതരതിയുടെ മറുപുറമാണ് മരണരതി. മരണരതി പ്രകടമാക്കിയ രാജലക്ഷ്മി മൃത്യുവിനെ വാരി പ്പുണരാൻ തയ്യാറായി. 'എന്തുവന്നാലും എനിക്കാസ്വദിക്കണം. മുന്തിരി ച്ചാറുപോലുള്ളൊരീ ജീവിതം' എന്നു പാടിയ ചങ്ങമ്പുഴയെപ്പോലെ നുകരൂ നുകരൂ ജീവിതാസവം എന്ന് തന്റെ വിദ്യാർത്ഥിനിയുടെ ഓട്ടോ ഗ്രാഫിൽ എഴുതിക്കൊടുത്ത രാജലക്ഷ്മി ആത്മഹത്യ ചെയ്യുമെന്ന് ആരും വിചാരിക്കില്ല.[1] ജീവിതത്തോടുമാത്രമല്ല, പ്രണയത്തോടും, പ്രകൃതി യോടും കവിതയോടുമൊക്കെ വലിയ ആസക്തി പുലർത്തിയ എഴുത്തു കാരിയാണ് അവർ. ആത്മഹത്യയെക്കുറിച്ച് ഭയപ്പാടോടെ ചിന്തിക്കുന്ന ഒരു രംഗം ആത്മഹത്യ എന്ന കഥയുടെ തുടക്കത്തിലുണ്ട്.

ആത്മഹത്യയെപ്പറ്റിയുള്ള പ്രസ്താവനകൾ പേടിയോടുകൂടിയല്ലാതെ കേൾക്കാൻ എനിക്കു കഴിയില്ല.

പത്രത്തിൽ എവിടെയെങ്കിലും, ആരെങ്കിലും, ആത്മഹത്യ ചെയ്തു എന്ന വാർത്ത കണ്ടാൽ ആളുടെ പേർ വായിച്ചു കഴിഞ്ഞാലേ എനിക്കു സമാധാനമുള്ളു.

കൊച്ചനിയൻ പത്രത്തിൽ നിന്ന് തനിക്കേറ്റവും പ്രിയപ്പെട്ട 'മരണ മാരണങ്ങൾ' ഉറക്കെ വായിക്കുമ്പോഴും എനിക്കു പരിഭ്രമമാണ്'

രാജലക്ഷ്മിയുടെ മരണഭീതി ഇവിടെ വളരെ വ്യക്തമാണ്. കൃതി കളിലെങ്ങും മരണവുമായി അവർ ഒരു ഒത്തുതീർപ്പിൽ എത്തുന്നുമില്ല.

എന്നാൽ മരണവുമായി രാജലക്ഷ്മി സൗഹാർദ്ദത്തിലായ ഒരു സാഹചര്യത്തെക്കുറിച്ച് കെ.പി. അപ്പൻ ചൂണ്ടിക്കാട്ടുന്നുണ്ട്.

“മരണത്തോട് ആഭിമുഖ്യമുള്ള എഴുത്തു
കാരുടെ മനോഭാവത്തിന് അനേകം
തലങ്ങളുണ്ടായിരിക്കും. അവരുടെ മന
സ്സിലെ വനാന്തരങ്ങളും ഭൂഗർഭ പാത
കളും ലഘുവായ അന്വേഷണത്തിന്റ
സീമയിൽ വരുകയില്ല. രാജലക്ഷ്മിയുടെ
ഭാവഗാഢതയ്ക്ക് ഈ സ്വഭാവമാണുള്ളത്.
എങ്കിലും ആശ വെടിഞ്ഞ ഒരു മനസ്സ്
അവരുടെ സൃഷ്ടിക്കു പിന്നിൽ പ്രവൃത്തി

ച്ചിരുന്നുവെന്നും, തന്നോട് അവജ്ഞ കാട്ടിയ പുറംലോകത്തോട് അബോധപരമായി കഠിനമായ വെറുപ്പ് അവർ വച്ചുപുലർത്തിയിരുന്നെന്നും ഈ കഥാകാരിയുടെ സൃഷ്ടികൾ സാക്ഷ്യപ്പെടുത്തുന്നുണ്ട്. രാജലക്ഷ്മി ജീവിതത്തെ വെറുത്തത് താൻ ആഗ്രഹിച്ച മറ്റൊരു ജീവിതത്തെ ഗാഢമായി സ്നേഹിച്ചിരുന്നതുകൊണ്ടാണ്. അതു സാദ്ധ്യമല്ലാതെ വന്നപ്പോൾ അവർ മരണവുമായി സൗഹാർദ്ദത്തിലായി,”[2]

രാജലക്ഷ്മിയുടെ ആദ്യനോവലിൽ രണ്ടു മരണങ്ങൾ ചിത്രീകരിക്കുന്നുണ്ട്. വെളിച്ചപ്പാടിന്റെ മരണവും, രമണിയുടെ കൊച്ചച്ഛന്റെ മരണവും. രണ്ടു മരണങ്ങളിലും ഭീതിയും വേദനയും ദൃശ്യമാണ്. രണ്ടുപേരും രമണിക്കു വളരെ വേണ്ടപ്പെട്ടവർ. അതുകൊണ്ടുതന്നെ ആ മരണങ്ങൾ അവളെ വളരെയധികം ബാധിക്കുന്നുണ്ട്. വെളിച്ചപ്പാടിന്റെ മരണം രമണിയുടെ ചെറിയപ്രായത്തിൽ അഭിമുഖീകരിക്കുന്നതിനാൽ വല്ലാത്ത പരിഭ്രമവും, ഞെട്ടലും വേദനയുമെല്ലാം അനുഭവിക്കുന്നു. കൊച്ചച്ഛന്റെ മരണം അല്പംകൂടി അറിവായതിനുശേഷമാണ്. വേർപാടിന്റെ വേദനയുണ്ടെങ്കിലും, സമചിത്തതയോടെ അതിനെ നേരിടുന്നുണ്ട്. ഈ രണ്ടു മരണങ്ങളിലും മരണബിംബങ്ങൾ ധാരാളമുണ്ട്. ഒഴിഞ്ഞ മുറി, ഒഴിഞ്ഞ കയറ്റുകട്ടിൽ, നായയുടെ തണുത്തു മരവിച്ച ശരീരം, രക്തനിറത്തിലുള്ള ആകാശം, ഇരുട്ടിന്റെ പുതപ്പ് തുടങ്ങിയ ദൃശ്യങ്ങൾ മരണത്തിന്റെ ശൂന്യതയും, ജഡതയും, തണുപ്പും അനുഭവിപ്പിക്കുന്നു. രണ്ടാമത്തെ മരണം ആളൊഴിഞ്ഞ ഇടനാഴിയും, അസ്തമിക്കുന്ന സൂര്യനും, കണ്ണുനീരിന്റെ നനവില്ലാതെ ഉള്ളുതകർന്നു വരുന്ന തേങ്ങലുകളും, പ്രാണി ചത്തു കിടക്കുന്ന ഗ്ലാസ്സിലെ പാലും, മുനിഞ്ഞു കത്തുന്ന റാന്തലും, എല്ലാം കൂടിച്ചേർന്ന അന്തരീക്ഷം മരണത്തിലൂടെയുള്ള വേർപാടും, നിസ്സഹായതയും ദുഃഖവും കാട്ടിത്തരുന്നു. മരണം കാല്പനികർക്ക് മാനസികമായ ഒരസ്വാസ്ഥ്യമാണ്. വൈകാരികമായ ഒരശാന്തിയാണ്. മരണഭയം അവർക്ക് “അനുഗ്രഹിക്കപ്പെട്ട വ്യസനവു”മാണ്. മരണമെന്ന വിഷമസമസ്യ വൈകാരികമായി ഇടപ്പള്ളിക്കവികളെയും നോവൽ കഥാരംഗത്ത് എം.ടി. വാസുദേവൻ നായരെയും ശല്യപ്പെടുത്തിയിരുന്നു എന്ന് അവരുടെ

കൃതികൾ സാക്ഷ്യം വഹിക്കുന്നു. രാജലക്ഷ്മിക്കും മരണം അങ്ങനെ ഒരനുഭവമായിരുന്നു. എത്ര കുടഞ്ഞുകളഞ്ഞാലും വിട്ടുപോകാൻ കഴിയാതെ ആത്മാവിൽ അള്ളിപ്പിടിക്കുന്ന പീഡാനുഭവമായി അതു മാറിക്കൊണ്ടിരുന്നു."മരണത്തെ അതിന്റെ പലപല അവസ്ഥകളിൽ കണ്ടു പരിഭ്രമിക്കുന്ന എം.ടി തന്റെ കലാപ്രതിഭയിലെ പ്രധാന ദുഃഖനിക്ഷേങ്ങളിൽ ഒന്നാണ് മരണം" എന്നു വ്യക്തമാക്കുന്നുണ്ട്. മരണം വിഷയമായിട്ടുള്ള കഥകളും നോവലുകളും അദ്ദേഹം എഴുതിയിട്ടുണ്ട്. എം.ടിയുടെ ഈ മൃത്യുബോധമാണ് സ്വന്തം കലാസൃഷ്ടികളിൽ വേണ്ടതിലധികം ആത്മകഥാപരമായ അംശം നിറയ്ക്കുവാൻ അദ്ദേഹത്തിനു പ്രേരണ നല്കിയതെന്ന് പ്രസിദ്ധ നിരൂപകൻ കെ.പി. അപ്പൻ ചൂണ്ടിക്കാണിക്കുന്നു.[3]

രാജലക്ഷ്മിയെ സംബന്ധിച്ചും ഈയൊരു വീക്ഷണം ശരിയാണെന്നു തോന്നുന്നു. മരണം അവരുടെ ബോധതലത്തിൽ ഭീതിനിറയ്ക്കുന്ന ഒരു രഹസ്യമായും, അവഗണിക്കാനാവാത്ത ഒരു സാന്നിദ്ധ്യമായും നിറയുന്നു. 'ആത്മഹത്യ' എന്ന കഥയിൽ ഈ മൃത്യുബോധത്തിന്റെ സാന്നിദ്ധ്യമാണു തെളിയുന്നത്.

അവസാനകാലത്ത് ജീവിതരതിയും മരണരതിയും തമ്മിലുള്ള സംഘർഷം രാജലക്ഷ്മിയിൽ വളരെ ശക്തമായിരുന്നു. അത് അവരുടെ എല്ലാ സ്വസ്ഥതയും കെടുത്തിക്കളഞ്ഞു. "നിന്നെ ഞാൻ സ്നേഹിക്കുന്നു" എന്ന ഗദ്യകവിതയിൽ പ്രണായതുരമായ ജീവിതത്തോടുള്ള സ്നേഹം അവർ പ്രകടമാക്കുന്നുണ്ട്.

"നിന്നെ ഞാൻ സ്നേഹിക്കുന്നു:
ജീവിതത്തിൽ കവിത കലർത്തിയവളേ,
ഹൃദയത്തിൽ ഗാനം പകർത്തിയവളേ,
നിന്നെ ഞാൻ സ്നേഹിക്കുന്നു:
സർവ്വം സഹയായ അമ്മയല്ല നീ
വിഭ്രമിപ്പിക്കുന്ന കാമിനിയാണു നീ
ജീവൻ പോലെ ചൈതന്യവതി
വാസന്തഭംഗിപോലെ വിമോഹിനി
നിന്നെ ഞാൻ സ്നേഹിക്കുന്നു."[4]

കൈവിട്ടുപോകുന്ന പ്രണയത്തേയും ജീവിതത്തേയും പോലെതന്നെ തന്റെ സർഗ്ഗാത്മകതയേയും അവർ അഗാധമായി സ്നേഹിച്ചിരുന്നു. അതുകൊണ്ടുതന്നെ ഇവിടെ പ്രണയവും ജീവിതവും മാത്രമല്ല സർഗ്ഗാത്മകതയും സൂചിതമാകുന്നു.

വിവാഹിതയാവണമെന്നും ഒരു നല്ല ദാമ്പത്യജീവിതം നയിക്കണമെന്നും രാജലക്ഷ്മി വളരെയധികം ആഗ്രഹിച്ചിരുന്നു. ഓരോ വിവാഹാലോചന വരുമ്പോഴും അതു നടക്കുമെന്ന് അവർ സ്വപ്നം കണ്ടിരുന്നു. അതേക്കുറിച്ച് തന്റെ സുഹൃത്തുക്കളോട് അവർ പറയുകയും

ചെയ്തിരുന്നു. ഒരു സുഹൃത്തിന്റെ സഹോദരനുമായുള്ള വിവാഹാലോചന വന്നപ്പോൾ, ഹോസ്റ്റലിൽ നിന്നും വീട്ടിൽപോകാൻ യാത്ര ചോദിച്ച രാജലക്ഷ്മി തന്റെ കൂട്ടുകാരോടു പറഞ്ഞത് ഇനി വിവാഹം കഴിഞ്ഞേ മടങ്ങൂ എന്നാണ്. അത്രത്തോളം ആ വിവാഹം അവർ ആഗ്രഹിക്കുകയും മനസ്സിലുറപ്പിക്കുകയും ചെയ്തിരുന്നു. എന്നാൽ, ആ വിവാഹാലോചനയും അലസിപ്പോയപ്പോൾ, കടുത്ത ദുഃഖത്തിന് ഇരയായി. അതോടെ മരണത്തെ കൂടുതലാഴത്തിൽ സ്നേഹിക്കുവാനും മനസ്സിൽവച്ച് ആരാധിക്കുവാനും ഇടയായി. അവസാനകാലത്ത് ആത്മഹത്യ അനിവാര്യമെന്ന ചിന്ത രാജലക്ഷ്മിയിൽ ദൃഢമായി. അത് അവരുടെ പ്രജ്ഞയെത്തന്നെ സാരമായി ബാധിച്ചു. അക്കാലത്തെഴുതിയ കഥകളും കവിതകളും അതിനു തെളിവാണ്. സമൂഹത്തിന്റെ എതിർപ്പുകൾ ഈ ചിന്തയ്ക്കു വേഗത കൂട്ടി. മരിക്കുന്നതിന് രണ്ടുവർഷം മുമ്പ് (1963 മാർച്ച്) എഴുതിയ 'കുമിള' എന്ന ഗദ്യകവിതയിൽ മരണമാണു വിഷയം. മരണത്തെ സംബോധന ചെയ്തുകൊണ്ടാണ് കവിത തുടങ്ങുന്നതുതന്നെ. മരണത്തിന്റെ സംഹാരനൃത്തവും നാശത്തിന്റെ പ്രചണ്ഡതാണ്ഡവവും അവിടെ അവർ ദർശിക്കുന്നു. അജ്ഞാതമായ അപാരതയായും, അനാദിയായ നിഗൂഢതയായും നിർവ്വികാരതയായും മരണത്തെ കാണുന്നു. തിരിച്ചുവരവില്ലാത്ത വഴിയിലൂടെ സഞ്ചരിക്കുന്നവൾ, യുഗയുഗങ്ങളുടെ ചരിത്രം നിവർത്തിയ യവനികയ്ക്കു മുന്നിൽ നൃത്തം ചെയ്യുന്നവൾ, തണുത്തുറഞ്ഞ നിശ്ശബ്ദത, നിസ്സീമശൂന്യത, ഇരുട്ടിലും ഇരുട്ടായ നിത്യജ്യോതിസ്സ്, വെളിച്ചത്തിന്റെ വെളിച്ചമായ അന്ധകാരം- അതാണു മരണം. മൃത്യുവിനെ സംബോധന ചെയ്തു കവി പാടുന്നു.

"എന്റെ ഈ കുനിയാൻ കൂട്ടാക്കാത്ത
തലയിലും, ത്രിവിക്രമാ,
അങ്ങയുടെ കാൽ വയ്ക്കൂ!
ഞാൻ എന്ന ഈ കുമിള
ആ കാലടികളിൽ തട്ടിത്തകർന്നിരുന്നെങ്കിൽ!
എന്നിലെ
ഈ ദുർബ്ബലതകൾ,
സങ്കോചങ്ങൾ, കൊച്ച് കൊച്ച് അഭിലാഷങ്ങൾ
ആനന്ദങ്ങൾ,
ഉന്മുഖചിന്തകൾ,
വേദനകൾ,
തുച്ഛമായ വേദനകൾ,
അലിവുകൾ,
സുഖതൃഷ്ണകൾ
എല്ലാം
അങ്ങയിൽചേർന്ന് ഇല്ലാതായിരുന്നെങ്കിൽ!

വികാരമില്ലാത്ത
അലിവില്ലാത്ത
അവസാനിക്കാത്ത
അങ്ങയുടെ നൃത്തം തുടരുമ്പോൾ
മൃത്യോ,
അങ്ങയിൽ ഞാൻ ജീവിക്കാൻ
തുടങ്ങിയിരുന്നെങ്കിൽ![5]

അദമ്യവും അതിതീക്ഷ്ണവുമായ ഒരു മൃത്യുബോധമാണ് ഈ കവിതയിൽ കാണുന്നത്. കുമിള- എന്ന ബിംബം നൈമിഷികമായ ജീവിതത്തെ പ്രതിനിധാനം ചെയ്യുന്നു. ഏതു നിമിഷവും പൊട്ടിപ്പോകാവുന്ന നിസ്സാരമായ ഒരു കുമിളയാണു മനുഷ്യജീവിതം എന്ന ഒരു വേദാന്ത ചിന്തയിലോളമെത്തുന്നു ഈ കല്പന. മരണത്തെ രാജലക്ഷ്മി ഇവിടെ ഒരു ദാർശനികതലത്തിലേക്ക് എത്തിക്കുന്നു. എം.ടിയുടെ മഞ്ഞ്, കാലം, എന്നീ നോവലുകളിൽ മരണത്തെ ദാർശനികമായി കാണുന്ന പല സന്ദർഭങ്ങളുമുണ്ട്. മഞ്ഞിൽ സർദാർജി എന്ന കഥാപാത്രത്തിന്റെ വീക്ഷണത്തിലൂടെയാണ് ആ ദർശനം വ്യക്തമാകുന്നത്. “രംഗബോധമില്ലാത്ത ഒരു കോമാളി”യെന്നു പറഞ്ഞ് മരണത്തിന്റെ മുഖത്തുനോക്കി ചിരിക്കാൻ രോഗിയായ ആ മനുഷ്യനു സാധിക്കുന്നു. മരണത്തെ അതിഥിയായി കാണുന്ന മഞ്ഞിലെ വിമല കാലമാകുന്ന പുഴയുടെ- തടാകത്തിന്റെ -കരയിൽ നിന്നു നെടുവീർപ്പുകൾ ഇടുന്നവളാണ്. കാലത്തിന്റെ ചലനവും നിശ്ചലതയുമാണ് നൈനിത്താളിന്റെ പശ്ചാത്തലം നൽകുന്നത്, കാലം നിശ്ചലമാകുമ്പോൾ, അവിടെ മരണമാണു സംഭവിക്കുന്നത്. മരണത്തിനു തൊട്ടുമുമ്പുള്ള ദിവസങ്ങളിലൊന്നിൽ രാജലക്ഷ്മി എഴുതിവച്ച ഡാർക്ക്നൈറ്റ് എന്ന ഇംഗ്ലീഷ് കവിതയിലും മരണത്തിന്റെ സാമീപ്യമാണു നിറഞ്ഞു നിൽക്കുന്നത്. മരണത്തെ സംബോധന ചെയ്തുകൊണ്ടാണ് ഈ കവിതയും ആരംഭിക്കുന്നത്.

“O, Death, (for life has served its turn)
Opener and usher to the heavenly mansion
Be thou my God
Aught aught of mightiest best I see
conceive or know
(To break the stagnant tie-thee thee to free O, soul)
Be thou my God
All great ideas, the race’s aspirations
All heroisms deeds of rapt enthusiasts
Be ye my Gods”[6]

ഒരു യാത്രാമൊഴിയുടെ ഭാവസാന്ദ്രത നിറയുന്ന ഈ വരികൾ ആരിലും ദൈന്യമുണർത്തും. വിജനമായ രാവിന്റെ ഏകാന്തയാമങ്ങളിൽ,

പൊഴിഞ്ഞുവീഴുന്ന കണ്ണുനീർ ഊഷരമായ മണൽപ്പരപ്പിൽ വീണുവറ്റുന്നതിന്റെ ദുഃഖവും നിസ്സഹായതയും ഇവിടെ സ്ഫുരിക്കുന്നു. ഉപരിപ്ലവമായ ജീവിതത്തിനുമപ്പുറമുള്ള മരണത്തിന്റെ സംഗീതം ഇവിടെ പ്രതിദ്ധ്വനിക്കുന്നു.

ഗദ്യകവിതകളിൽ മാത്രമല്ല, രാജലക്ഷ്മിയുടെ മൂന്നു നോവലുകളിലും മരണം കടന്നുവരുന്നുണ്ട്. ആദ്യത്തെ നോവലിൽ വെളിച്ചപ്പാടിന്റെ മരണം ചിത്രീകരിക്കുന്നു. ജീവിതത്തിൽ ആദ്യമായി ഒരു മരണം നേരിട്ടു കാണുകയാണ് കൊച്ചുകുട്ടിയായ രമണി. അതു വെറുമൊരു മരണമല്ല. താൻ സ്നേഹിച്ച, തന്നെ സ്നേഹിച്ച വെളിച്ചപ്പാടിന്റെ മരണം. എല്ലാ ദിവസവും പഴവും ശർക്കരയും അപ്പവുമൊക്കെയായി തന്നെ കാത്തിരിക്കുന്ന വെളിച്ചപ്പാട്. രമണിയുടെ വീക്ഷണത്തിലൂടെ ആ വെളിച്ചപ്പാടിന്റെ മരണം നോവലിസ്റ്റ് ഹൃദയദ്രവീകരണക്ഷമമായി ആവിഷ്കരിക്കുന്നു:

"ഒരു ദിവസം കാലത്തെ സ്കൂളിൽ പോകാനെത്തിയപ്പോൾ, വാതിൽക്കൽ വെളിച്ചപ്പാടിനെ കണ്ടില്ല, വിളിച്ചപ്പോൾ അകത്തുനിന്നും കയറിവരാൻ പറയുകയാണ് ചെയ്തത്. പഴയ കയറ്റുകട്ടിലിൽ ചുരുണ്ടുകൂടി മൂടിപ്പുതച്ചു കിടക്കുകയാണ് അയാൾ. എന്താണു കിടക്കുന്നതെന്ന് അവൾ ചോദിച്ചില്ല. ജീർണ്ണിച്ച തലയിണച്ചുവട്ടിൽ നിന്ന് അന്നും അയാളൊരു പൊതിയെടുത്തു നീട്ടി. വൈകുന്നേരവും അവൾ ചെന്നു. ആ കിടപ്പുതന്നെ! പാണ്ടൻനായയുമുണ്ട് കാല്ക്കൽ! പിറ്റേദിവസവും കാലത്ത് അവൾ ചെന്ന് അടുത്തുനിന്നിട്ടും വയസ്സൻ കണ്ണുതുറന്നില്ല. ഒരു വല്ലാത്ത കുറുങ്ങൽ മാത്രമുണ്ട്. അവൾ ഒന്നു വിളിച്ചു നോക്കി... അനക്കമില്ല!

കുറച്ചുനേരം കൂടിനിന്ന് അവൾ പോയി...

സ്കൂളിൽ മണിയടിക്കാറായിട്ടുണ്ട്. വൈകുന്നേരം വരുമ്പോൾ, പിന്നിലെ വാതിലിൽക്കൂടി അകത്തുകടന്നു. ഇത്തവണ അടുത്തുചെന്നുനിന്നു. ചുമച്ചപ്പോൾ കണ്ണുതുറന്നു. പക്ഷേ, കണ്ണിൽ മനസ്സിലായതിന്റെ തിളക്കം വന്നില്ല!

ചുണ്ടുകൾ കോടുക കൂടിയുണ്ടായില്ല. അവൾ അമ്പരന്നുപോയി...

കാലത്ത്, വെളിച്ചപ്പാട് ഉറങ്ങുകയായിരിക്കും എന്നാണ് വിചാരിച്ചത്. ഇപ്പോൾ കണ്ടിട്ടും കണ്ടഭാവം കാണിക്കാത്തതെന്ത്? എന്താണു പറ്റിയത്?"[7]

മണിക്കാകെ വെപ്രാളമായി. വെളിച്ചപ്പാടിന് എന്താണ് പറ്റിയതെന്ന ചിന്ത അവളെ അസ്വസ്ഥയാക്കി. വീട്ടിൽചെന്ന് ജോലിക്കാരി കുഞ്ഞിയമ്മയോടു ചോദിച്ചപ്പോൾ കിട്ടിയ ഉത്തരവും അവളെ വല്ലാത്ത വിഷമത്തിലാക്കി.

"അയാൾടെ ഒക്കെ തീരാറായീന്നാ തോന്നണത്."

അവൾ വീണ്ടും ചോദ്യങ്ങളുമായി പിന്നാലെ കൂടി. അവർ തുടർന്നു:

“വയസ്സായില്ലേ? വെള്ളിയാഴ്ചത്തെ പാട്ടിന് മഴയും നനഞ്ഞുതുള്ളി വേണ്ടാന്നു പറഞ്ഞാൽ കേക്കോതന്ത?

എഴുപത്തഞ്ചാംകാലത്ത് മഴനനഞ്ഞു തുള്ളിയാൽ ഭഗവതീടെ ആളാണെങ്കിലും പനിവരാതിരിക്യോ?

നെഞ്ചത്തൊക്കെ കഫം കെട്ടീട്ടുണ്ടത്രേ ഇന്നുരാത്രി കഴിയില്ലാന്നു ചെട്ടിച്ച്യാരു പറയണതു കേട്ടു.”[8]

അതുകേട്ടതും അവൾ നേരെ ചെട്ടിച്യാരുടെ അടുത്തേക്ക് ഓടി. വെളിച്ചപ്പാടിന് എന്തുപറ്റിയെന്നറിയാൻ അവൾക്കു ധൃതിയായി. വെളിച്ചപ്പാടു മരിക്കാൻ പോവ്വാണെന്ന അറിവ് അവളെ ദുഃഖത്തിലാഴ്ത്തി. ചെട്ടിച്യാരോടു ചോദിച്ചപ്പോൾ കിട്ടിയ മറുപടിയും വ്യത്യസ്തമായിരുന്നില്ല. രാത്രി ഉറങ്ങാൻ കിടന്നിട്ട് മണിക്ക് തെല്ലും ഉറക്കം വന്നില്ല. കണ്ടിട്ടും കാണാത്ത ആ നോട്ടവും ചിരിക്കാത്ത ചുണ്ടുകളും മനസ്സിൽ തെളിഞ്ഞു നിന്നു. രാവിലെ സ്കൂളിൽ പോകാൻ നേരത്തെയിറങ്ങി. വെളിച്ചപ്പാടിന്റെ വീട്ടിലെത്തി. അവിടത്തെ ആൾക്കൂട്ടം അവളിൽ ദുശ്ചിന്തയുണർത്തി. അവിടെ നിന്ന തലനരച്ച ഒരു കാരണവരിൽനിന്നും വെളിച്ചപ്പാടു മരിച്ചുവെന്നും ദഹിപ്പിക്കാൻ കൊണ്ടുപോകുകയാണെന്നും അവൾ മനസ്സിലാക്കി. വൈകുന്നേരം സ്കൂളിൽ നിന്നു തിരിച്ചുവരുമ്പോഴും അവൾ അവിടെ കയറി. എന്നാൽ, അവിടെങ്ങും ഒരനക്കവുമില്ല. ഒരൊറ്റ മനുഷ്യനുമില്ല. തികഞ്ഞ ശൂന്യത!

“അവൾ പതുക്കെ അകത്തുകടന്നു. കയറ്റുകട്ടിൽ ഒഴിഞ്ഞു കിടക്കുന്നു. മുറിക്കകത്തു യാതൊരു സാധനവുമില്ല. അവിടെയും ഇവിടെയും ഓരോ പാത്രങ്ങൾ കിടക്കാറുള്ളതും കട്ടിലിന്മേൽ ഇടുന്ന കരിമ്പടവും തലയിണയും യാതൊന്നുമില്ല. ഒഴിഞ്ഞ മുറിയിൽ ഒഴിഞ്ഞ കട്ടിൽ! കട്ടിലിന്റെ കാല്ക്കൽ പാണ്ടൻനായ മാത്രമുണ്ട്. നിവർന്നു കിടക്കുന്നു! അവൾ പതുക്കെ അടുത്തുചെന്ന് അതിന്റെ തലയിൽ കൈവച്ചു. തണുപ്പ്!

അവൾ ഞെട്ടി കൈ വലിച്ചു.

മരണം എന്താണെന്നു മനസ്സിലായി. ഒഴിഞ്ഞ കട്ടിലും മരിച്ച നായയേയും മാറി മാറി നോക്കി കുറച്ചിട അനങ്ങാതെ നിന്നു! പിന്നെ പുറത്തേക്കോടി...”[9]

ഇവിടെ മരണത്തിലൂടെയുള്ള സ്നേഹത്തിന്റെ വേർപാട്, മരണത്തിന്റെ തണുപ്പ്, അതിന്റെ ഭയാനകത, ജഡത, അതിന്റെ ഞെട്ടൽ, മരണം വരുത്തിയ അസ്വസ്ഥത വേദന എല്ലാം ആ കുട്ടി ആദ്യമായി അറിയുകയാണ്. ജീവിതത്തിൽ വീണ്ടും താൻ ഒറ്റപ്പെട്ടുവെന്നും വിലപ്പെട്ടതെന്തോ തനിക്കു നഷ്ടപ്പെട്ടുവെന്നും തന്റെ സുരക്ഷിതത്വം ഇല്ലാതെയായെന്നും രമണിക്കു തോന്നുകയാണ്. തുടർന്നുള്ള ഭാഗങ്ങളിൽ രമണിയുടെ അവസ്ഥ വിവരിക്കുന്നു:

“മണി അന്നു കാപ്പികുടിക്കാൻ ചെന്നില്ല. കിഴക്കെ അകത്തു വാതിലടച്ചിരുന്നു കുറച്ചുനേരം.

ഗോപു വന്നപ്പോൾ അവിടെ നിന്നുമിറങ്ങി തൊടിയിൽ ചെന്നിരുന്നു.

അവിടെയും ഇരിപ്പുറയ്ക്കാതെയായപ്പോൾ പതുക്കെ പിന്നിൽക്കൂടെ കുന്നിൻപുറത്തേയ്ക്കു കയറി."[10]

രമണിയെന്ന കുട്ടിയുടെ ഹൃദയത്തിലേക്ക് ഇറങ്ങിച്ചെല്ലാനും അവിടെ ഉയർന്നുവന്ന വികാരങ്ങൾ ഒന്നോടെ ഒപ്പിയെടുത്ത് അവതരിപ്പിക്കുവാനും നോവലിസ്റ്റിനു കഴിഞ്ഞിട്ടുണ്ട്. മരണം ആദ്യമായി നേരിട്ടു കാണുകയാണ് കുട്ടി. അത് കുട്ടിയിലുണ്ടാക്കിയ ഭാവഭേദങ്ങൾ ഹൃദയസ്പർശിയാണ്.

ഇതേകൃതിയിൽത്തന്നെ മറ്റൊരു മരണം കൂടി ചിത്രീകരിക്കുന്നുണ്ട് നോവലിസ്റ്റ്. അതും രമണിക്ക് വളരെ സ്നേഹമുള്ള ഒരു വ്യക്തിയായ തിനാൽ അവളെ സംബന്ധിച്ചിടത്തോളം ആ മരണവും വളരെ പ്രധാന മാണ്, വേദനാജനകമാണ്. അതുകൊണ്ട് ആ മരണത്തെയും കൺമുമ്പിൽ കാണുമ്പോലെ വിശദമായിത്തന്നെ ആവിഷ്കരിക്കുന്നുണ്ട്. രമണിയുടെ വീക്ഷണത്തിലൂടെത്തന്നെ! അവളുടെ ദുഃഖവും നിരാശതയും നഷ്ട ബോധവും പരിഭ്രമവുമെല്ലാം വ്യക്തമാകുന്ന തരത്തിൽ! കുളിമുറിയിൽ കുളിച്ചുകൊണ്ടിരുന്ന സമയത്ത് ചെട്ടിച്ച്യാരും ചെറിയമ്മയും തമ്മിലുള്ള സംസാരത്തിൽ നിന്നാണ് കൊച്ചച്ഛന്റെ മരണവിവരം അവൾ അറിയു ന്നത്. കേട്ടപ്പോൾ അവൾക്കതു വിശ്വസിക്കാൻ കഴിഞ്ഞില്ല. ആരോഗ്യ ത്തോടെ ഓടിനടന്ന കൊച്ചച്ഛൻ മരിച്ചുവെന്നത് അവളുടെ മനസ്സ് സമ്മ തിക്കാൻ മടിക്കുന്നു.

"ഇതു സത്യമല്ല!

അവർക്കു തെറ്റിയതാണ്. എന്തോ കേട്ടു വേറെയെന്തോ ധരിച്ചു പറ യുകയാണ്.

പകുതി തോർത്തിയ തലമുടി കൂട്ടിപ്പിടിച്ചു കെട്ടിയിട്ടു.

അവൾ മുണ്ടുതിരുമ്മുന്ന കല്ലിന്മേൽ കയറി കുത്തിയിരുന്നു....

സത്യമല്ല; സത്യമാവാൻ വഴിയില്ല. കൊച്ചച്ഛൻ മരിക്കുകയോ?

വേറെയാരെങ്കിലുമാണെന്നു പറഞ്ഞാൽ വിശ്വസിക്കാം.

പക്ഷേ, കൊച്ചച്ഛൻ!

ആ ശക്തിയുള്ള ദേഹവും അതിനുള്ളിലെ ശക്തിയുള്ള മനസ്സും!

പരിചയപ്പെട്ടിട്ടുള്ള മനുഷ്യരെല്ലാവരേയുംകാൾ കൂടുതൽ ജീവനുള്ള തായി തോന്നിയിട്ടുള്ളതു കൊച്ചച്ഛനാണ്.

ആ ചൈതന്യം മുഴുവൻ കെട്ടു എന്നോ?

ഇത്ര പെട്ടെന്ന്, അതു സംഭവിക്കാൻ വയ്യ!"[11]

ആ മരണം അംഗീകരിക്കുവാൻ രമണിക്ക് ഒരുതരത്തിലും കഴിയു ന്നില്ല. കുറച്ചുസമയം അവൾ സ്തബ്ധയായി ഇരുന്നു പോയി. പിന്നീട് എങ്ങനെയോ കുളിമുറിയിൽ നിന്നിറങ്ങി വേഷം മാറി, വീട്ടിൽ ആരും കാണാതെ അങ്ങോട്ടു തിരിച്ചു.

"പതുക്കെ പടിയിറങ്ങി ശബ്ദമുണ്ടാക്കാതെ നടന്നു...

പാടത്ത് അവിടെയും ഇവിടെയും ഓരോ മനുഷ്യരുണ്ട്.

എന്തു ദൂരം....

നടന്നിട്ടും നടന്നിട്ടും നീങ്ങുന്നില്ല....

ഒരുവിധം പാടം കഴിഞ്ഞു.

അവൾ കടമ്പ കയറിമറിഞ്ഞു മുറ്റത്തിറങ്ങി...

നിറച്ച് ആളുണ്ട്!

അവർ പറഞ്ഞതു വാസ്തവമാണോ?

മനുഷ്യർ ഒച്ചവെക്കാതെ കുശുകുശുക്കുന്നു.

അവൾ അകത്തേക്കു കയറി

അവിടം നിശ്ശബ്ദമാണ്...

ഒരനക്കമില്ല....

കിഴക്കെ അകത്തു നിന്നു പലെക്കളത്തിലെ ദേവകി മിസ്റ്ററസ് ഇറങ്ങി വന്നു. അവളെ കണ്ട് ഒന്നു തുറിച്ചുനോക്കി, കടന്നുപോയി....

അവൾ വാതില്ക്കൽ ചെന്നു നിന്നു.

അഞ്ചെട്ടുപേരുണ്ട് അകത്ത്.

ഒരു മൂലയിൽ, ചുമരും ചാരി, നില്ക്കുകയാണ് ചെറിയമ്മ

ആർക്കെങ്കിലും അവരെ ഒന്നു പിടിച്ചിരുത്തിക്കൂടേ?

കവിളത്ത് നനവിന്റെ പാട് ഉണങ്ങിയിട്ടില്ല.

പക്ഷേ,

കരയുകയായിരുന്നില്ല.

ഉടലെടുത്ത നിസ്സഹായത!

അനങ്ങാതെ, മിണ്ടാതെ, മുറിയുടെ മൂലയിൽ നില്ക്കുകയാണ് അവർ.

ഓ, അവർക്കിതെന്തിനു വന്നു?

ആ പാവംപിടിച്ച സ്ത്രീയെക്കൊണ്ട് ഇതു സഹിക്കാനാവുമോ?

എന്താണു സംഭവിച്ചതെന്ന് അവർക്ക് മുഴുവൻ മനസ്സിലായിട്ടില്ലേ?...

താങ്ങായിരുന്ന ശക്തിയുള്ള കൈകൾ വഴുതിപ്പോയി എന്ന്...

പിന്നിൽക്കൂടി ആരോ വന്നു.ദേവകി മിസ്റ്ററസ്സാണ്. അവരുടെ കൂടെ അവളും അകത്തുകടന്നു. അടുത്തെത്താറായപ്പോഴേ അമ്മുച്ചെറിയമ്മ കണ്ടുള്ളു.

രണ്ടുകൈകൊണ്ട് അവളെ അണച്ചുപിടിച്ചു.

ആ ശോഷിച്ച ദേഹത്ത് മുഖം ചേർത്ത് അവൾ നിന്നു.

ചൂടുള്ള കണ്ണുനീർ പുറത്ത് ഇറ്റിറ്റു വീണു

" എന്റെ കുട്ടി വന്നില്ല അമ്മൂ.... എന്റെ കുട്ടി വന്നില്ല....."

ആ ഏങ്ങലടികൾ സഹിക്കവയ്യെന്നു തോന്നി.

" അമ്മൂ, മണീ, എന്റെ മോൻ..."[12]

"മകൻ" ഈ വാക്കുമാത്രം തേങ്ങലിനിടയിൽ കേൾക്കാം. കരഞ്ഞു കരഞ്ഞ് അവർ തളരുംവരെ അവൾ താങ്ങിനിന്നു. അവസാനം ഒരുവിധം നിലത്തു പിടിച്ചിരുത്തി. അവർ അവിടെ ചുരുണ്ടുവീണു. തല മടിയിൽവച്ച് അവളും അടുത്തിരുന്നു. കുറെ മയങ്ങിക്കിടക്കും. പിന്നെ പെട്ടെന്ന് ഓർമ്മ വന്നതുപോലെ ഞെട്ടി; തേങ്ങൽ; ഇതുതന്നെ ഇടവിട്ടിടവിട്ട്. ഇതിനിട യിൽ രമണി കൊച്ചച്ഛന്റെ ജഡം കിടത്തിയിരിക്കുന്ന മുറിയിൽ എത്തി.

"വെറും നിലത്ത് നീണ്ടുകിടക്കുകയാണ്. ദേഹം വെളുത്ത മുണ്ടിട്ടു മൂടിയിരിക്കുന്നു. കാല്ക്കലും തലയ്ക്കലും തേങ്ങാമുറിയിൽ കിഴി കെ ട്ടിയിട്ടു കത്തിച്ചുവച്ചിട്ടുണ്ട്. മിനിഞ്ഞാന്നു വൈകുന്നേരം വർത്തമാനം പറഞ്ഞുകൊണ്ടു കിടന്ന ആൾ...

അവൾ പതുക്കെ അടുത്തു ചെന്നു നിന്നു.

യാതൊരു വൈകൃതവുമില്ല, പ്രശാന്തമായിരിക്കുന്നു.

"കൊച്ചച്ഛാ!" അവൾ താണ ഒച്ചയിൽ വിളിച്ചു.

"കൊച്ചച്ഛാ!" കണ്ണുതുറന്നില്ല...

മുഖം മുഴുവൻ തെളിയിക്കുന്ന പുഞ്ചിരിയും വന്നില്ല!

ആ മുഖത്തുനിന്നും കണ്ണെടുക്കാതെ അവൾ അവിടെത്തന്നെ നിന്നു..."

മകൻ വരാതെ തന്നെ അടക്കം കഴിഞ്ഞു. രണ്ടു ദിവസത്തിനുശേഷ മാണ് അവളുടെ അപ്പേട്ടൻ വരുന്നത്. കോളേജിൽനിന്നും വിനോദ യാത്രയ്ക്കു പോയിരുന്നു. അപ്പേട്ടൻ വന്നു എന്നറിഞ്ഞുകൊണ്ട് സ്കൂളിൽ നിന്നു രമണി നേരെ അങ്ങോട്ടേയ്ക്കെത്തി.

"പൂമുഖത്തിന്റെ തൊട്ട മുറിയാണ് അപ്പേട്ടന്റേത്.

കട്ടിലിന്മേൽ ഏട്ടൻ കമിഴ്ന്നു കിടക്കുന്നുണ്ട്. അടുത്തു ചെന്നിട്ടും അറിഞ്ഞില്ല. അവൾ പതുക്കെയൊന്നു ചുമച്ചു. അപ്പോഴും തലപൊക്കി യില്ല. കട്ടിലിന്റെ അടുത്തേക്ക് നീങ്ങിനിന്ന് അവൾ വിളിച്ചു.

" അപ്പേട്ടാ–"

"മണീ" ഉള്ളുപൊട്ടിവരുന്നപോലെ തോന്നി ആ വിളി.

നെഞ്ചുകലങ്ങുന്ന തേങ്ങലുകൾ!

അവൾ കട്ടിലിനു തൊട്ടുനിലത്ത് മുട്ടുകുത്തിനിന്നു.

അപ്പേട്ടൻ കിടന്ന കിടപ്പിൽത്തന്നെതപ്പി അവളുടെ കൈ മുറുകെ പിടിച്ചു. കണ്ണുനീരിന്റെ നനവില്ലാതെ,

ഉള്ളുതകർന്നുവരുന്ന തേങ്ങലുകൾ!

“അപ്പേട്ടാ...”

“അപ്പേട്ടാ..”

അവൾ പതുക്കെ വിളിച്ചു.

“ഇനി നീ മാത്രമേയുള്ളു എനിക്ക്; നീയല്ലാതെ ആരുമില്ല മണീ...”

തേങ്ങലിനിടയിൽ ശബ്ദം തപ്പിത്തടഞ്ഞുവന്നു.

“ഞാനുണ്ട് അപ്പേട്ടാ... ഏട്ടനു ഞാനുണ്ടല്ലോ...”

കൈയിലെ പിടിത്തം മുറുകുക മാത്രം ചെയ്തു....

ആ വരണ്ട കലമ്പുന്ന തേങ്ങൽ സഹിക്കവയ്യ. പുരുഷന്മാർ കരയുന്നത് അവൾ കണ്ടിട്ടില്ല. എന്താണു പറയേണ്ടത്? സമാധാനിപ്പിക്കാൻ ശ്രമിക്കുന്നതു തന്നെ പാപമാണെന്നു തോന്നി.

അവൾ മിണ്ടാതെ, അനങ്ങാതെ, ആ നിലത്തു മുട്ടുകുത്തി നിന്നു.”[13]

മരണത്തിന്റെ ദുഃഖവും, വേർപാടിന്റെ വേദനയും നഷ്ടബോധത്തിന്റെ തേങ്ങലും, നിസ്സഹായതയുടെ ദൈന്യവും എല്ലാം കൂടിച്ചേർന്ന ആ അന്തരീക്ഷം വീർപ്പുമുട്ടിക്കുന്ന ഒന്നായിരുന്നു. മരണവർണ്ണനയും അതിന്റെ അന്തരീക്ഷവർണ്ണനയും ആരെയും ആർദ്രഹൃദയരാക്കുന്നതായിരുന്നു. നോവലിസ്റ്റിന്റെ മനസ്സിൽ ഒതുക്കിവച്ച ഭാവങ്ങൾതന്നെയാണ് ഇവിടെ അവരറിയാതെ വെളിവാകുന്നത്.

“ഞാനെന്ന ഭാവ”ത്തിലും രണ്ടുമരണങ്ങളുണ്ട്. പക്ഷേ, അതു കഥാനായകൻ കാണുന്നില്ല. നേരിട്ടു ബന്ധപ്പെടുന്നുമില്ല. കേട്ടറിവുമാത്രമേയുള്ളു. നായകൻ കൃഷ്ണൻകുട്ടിയുടെ കാമുകി തങ്കത്തിന്റെ മരണമാണ് ഒന്ന്. അത് അയാളെ ദുഃഖിതനാക്കുന്നുവെങ്കിലും, വായനക്കാരെ തെല്ലും സ്പർശിക്കുന്നില്ല. മറ്റൊന്ന് കൃഷ്ണൻകുട്ടിയുടെ സുഹൃത്തിന്റെ മരണം. അതും നമ്മെ തെല്ലും ഉലയ്ക്കുന്നില്ല. കാരണം നേരിട്ടു സാക്ഷിയാകുന്നില്ല എന്നതുതന്നെ. എന്നാൽ, ഉച്ചവെയിലും ഇളംനിലാവും എന്ന നോവലിലെ കഥാനായകന്റെ ആത്മഹത്യാശ്രമം നോവലിലെ കഥാഗതിയെത്തന്നെ മാറ്റിക്കളയുന്ന ഒന്നാണ്. എങ്കിലും ആദ്യനോവലിൽ കണ്ട മരണങ്ങൾപോലെ അത് അത്ര ഹൃദയദ്രവീകരണക്ഷമമല്ല. ആത്മഹത്യാശ്രമത്തിന്റെ കാരണവും അതു നടക്കുന്ന സാഹചര്യവും ഫലപ്രദമായ തരത്തിൽ വളർത്തി അനുവാചകമനസ്സിലേക്കു കൊണ്ടുവരാൻ നോവലിസ്റ്റു ശ്രമിക്കുന്നില്ല, ഏതാണ്ട് അപ്രതീക്ഷിതമായ ഒരു ആത്മഹത്യാശ്രമം, അത്രമാത്രം.

സമൂഹത്തിന്റെ ക്രൂരമായ ഇടപെടൽ മൂലം വെട്ടിത്തിരുത്തി വാലും തലയും മുറിച്ചുകളയേണ്ടിവന്ന ‘ഞാനെന്ന ഭാവ’വും അതേകാരണത്തിന്റെ പേരിൽ ആറദ്ധ്യായങ്ങൾ മാത്രം ബാക്കിവച്ച് നുള്ളിക്കീറി ചുട്ടുകരിക്കേണ്ടിവന്ന ‘ഉച്ചവെയിലും ഇളംനിലാവും’ എന്ന നോവലും എഴുത്തുകാരിയുടെ വ്യക്തിത്വം പ്രകടമാക്കുന്ന തരത്തിൽ വളർന്നില്ല എന്നതാണു സത്യം. ആദ്യനോവൽ മാത്രമാണ് കൂട്ടത്തിൽ പൂർണ്ണനോവൽ

എന്നു വിശേഷിപ്പിക്കാൻ കഴിയുന്ന കൃതി. അതിലൂടെ മാത്രമാണ് രാജലക്ഷ്മിയുടെ വ്യക്തിത്വം തെളിയുന്നതും അവരുടെ പ്രതിഭ നിർവ്യാജം പ്രകടമാകുന്നതും. അതിലെ മൃത്യുബോധം രാജലക്ഷ്മിയുടെ വ്യക്തിത്വത്തിലേക്കു വിരൽ ചൂണ്ടുന്ന ഒന്നാണ്. കാല്പനികരായ എഴുത്തുകാരുടെ അദമ്യമായ ജീവിതാസക്തിയും അതേരീതിയിലുള്ള മരണാസക്തിയും ഒരേസമയം അവരുടെ വ്യക്തിത്വത്തിൽ അലിഞ്ഞു ചേർന്നിരുന്നു

"തന്റെ മൺകുടിൽ!

സ്വന്തം കൈകൊണ്ടു കളിമണ്ണു

കുഴച്ചു കെട്ടിപ്പടുത്ത്, നിറം പിടിപ്പിച്ച്

സുന്ദരമാക്കി താനുണ്ടാക്കിയ

മൺകുടിൽ!

നടുക്കു പുൽപ്പായിട്ടിരുന്ന്

നക്ഷത്രലോകത്തിലെ ചക്രവർത്തിനിയാണു

താൻ എന്ന അഭിമാനം കൊള്ളാമെന്നുണ്ടായിരുന്ന തന്റെ മൺകുടിൽ-

തകർന്നു പൊടിയായിക്കിടക്കുന്നതു കാണാനുള്ള കെല്പില്ലാത്തതു കൊണ്ടല്ലേ കുനിയാതിരുന്നത്?

കുനിഞ്ഞാൽ കാണുന്ന കഷ്ണങ്ങൾക്കിടയിൽ സ്വന്തം ഹൃദയത്തിന്റെ രക്തം പുരണ്ട തുണ്ടുകളും ഉണ്ടെങ്കിൽ!"[14]

ആത്മഹത്യാശ്രമത്തിനുശേഷമെഴുതിയ കഥ 'ദേവാലയത്തിൽ' നിന്നും ഉദ്ധരിച്ചതാണ് ഈ വരികൾ. തകർന്നുകിടക്കുന്ന മൺകുടിൽ രാജലക്ഷ്മിയുടെ ജീവിതം തന്നെയാണ്. ദേവാലയത്തിന്റെ ഗോപുരവാതിലിൽ ചെന്നു നില്ക്കുമ്പോഴും അവളുടെ ശ്രദ്ധ

"തന്നെ സ്നേഹിക്കുന്നവരുടെ

വേദനിക്കുന്ന കണ്ണുകൾ

പിറകേ വരുന്നുണ്ടോ..." എന്നാണ്.

അങ്ങനെ വേദനിക്കുന്ന കണ്ണുകൾ പിറകേ വരണമെങ്കിൽ, ആ ദേവാലയഗോപുരം തീർച്ചയായും മരണഗോപുരം തന്നെയാണ്. അവിടെ പകച്ചു നിൽക്കുന്നതും അതുകൊണ്ടുതന്നെയാവണം.

രാജലക്ഷ്മിയെപ്പോലെതന്നെ സിൽവിയാപ്ലാത്തിലും ജീവിതരതിയും മരണരതിയും വളരെ ശക്തമാണ്. പുരുഷാധിപത്യസമൂഹത്തെ സ്വന്തം ചേതനകൊണ്ടും ശക്തികൊണ്ടും മറികടന്ന ഒരു സ്ത്രീത്വത്തെയാണ് പ്ലാത്ത് ആഘോഷിച്ചത്. മരണവാഞ്ഛയുടെ ദിനക്കുറിപ്പുകളോ, നിരാശാഭരിതമായ ആത്മഹത്യാകുറിപ്പുകളോ ആയിരുന്നില്ല അവരുടെ കവിതകൾ. ശക്തിസ്വരൂപണത്തിന്റെ വിസ്ഫോടനങ്ങളാണ്. നിശ്ചലവും മൃഗസമാനവുമായ അവസ്ഥയിൽ നിന്നുള്ള ഒരു പരിണാമമോ രൂപാന്തരമോ

ആയിരുന്നു അവരുടെ സൃഷ്ടികൾ. ഓരോ ആത്മഹത്യാശ്രമത്തിനു ശേഷവും രക്ഷപ്പെട്ട് ഒരു ഫീനിക്സ് പക്ഷിയെപ്പോലെ അവർ ഉയിർത്തെഴുന്നേറ്റു. സിൽവിയ ഗ്യാസടുപ്പിനു വിട്ടുകൊടുത്തത് അക്കാലത്തെ സ്ത്രീയേയും കവിതയിൽ ബാക്കിവച്ചത് എക്കാലത്തെയും കവിയെയുമാണ്. ജീവിതത്തോട് അടങ്ങാത്ത കാമനകളുള്ള ഒരു എഴുത്തുകാരിയെത്തന്നെ! മരണത്തിന് ആറുമാസം മുമ്പ് അവർ എഴുതി:

“ഭീതിദവും നിസ്സഹായവുമായ ഒരു മരവിപ്പല്ലാതെ, മറ്റൊന്നും അനുഭവപ്പെടാതെ, ബഹിഷ്കൃതയായി ഒരു തണുത്തഗോളത്തിലിരുന്ന് ഊഷ്മളമായ ഭൂമിയെ ഞാൻ നോക്കിക്കാണുന്നു. പ്രണയികളുടെ കിടക്കവിരിച്ച ഒരു കിളിക്കൂട്, തൊട്ടിലുകൾ, തീൻമേശകൾ എന്നിങ്ങനെ ഭൂമിയിലെ ജീവിതത്തിന്റെ മൂർത്തമായ അടയാളങ്ങൾ കണ്ട് ഞാൻ വേറിട്ട് നിൽക്കുന്നു. സ്ഫടികമതിലുകളാൽ ചുറ്റപ്പെട്ട്....”[15]

ഇവിടെ മരണത്തെ ഒരു നിസ്സംഗതയോടെ മാറിനിന്നു നോക്കിക്കാണാൻ സിൽവിയാപ്ലാത്തിനു കഴിയുന്നു. ഉജ്ജ്വലമായ കാവ്യപ്രതിഭയും ആത്മഹത്യാപ്രവണതയോളമെത്തുന്ന മാനസികപ്രശ്നങ്ങളും ചേർന്നാണ് അവരിൽ നിന്നു സാഹിത്യസൃഷ്ടികൾ ജനിച്ചത്. അതുകൊണ്ട് അവർ ഉപയോഗിച്ച കാവ്യബിംബങ്ങളിൽ മരണബിംബങ്ങൾ ധാരാളമാണ്. സമൂഹത്തിന്റെ പൊതുനിയമങ്ങൾക്ക് അനുരൂപമല്ലാത്തവരുടെ വ്യക്തിത്വത്തെ ആക്രമിക്കുക വഴി അവരുടെ മാനസികാരോഗ്യനിലയെ സമൂഹം കൂടുതൽ വഷളാക്കുകയാണ് ചെയ്തത്. രാജലക്ഷ്മിയുടെ കാര്യത്തിലും അതുതന്നെയാണ് സംഭവിച്ചത്.

അച്ഛനോടുള്ള ആത്മബന്ധം സിൽവിയാ പ്ലാത്തിലും രാജലക്ഷ്മിയിലും ഒരുപോലെ കാണാം. അച്ഛന്റെ മരണം രണ്ടുപേരുടെയും ജീവിതത്തിൽ തീർത്താൽ തീരാത്ത നഷ്ടമാണുണ്ടാക്കിയത്. ആൺകരുത്തിന്റെ പിൻബലം രണ്ടുപേരും ഒരുപോലെ ആഗ്രഹിച്ചിരുന്നു. സിൽവിയയുടെ അച്ഛൻ അവരുടെ എട്ടാമത്തെ വയസ്സിലും രാജലക്ഷ്മിയുടെ അച്ഛൻ അവരുടെ മുപ്പത്തിരണ്ടാമത്തെ വയസ്സിലുമാണ് അന്തരിച്ചത്. രണ്ടുപേരുടെയും കൃതികളിൽ പിതൃബിംബങ്ങളുണ്ട്. പക്ഷേ, അത് തങ്ങളെ ആക്രമിക്കുന്ന സമൂഹത്തിന്റെ പ്രതിബിംബങ്ങളാണ് എന്നുള്ളതും യാദൃശ്ചികത മാത്രമാണ്.

രാജലക്ഷ്മിയെപ്പോലെതന്നെ ആത്മഹത്യയിൽ അഭയംതേടിയ മറ്റൊരു ഇംഗ്ളീഷ് എഴുത്തുകാരിയായിരുന്നുവല്ലോ വെർജീനിയാ വൂൾഫ്. അവരുടെ ആത്മഹത്യ ആയിരത്തിത്തൊള്ളായിരത്തി നാല്പത്തിയൊന്നിലായിരുന്നെങ്കിൽ, രാജലക്ഷ്മിയുടെ ആത്മഹത്യ ഇരുപത്തിനാലു വർഷങ്ങൾക്കു ശേഷമായിരുന്നു. എന്നാൽ സിൽവിയാപ്ലാത്തിന്റെ ആത്മഹത്യ അതിനും രണ്ടുവർഷങ്ങൾക്കുമുൻപ് ആയിരത്തിത്തൊള്ളായിരത്തി അറുപത്തിമൂന്നിലായിരുന്നു. ഇവരുടെ കൃതികളിലെന്നപോലെ വെർജീനിയായുടെ കൃതികളിലും മരണബിംബങ്ങൾ ധാരാളമാണ്. സ്ത്രീവിമോചനത്തെക്കുറിച്ച് അവർ വച്ചുപുലർത്തിയ ആശയങ്ങൾ

രാജലക്ഷ്മിയെ വളരെയധികം ആകർഷിച്ചിരുന്നു. പ്രസംഗത്തിനുവേണ്ടി തയ്യാറാക്കിയ ഒരു കുറിപ്പിൽ (ചങ്ങലകൾ പൊട്ടിക്കാൻ ഇനിയും) അവർ വെർജീനിയാ വൂൾഫിനോടുള്ള പ്രത്യേക താത്പര്യം എടുത്തുകാണിക്കുന്നുണ്ട്. സമൂഹത്തിന്റെ നിയന്ത്രണങ്ങളും മാനസികരോഗവുമാണ് എഴുതാനാവാത്ത ഒരവസ്ഥ അവർക്കു നല്കിയത്. സ്വന്തം ജീവിതത്തെക്കാൾ സാഹിത്യത്തെ സ്നേഹിച്ച ആ എഴുത്തുകാരിക്ക് എഴുതാതിരിക്കുക എന്നു പറഞ്ഞാൽ, മരണം തന്നെയായിരുന്നു. 'ടു ദ ലൈറ്റ് ഹൗസ്' എന്ന നോവലിലും അനേകം ചെറുകഥകളിലും മരണത്തെക്കുറിച്ചുള്ള വിഹ്വലതകളും ജഡതയും ശൂന്യതയുമെല്ലാം നിറഞ്ഞുനിൽക്കുന്ന ബിംബങ്ങൾ വേണ്ടുവോളമുണ്ട്. ജലാശയത്തിന്റെ ആഴങ്ങളിൽ തന്റെ ജീവിതം അവസാനിപ്പിക്കണമെന്ന് അവർ ആഗ്രഹിച്ചിരുന്നു. അതുകൊണ്ടുതന്നെ ജലബിംബങ്ങൾ അവരുടെ കൃതികളിൽ സുലഭമാണ്.

മൃത്യുബോധം സാഹിത്യത്തിലെ അതിപ്രധാനമായ ഒരു വിഷയമാണ്. മരണത്തെക്കുറിച്ച് ഒരിക്കലെങ്കിലും ചിന്തിക്കാത്ത മനുഷ്യരുണ്ടാവില്ല. എഴുതാത്ത സാഹിത്യകാരന്മാരുമില്ല. അന്യന്റെ മരണം ആർക്കും ചിന്തിക്കാം എന്നാൽ സ്വന്തം മരണം ഉത്കണ്ഠ വർദ്ധിപ്പിക്കുന്ന ഒരു ചിന്ത തന്നെയാണ്. അതുകൊണ്ടുതന്നെ ആ ചിന്തയിലേക്കു കടക്കാൻ ആരും ഇഷ്ടപ്പെടാറില്ല. ആർക്കും തൊടാവുന്ന ദൂരത്തിൽ വ്യാമോഹിപ്പിച്ചു നിൽക്കുന്ന ജീവിതം കൈയെത്തുമ്പോൾ ഓടിമറയുകയാണ് മരുമരീചികപോലെ! മരണം എന്താണെന്നോ, എങ്ങനെയാണെന്നോ, മരിച്ചതിനുശേഷമുള്ള അവസ്ഥ എന്താണെന്നോ ആർക്കുമറിയില്ല. മരണത്തെ സംബന്ധിച്ച ഈ നിഗൂഢതയാണ് അതിന് ദാർശനികത പ്രദാനം ചെയ്യുന്നത്. കാലാതിവർത്തിയായ സൃഷ്ടിയിലൂടെ മരണത്തെ തോല്പിക്കുന്ന ഒരെഴുത്തുകാരൻ കാലങ്ങളിലൂടെ അനശ്വരനായിത്തീരുകയാണ്. ഈ അനശ്വരതാസങ്കല്പമാണ് മരണഭയത്തിൽ നിന്നു സാഹിത്യകാരനെ രക്ഷിക്കുന്നത്. ഏതു മനുഷ്യന്റെയും സങ്കല്പത്തിൽ മാത്രമാണു മരണമുള്ളത്. അതിനെ യാഥാർത്ഥ്യമായി അംഗീകരിക്കുവാൻ ആരും തയ്യാറല്ല. മരണത്തിന്റെ ക്രൂരതയും ഭയാനകതയുമെല്ലാം സാഹിത്യത്തിനു വിഷയമാണ്. പ്രതീക്ഷിക്കാത്ത സന്ദർഭത്തിൽ കയറിവന്ന് ജീവിതം തട്ടിപ്പറിച്ച് കൊണ്ടുപോകുന്ന മരണത്തെ സാഹിത്യകൃതികളിൽ ഒരു വില്ലനായിട്ടാണു കാണുന്നത്. എന്നാൽ ജീവിതത്തിന്റെ ഏതെങ്കിലും ഘട്ടത്തിൽ മരണവുമായി ഒത്തുതീർപ്പിലെത്തുന്ന എഴുത്തുകാരൻ അതിനെ ഹൃദ്യമായി സ്വാഗതം ചെയ്യാനും മടിക്കുന്നില്ല. മരണം ഒരു നിഴൽപോലെ നമ്മെ പിന്തുടരുകയാണ്. അതിന്റെ സാന്നിദ്ധ്യം മാത്രമല്ല, മണം പോലും അനുഭവിക്കുന്ന ചില എഴുത്തുകാരുണ്ട്. രാജലക്ഷ്മിക്ക് അത് ചാറ്റൽമഴയ്ക്കുശേഷമുള്ള പൊടിമണമാണെങ്കിൽ മാധവിക്കുട്ടിക്ക് അത് ചീഞ്ഞ ആപ്പിളിന്റെയും പക്ഷിത്തൂവലുകളുടെയും മണമാണ്. സിൽവിയാ പ്ലാത്തിന് അത് വിന്നാഗിരിയുടെ മണവും വെർജീനിയാ വൂൾഫിന് അഴുകിയ പഴങ്ങളുടെ മണവുമാണ്. ഏതുനിമിഷവും മുന്നറിയിപ്പുകൂടാതെ കയറി വരാവുന്ന മരണം പുറകിലുണ്ട്" എന്ന് രാജലക്ഷ്മി ' ഹാൻഡ്

കർച്ചീഫ്' എന്ന കഥയിൽ പറയുന്നു. അത്ര അടുത്തുണ്ടെങ്കിലും ജീവിതത്തിനു മരണത്തെ കണ്ടാൽ തിരിച്ചറിയില്ല. തൊട്ടുരുമ്മി കടന്നുപോയാലും പതിയിരിക്കുന്ന മരണത്തിന്റെ നിഴലുകളെ പിന്നിട്ട് ജീവിതം പലപ്പോഴും മുന്നോട്ടുപോകും. മരണത്തെ ഒരു ഫലിതമായി കാണത്തക്ക വണ്ണം ചില എഴുത്തുകാർ ദാർശനികമായ ഔന്നത്യം നേടാറുണ്ട്. വിശ്വമഹാകവി ഷേക്സ്പിയറും ബർണാഡ് ഷായും മറ്റും അതിനുദാഹരണമാണ്. മലയാളത്തിൽത്തന്നെ സി.ജെ.തോമസും എം.ടി.വാസുദേവൻ നായരും അക്കാര്യത്തിൽ മുൻപന്തിയിൽ നിൽക്കുന്നു. എം.ടിയുടെ മഞ്ഞ്, വിലാപകാവ്യം തുടങ്ങിയ നോവലുകളിലും മരണം എന്ന ചെറുകഥയിലും അങ്ങനെയൊരു ഔന്നത്യത്തിൽ അദ്ദേഹം എത്തുന്നു. രാജലക്ഷ്മിയുടെ കുമിളകൾ എന്ന കവിതയിലും ഡാർക്ക് നൈറ്റ് എന്ന ഇംഗ്ലീഷ് കവിതയിലും അവർ അങ്ങനെ ഒരവസ്ഥയിൽ എത്തിച്ചേരുന്നതായി നേരത്തെ സൂചിപ്പിച്ചുവല്ലോ. മരണത്തിനു തൊട്ടു മുമ്പുള്ള വർഷങ്ങളിൽ എഴുതിയതാണ് ഈ രണ്ടു കവിതകളും.'

---

1 മണികൃഷ്ണൻ - രാജലക്ഷ്മി എൻെറ അദ്ധ്യാപിക - മാതൃഭൂമി - മാർച്ച് 7

2 മരണത്തിന്റെ ഹൃദ്യമായ മുന്നറിയിപ്പുകൾ കെ.പി. അപ്പൻ

3 മാറുന്ന മലയാള നോവൽ- കെ.പി. അപ്പൻ. ഗൗതമ പബ്ലിക്കേഷൻസ് - ആലപ്പുഴ

4 നിന്നെ ഞാൻ സ്നേഹിക്കുന്നു- ഗദ്യകവിത. രാജലക്ഷ്മിയുടെ കഥകൾ അനുബന്ധം, കറന്റ് ബുക്സ്, തൃശ്ശൂർ

5 കുമിള- ഗദ്യകവിത- രാജലക്ഷ്മി, രാജലക്ഷ്മിയുടെ കഥകൾ അനുബന്ധം, കറന്റ് ബുക്സ്, തൃശ്ശൂർ പേജ് 159, 160

6 രതിമേനോൻ 2002, 'രാജലക്ഷ്മി', ന്യൂഡൽഹി, കേന്ദ്രസാഹിത്യ അക്കാദമി

7 ഒരുവഴിയും കുറെ നിഴലുകളും- രാജലക്ഷ്മി, കറന്റ് ബുക്സ്, തൃശ്ശൂർ. പേജ് 21

8 അതിൽത്തന്നെ പേജ്-22

9 അതിൽത്തന്നെ- പേജ് -23

10 അതിൽത്തന്നെ പേജ് -24

11 രാജലക്ഷ്മി- ഒരു വഴിയും കുറെ നിഴലുകളും. കറന്റ് ബുക്സ്, തൃശ്ശൂർ- പേജ് 68

12 രാജലക്ഷ്മി- ഒരുവഴിയും കുറെ നിഴലുകളും, കറന്റ് ബുക്സ്, തൃശ്ശൂർ, പേജ് 69,70

13 അതിൽത്തന്നെ പേജ് 74,75

14 ദേവാലയത്തിൽ- രാജലക്ഷ്മിയുടെ കഥകൾ- കറന്റ് ബുക്സ്, തൃശ്ശൂർ, പേജ് -127

15 സിൽവിയാ പ്ലാത്ത്- കവിതയും ജീവിതവും: ജോമാത്യു, സ്മിതാ മീനാക്ഷി- എസ് പി സി എസ്- കോട്ടയം

പതിനൊന്ന്

മരണബിംബങ്ങൾ

രാജലക്ഷ്മിയുടെ മരണസങ്കല്പം പോലെതന്നെ പ്രധാനമാണ് അവരുടെ മരണബിംബങ്ങൾ. മൃത്യു അവരെ സംബന്ധിച്ചിടത്തോളം ഭീതിജനകമായ ഒരനുഭവമായിരുന്നു. എന്നാൽ, ജീവിതം ദുസ്സഹമായ ഒരു സാഹചര്യത്തിൽ അത് അവർക്ക് അനിവാര്യതയുമായിരുന്നു. രാജലക്ഷ്മിയുടെ മൃത്യുബോധം കാലബോധവുമായി ബന്ധപ്പെട്ടുനിൽക്കുന്ന ഒന്നാണ്. അതേസമയംതന്നെ അവ തമ്മിൽ ഒരിക്കലും നിലയ്ക്കാത്ത പോരാട്ടവും ഉണ്ടെന്നു കാണാം. കാലത്തിനൊപ്പം നീങ്ങാനും കാലത്തെ മുറിച്ചുനീന്താനും കാലത്തെ ജയിക്കുവാനും ജീവിതം എപ്പോഴും ശ്രമിച്ചുകൊണ്ടിരിക്കും. മൃത്യു ഒരു നിഴൽപോലെ കൂടെയുണ്ടെന്നുള്ള ചിന്ത കാല്പനികരായ എഴുത്തുകാരെ വിഹ്വലമനസ്കരും ഭയചകിതരുമാക്കുന്നു. ഇതുതന്നെയാണ് കാലത്തെ ജയിക്കാൻ അവരെ പ്രേരിപ്പിക്കുന്ന ഘടകവും. കാലത്തിന്റെ വികൃതികൾ ശരീരത്തിൽ പ്രവർത്തിക്കുമ്പോൾ, കലാകാരന്റെ മനസ്സ് കൂടുതൽ കൂടുതൽ ജീവിതത്തെ സ്നേഹിക്കും. കൈവിട്ടുപോകും എന്ന അവസ്ഥ മുറുകെ പുണരാൻ പ്രേരിപ്പിക്കുകയാണ് ചെയ്യുന്നത്. കാലത്തെ അതിജീവിക്കുന്ന കലാകാരൻ കാലാതിവർത്തിയായ സൃഷ്ടിയിലൂടെ കാലത്തിന്റെ ഒഴുക്കിനെ തടയാൻ ശ്രമിക്കുന്നു. മനസ്സ് അതിന്റേതായ ഒരു കാലബോധത്തെ സൃഷ്ടിക്കുന്നു. കാല്പനികരായ എഴുത്തുകാരെല്ലാം ഈ മാനസികകാലത്തെയാണ് അവരുടെ സൃഷ്ടികളിൽ സ്വീകരിക്കുന്നത്. അപാരതയിലെ ഒരു സൂക്ഷ്മാണുമാത്രമാണ് മനുഷ്യൻ കാലത്തിലെ ഒരു സൂക്ഷ്മമാത്രയാണ് അവന്റെ ജീവിതം എങ്കിലും അപാരതയെ പുല്കാനാണ് കാല്പനികകവിയുടെ ശ്രമം. കലകൾ സമയബന്ധിതവും സ്ഥിരസ്ഥിതവുമാണ്. സമയബന്ധിതകലകളെ സ്ഥിരസ്ഥിതമാക്കുകയാണ് സിനിമയും സാഹിത്യവുമൊക്കെ ഏറെക്കുറെ ഇപ്പോൾ ചെയ്തുകൊണ്ടിരിക്കുന്നത്. അതുതന്നെ തിരിച്ചും സംഭവിക്കാറുണ്ട്. മലയാള സാഹിത്യത്തിൽ എം.ടി തന്റെ സാഹിത്യത്തെ ഒരു സമയശില്പമാക്കി മാറ്റുകയാണ് ചെയ്തത്. കാലത്തെക്കുറിച്ചുള്ള വെറും പരാമർശങ്ങൾ ഒരിക്കലും കാലദർശനമാകുന്നില്ല. കാലത്തെ ഒരു ദർശനമായി സ്വീകരിച്ച എഴുത്തുകാരിൽ പ്രധാനി

എം.ടി.തന്നെയാണ്. എം.ടിയുടെ മഞ്ഞ്, കാലം തുടങ്ങിയ നോവലുകളിലാണ് ശക്തമായ കാലബിംബങ്ങൾ കാണുന്നത്. ഏതെഴുത്തുകാരന്റെയും കാലബിംബങ്ങൾ മരണബിംബങ്ങളുമായി ചേർന്നു നിൽക്കുന്നു. അവ അഭേദ്യങ്ങളാണെന്നു തന്നെ പറയാം. എം ടിയുടെ കാലം എന്ന നോവലിൽ പുഴ ഒരു ബിംബമാണ്. മഞ്ഞിലാകട്ടെ തടാകവും! ഇവ രണ്ടും മരണത്തെയും കാലത്തെയും മാറിമാറി പ്രതിനിധീകരിക്കുന്നു. സ്വപ്നങ്ങൾ നശിച്ച് മരണം കാത്തുകിടക്കുന്ന ഒരു മനുഷ്യന്റെ പ്രതീതിയാണ് എം.ടിയുടെ പുഴയ്ക്കുള്ളത്. തന്റെ പുഴയുടെ മരണം അദ്ദേഹത്തെ എന്നും വേദനിപ്പിക്കുന്ന ഒരു കാഴ്ചയാണ്. വെളിച്ചത്തിന്റെ മുറിവിലെ ചോരത്തുള്ളികളും ചോരപുരണ്ട വെളിച്ചത്തിന്റെ ശിരസ്സും പലപ്രാവശ്യം കടന്നുവരുന്നുണ്ട്. ഇരുട്ടിന്റെ പൊന്തക്കാടുകൾ, കറുത്ത താമരപോലെ നിൽക്കുന്ന രാത്രി, വിറയ്ക്കുന്ന കബന്ധങ്ങൾ, കരിമ്പാറകൾ ചത്തു മലച്ചു കിടക്കുന്ന കുന്നുകൾ, കൂകി വിളിച്ചുപായുന്ന തീവണ്ടികൾ, രാത്രിയുടെ നിഴലുകളിലേക്ക് ഊളിയിട്ടു പോകുന്ന കാട്ടുപക്ഷികൾ, കറുത്ത സന്ധ്യ, കറുത്ത കോട്ട്, തുടങ്ങി കാലമെന്ന നോവലിൽ മരണസാന്നിദ്ധ്യമറിയിക്കുന്ന പല ബിംബങ്ങളുമുണ്ട്. ഈ നോവലിൽത്തന്നെ മഞ്ഞയെ മരണത്തിന്റെ നിറമായി സങ്കല്പിക്കുന്നതു കാണാം. ഒരു പേജിൽത്തന്നെ (പേജ് 222) മഞ്ഞബിംബങ്ങൾ അഞ്ചെണ്ണമാണുള്ളത്. മഞ്ഞവറ്റുകൾ, മഞ്ഞസൂചികൾ, മഞ്ഞത്തകിടുകൾ, മഞ്ഞദ്രാവകം, മഞ്ഞക്കണ്ണാടിച്ചില്ലുകൾ എന്നിവ ഉദാഹരണമാണ്. വെർജീനിയാ വുൾഫിന്റെ 'ടു ദ ലൈറ്റ് ഹൗസ്' എന്ന നോവലിലും ഇതുപോലെ മഞ്ഞബിംബങ്ങൾ സുലഭമായി വരുന്നുണ്ട്.

" മഞ്ഞത്തേനീച്ചകൾ മൂളിപ്പറക്കുന്നു."

"മഞ്ഞക്കൊയ്ത്തുകാലചന്ദ്രൻ"

"മഞ്ഞവിളക്ക്"

"മഞ്ഞചന്ദ്രികാപ്രഭയിൽ ശരത്കാലവൃക്ഷങ്ങൾ മിന്നുന്നു"

"മഞ്ഞമൂടൽമഞ്ഞിനാൽ നിറയ്ക്കുന്നു."

"നിശീഥിനി ഒരു മഞ്ഞപ്രഭയിൽ ഒഴുകുന്നു"

"ദീപസ്തംഭം മഞ്ഞമിഴികൾ തുറന്നു കാണിക്കുന്നു."

തുടങ്ങി മഞ്ഞവസ്തുക്കളുടെ ഒരു പ്രളയം തന്നെയാണ് ദൃശ്യമാകുന്നത്. മാധവിക്കുട്ടിക്കും മരണത്തിന്റെ നിറം മഞ്ഞയാണ്. കോളാമ്പിപ്പൂവിന്റെ മഞ്ഞനിറവും അലറിപ്പൂവിന്റെ മഞ്ഞനിറവുമാണ് അവർ മരണത്തിനു നൽകുന്നത്. എം.ടിയുടെ മഞ്ഞ് എന്ന നോവലിലും മരണബിംബങ്ങൾ ധാരാളമാണ്. ശൂന്യമായ തടാകം തന്നെ കാലം തളംകെട്ടി നിൽക്കുന്ന മരണബിംബമാണ്. തലയോട്ടിയും, താഴെ പിണച്ചുവച്ച രണ്ടസ്ഥികളും, ചീവീടുകളുടെ കരച്ചിലും, തലയോടുപോലെ കുഴികളും മുഴകളുമുള്ള കൽക്കൂമ്പാരവും, ഇരുമ്പഴിയിൽ തൂക്കിയിട്ട നാക്കറ്റ കുടമണികളും, നിശ്ശബ്ദതയുടെ നീർക്കയത്തിലേക്കു താണുപോകുന്ന നിമിഷങ്ങളും ചേർന്ന് മഞ്ഞിൽ മരണബിംബങ്ങളൊരുക്കുന്നു.

രാജലക്ഷ്മിയുടെ കൃതികളിൽ മരണത്തിനു തൊട്ടുമുമ്പെഴുതിയ ഗദ്യ കവിതകളിലാണ് മരണബിംബങ്ങൾ ഏറ്റവും കൂടുതൽ കാണുന്നത്. ആദ്യനോവലിലെ മരണസന്ദർങ്ങളിലും ബിംബങ്ങൾ കാണാം. കുമിള എന്ന ഗദ്യകവിതയിലെ കുമിള അർത്ഥപൂർണ്ണമായ ബിംബം തന്നെ. വായു നിറഞ്ഞ കുമിള ഏതുനിമിഷവും പൊട്ടാം. കുമിളപൊട്ടും പോലെ മനുഷ്യജന്മവും നൈമിഷികമാണ്. സ്വപ്നങ്ങളും നൊമ്പരങ്ങളും, ഹർഷ പുളകങ്ങളുമായി മരണത്തിന്റെ കാലടികളിൽ ചെന്നു തട്ടിയുടയുന്ന കുമിളയായിത്തീരട്ടെ തന്റെ ജീവിതം എന്ന പ്രാർത്ഥനയാണ് ഈ കവിത ഉൾക്കൊള്ളുന്നത്. ഇവിടെ രാജലക്ഷ്മി മരണത്തെ ഒരു ആദ്ധ്യാത്മിക തലത്തിലേക്ക് ഉയർത്തുന്നുണ്ട്. കാലം അജ്ഞാതമായ അപാരതയി ലേക്ക് അനാദിയായ നിഗൂഢതയിലേക്ക് അതിന്റെ നിർവ്വികാരമായ, തിരിച്ചുവരവില്ലാത്ത വഴി തുടർന്നു കൊണ്ടിരിക്കുമ്പോൾ മൃത്യു അതിന്റെ സംഹാരതാണ്ഡവം അരങ്ങേറുന്നു. നാശത്തിന്റെ പ്രചണ്ഡതാണ്ഡവം തുടരുകയാണ്. പ്രപഞ്ചത്തിന്റെ തുടിപ്പുകൾ ഇവിടെ താളം പിടിക്കുന്നു. നിത്യമായ മരണം യുഗയുഗങ്ങളുടെ ചരിത്രങ്ങൾ നിവർത്തിയ യവനി കയ്ക്കു മുമ്പിൽ തന്റെ നൃത്തം തുടരുന്നു. അനന്തബ്രഹ്മാണ്ഡ വിസ്തൃ തികളിൽ, തണുത്തുറഞ്ഞ നിശ്ശബ്ദതകളിൽ, ജീവൻ എന്ന നിസ്സാരത ഒരിക്കലും കണ്ടിട്ടില്ലാത്ത നിസ്സീമ ശൂന്യതകളിൽ, അപാരതയിൽ കാവ ലാളുകളായി അങ്ങിങ്ങു നിന്നു കത്തിജ്ജ്വലിക്കുന്ന പ്രകാശത്തിന്റെ ഗോളങ്ങളിൽ ആ ഉറച്ച കാലടികൾ പതിയുന്നു. ഇവിടെ ഈ നൃത്ത ത്തിനു വാദ്യമേളങ്ങളില്ല. വിരാമമില്ലാതെ കറങ്ങുന്ന പ്രപഞ്ചയൂഥങ്ങളുടെ മൂളൽ മാത്രമാണ് പശ്ചാലത്തലസംഗീതം. ഇരുട്ടിലും ഇരുട്ടായ ഈ നിത്യ ജ്യോതിസ്സ്, വെളിച്ചത്തിന്റെ വെളിച്ചമായ ഈ അന്ധകാരം, തന്റെ ഒരു കാൽ പച്ചച്ചഭൂമിയിലും മറ്റേകാൽ കത്തുന്ന സൂര്യനിലും പതിപ്പിക്കുന്നു. ഈ മൃത്യുമൂർത്തി ഭൂമി സ്വർഗ്ഗ പാതാളങ്ങളെ തന്റെ ഒറ്റക്കാലടിയാൽ അളന്നെടുക്കുകയാണ്. മറ്റേ കാൽ മഹാബലിയുടെ തലയിൽ പതിപ്പി ച്ചതുപോലെ ആരുടെ മുമ്പിലും കുനിയാൻ കൂട്ടാക്കാത്ത തന്റെ തല യിൽ പതിപ്പിക്കണേ! എന്ന് കവി അപേക്ഷിക്കുകയാണ്, ആകാശം കടന്ന് സ്വർഗ്ഗത്തോളം വളർന്ന ത്രിവിക്രമനായി മരണമൂർത്തിയെ കാണുക യാണ് രാജലക്ഷ്മി. ഭീതിദവും അതിഭയങ്കരവുമായ ഒരു മൃത്യുബിംബ മാണ് ഈ കവിതയിൽ കവി കാഴ്ചവെക്കുന്നത്. ഈ മൃത്യുബിംബ ത്തിന്റെ പാതാളം മുതൽ സ്വർഗ്ഗത്തോളം വളർന്ന കാലടി തട്ടി തന്റെ ജീവിതമാകുന്ന കുമിള തകർന്നെങ്കിൽ എന്നു രാജലക്ഷ്മി മോഹിക്കുന്നു. അവരുടെ മരണബിംബങ്ങളിൽ അർത്ഥപൂർണ്ണവും ധ്വനിസാന്ദ്രവുമാണ് ഈ ബിംബം. അനന്തസാധ്യതകളുള്ള നിത്യനൂതനത്വം അവകാശപ്പെ ടാവുന്ന ഒരു ബിംബം

രാജലക്ഷ്മിയുടെ ഡാർക്ക്നൈറ്റ് എന്ന ഇംഗ്ലീഷ് കവിതയിൽ മരണ ത്തോടുള്ള ആസക്തിയാണ് വ്യക്തമാക്കുന്നത്. അവരുടെ രചനകളിൽ കറുപ്പുചായം പൊതുവെ കൂടുതലാണ്. ഡാർക് നൈറ്റ് (കറുത്തരാത്രി)

എന്ന ബിംബവും മരണത്തെ പ്രതിനിധാനം ചെയ്യുന്നു. ഇവിടെ മറ്റെന്തിനെക്കാളും ശക്തമായ ഒരഭയസ്ഥാനമായി അവർ മരണത്തെ പുല്കുന്നു. മരണത്തിന്റെ വൈകാരികാംശങ്ങളെക്കാൾ അതിന്റെ ദാർശനികാംശമാണ് ഇവിടെയും അവരെ ആകർഷിക്കുന്നത്. ദേവാലയത്തിൽ എന്ന കഥയിൽ,

"അവസാനത്തെ ദീപസ്തംഭവും കടന്ന്,

അവൾ നടന്നു.......

എത്തേണ്ടിടത്ത് എത്തുമ്പോഴേക്കും

ചോദിക്കാതെ പോകുന്നത്

നേടിക്കഴിഞ്ഞിരിക്കുമോ...?"

വെർജീനിയാ വൂൾഫിന്റെ 'ദീപസ്തംഭത്തിലേക്ക്' (To the Light House) എന്ന കൃതിയിലെപ്പോലെ ദീപസ്തംഭം ഇവിടെ മരണം തന്നെയാണ്. അവസാനത്തെ ദീപസ്തംഭവും കടന്ന് മുമ്പോട്ടുള്ള യാത്ര മരണത്തിലേക്കുള്ള യാത്രയാണ്. എങ്കിലും ആ യാത്ര മരണവും പിന്നിട്ട് ഒരു ദാർശനികതലത്തിലോളമെത്തുകയാണ്.[1]

എം.ടിയുടെ കൃതികളിലെന്നപോലെ കവിതയുടെ വറ്റാത്ത ഒരു സ്രോതസ്സ് രാജലക്ഷ്മിയുടെ കൃതിയിലുമുണ്ട്. എന്നാൽ, കാലത്തിനെതിരായ കലാപത്തിൽ രണ്ടുപേർക്കും ഇടയ്ക്കിടെ കവിമനസ്സ് നഷ്ടമായിപ്പോകുന്നുണ്ട്. അങ്ങനെ കവിമനസ്സു നഷ്ടമായിത്തീരുന്ന കാലത്തിലെ സേതു വാസ്തവത്തിൽ നോവലിസ്റ്റു തന്നെയാണ്.സേതുമാധവനെപ്പോലെതന്നെയുള്ള ഒരു കഥാപാത്രമാണ് രാജലക്ഷ്മിയുടെ 'ഒരു വഴിയും കുറെ നിഴലുകളും' എന്ന നോവലിലെ രമണി. രണ്ടുപേരും നഗരത്തിലെ ജീവിതം ആഘോഷിച്ചശേഷം എല്ലാം നഷ്ടപ്പെട്ട് അവരുടെ ഗ്രാമത്തിലേക്ക് അവസാനം മടങ്ങിവരികയാണ്. സ്വന്തം മുറിയെ ഒരു തടവുമുറിയായി കണ്ട രമണി അതിൽനിന്നു പുറത്തുകടക്കുകയും നഗരത്തിലെ വിദ്യാഭ്യാസകാലഘട്ടം അടിച്ചു പൊളിച്ച്, എല്ലാം നഷ്ടപ്പെട്ട് അവസാനം തിരിച്ചുവന്ന് തന്റെ മുറിയിൽ ഒതുങ്ങിക്കൂടുകയുമാണ് ചെയ്യുന്നത്. കാലത്തിന്റെ വരിഞ്ഞുകെട്ടലിൽ നിന്ന് പുറത്തുകടന്ന്, പ്രണയവികാരത്തിന് അധീനമായ മനസ്സ് പറന്നുയർന്ന് കവിതപോലെ ചിറകുവച്ച ഭാവനയുടെ മൂർത്തരൂപമായി മാറി. തികച്ചും സാഹസികമായ ഒരു പറക്കൽ! പക്ഷേ, അധികം ഉയരുംമുമ്പ് രണ്ടുപേരുടെയും ചിറകൊടിഞ്ഞു താഴെ വീണു. ഈ കൂപ്പുകുത്തൽ വീണ്ടും കാലത്തിലേക്കുള്ള മറുഗമനമാണ്. തന്റെ ഗ്രാമത്തിൽ നനവിന്റെ ഓർമ്മകൾ സ്വപ്നം കണ്ടുകിടക്കുന്ന നദീതീരത്ത് സേതുമാധവൻ മണൽപ്പരപ്പിൽ നില്ക്കുകയാണ്.

"വർഷങ്ങൾക്കുശേഷം ഞാൻ തിരിച്ചെത്തിയിരിക്കുന്നു. കാലത്തിന്റെ പ്രവാഹത്തിന്റെ തീരത്തിൽ, വർഷങ്ങൾക്കുശേഷം ഞാൻ തിരിച്ചെത്തിയിരിക്കുന്നു...."[2]

ഇവിടെ സേതുവിന്റെ ഗ്രാമത്തിലെ ഈ പുഴ വളരെ ശാന്തമായ ഒരു ബിംബമാണ്. അയാളുടെ ജീവിതത്തിലെ എല്ലാ ഉയർച്ചതാഴ്ചകൾക്കും പുഴ സാക്ഷിയാണ്. അതുപോലെ തന്നെയാണ് രമണിയുടെ ഗ്രാമത്തിലെ പച്ചപ്പണിഞ്ഞ ആ കുന്ന്. എന്നാൽ നോവലിന്റെ അവസാനമെത്തുമ്പോൾ രമണി ആ കുന്നിനെപ്പോലും മറക്കുന്നു.

"ഇരുട്ടു നിറഞ്ഞ ദിവസങ്ങൾ

പടിക്കു പുറത്ത് ഇറങ്ങലില്ല

കുന്നിൻപുറത്തേക്കുകൂടി കയറാറില്ല."[3]

കാലത്തിന്റെ അധീശശക്തിയെ ചോദ്യം ചെയ്യുകയും അതിന്നെതിരായ കലാപമുയർത്തുകയും ചെയ്ത രണ്ടു കഥാപാത്രങ്ങളും അവസാനം കാലത്തിനു മുൻപിൽ അടിപണിയുന്നു. കാലത്തെ വെല്ലുവിളിച്ചു മുന്നോട്ടു പോകുന്നവർക്കൊക്കെ അവസാനം കാലം നിശ്ചലമാകുമ്പോൾ എല്ലാം നഷ്ടപ്പെട്ട് തിരികെ വരേണ്ടിവരും. ഇവിടെ രാജലക്ഷ്മി ധാരാളം കാലബിംബങ്ങൾ സ്വീകരിക്കുന്നുണ്ട്. അവയെല്ലാം തന്നെ മരണബിംബങ്ങളുമാണ്. മണൽക്കുടിൽ, പുഞ്ചിരിക്കുന്ന ശില, നിന്നുറങ്ങുന്ന മരങ്ങൾ, നക്ഷത്രക്കണ്ണുതുറക്കാതെ കരിമ്പടം മൂടിപ്പുതച്ചു കിടക്കുന്ന ആകാശം, ഇരുട്ടിനടുത്തുവച്ചുകെട്ട കൈത്തിരി, ഗുഹപോലുള്ള വണ്ടി ഇവയെല്ലാം നിശ്ചലചിത്രങ്ങളാണ്. കഴിഞ്ഞ അദ്ധ്യായത്തിൽ സ്വീകരിച്ച ഒഴിഞ്ഞ മുറി, ഒഴിഞ്ഞ കട്ടിൽ, നായയുടെ തണുത്തു മരവിച്ച ശരീരം, ഇരുട്ടിന്റെ പുതപ്പ്, അസ്തമിക്കുന്ന സൂര്യൻ, പ്രാണി ചത്തു കിടക്കുന്ന ഗ്ലാസ്സിലെ തണുത്ത പാൽ, മുനിഞ്ഞു കത്തുന്ന റാന്തൽ തുടങ്ങിയ മരണബിംബങ്ങൾ ഇവിടെയും സ്വീകാര്യമാണ്. പരാജിത എന്ന കഥയിൽ മെഫിസ്റ്റോഫിലസ് (സാത്താൻ) തുടങ്ങിയ മിത്തുകളിലേക്കുയരുന്ന ചില ബിംബങ്ങളും കാണാം. കവിതകളിലെ ബിംബങ്ങൾ കൂടുതൽ പ്രധാനമായിത്തീരുന്നു. നേരത്തേ സൂചിപ്പിച്ച കുമിളകൾ, കൂടാതെ അണയുന്ന വിളക്ക്, ഏങ്കോണിച്ച ചില്ലുകൾ, നിസ്സംഗതയുടെ മൂടൽമഞ്ഞ്, മൂടുപടം, കറുത്ത സാന്ധ്യമേഘം തുടങ്ങിയവയും പ്രസക്തമാണ്.

രാജലക്ഷ്മിയുടെ കാലഘട്ടത്തിൽ നമ്മുടെ സാഹിത്യം ബിംബസമൃദ്ധമായിരുന്നില്ല. കവിത്രയകാലത്ത് ആശാന്റെ കവിതകളിലും പിന്നീട് ചങ്ങമ്പുഴക്കവിതകളിലും, ഇടപ്പള്ളിക്കവിതകളിലും ജിയുടെ കവിതകളിലും ബിംബങ്ങളുണ്ടായിരുന്നു. അവയാകട്ടെ കാല്പനിക ബിംബങ്ങളായിരുന്നു. ഇരുട്ടും, വെളിച്ചവും, നിഴലും, നിലാവും, കറുപ്പും വെളുപ്പും, ജീവിതനദിയും, ജീവിതപ്പൂക്കളും, കാലസമുദ്രവും, കാലസർപ്പവും, മരണമണിയും പോലെയുള്ള ബിംബങ്ങൾ. ചില ബിംബങ്ങൾ പ്രതീകാവസ്ഥയിലേക്കു വളരുന്നുമുണ്ട്. പ്രത്യേകിച്ചും ജിയുടെ കവിതകളിൽ! മരണത്തെ വരനായും ജീവിതത്തെ വധുവായും ജി സങ്കല്പിക്കുന്നുണ്ട്. അക്കാലത്ത് ഗദ്യസാഹിത്യത്തിൽ ബിംബങ്ങൾ വളരെ ദുർല്ലഭമായിരുന്നു. എം.ടിയുടെ കഥകളിലും നോവലുകളിലുമാണ് ഏറ്റവും കൂടുതൽ ബിംബങ്ങളുള്ളത്. ദൃശ്യ, സ്പർശ, ശ്രവ്യ, ഗന്ധ, രുചി

ബിംബങ്ങൾ! പഞ്ചേന്ദ്രിയങ്ങളിലൂടെയുള്ള കവിതകളുടെ പ്രകൃത്യാസ്വാദനം അതിനുമുമ്പ് വളത്തോളിൽ മാത്രമാണ് കണ്ടിട്ടുള്ളത്. എം.ടിയുടെ രചനകളിലെന്നപോലെ രാജലക്ഷ്മിയുടെ രചനകളിലും ഇത്തരം ബിംബങ്ങളുടെ സാന്നിദ്ധ്യമുണ്ട്. പഞ്ചേന്ദ്രിയങ്ങളിലൂടെ ആസ്വദിക്കാൻ കഴിയുന്ന ബിംബങ്ങൾ. പാമ്പുപോലെ ചുരുണ്ടുകിടക്കുന്ന മഫ്ളർ, ചീനിമുളകുപോലെയുള്ള പെണ്ണ്, കുഴിതോണ്ടികുറുക്കൻ, കണ്ണുമിഴിച്ചു നിൽക്കുന്ന നക്ഷത്രങ്ങൾ, രക്തനിറം പൂണ്ട ആകാശം, ഇരുട്ടിന്റെ പുതപ്പ് ഊർന്നു വീണ മലനിരകൾ എന്നിങ്ങനെ പ്രകൃതിയിൽ നിന്നു സ്വീകരിച്ച ദൃശ്യബിംബങ്ങൾക്കു പുറമേ,

"ചൂളം വിളിച്ചു കൊണ്ടുവന്ന കാറ്റ്"

"നില്ക്കാതെ തുടരുന്ന ചാറ്റൽമഴയുടെ താളം"

"ഉണക്കയിലയിന്മേൽ തുള്ളികൾ വീഴുന്ന ശബ്ദം."

"തുടിയുടെ കർ....കർ.... ശബ്ദം"

"കുട്ടിയുടെ ള്ളേ....... ള്ളേ എന്ന നേർത്ത സ്വരം"

"മുഴങ്ങുന്ന ചുമ"

"ചെവിയിൽ സാന്ത്വനം മൊഴിയുന്ന നീലമലകൾ"

എന്നിങ്ങനെയുള്ള ശ്രവ്യബിംബങ്ങളും "കാറ്റ് കനത്ത തലമുടിക്കിടയിൽ തത്തിക്കളിച്ചു."

"മനുഷ്യകരസ്പർശത്തിനു വഴങ്ങിയിട്ടില്ലാത്ത നീലമലകൾ,"

മനസ്സു വിഷമിച്ചു നിൽക്കുന്ന കൊച്ചുമകളെ കുന്നിൻപുറം അണച്ചു തഴുകുകയാണ്, കൊച്ചുകാറ്റ് തലമുടിക്കിടയിൽ ഊളിയിട്ടു കളിക്കുകയാണ്. അൻപുറ്റ കൈകൾ തലോടിത്തലോടി വേദനമാറ്റുകയാണ്."

എന്നിങ്ങനെയുള്ള സ്പർശബിംബങ്ങളും.

"കാച്ചിയ എണ്ണയുടെയും മുല്ലപ്പൂവിന്റെയും വാസന,

ആദ്യത്തെ മഴ വീണിട്ട് പൊടിമണ്ണിന്റെ ഗന്ധം,

കാച്ചിയ മോരിന്റെ വാസന"

എന്നീ ഗന്ധബിംബങ്ങളും രാജലക്ഷ്മിയുടെ കൃതികളിൽ കാണാം. ബിംബങ്ങളിലൂടെ തന്റെയുള്ളിലെ വികാരങ്ങളും ആശയങ്ങളും നേരിട്ട് ആസ്വാദകമനസ്സിലേക്ക് സംവേദനം ചെയ്യാനുള്ള ഒരു ശ്രമമാണ് ഇവിടെയുള്ളത്. തീവ്രവികാരങ്ങളുടെ ശക്തി അല്പംപോലും ചോർന്നുപോകാത്ത തരത്തിലുള്ള ബിംബങ്ങളാണ് രാജലക്ഷ്മി തിരഞ്ഞെടുക്കുന്നത്. ശബ്ദം, അർത്ഥം എന്നിവയിലൂടെ ചമത്കാരം സൃഷ്ടിക്കുവാൻ പര്യാപ്തമായ അലങ്കാരങ്ങൾക്കും ഉപരിയാണ് ഇവിടെ ബിംബകല്പനകൾക്കുള്ള സ്ഥാനം. സിരാപടലങ്ങളെ കൂടുതൽ പ്രചോദിപ്പിക്കുവാനും ഭാവസമീകരണം നടത്തുവാനും ബിംബങ്ങൾക്കു കഴിയും, അനുഭവങ്ങളുടെയും ഭാവങ്ങളുടെയും പ്രപഞ്ചത്തെ ഇന്ദ്രിയ സംവേദനക്ഷമമാംവിധം പ്രതീക

വത്കരിക്കുകയാണ് ബിംബങ്ങൾ ചെയ്യുന്നത്. രചനയുടെ കാര്യത്തിലും വ്യക്തിത്വത്തിന്റെ കാര്യത്തിലും ആത്മഹത്യാശ്രമത്തിന്റെ രീതികളിലും രാജലക്ഷ്മിക്കു തുല്യരാണ് സിൽവിയാ പ്ലാത്തും വെർജീനിയാ വൂൾഫും. മരണത്തോട് അതിയായ ആസക്തിപുലർത്തിയ ഈ എഴുത്തുകാരുടെ രചനകളിൽ മരണബിംബങ്ങളും ധാരാളമാണ്. മരണത്തിലൂടെ അനിവാര്യമായ സ്വാതന്ത്ര്യപ്രഖ്യാപനം അതായിരുന്നു മൂവരുടെയും ആത്യന്തികലക്ഷ്യം. ആത്മഹത്യ അവരുടെ കൃതികളിൽ ഇടയ്ക്കിടെ കടന്നുവരുന്ന ഒരു പ്രമേയമാണ്. തങ്ങളുടെ ആത്മഹത്യ എങ്ങനെ വേണമെന്നുള്ളതു പോലും ഇവർ തീരുമാനിച്ചുറച്ചിരുന്നു. ജലാശയത്തിലൊരന്ത്യം അതായിരുന്നു വെർജീനിയാ വൂൾഫിന്റെ ലക്ഷ്യം. അതുകൊണ്ടുതന്നെ അവരുടെ കൃതികളിൽ ജലബിംബങ്ങളുടെ സമൃദ്ധി കാണാം. ആയിരത്തിത്തൊള്ളായിരിത്തി നാല്പത്തിയൊന്ന് മാർച്ച് 28 ന് അൻപത്തിയൊൻപതാമത്തെ വയസ്സിൽ വീടിനടുത്തുള്ള ഔസ് നദിയിലേക്കു നടന്നിറങ്ങുകയാണ് അവർ ചെയ്തത്. സ്വാതന്ത്ര്യത്തിന്റെ യഥാർത്ഥ ലോകത്തേക്കുള്ള ഒരു പ്രയാണമായിരുന്നു അത്.

ഇടയ്ക്കിടെയുണ്ടാകുന്ന മാനസികവിക്ഷോഭങ്ങളും വിഷാദരോഗവും തന്റെ എഴുത്തിനെ ബാധിക്കുന്നു എന്ന ചിന്ത വല്ലാത്ത ഒരു നിരാശയിലേക്കും ദുഃഖത്തിലേക്കും വെർജീനീയാ വൂൾഫിനെ കൊണ്ടെത്തിച്ചു. എഴുതാനാവാത്ത അവസ്ഥ ആത്മാർത്ഥതയുള്ള ഒരെഴുത്തുകാരിക്കും സഹിക്കാൻ കഴിയുന്ന ഒന്നല്ല. രാജലക്ഷ്മിയെപ്പോലെതന്നെ സ്വതന്ത്രമായ സർഗ്ഗാത്മകതയായിരുന്നു അവർക്കു ജീവിതം. സർഗ്ഗാത്മകജീവിതവും യഥാർത്ഥജീവിതവും വേർതിരിക്കുന്ന അതിർവരമ്പുകൾ അവരുടെ ജീവിതത്തിൽ ഇല്ലായിരുന്നു.ആശിച്ചതുപോലെ എഴുതാനാവാത്ത തന്റെ ജീവിതം സ്വയം നശിപ്പിക്കുവാൻ അവർ തീരുമാനിക്കുകയാണുണ്ടായത്. വെർജീനിയാ വൂൾഫിന്റെ ജലബിംബങ്ങളിലേക്ക്–

“ഒരു മത്സ്യം ചിറകുകൊണ്ട് ജലത്തെ
കീറി മുറിക്കുന്നതുപോലെ...
സ്വന്തം ചിന്തകളെ കീറിമുറിച്ച്...
വിശകലനം ചെയ്യാവുന്ന ഒരു ലോകം!
ആമ്പൽത്തുണ്ടുകളിൽ ഉരുമ്മി,
വെളുത്ത മീൻമുട്ടക്കൂട്ടത്തിൽ തൂങ്ങിക്കിടന്ന്,
എന്തൊരു ശാന്തതയാണിവിടെ!
ഈ ലോകത്തിന്റെ മധ്യത്തിൽ നിന്ന്,
മങ്ങിയ നിറമുള്ള വെള്ളത്തിലൂടെ,
മുകളിലേക്കു നോക്കി,
മുകളിലെ വസ്തുക്കൾക്കിടയിലൂടെ,
പെട്ടെന്നുതിർന്നു വീഴുന്ന പ്രകാശരശ്മികളും
അവയുടെ പ്രതിഫലനങ്ങളും കണ്ടുകൊണ്ട്,
എന്തു സുന്ദരം!
എത്ര ശാന്തം![4]

മരണത്തിന്റെ ശാന്തവും സുന്ദരവുമായ ലോകത്ത് അഭയം തേടാനുള്ള വെമ്പൽ വെർജീനിയാ വൂൾഫിന്റെ അന്തരാത്മാവിൽ സദാസമയവുമുണ്ടായിരുന്നു. കഥകളിലെല്ലാം ഇത്തരമൊരു സാഹചര്യത്തിന്റെ വർണ്ണന അവരറിയാതെ തന്നെ കൂടെക്കൂടെ കടന്നുവന്നു.

"വെള്ളിമത്സ്യങ്ങൾക്കു മുകളിൽ നിഴൽ
വീശിപ്പായുന്ന ജലത്തിന്റെ വേഗത്തിൽ
പുള്ളിമത്സ്യങ്ങളും അറിയാതൊഴുകി
ചുഴിയിൽ പതിക്കുന്നു!
ചുഴി- പലതരം മത്സ്യങ്ങൾ ഒരുമിച്ചു നുരയുന്ന ഒരു കുഴി!
വിവരിക്കാൻ പ്രയാസമാണ്....
ചാടിക്കളിച്ച്, വെള്ളം തെറുപ്പിച്ച്, കൂർത്ത
ചിറകുകൾ ഉരച്ച് മീനുകൾ...
തിളച്ചുപൊങ്ങുന്ന ജലപ്രവാഹത്തിൽ-
മഞ്ഞനിറമുള്ള പുഴച്ചരൽ വട്ടത്തിൽ,
വട്ടത്തിൽ, വട്ടത്തിൽ...
ഇളകി മറിയുന്നു!
ഒടുവിൽ,
സ്വതന്ത്രരായി താഴോട്ടു പതിക്കുന്നു."

എല്ലാ കഥകളിലും നദികളുടെ ശക്തമായ പ്രവാഹവും, ആ പ്രവാഹത്തിൽ പതിക്കുന്നതുമാണ് വിഷയം. പുഴകളും, മത്സ്യങ്ങളും, ചുഴികളും, കുഴികളും, മഞ്ഞനിറമുള്ള പുഴച്ചരലും എല്ലാം അർത്ഥപൂർണ്ണമായ ബിംബങ്ങളാണ്. ഇന്ദ്രിയാതീതമായി മനസ്സിന്റെ അദൃശ്യതലങ്ങളിൽ പൂത്തുലയുന്ന അയുക്തികവും വാച്യാർത്ഥാതീതവുമായ ഭാവകല്പനകളെ സൃഷ്ടിക്കാൻ പല ബിംബങ്ങൾക്കും കഴിയുന്നുണ്ട്.

മഞ്ഞനിറം മരണത്തിന്റെ ബിംബമായി വെർജീനിയാ വൂൾഫിന്റെ നോവലുകളിൽ ഇടയ്ക്കിടെ കടന്നുവരുന്നതിനെക്കുറിച്ച് നേരത്തെ സൂചിപ്പിച്ചിട്ടുണ്ട്. തോണിയും ശക്തമായ ഒരു ബിംബമാണ്.

"വേദനയാൽ ബന്ധിതരായി...
ദുഃഖത്തിൽ മുഴുകി........ ക്രാഷ്!!
തോണി മുങ്ങുകയാണ്."

സ്വയം മുങ്ങുകയല്ല; അവർ മുക്കുകയാണു ചെയ്തത്.

'വൃന്ദവാദ്യം'(The string quartet) എന്ന കഥയിൽ വെർജീനിയാ എഴുതുന്നു:

"ഇത് ആത്മാവുകളുടെ ആലിംഗനങ്ങളാണ്...
നാരകമരങ്ങൾ തലയാട്ടുന്നു...
അരയന്നം തീരത്തു നിന്നു തിരിച്ച്,
സ്വപ്നത്തിലെന്നോണം നദീമധ്യത്തിലേയ്ക്ക്
തെന്നി ഒഴുകുന്നു..."

ഇവിടെ വെർജീനിയാ വൂൾഫ് എന്ന അരയന്നപ്പിട ചെയ്തതും അതു തന്നെയായിരുന്നല്ലോ. കരയിൽ നിന്നു മന്ദംമന്ദം നദീമധ്യത്തിലേക്ക് തെന്നി ഒഴുകുകയായിരുന്നു. വിദൂരസമുദ്രത്തിന്റെ കാതരനാദം ഇഷ്ട പ്പെടുന്ന ഈ എഴുത്തുകാരി, നക്ഷത്രങ്ങൾക്കിടയിൽ അറ്റ്ലാന്റിക് പോലെ ആഴമേറിയ ശൂന്യസ്ഥലങ്ങൾ സങ്കല്പിക്കുന്ന ഈ സാഹിത്യ കാരി, രാത്രി ഉറങ്ങാൻ കിടന്നാൽ, തോണിയിൽ തീരങ്ങളില്ലാത്ത അപാര സമുദ്രത്തിൽ ഒറ്റപ്പെട്ടുപോകുന്ന ഈ ഏകാകിനി, സദാസമയവും ജലാശയങ്ങളുടെ ആഴങ്ങളിലെ അന്ത്യം സ്വപ്നം കണ്ടു. സായാഹ്നവി രുന്ന് (The evening Party) എന്ന കഥയിലും നടുക്കടലിൽ ഒറ്റപ്പെട്ടു പോയ തന്റെ വഞ്ചി ധ്രുവനക്ഷത്രത്തിന്റെ പ്രകാശത്തിൽ ആകർഷി ക്കപ്പെട്ട് മുന്നോട്ടുപോകുന്നതായി സങ്കല്പിക്കുന്നു. "എഴുതാത്ത നോവൽ" എന്ന കഥയിൽ ഈ കാത്തിരിപ്പ് അസഹ്യമാണെന്നു പറ യുന്നു.

എനിക്കിനി സഹിക്കാൻ വയ്യ

അതേ! അതേ! ഞാൻ വരികയാണ്...."

മറ്റൊരു സന്ദർഭത്തിൽ, കടൽ തന്നെ മാടിവിളിക്കുന്നതായി അവർക്കു തോന്നുകയാണ്."പ്രേതബാധയുള്ള വീട്" എന്ന കഥയിൽ മരണം തന്റെ സമീപമെത്തി നില്ക്കുന്നത് അവർ കാണുന്നു. അലയുന്ന സൂര്യരശ്മി ഇരുട്ടിന്റെ നൂൽ കൊണ്ടുള്ള വല, തണുപ്പോടെ മറഞ്ഞിരിക്കുന്ന രശ്മി എല്ലാം ഇവിടെ മരണബിംബങ്ങൾ തന്നെ. പൂർണ്ണമായി സ്പഷ്ടമാക്കാൻ കഴിയാത്ത, സങ്കീർണ്ണമായ അനുഭവങ്ങളെ ആവിഷ്കരിക്കുന്ന, ധ്വനന ശക്തിയുള്ള പദങ്ങളുടെ നിരയെ പല പാശ്ചാത്യചിന്തകന്മാരും ബിംബ ങ്ങളുടെ കൂട്ടത്തിൽ ഉൾപ്പെടുത്താറുണ്ട്. അങ്ങനെ നോക്കുമ്പോൾ, വെർജീനിയാ വൂൾഫിന്റെ കഥകളിൽ ഇനിയും അനേകം ബിംബങ്ങൾ കണ്ടെത്താൻ കഴിയും.

വെർജീനിയാ വൂൾഫിനെക്കുറിച്ചു പറയുമ്പോൾ, ആത്മാവിന്റെ ഏകാ ന്തത പ്രമേയമായ എഴുത്തുകാരെല്ലാം വേദന അതിന്റെ പാരമ്യത്തിൽ അനുഭവിച്ചവരാണെന്ന് ശ്രീ. എം.ടി.വാസുദേവൻ നായർ ചൂണ്ടിക്കാട്ടുന്നു: നിർമ്മാണം തീവ്രമായ ഒരു സങ്കടമാണ്–

"എഴുതുന്നതിൽ വേദന–

എഴുതിയില്ലെങ്കിൽ വേദന–

എഴുതിക്കഴിഞ്ഞാലും വേദന–"

നിർമ്മാണപ്രക്രിയയിൽ ഈ ധർമ്മസങ്കടം ഏററവുമധികം അനുഭ വിച്ച ഒരു കാഥിക എന്ന നിലയിലാണ് അദ്ദേഹം വെർജീനിയാ വൂൾഫിനെ നമുക്കു പരിചയപ്പെടുത്തിത്തരുന്നത്. ഇക്കാര്യത്തിൽ രാജ ലക്ഷ്മി ഈ എഴുത്തുകാരിയോടൊപ്പം നില്ക്കുന്നു എന്നും അദ്ദേഹം അഭിപ്രായപ്പെടുന്നു:

"കൃതികളെ മുൻനിർത്തിയല്ല,
സൃഷ്ടിയുടെ വേദനകളെ കണക്കിലെടുക്കുമ്പോൾ,
രാജലക്ഷ്മി അവരുടെ കൂടെയാണ്.
കാരണം സിദ്ധാന്തപരമായി പറഞ്ഞാൽ,
രാജലക്ഷ്മിക്കും ജീവിതം തിട്ടപ്പെടുത്തിയ
പാറ്റേണുകളിൽ ഉറപ്പിച്ചുവച്ച
വഴിവിളക്കുകളുടെ ഒരു പരമ്പരയായിരുന്നില്ല.
അതു പ്രകാശത്തിന്റേതായ ഒരു പരിവേഷമാണ്.
പകുതിമാത്രം അപ്പുറത്തേക്കു കാണാവുന്ന
ബോധത്തിന്റെ ആരംഭം തൊട്ട് അന്ത്യംവരെ
വ്യാപിച്ചുകിടക്കുന്ന ഒരാവരണമാണ്.[5]

അമൂർത്തവും ചലനാത്മകവും അപ്രമേയവുമായ ഒരു ചൈതന്യമാണ്. ഈ ചൈതന്യത്തെ എല്ലാ സങ്കീർണ്ണതകളോടുംകൂടി, പക്ഷേ, കലർപ്പുകലർത്താതെ ആവിഷ്കരിക്കലാണ് കലാസൃഷ്ടി എന്ന ബോധമുണ്ടാകുമ്പോൾ നിർമ്മാണപ്രക്രിയ ദുസ്സഹമായ വേദനയായി മാറുന്നു."

സ്വന്തം അസ്തിത്വത്തിനുവേണ്ടി സാഹിത്യരചന നടത്തിയവരാണ് വെർജീനിയാ വൂൾഫും രാജലക്ഷ്മിയും. ജീവിതം അവർക്കു സാഹിത്യരചനയല്ലാതെ മറ്റൊന്നുമായിരുന്നില്ല.

രണ്ടുപേരുടെയും ദുഃഖം നിർമ്മാണത്തിലേർപ്പെട്ട ആത്മാവിന്റെ ദുഃഖമായിരുന്നു. രണ്ടുപേരും അവരവരുടേതായ മേഖലകളിൽ ഏകാന്തപഥികരുമായിരുന്നു. ഭൗതികസുഖങ്ങളുടെ പൂവിരിച്ച വഴികൾ അവർക്ക് അന്യമായിരുന്നില്ല. എങ്കിലും അതൊന്നുമായിരുന്നില്ല അവർക്കു ജീവിതസംതൃപ്തി. ആത്മാവിന്റെ അദമ്യമായ ഒരു ദാഹമായിരുന്നു ഇരുവർക്കും സാഹിത്യം. അത് ആന്തരികമായ നിലനില്പായിരുന്നു. എഴുതാനുള്ള സാഹചര്യം നഷ്ടമായപ്പോഴാണ് ഇരുവരും തങ്ങളുടെ ജീവിതം അവസാനിപ്പിച്ചതും. എന്നാൽ, രചനയുടെ കാര്യത്തിൽ ഇരുവരും തമ്മിൽ വലിയ അന്തരമുണ്ട്. രാജലക്ഷ്മിയുടെ രചനകൾ തികച്ചും കാല്പനികമാണെങ്കിൽ, വെർജീനിയായുടെ രചനകൾ ധ്വന്യാത്മകവും ബിംബസമൃദ്ധവും വിവരണാത്മകവുമാണ്. ബിംബങ്ങളിൽ മരണബിംബങ്ങളും, അവയിൽത്തന്നെ ജലബിംബങ്ങളും പ്രാധാന്യമർഹിക്കുന്നു.

വെർജീനിയാ വൂൾഫിനെപ്പോലെയും രാജലക്ഷ്മിയെപ്പോലെയും മൃത്യുബോധം വളരെയധികം അലട്ടിയിരുന്ന എഴുത്തുകാരിയാണ് സിൽവിയാ പ്ലാത്തും. കഴിഞ്ഞ അദ്ധ്യായത്തിൽ ഇതു ചർച്ച ചെയ്തിരുന്നു. ജീവിതത്തെ അവർ എത്രത്തോളം സ്നേഹിച്ചിരുന്നുവോ, അത്രത്തോളം തന്നെ മരണത്തെയും സ്നേഹിച്ചിരുന്നു. ജീവിതരതിയും മരണരതിയും അവരിൽ ഒരുപോലെ ശക്തമായിരുന്നു എന്നർത്ഥം. മൂടൽമഞ്ഞിലെ ചെമ്മരിയാട് (Sheep in the fog) സിൽവിയായുടെ ശക്തമായ മരണബിംബമാണ്. ഏകാകിയും വഴി നഷ്ടപ്പെട്ടവളുമായ ഈ

ചെമ്മരിയാട് അവരുടെ സ്വത്വം വെളിവാക്കുന്നു. ചെമ്മരിയാടിനെ വിഴുങ്ങാനടുക്കുന്ന മൂടൽമഞ്ഞ് ജീവനെ വേട്ടയാടുന്ന മരണം തന്നെ.[6]

ലേഡി ലാസറസ് എന്ന കവിതയിൽ വ്യക്തിജീവിതത്തിലെ ആത്മഹത്യാശ്രമങ്ങളെയും അതിൽനിന്നുള്ള രക്ഷപ്പെടലുകളെയും അടിച്ചമർത്തപ്പെടുന്ന സ്ത്രീവർഗത്തിന്റെ അപ്രതിരോധ്യമായ ഉയിർത്തെഴുന്നേല്പിനെയും കാവ്യബിംബങ്ങളിലേക്ക് പരിവർത്തനം ചെയ്യുന്നു. യേശുവിന്റെ കൃപ കൊണ്ട് ഉയിർത്തെഴുന്നേല്ക്കുന്ന ലാസറിൽ നിന്ന്, സ്വന്തം ഊർജ്ജവും കാമനയുംകൊണ്ട് ചാരത്തിൽനിന്ന് ഉയിർത്തെഴുന്നേല്ക്കുന്ന ഫീനിക്സ് പക്ഷിയിലേക്ക് കവിത രൂപാന്തരപ്പെടുന്നു. കവിതയിലെ വക്താവ്-

“ചാരത്തിൽനിന്ന് ചുകന്ന മുടിയുമായി ഉയിർത്തുവന്ന്
ഞാൻ ആണുങ്ങളെ വായുപോലെ ഭക്ഷിക്കും.”

എന്ന ആത്മവിശ്വാസമാണ് പ്രഖ്യാപിക്കുന്നത്. ചാരത്തിൽ നിന്നും ഉയിർത്തെഴുന്നേൽക്കുന്ന ഫീനിക്സ് എന്ന ബിംബത്തെ പ്ലാത്ത് ഉപയോഗിക്കുന്നത് കാവ്യലോകത്തെ തന്റെ പുനരുത്ഥാനത്തെ കാണിക്കാൻ വേണ്ടിയാണ്. ആ കവിത പെട്ടെന്ന് പിന്നെയും മറ്റു ചില ബിംബങ്ങളിലേക്ക് വഴി മാറുന്നു. ശവക്കുഴികളും, ശവക്കുഴി ഭക്ഷിച്ച മാംസവും ഉദാഹരണമാണ്.

(Lady Lazarus- Poem- Sylvia Plath)

പ്രവാസത്തിന്റെ അന്ത്യം എന്ന കവിതയിലും ഇതേ ആശയം കാണാം.

ഇപ്പോൾ നാം നമ്മുടെ മഹാനിദ്രയുടെ ഉയർന്ന താഴികക്കുടങ്ങളിൽ നിന്ന് മടങ്ങി വീട്ടിലെത്തി.

ആത്മഹത്യയിൽ നിന്നു രക്ഷപ്പെട്ടതിനെക്കുറിച്ചാണ് ഇവിടെ സൂചിപ്പിക്കുന്നത്. ലേഡി ലാസറസ്സിൽത്തന്നെ അവർ പറയുന്നുണ്ട്.

“ഞാനതു വീണ്ടും ചെയ്തിരിക്കുന്നു
ഓരോ പത്തുവർഷത്തിലുമൊരിക്കൽ
ഞാനതു നടത്തുന്നു.
ഞാനൊരു പുഞ്ചിരിക്കുന്ന സ്ത്രീയായി മാറും
എനിക്കു മുപ്പതേ ആയിട്ടുള്ളു.
ഒരു പൂച്ചയെപ്പോലെ എനിക്ക് ഒമ്പതുവട്ടം മരിക്കാനുണ്ട്.
മരിക്കുക എന്നത് ഒരു കലയാണ്
മറ്റെന്തും പോലെ ഞാനത്
അത്യപൂർവ്വഭംഗിയോടെ ചെയ്യുന്നു.”[7]

ഇതേ കവിതയിൽത്തന്നെ പിതൃരൂപത്തെ ഒരേസമയം സ്നേഹിക്കുകയും വെറുക്കുകയും ചെയ്യുന്ന അവരുടെ ഇലക്ട്രാ കോംപ്ളക്സ് വ്യക്തമാകുന്നുണ്ട്. രാജലക്ഷ്മിയിലും ഇലക്ട്രാ കോംപ്ളക്സ് വ്യക്തമാകുന്ന സന്ദർഭങ്ങൾ കാണാം.

ആത്മകഥാപരമായ നോവലിന്റെ ശീർഷകം 'ദ ബെൽ ജാർ' തന്നെ ഒന്നാന്തരമൊരു മരണബിംബമാണ്. വായു കിട്ടാതെ പിടയുന്ന, ശ്വാസം മുട്ടുന്ന ഒരവസ്ഥയാണ് ബെൽജാർ എന്നു കേൾക്കുമ്പോൾത്തന്നെ ഉണ്ടാകുന്നത്. ഡാഡി എന്ന കവിതയുടെ തുടക്കത്തിൽ ഡാഡിയെ ആവിഷ്കരിക്കുന്നത് മുപ്പതുകൊല്ലം താൻ കുടുങ്ങിക്കിടന്ന് ജീവവായുവും ചൂടും കടക്കാത്ത ഒരു കറുത്ത ഷൂവിന്റെ ശ്വാസംമുട്ടിക്കുന്ന ബിംബകല്പനയിലൂടെയാണ്. തന്റെ മരണത്തെക്കുറിച്ച് അവർ എഴുതുന്നു:

" എന്റെ കണ്ണാടി മങ്ങിപ്പോകുന്നു
കുറച്ചു ശ്വാസോച്ഛ്വാസങ്ങൾ കൂടി...
പിന്നീടത് ഒന്നും പ്രതിബിംബിപ്പിക്കുകയില്ല.
പൂക്കളും മുഖങ്ങളും ഒരു വിരിപ്പുപോലെ വെളുക്കുന്നു.
ഞാൻ ആത്മാവിൽ വിശ്വസിക്കുന്നില്ല.
വായിലൂടെയോ, കൺകുഴിയിലൂടെയോ
അതു സ്വപ്നത്തിലെ നീരാവി പോലെ
രക്ഷപ്പെടുന്നു."

സിൽവിയാ പ്ളാത്തിന്റെ ആദ്യകാലകവിതയിൽനിന്നു പില്ക്കാല കവിതയിലെത്തുമ്പോൾ വളരെ വലിയ മാറ്റം ദൃശ്യമാണ്. ഓരോ കവിതയിലെയും വക്താവ് അടിച്ചമർത്തപ്പെടുന്ന സ്ത്രീയാണ്. കവിതകളിലൂടെ സംസാരിക്കുന്നതു കവിയിലെ സ്ത്രീതന്നെ. രാജലക്ഷ്മിയുടെ കൃതികളിൽ അവരിലെ തന്നെ സ്ത്രീ സംസാരിക്കുന്നതുപോലെ; ഭർത്താവിന്റെയോ സമൂഹത്തിന്റെയോ അടിമയായിരിക്കാൻ ഇഷ്ടപ്പെടാത്ത സ്ത്രീയുടെ സ്വാതന്ത്ര്യപ്രഖ്യാപനമാണ് പ്ലാത്തിന്റെ കവിതകളിൽ മുഴങ്ങുന്നത്. രാജലക്ഷ്മിയുടെ കൃതികളിലും പുരുഷനു കീഴടങ്ങാത്ത സ്ത്രീയുടെ സ്വത്വമാണ് കാണുന്നത്. ആത്മഹത്യയിൽ നിന്ന് ആരെങ്കിലും രക്ഷിക്കണമെന്ന് സിൽവിയ ആഗ്രഹിക്കുന്നതുതന്നെ ശക്തമായ ഒരു തിരിച്ചുവരവിനു വേണ്ടിയാണ് പ്രവാസത്തിന്റെ അന്ത്യം എന്ന കവിതയിൽ മരണത്തെ മഹാനിദ്രയായി കാണുന്നത് വീണ്ടും ആ നിദ്രയിൽ നിന്നും ഉണരാൻവേണ്ടി മാത്രമാണ്. മറ്റൊരു കവിതയിൽ മരണത്തെ തണുപ്പായി അനുഭവിക്കുന്നു. ആഴമേറിയ നദിയിൽ ആണ്ടുകിടക്കുന്ന ശിലയോട് ലോർലി എന്ന കവിതയിൽ കവി അപേക്ഷിക്കുന്നു

"ശിലയേ ശിലയേ എന്നെ
അവിടേക്ക്
താഴ്ത്തിക്കൊണ്ടു പോകൂ"

'ശവമുറിയുടെ ദൃശ്യങ്ങൾ' എന്ന കവിതയിൽ മരണത്തിന്റെ മണം വിന്നാഗിരി ഗന്ധമായി അനുഭവിക്കുന്നു. മറ്റൊരു കവിതയിൽ കറുത്ത കാടും, കറുത്ത ജലവും, കറുത്ത സുഗന്ധവും, മഹാവൃക്ഷത്തിന്റെ പ്രാചീനമായ അസ്ഥികളും, മുട്ടനാടിന്റെ ചുരുണ്ട കൊമ്പുകൾ പോലെ ചുരുളുന്ന ഒച്ചുകളും, മണൽഘടികാരവും, ജലവിളക്കുകളുമെല്ലാം

മരണസാന്നിദ്ധ്യം വിളിച്ചറിയിക്കുന്ന ബിംബങ്ങളാണ്. ഒരു ജീവിതം എന്ന കവിതയിൽ പിൻകാലിൽ നിൽക്കുന്ന കുതിരകളും, പൂച്ചശബ്ദത്തിൽ ചിലയ്ക്കുന്ന കടൽപ്പക്ഷികളുമെല്ലാം മരണബിംബങ്ങൾ തന്നെ. ഇത്രത്തോളം തീക്ഷ്ണമായ മരണബിംബങ്ങളുടെ സമൃദ്ധി മറ്റു കവികളിൽ അപൂർവ്വമാണ്. അത്ര ശക്തമാണ് സിൽവിയാ പ്ലാത്തിന്റെ മരണരതി. ജീവിതരതിയും അതുപോലെ ശക്തമായതുകൊണ്ടാണ് ഓരോ മരണത്തിൽ നിന്നും രക്ഷപ്പെടാൻ അവർ ആഗ്രഹിക്കുന്നത്. ഒരു പ്രത്യേക പ്രതിസന്ധിയിൽ മരിക്കാനാഗ്രഹിക്കുകയും അടുത്ത നിമിഷം ജീവിക്കാനാഗ്രഹിക്കുകയും ചെയ്യുന്ന ഈ എഴുത്തുകാരി ഇംഗ്ലീഷ് സാഹിത്യത്തിലെ അപഗ്രഥിക്കാനാവാത്ത അദ്ഭുതമാണ്. അവരോടു സാദൃശ്യം വഹിച്ച രാജലക്ഷ്മിയും അതുപോലെ തന്നെ മലയാള സാഹിത്യത്തിലെ അപഗ്രഥനാതീതമായ അദ്ഭുതമായി നിലകൊള്ളുന്നു. മനശ്ശാസ്ത്രത്തിന്റെ അടിസ്ഥാനത്തിൽ രണ്ടുപേരുടെയും കൃതികളെ താരതമ്യം ചെയ്യുന്നത് രസകരമായ ഒരനുഭവമായിരിക്കും എന്നു തോന്നുന്നു."

---

1. ദേവാലയത്തിൽ- രാജലക്ഷ്മിയുടെ കഥകൾ, കറന്റ് ബുക്സ്, തൃശ്ശൂർ, പേജ് 131
2. കാലം- എം.ടി.വാസുദേവൻ നായർ കറന്റ് ബുക്സ്, തൃശ്ശൂർ
3. രാജലക്ഷ്മി- ഒരു വഴിയും കുറെ നിഴലുകളും, കറന്റ് ബുക്സ്, തൃശ്ശൂർ, പേജ് –176
4. വെർജീനിയാ വൂൾഫിന്റെ കഥകൾ, ഡി.സി.ബുക്സ്, കോട്ടയം
5. ഏകാന്തപഥിക- എം.ടി.വാസുദേവൻ നായർ, രാജലക്ഷ്മിയുടെ കഥകൾ ആമുഖം- കറന്റ് ബുക്സ്, തൃശ്ശൂർ പേജ് –12
6. സിൽവിയാ പ്ലാത്ത് -കവിതയും ജീവിതവും - ജോമാത്യു, സ്മിതാ മീനാക്ഷി, എസ്.പി.സി. എസ്, കോട്ടയം.

പന്ത്രണ്ട്

കാലസങ്കല്പം

മൃത്യുബോധം പോലെതന്നെ കാലസങ്കല്പവും രാജലക്ഷ്മിയുടെ കൃതികളിൽ വളരെ പ്രധാനമാണ്. കാലസങ്കല്പത്തിൽ അധിഷ്ഠിതമായ മൃത്യുബോധം അവരിൽ മാത്രമല്ല, സമകാലികരായ പല എഴുത്തുകാരിലും കാണുന്നുണ്ട്. കാലം തന്നെയാണ് മരണം. കാലം നിശ്ചലമാകുമ്പോഴാണ് മരണം സംഭവിക്കുന്നത്. കാലത്തെ കുറിക്കുന്ന പ്രതീകമായി ഘടികാരം സാഹിത്യകൃതികളിൽ പലപ്പോഴും കടന്നുവരാറുണ്ട്. നിശ്ചലമാകുന്ന ഘടികാരം മരണത്തെയാണു സൂചിപ്പിക്കുന്നത്. വിഖ്യാത ചലച്ചിത്രസംവിധായകനായ ഇങ്മർ ബർഗ്ഗ്മാന്റെ 'വൈൽഡ് സ്ട്രോബെറീസ്' എന്ന സിനിമയിൽ സൂചികളില്ലാത്ത ഒരു ഘടികാരം പ്രതീകമായി ഉപയോഗിച്ചിട്ടുള്ളത് ഇവിടെ സ്മരണീയമാണ്. മലയാളത്തിൽ പൊറ്റക്കാടിന്റെ ചില കഥകളിലും ഘടികാരം പ്രതീകമാണ്. കാലത്തെക്കുറിച്ചു പറയുമ്പോൾ, ആ വിഷയത്തിലുള്ള വെറും പരാമർശങ്ങൾ ഒരിക്കലും കാലദർശനമാകുന്നില്ല. ഒരെഴുത്തുകാരന് കാലത്തെക്കുറിച്ചുകിട്ടുന്ന വിചിത്രമായ അനുഭവങ്ങളും ആന്തരിക പ്രത്യക്ഷങ്ങളുമാണ് യഥാർത്ഥമായ കാലദർശനം. ആഴമേറിയ ഏകാന്തതയിൽ നിന്നാണ് കാലാനുഭവം ജനിക്കുന്നത്. കാലത്തെ ഒഴിവാക്കി നോവൽ രചിക്കാൻ സാദ്ധ്യമല്ലെന്ന് പ്രസിദ്ധ നിരൂപകനായ കെ.പി.അപ്പൻ സമർത്ഥിക്കുന്നുണ്ട്. കാരണം സമയവർണ്ണനാപരമായ രൂപതന്ത്രമാണ് നോവലിന്റേത്.[1]

മലയാളസാഹിത്യത്തിൽ വ്യത്യസ്തമായ ഒരു കാലസങ്കല്പം കടന്നുവരുന്നത് കാല്പനികതയുടെ ഉദയത്തോടെയാണ്. ആശാന്റെയും വള്ളത്തോളിന്റെയും ഖണ്ഡകാവ്യങ്ങളിലാണ് തുടക്കം. ഖണ്ഡകാവ്യങ്ങൾ ആരംഭിക്കുന്നത് കഥയുടെ തുടക്കത്തിലല്ല. അതിന്റെ ഏറ്റവും നാടകീയമായ ഒരു മുഹൂർത്തത്തിലായിരിക്കും. കഥയുടെ മധ്യഭാഗത്തുനിന്നു തുടങ്ങാം. അല്ലെങ്കിൽ അന്ത്യഭാഗത്തുനിന്നുമാവാം. എവിടെ നിന്ന് ആരംഭിച്ചാലും കഥയുടെ ആദിമധ്യാന്തം കവിമനസ്സു സഞ്ചരിക്കുകയാണ്. കൂടെ ആസ്വാദകനും. കാലസങ്കല്പത്തെ സാഹിത്യകൃതികളിൽ ഇങ്ങനെ മാറ്റിമറിച്ചിടുന്നത് ആസ്വാദകന്റെ ആകാംക്ഷയെയും,

ഉത്കണ്ഠയെയും പൂർവ്വാധികം വളർത്താൻ ഉപകരിക്കുന്നു. ഈ ഫ്ളാഷ്ബാക്ക് രീതി ഏറ്റവും ഫലപ്രദമായി കാണുന്നത് നാടകത്തിലും സിനിമയിലുമാണ്. കവിതയുടെ രംഗത്ത് ആഖ്യാനകാവ്യങ്ങളിലും. പില്ക്കാലത്ത് ജി.ശങ്കരക്കുറുപ്പ്, ഇടപ്പള്ളി, എൻ.വി.കൃഷ്ണവാര്യർ, വൈലോപ്പിള്ളി തുടങ്ങിയ കവികൾ തങ്ങളുടെ ആഖ്യാനകവിതകളിൽ ഈ രീതി സ്വീകരിച്ചു.

ഭൂതഭാവിവർത്തമാനങ്ങൾ ലയിച്ചുചേർന്ന് ഒരാത്മീയ സമഗ്രതയായിത്തീരുന്നതാണ് യഥാർത്ഥ കാലബോധമെന്ന് കെ.പി. അപ്പൻ കാലബോധത്തെ നിർവ്വചിക്കുന്നുണ്ട്.[2]

ബോധം ഒരു പ്രവാഹമാണ്. അതിൽ നിരവധി ഇന്ദ്രിയാനുഭൂതികൾ പ്രത്യക്ഷപ്പെടുന്നുണ്ട്. ചെറുകഥ, നോവൽ തുടങ്ങിയവയിൽ സൃഷ്ടിക്കപ്പെടുന്ന കാലഘടനകളിൽ പ്രധാനമായിട്ടുള്ളത് ഭൂതകാലത്തിന്റെ വർത്തമാനകാല പുനഃസ്മരണം എന്ന രീതിയിലുള്ള അതീതാലോകനം അഥവാ ഫ്ളാഷ് ബാക്ക് ആണ്. ഫ്ളാഷ്ബാക്ക് എന്ന പ്രയോഗം കൊണ്ട് അർത്ഥമാക്കുന്ന ആവിഷ്കരണസമ്പ്രദായം ഇതിഹാസകൃതികളുടെ കാലത്തുതന്നെ ഗ്രീസിൽ ഉണ്ടായിരുന്നു. ഹോമറിന്റെ ഇലിയഡ്, ഒഡീസി എന്നീ ഇതിഹാസങ്ങൾ കഥയുടെ മദ്ധ്യത്തിൽ നിന്നാണ് ആരംഭിക്കുന്നത്. വായനക്കാരനെ സംഭവങ്ങളുടെ മദ്ധ്യത്തിൽ നിർത്തിക്കൊണ്ടു തുടങ്ങുമ്പോൾ ആഖ്യാനം തുടങ്ങിയതിനു മുമ്പുള്ള സംഭവങ്ങൾ കഥയിൽ പൂരിപ്പിക്കേണ്ടതായുണ്ട്. ഒരുതരം കാലക്രമവ്യതിയാനം! ഇതിഹാസകഥയുടെ പാരമ്പര്യമായി നിലനിന്നിരുന്ന ഈ ആഖ്യാനസമ്പ്രദായത്തെ പില്ക്കാലത്ത് അരിസ്റ്റോട്ടിൽ എല്ലാത്തരം ആഖ്യാനങ്ങളുടെയും സ്വഭാവമായി സ്വീകരിക്കുന്നു.

ഫ്ളാഷ് ബാക്ക് എന്ന പ്രയോഗം സിനിമയിൽ നിന്നുവന്നതാണെന്ന് ജെ.എ. ക്യൂഡൻ അഭിപ്രായപ്പെടുന്നു.[3]

ഫ്ളാഷ്ബാക്കിന്റെ ഉത്ഭവത്തിന് സിനിമയുമായുള്ള ബന്ധത്തെ എ,എഫ്. സ്കോട്ടും വ്യക്തമാക്കുന്നുണ്ട്. ഒരു ചലച്ചിത്രത്തിൽ ക്ഷണനേരത്തേക്കുള്ള ഭൂതകാലദൃശ്യരംഗമാണ് ഫ്ളാഷ് ബാക്ക്[4] വ്യക്തിക്കു തന്റെ ജീവിതത്തിലോ മറ്റുള്ളവരുടെ ജീവിതത്തിലോ സംഭവിച്ചുകഴിഞ്ഞ ഭൂതകാലാനുഭവങ്ങളെയും സംഭവങ്ങളെയും വസ്തുക്കളെയും വർത്തമാനകാലത്തിൽ ഓർമ്മിക്കാൻ സാധിക്കും. ഇപ്രകാരം ഭൂതകാലം സ്മരണയിൽ കടന്നുവരുന്നത് തന്റെ തന്നെ ജീവിതത്തിനുവേണ്ടിയോ മറ്റുള്ളവരുടെ ആവശ്യത്തിനുവേണ്ടിയോ ആകാം. ഭൂതകാലത്തിന്റെ പുനഃസ്മരണം സംഭവങ്ങൾ ഭൂതകാലത്തിൽ സ്ഥിതിചെയ്യുന്ന ക്രമത്തിൽ ആയിരിക്കണമെന്നില്ല. അതുപോലെതന്നെ ഓരോ സന്ദർഭത്തിൽ ഓരോ ആവശ്യത്തിന് വേണ്ടുവോളം മാത്രം ഓർമ്മിപ്പിക്കുന്ന രീതിയാണ് മനുഷ്യജീവിതത്തിൽ സാധാരണയായി കാണുന്നത്. മനുഷ്യമനസ്സിൽ നടക്കുന്ന സ്മൃതിയുടെ ഈ പ്രക്രിയ നിത്യജീവിതത്തിൽ സാധാരണ

അനുഭവമാണ്. ദൈനംദിന മനുഷ്യജീവിതത്തിലെ ഈ സാധാരണാനുഭവത്തെ സാഹിത്യത്തിന്റെ ആവിഷ്കരണതന്ത്രമായി ഉപയോഗിക്കുമ്പോഴാണ് അത് ഫ്ളാഷ് ബാക്ക് എന്ന് സാഹിത്യചിന്തയിൽ അറിയപ്പെടുന്നത്."[5]

ഫ്ളാഷ്ബാക്ക് ചെറുകഥയുടെയും നോവലിന്റെയും ആഖ്യാനതലത്തിൽ മാത്രം സംഭവിക്കുന്ന കാലഘടനാ വ്യതിയാനമാണ്. കഥയുടെ ഉള്ളടക്കമായിട്ടുള്ള കഥാപാത്രങ്ങളുടെ ജീവിതസംഭവങ്ങളിൽ ഈ കാലഘടനാ വ്യതിയാനം സംഭവിക്കുന്നില്ല എന്നത് പ്രത്യേകം ശ്രദ്ധേയമാണ്. മറ്റുള്ളവർക്കുവേണ്ടി ആഖ്യാനം ചെയ്യപ്പെടുന്ന ഒരു സാഹിത്യരൂപമായ ചെറുകഥയിൽ അല്ലെങ്കിൽ നോവലിൽ കഥ പറയുന്ന ഒരാളുണ്ടായിരിക്കും. ഈ ആഖ്യാതാവ് എപ്പോഴും വർത്തമാനകാലത്തിലായിരിക്കും. അത് കഥാനായകനോ നായികയോ അല്ലെങ്കിൽ എഴുത്തുകാരനോ, അതുമല്ലെങ്കിൽ മൂന്നാമനായ ഒരാഖ്യാതാവോ ആകാം. വർത്തമാനകാലത്തിൽ സ്ഥിതിചെയ്യുന്ന ഈ ആഖ്യാതാവിലൂടെയാണ് കഥാപാത്രങ്ങളുടെ ഭൂതകാലജീവിതസംഭവങ്ങൾ പ്രത്യക്ഷവത്ക്കരിക്കപ്പെടുന്നത്. ആഖ്യാതാവിന്റെ വർത്തമാനകാലത്തിലൂടെയാണ് ഭൂതകാലസംഭവങ്ങൾ ആവിഷ്കാരം നേടുന്നത്. ഫ്ളാഷ്ബാക്ക് ഭൂതകാലസംഭവങ്ങളുടെ പുനഃസ്മരണമാണ്. ചെറുകഥയിലും നോവലിലും ഈ പുനഃസ്മരണം ആഖ്യാതാവ് നിർവ്വഹിക്കുന്നു.

കഥയുടെ ഉള്ളടക്കമായ ജീവിതസംഭവങ്ങളുടെ രേഖീയഘടനയ്ക്ക് ആഖ്യാനസംഭവത്തിൽ മാത്രം ഘടനാവ്യതിയാനം സംഭവിക്കുന്നു. കഥയുടെ ആഖ്യാനസന്ദർഭത്തിലെ കലാപരമായ കാലവ്യതിയാനമാണ് ഫ്ളാഷ് ബാക്ക്."[6]

"വർത്തമാനകാലം എന്നത് ഭൂതഭാവികളെ ബന്ധിപ്പിക്കുന്ന ഒരു ബിന്ദു മാത്രം. മറ്റൊരുവിധത്തിൽ പറഞ്ഞാൽ ഒന്നവസാനിക്കുകയും മറ്റൊന്നു തുടങ്ങുകയും ചെയ്യുന്നതിനിടയിൽ വർത്തിക്കുന്ന ഒരു ബിന്ദു. ദൈർഘ്യം സങ്കല്പിക്കാൻ കഴിയാത്തതും പറന്നകലുന്നതുമാണ് ഒരു നിമിഷബിന്ദു. ഇക്കാരണത്താൽ വർത്തമാനകാലം എന്നൊന്നില്ല എന്നു പറയാം."[7]

മലയാള സാഹിത്യത്തിൽ കവിതയിൽനിന്നാണ് ഗദ്യസാഹിത്യത്തിലെ കഥ, നോവൽ തുടങ്ങിയ രംഗങ്ങളിലേക്ക് കാലവ്യതിയാനം കടന്നുവരുന്നത്. രാജലക്ഷ്മിക്കുശേഷം ശ്രീ. എം.ടി.വാസുദേവൻ നായരാണ് കാലസങ്കല്പത്തെ തന്റെ നോവലുകളിൽ പരമാവധി കലാസുഭഗമായ രീതിയിൽ ചിത്രീകരിച്ചത്. സുതാര്യമായ ഒരു സമയബോധമാണ് എം.ടി. സൃഷ്ടിച്ചത്. ഈ സമയബോധം ഭാഷയിൽ സംഗീതമായി നിറഞ്ഞ് വായനക്കാരന്റെ മനസ്സിൽ ഇമ്പങ്ങളുടെ നൈരന്തര്യം സൃഷ്ടിച്ചുകൊണ്ടും മറ്റൊരു മാർഗ്ഗത്തിൽ കഥാപാത്രങ്ങളുടെ ജീവിതപ്രതീക്ഷകളെ നിരന്തരം "വിഫലമാക്കുന്ന കാലത്തിന്റെ അലിവില്ലായ്മയെ

ആവാഹിച്ചുകൊണ്ടും വിഷാദഭരിതമായി ഒഴുകുന്നു. എം.ടിയുടെ മഞ്ഞിലെ അനുഭവം ഇങ്ങനെ" ഒന്നാണ്. വിമലയുടെ മനസ്സിൽ കാലം മുമ്പോട്ടും പിറകോട്ടും സഞ്ചരിക്കുകയും ഭൂതകാലം മാറിക്കൊണ്ടിരിക്കുന്ന വർത്തമാനകാലത്തിൽ നിരന്തരം വികസിക്കുകയും ചെയ്യുന്നു. അതിനാൽ ഭൂതകാലം അതായിത്തന്നെ നില്ക്കാതെ, വികസിക്കുന്ന വർത്തമാനകാലനിമിഷമായി പരിണമിക്കുകയും അങ്ങനെ സംവത്സരങ്ങൾ പോലെയുള്ള നിമിഷങ്ങൾ എന്ന കല്പന എം.ടിയുടെ സമയബോധത്തിൽ യാഥാർത്ഥ്യമായിത്തീരുകയും ചെയ്യുന്നു. ഇവിടെ ഭൂതകാലം ബോധമാകെ വ്യാപിക്കുകയും സ്മരണകളുടെയും ഇന്ദ്രിയാനുഭവങ്ങളുടെയും പ്രവഹിക്കുന്ന അവസ്ഥ ഭാഷയിൽ കാലമെന്ന കേൾക്കുന്ന സംഗീതമായി പെരുകുകയും അങ്ങനെ നോവലിനെ ദീർഘമായ ഒരു ഭൂതകാലാനുഭവമായി മാറ്റുകയും ചെയ്യുന്നു.

"സുധീർകുമാർ മിശ്ര മടങ്ങിവരുമെന്നുള്ള പ്രതീക്ഷ ഭാവികാലത്തിന്റെ ഹ്രസ്വമായ ദർശനമായി അതിന്റെ ക്ഷണികസാന്നിദ്ധ്യം അറിയിക്കുമ്പോൾ, വിമലയുടെ മാനസികകാലത്തെ മുൻനിർത്തിയുള്ള മഞ്ഞിലെ കാലദർശനം ദീർഘമായ ഭൂതകാലത്താലും, ഹ്രസ്വമായ ഭാവികാലത്താലും വലയം ചെയ്യപ്പെട്ട വർത്തമാനകാലമായി മാറുകയും ചെയ്യുന്നു. അങ്ങനെ മഞ്ഞിൽ എം.ടിയുടെ കാലബോധം വിചിത്രമായ ഒരനുഭവമണ്ഡലം സൃഷ്ടിക്കുന്നു."[8]

ശാന്തവും നിശ്ചലവുമായ ഒരു കാലത്തിന്റെ കാഴ്ചയിലൂടെ തന്റെ കലാവ്യക്തിത്വത്തിന്റെ ആഭിമുഖ്യങ്ങളും സ്വഭാവങ്ങളും ധ്വനിപ്പിക്കുകയാണ് ശ്രീ.എം.ടി ചെയ്തത്. ഇതു പരോക്ഷമായി നിത്യതയോടുള്ള ആഭിമുഖ്യമാണു കാണിക്കുന്നത്. വത്സരങ്ങളുടെ സമൃദ്ധികൊണ്ടു പെരുകുകയും അഖിലഭൂതലത്തെ കീഴ്പ്പെടുത്തുകയും ചെയ്യുന്ന കാലത്തെ ശാന്തനിശ്ചലമായി കാണാനുള്ള പ്രേരണയാണ് ഇവിടെയുള്ളത്. തടാകത്തിലെ ജലംപോലെ നിശ്ചലമായി തളംകെട്ടിക്കിടക്കുന്ന കാലത്തെ മഞ്ഞിന്റെ ഘനീഭൂത സൗന്ദര്യമായി പല നിരൂപകരും വാഴ്ത്തിയിട്ടുണ്ട്. കാലവും കലാകാരന്റെ ബോധവും സൗന്ദര്യബോധപരമായൊരു അഭേദകല്പനയായി മാറുമ്പോഴാണ് കാലകല്പന ഒരു തീവ്രവികാരമായി മാറുന്നത്.

എം.ടിയുടെ നോവലുകളിലെല്ലാം തന്നെ കാലപൂരണം വളരെ വിദഗ്ദ്ധമായി നിർവ്വഹിക്കുന്നതു കാണാം. വിമലയുടെ ഹോസ്റ്റലിലെ കുട്ടികളെല്ലാം അവധിക്കാലത്ത് നാട്ടിൽ പോയിരിക്കയാണ്. വിമല ഹോസ്റ്റലിൽ നിന്നും പുറത്തേക്കിറങ്ങാൻ തയ്യാറെടുക്കുകയാണ്. പുറത്തിറങ്ങുംമുമ്പുള്ള കാലം, അതിനുവേണ്ടി തയ്യാറെടുക്കുന്ന അല്പനിമിഷങ്ങൾ, പൂരിപ്പിക്കാൻ നോവലിസ്റ്റു ശ്രമിക്കുന്നു:

"ആകാശം നരച്ചുവിളറിക്കിടക്കുകയാണ്. നേർത്തമഞ്ഞിൻ പടലങ്ങൾ അകലത്തെ പൈൻമരക്കാടുകൾക്കിടയിൽ ഊളിയിട്ടു കളിക്കുന്നു.

മരക്കൂട്ടങ്ങളും ആപ്പിൾത്തോട്ടങ്ങളും കടന്നാൽ, കാണുന്ന കുന്നുകൾ വെട്ടിത്തെളിയിച്ചു നഗ്നമാക്കിയിരിക്കുന്നു. ഡിസംബർ മാസത്തിൽ ഉച്ച നേരത്തു നിത്യവും ഈ ജാലകം തുറന്നിട്ട് കുറച്ചിട നോക്കി നിൽക്കാറുണ്ട്. നോക്കെത്തുന്നേടം മുഴുവൻ കുഴമഞ്ഞു മൂടിക്കിടക്കുന്നതു കാണാം."[9]

ചിന്തകൾ ഇത്രത്തോളമെത്തിയപ്പോൾ ആ മുറിയിൽ തനിക്കു മുമ്പുണ്ടായിരുന്ന പുഷ്പാസർക്കാരിനെക്കുറിച്ച് ഓർമ്മിക്കുന്നു. ആ ഓർമ്മകളിൽനിന്നു വീണ്ടും വർത്തമാനകാലത്തിലേക്കു തിരിച്ചുവരുന്നു. മാസങ്ങൾക്കുശേഷം പുറത്തു തെളിവുള്ള ഒരു സായാഹ്നം രൂപംകൊള്ളുമ്പോൾ വിമല ഹോസ്റ്റലിൽ നിന്നും പുറത്തേക്കിറങ്ങുന്നു.

"പതിവിനു വിപരീതമായി ഉച്ചയ്ക്കു തന്നെ മഞ്ഞിറങ്ങി... തടാകത്തിനു മീതേ പൂർണ്ണമായ ഒരാവരണം പോലെ വ്യാപിച്ചു."[10]

ഇവിടെ തടാകത്തെ പൂർണ്ണമായി മൂടിനിൽക്കുന്ന മഞ്ഞ് വർത്തമാനകാലത്തെ മൂടുന്ന ശക്തമായ ഭൂതകാലം തന്നെയാണ്.

"കടലാസ്സുപൂക്കൾ നിറം മങ്ങി വികൃതമായിരിക്കുന്നു. സൂര്യന്റെ ചിത്രമുള്ള ബാറ്ററിക്കമ്പനിക്കാരുടെ കലണ്ടർ ഇപ്പോഴും ജനുവരി മാസത്തെ കുറിക്കുന്നു. ഇന്നു തീയതി എത്രയാണ്? ഏപ്രിൽ പതിനൊന്ന്! ആ പുതിയ വർഷം ചലനമില്ലാതെ വെറുതെ നിലച്ചുനില്ക്കുന്നു.[11] പുതിയ വർഷത്തിലും അദ്ഭുതങ്ങളൊന്നും നടക്കില്ലെന്നു വിമലയ്ക്കറിയാം. നോവൽ അവസാനിക്കുമ്പോൾ, വിമലയുടെ യാത്രയുടെ തോണി അലസമായി എങ്ങോട്ടോ പോവുകയാണ്. അതു ലക്ഷ്യത്തിലെത്തുമോ എന്നു യാതൊരു തീർച്ചയുമില്ല. അടുത്ത സീസണിൽ നോക്കാം എന്ന് ഒഴുക്കൻ മട്ടിലുള്ള ഒരു മറുപടി മാത്രം.

എം.ടിയുടെ 'കാലം' എന്ന നോവലിൽ പേരു സൂചിപ്പിക്കുംപോലെ കാലത്തിനു വളരെയധികം പ്രാധാന്യമുണ്ട്. അതിലെ നായകൻ സേതുമാധവന്റെ ജീവിതത്തിൽ കുതിച്ചുപായുന്ന നദിപോലെയോ, റെയിൽപ്പാളങ്ങൾ കുലുക്കിക്കൊണ്ട് ശക്തിയായി പായുന്ന ട്രെയിൻപോലെയോ കാലം മുന്നോട്ടു കുതിക്കുകയാണ്. പുഴയും ട്രെയിനും ഈ നോവലിൽ വീണ്ടും വീണ്ടും കടന്നുവരുന്ന അർത്ഥതലങ്ങൾ സൃഷ്ടിക്കുന്ന ബിംബങ്ങളും, കാല്പനികപരിവേഷമുള്ള യാഥാർത്ഥ്യങ്ങളുമാണ്. കാലത്തോടൊപ്പം നീങ്ങാനോ, കാലത്തെ മറികടക്കാനോ സേതു ഒരുമ്പെടുമ്പൊഴെല്ലാം പുഴയും ട്രെയിനും പ്രത്യക്ഷപ്പെടാറുണ്ട്. ആദ്യം കലാലയ വിദ്യാഭ്യാസത്തിനായും പിന്നീട് ജോലിതേടിയും ഗ്രാമം വിട്ട് നഗരത്തിലെത്തുന്ന സേതു കാലത്തിന്റെ സേതുബന്ധനം തകർക്കുന്നവനാണ്. സേതുവിന്റെ അനുഭവപരമ്പരകളിലൂടെയാണ് മുഖ്യമായും എം.ടി കാലത്തിന്റെ വികൃതികൾക്ക് ഇരയാകുന്ന മനുഷ്യന്റെ സ്വപ്നങ്ങളും സ്വപ്നഭംഗങ്ങളും സന്ത്രാസങ്ങളും ഒക്കെ ചിത്രീകരിച്ചിട്ടുള്ളത്. മഞ്ഞിലെപ്പോലെ ഇവിടെ കാലം തളംകെട്ടി നില്ക്കുന്നില്ല. ഓരോ നിമിഷത്തിലും

പ്രതീക്ഷയുണ്ട്. കാലത്തിന്റെ അതിരുകൾ പൊട്ടിക്കാൻ സേതുവിന്റെ മനസ്സ് പറന്നുയരുന്നുണ്ട്.

"പുതിയ അനുഭവങ്ങൾ തേടിയുള്ള യാത്ര, അകന്നകന്നുപോകുന്ന അംബരാന്തങ്ങൾ ലക്ഷ്യമാക്കി സാഹസികമായ പറക്കൽ, ഇത് കാലത്തെ അതിജീവിക്കാനോ പിന്നിലാക്കാനോ ഉള്ള ത്വര തന്നെ."[12]

എം ടിക്ക് കാലത്തോടുള്ള സമീപനത്തിനു തുല്യമാണ് രാജലക്ഷ്മിയുടെ സമീപനവും. ഇരുവരുടെയും കാലസങ്കല്പങ്ങൾ ഏതാണ്ട് സമാനമാണെന്നു പറയാം. രാജലക്ഷ്മിയുടെ ഒരു വഴിയും കുറെ നിഴലുകളും എന്ന നോവലിൽ കഥ നടക്കുന്നത് ഇരുപതുവർഷങ്ങളുടെ ഇടവേളയിലാണ്. അതായത് നോവലിൽ ആകെയുള്ള കാലപരിധി ഇരുപതു വർഷങ്ങൾ. നായികയുടെ അഞ്ചുവയസ്സുമുതൽ പതിനഞ്ചുവയസ്സുവരെയുള്ള കാലഘട്ടം സ്കൂൾ വിദ്യാഭ്യാസത്തിന്റെയും, പതിനഞ്ചു മുതൽ ഇരുപതുവരെ കോളേജ് വിദ്യാഭ്യാസത്തിന്റെയും കാലഘട്ടമാണ്. സ്വപ്നങ്ങളും പ്രതീക്ഷകളും കാമുകനായ അപ്പേട്ടനോടുള്ള പ്രണയവുമൊക്കെയായി ഗ്രാമത്തിൽ കഴിച്ചുകൂട്ടിയ കാലമാണ് ആദ്യത്തേത്. അതു സാവധാനം പ്രവഹിക്കുന്ന കാലമായിരുന്നു. എന്നാൽ, അതിൽ നിന്നും നാഗരികജീവിതത്തിന്റെ തിരക്കുകളിലേക്കും കോളേജ് അന്തരീക്ഷത്തിലെ ഉല്ലാസപ്രദമായ കാലഘട്ടത്തിലേക്കും എന്തും പിടിച്ചടക്കാനുള്ള ഭ്രാന്തമായ ആവേശവുമായി മുന്നോട്ടുപോയപ്പോൾ, അവിടെ കാലം ദ്രുതഗതിയിൽ കുതിക്കുന്നു, കാലത്തെ ചവിട്ടിമെതിച്ച് മുന്നേറാനുള്ള ഒരു ശ്രമമാണ് ഇവിടെ നായികയായ രമണിയുടെ ഭാഗത്ത് കാണുന്നത്. പക്ഷേ, എല്ലാം നഷ്ടപ്പെട്ട് ഗ്രാമത്തിൽ തിരിച്ചെത്തിയതിനുശേഷമുള്ളകാലം, ശൂന്യതയുടെയും,അകർമ്മണ്യതയുടെയും നിരാശയുടെയും, ദുഃഖത്തിന്റെയും കാലമാണ്. ഇവിടെ പ്രതീക്ഷകളും സ്വപ്നങ്ങളുമൊന്നുമില്ല. സഞ്ചരിക്കാൻ പൂവിരിച്ച പാതകളുമില്ല. മുള്ളുകൾമാത്രം നിറഞ്ഞ വിജനമായ വഴി. കാലമിവിടെ നിശ്ചലമായിപ്പോകുന്നു. വഴിമുട്ടി നിൽക്കുന്ന നായികയ്ക്ക് ഇനി ചെയ്യാൻ ഒന്നു മാത്രമേയുള്ളു. ക്ഷയരോഗിയായ അപ്പേട്ടനെ ശുശ്രൂഷിക്കുവാൻ വേണ്ടി ജീവിതം ഹോമിക്കുക. ചെറിയമ്മയുടെ പിന്നാലെ രമണി അവരുടെ വീട്ടിലേക്കു നടക്കുമ്പോൾ കാലം പിന്നിലേക്കു നടക്കുന്നു. അവളുടെ ഓർമ്മകളും! അപ്പേട്ടനൊപ്പം കഴിച്ചുകൂട്ടിയ ഭൂതകാലജീവിതത്തിൽ അവൾ എത്തിച്ചേരുന്നു. ഇടക്കാലത്ത് ഒട്ടൊരു മറവിയിൽ നിക്ഷേപിച്ചിരുന്നതാണ് ആ കാലം. ഇന്ന് അവിടേക്ക് രമണി പൂർവ്വാധികം ശക്തിയോടെ തിരിച്ചെത്തുന്നു. കാലത്തിന്റെ ഇടവേളകൾ വളരെ ഭംഗിയായി പൂരിപ്പിക്കുവാൻ കാലത്തിന് സ്വച്ഛന്ദമായ വഴിയൊരുക്കുവാൻ രാജലക്ഷ്മിക്ക് ഈ നോവലിൽ നിഷ്പ്രയാസം കഴിഞ്ഞിട്ടുണ്ട്. അത്തരം സന്ദർഭങ്ങൾ പലതും ഉദാഹരിക്കുവാൻ സാധിക്കും. വീട്ടിൽ നിന്നും അച്ഛനോടൊപ്പം യാത്ര തിരിച്ച് ഹോസ്റ്റലിൽ എത്തും വരെയുള്ള സമയം രാജലക്ഷ്മി എങ്ങനെ പൂരിപ്പിക്കുന്നു എന്നു നോക്കാം:

“അച്ഛൻ പിന്നെയും വിളിച്ചു.....

അവൾ ഇറങ്ങിച്ചെന്നു. ചെറിയമ്മ കുട്ടിയേയും എടുത്തു പടിവരെ കൂടെ വന്നു. യാത്ര പറയാൻ നാക്കു പൊങ്ങിയില്ല. അവൾ പടികടന്ന് അച്ഛന്റെ പിന്നാലെ നിഴൽപോലെ നീങ്ങി. ചറുപിറുന്നനെ ചാറ്റൽമഴ വീണു കൊണ്ടിരുന്നു. കുന്നിന്റെ മുകളിലെത്തി അവൾ പടിഞ്ഞാട്ടൊന്നു നോക്കി. നീലരേഖ കാണാനില്ല. ആകെ ഇരുണ്ടിരിക്കുകയാണ്. താൻ ഇറങ്ങുന്ന ദിവസം മാനം മുഖം വീർപ്പിക്കുകയാണോ? കാവിന്റെ നടയ്ക്കലെ ആലിൻചുവട്ടിൽ അവർ കാത്തു നിന്നു.

ബസ്സു വന്നപ്പോൾ അച്ഛൻ കൈ കാണിച്ചു നിർത്തി. അവൾ കയറി. അകം മുഴുവൻ ചളിപിളി വൃത്തികേടായി കിടക്കുകയാണ്. സ്ത്രീകൾക്കിരിക്കാൻ പ്രത്യേക സ്ഥലമുണ്ട്. വേറൊരു സീറ്റു ചാടിക്കടന്നുവേണം അങ്ങോട്ടു കേറാൻ.

മുഴുവൻ മഴവെള്ളം ചോർന്നു വീണ് നനഞ്ഞു കിടക്കുകയാണ്. വണ്ടി ഇരമ്പിനീങ്ങി...

അറ്റത്താണെങ്കിൽ പുറത്തേക്കു നോക്കിയെങ്കിലും ഇരിക്കാമായിരുന്നു. ഇതു നടുക്കാണു സ്ഥലം കിട്ടിയത്. അടുത്തിരിക്കുന്ന ഉമ്മ എങ്ങോട്ടാണു പോകുന്നതെന്നു ചോദിച്ചത് കേട്ടില്ലെന്നു നടിച്ചു. മഴ വെള്ളം തുള്ളിതുള്ളിയായി വലത്തെ തോളത്ത് ഇറ്റുവീണു. നീങ്ങിയിരിക്കാൻ സ്ഥലമില്ല. അവസാനം എത്തി ഇറങ്ങാറായപ്പോഴേക്കും മഴ ഒന്നു നിലച്ചു. കൂലിക്കാരനെക്കൊണ്ട് സാമാനം എടുപ്പിച്ച് അവർ തീവണ്ടി സ്റ്റേഷനിലേക്കു നടന്നു. അവിടേയും കാത്തു നില്ക്കേണ്ടി വന്നു. അര മണിക്കൂർ. ഒടുവിൽ, പുക തുപ്പിക്കൊണ്ട് വണ്ടി വന്നു. ആദ്യമായി കയറുകയാണ്. പക്ഷേ അതിന്റെ രസമൊന്നും തോന്നിയില്ല അപ്പോൾ. മുറി നിറച്ച് ആളുണ്ട്. ഒരു മൂലയിൽ അവൾക്കിരിക്കാൻ അച്ഛൻ സ്ഥലമുണ്ടാക്കിക്കൊടുത്തു. അവൾ പുറത്തേക്കു നോക്കിയിരുന്നു. പാടവും, തോട്ടവും കാടും മൊട്ടപ്പറമ്പും മാറിമാറിവന്നു. നിന്നു ചുറ്റും നോക്കാൻ സമയമില്ലാതെ ധൃതിയിൽ പായുകയാണ്. കൽക്കരിപ്പൊരി പറന്നുവന്ന് കണ്ണിൽ വീണു. എന്നാലും അവൾ ജനാലയ്ക്കൽ നിന്നു തല വലിച്ചില്ല.

അവർക്ക് ഇറങ്ങേണ്ട സ്ഥലമായപ്പോഴേക്കും മുറിയിൽ വിളക്കു കത്തിച്ചിരുന്നു.

പോർട്ടർ വന്നു സാമാനമെടുത്തു. ചെമപ്പും നീലയും വരകളുള്ള ജവുക്കാളത്തിൽ പൊതിഞ്ഞ കിടക്കയും നീലപ്പെട്ടിയും പോർട്ടർ കൊണ്ടുവന്ന് ഒരു റിക്ഷയിൽ വച്ചു.

അച്ഛൻ അവളോടു കയറിക്കൊള്ളാൻ പറഞ്ഞു. ഒരു മനുഷ്യൻ റിക്ഷയുടെ കൈ പിടിച്ചു പൊക്കി.

തിരക്കു നിറഞ്ഞ വഴിയിലൂടെ വലിച്ചുകൊണ്ടോടി...

കറുത്തനാട വിരിച്ചതുപോലെ അവസാനമില്ലാതെ നീണ്ടു നീണ്ടു പോകുന്ന വഴി.

അവൾ തിരിഞ്ഞു നോക്കി. അച്ഛൻ വരുന്നില്ലേ...?

ഉണ്ട്. തൊട്ടുപിന്നിൽത്തന്നെ വേറൊരു റിക്ഷയിലുണ്ട്.

നാൽക്കവലയിൽ വട്ടത്തിൽ ഒരു കൂട്ടിനകത്ത് ഒരു പൊലീസുകാരൻ നിന്നു കൈക്രിയ കാണിക്കുന്നു.

കൃത്രിമത്വം ചുവയ്ക്കുന്ന ഒരു അരണ്ട നീലവെളിച്ചമാണ് റോഡു മുഴുവൻ. നീല വെളിച്ചത്തിന്റെ ചുവട്ടിൽക്കൂടി പോയപ്പോൾ, ഉടുത്തിരുന്ന സാരിക്കു കൂടി നിറം മാറിയതുപോലെ തോന്നി.

വലതുവശത്തെ രണ്ടുനില കെട്ടിടത്തിന്റെ മുമ്പിൽ, അഗ്ന്യക്ഷരങ്ങളിലാണ് ഒരു ഹോട്ടലിന്റെ പേർ എഴുതിവച്ചിരിക്കുന്നത്.

അങ്ങോട്ടും ഇങ്ങോട്ടും ഇരമ്പിപ്പായുന്ന കൂറ്റൻ വണ്ടികളുടെ ഇടയിൽക്കൂടി ചടച്ച് എല്ലുന്തിയ മനുഷ്യൻ അവളെ വലിച്ചുകൊണ്ടു നീങ്ങി.

മൃഗങ്ങളെപ്പോലെ മനുഷ്യരെ പൂട്ടുന്ന വണ്ടികൾ ഉണ്ടെന്നു കേട്ടിട്ടേയുള്ളു. വണ്ടി പടിക്കൽ വന്നു നിന്നു.

സാധാരണയിൽ നിന്ന് രണ്ടടികൂടി ഉയർന്നു നിൽക്കുന്ന മതിൽ!

മതിലിന്നു മുകളിൽ നിരക്കെ എന്തോ കുത്തി നിർത്തിയിട്ടുണ്ട്.

അവൾ കുറച്ചു നീങ്ങി സൂക്ഷിച്ചുനോക്കി. ഉടഞ്ഞ കുപ്പിക്കഷണങ്ങൾ!

മുന മുകളിലേക്കായി കുപ്പിച്ചില്ലുകൾ തറച്ചിരിക്കുകയാണ് എല്ലായിടത്തും. അച്ഛനും വന്നിറങ്ങി.

ഒരു വലിയ പൂമുഖത്തേക്കാണവർ ചെന്നു കയറിയത്.

റിക്ഷക്കാരൻ പെട്ടിയും കിടക്കയും ഇറയത്തു കൊണ്ടുവന്നുവെച്ച് കൂലിയും വാങ്ങിപ്പോയി. കുറച്ചുനേരം നിന്നപ്പോഴേക്കും ഒരു വേലക്കാരൻ വന്നു.

അച്ഛൻ അയാളോടെന്തോ പറഞ്ഞയച്ചു.

മുറ്റം മുഴുവൻ വരിവരിയായി ചെടികൾ നട്ടിട്ടുണ്ട്.

എവിടെ നിന്നോ മുല്ലപ്പൂവിന്റെ വാസന പാറി വന്നു.

അവൾ ചുഴിഞ്ഞു നോക്കി.

ഒന്നും വ്യക്തമായി കാണാൻ വയ്യ. ആ ഇരുട്ടത്ത് ഏതു കോണിലാണ് മുല്ല പൂത്തു നിൽക്കുന്നത്.

വെളുത്ത സാരിയുടുത്ത് കണ്ടാൽ അധികം പ്രായം തോന്നിക്കാത്ത സ്ത്രീ അകത്തുനിന്ന് ഇറങ്ങിവന്ന് അച്ഛനോട് എന്തൊക്കെയോ സംസാരിച്ചു.

"ഫസ്റ്റ് ഗ്രൂപ്പ് അല്ലേ? നാളെയാണല്ലോ ഇന്റർവ്യൂ"

അവസാനം അവർ അവളുടെ നേരെ തിരിഞ്ഞു.

"അതെ" എന്നു മാത്രം അവൾ ഉത്തരം പറഞ്ഞു.

"രാമൻ നായരെ" അവർ കുറച്ചുമാറി നിന്നിരുന്ന വേലക്കാരനെ വിളിച്ചു.

"ദേ ഈ പെട്ടിയെടുത്ത് അങ്ങേയറ്റത്തെ മുറിയിൽ കൊണ്ടുചെന്നു വെക്കൂ. ആ കോണിയുടെ ഇപ്പുറത്തെ മുറിയിൽ."

"എന്നാൽ, ഇപ്പോൾ ഞാൻ നില്ക്കട്ടെ! നേരം ഒരുപാടായി" അച്ഛൻ ചോദിച്ചു.

"നാളെ വരാം മണീ, ഞാൻ ഇപ്പോൾ ഇറങ്ങുകയാണ്. ഒന്നുകൂടി നിന്നെ വന്നു കണ്ടിട്ടേ പോവുള്ളു."

അച്ഛൻ പോയ വഴിയെ നോക്കി അവളവിടെത്തന്നെ നിന്നു.

"ഇങ്ങനെ ഇവിടെ നില്ക്കേണ്ട. വരൂ ഞാൻ തന്നെ കാണിച്ചുതരാം മുറി."

അകത്തെ വരാന്തയിൽക്കൂടി അവരുടെ പിന്നാലെ അവൾ നടന്നു..."[13]

രമണി വീട്ടിൽനിന്നും തിരിച്ച് ഹോസ്റ്റലിൽ എത്തിച്ചേർന്നു എന്നു മാത്രം പറഞ്ഞാൽ മതിയാവും. ആ സ്ഥാനത്താണ് ഇത്രയും നീണ്ട സംഭവങ്ങൾ, സ്ഥലങ്ങൾ, കാഴ്ചകൾ എല്ലാം കൺമുമ്പിൽ കാണും പോലെ വർണ്ണിച്ചിരിക്കുന്നത്. വീട്ടിൽ നിന്നും ഹോസ്റ്റലിലെത്താൻ കുറെ സമയം വേണം. അത്രയും സമയം പൂരിപ്പിക്കുവാൻ വേണ്ടിയാണ് നോവ ലിസ്റ്റ് ഇത്രയും കാര്യങ്ങൾ ഇവിടെ വിവരിച്ചത്. രമണിയുടെ കൺമുന്നി ലൂടെ കടന്നുമറയുന്ന കാഴ്ചകൾ, ഇന്ദ്രിയങ്ങളിലൂടെ അനുഭവവേദ്യമായ ചിത്രങ്ങൾ! സിനിമയിലും നാടകത്തിലുമൊക്കെ വിജയകരമായി പരീ ക്ഷിച്ച കാലൈക്യം , ക്രിയൈക്യം, സ്ഥലൈക്യം (ഐക്യത്രയം) എന്നിവ യാണ് ഇവിടെ പരീക്ഷിച്ചിട്ടുള്ളത്. ദൃശ്യ, ശ്രാവ്യ, സ്പർശ ചിത്രങ്ങളി ലൂടെ നോവലിസ്റ്റ് അതു കൂടുതൽ വ്യക്തമാക്കുന്നു. ഈ നോവലിൽ തന്നെ കാലപൂരണത്തെ കാണിക്കുന്ന ഇതുപോലെയുള്ള സന്ദർഭങ്ങൾ പലതുമുണ്ട്.

രാജലക്ഷ്മിയുടെ നോവലുകളിൽ മാത്രമല്ല, ചെറുകഥകളിലും കാല പ്രവാഹം വളരെ സൂക്ഷ്മമായും സുന്ദരമായും ആവിഷ്കരിക്കുന്നുണ്ട്. 'ഒരദ്ധ്യാപിക ജനിക്കുന്നു' എന്ന കഥയും 'ചരിത്രം ആവർത്തിക്കുന്നില്ല' എന്ന കഥയും ഇതിന് ഏറ്റവും നല്ല ഉദാഹരണങ്ങളാണ്. ഒരദ്ധ്യാപിക ജനിക്കുന്നു എന്ന കഥയിലെ നായിക ഇന്ദിര വീട്ടിൽ നിന്നിറങ്ങി സ്കൂളി ലെത്തുംവരെയുള്ള സമയം പൂരിപ്പിക്കുന്നത് അവരുടെ ഭൂതകാലസ്മൃതി കളിലൂടെയാണ്. കോളേജിൽ വച്ചുള്ള സംഭവങ്ങളും രവിയുമായുള്ള പ്രണയരംഗങ്ങളും സംഭാഷണങ്ങളുമാണ് ചിത്രീകരിക്കുന്നത്.

"ക്ളാസ് നടന്നുകൊണ്ടിരിക്കുമ്പോൾ. മാസ്റ്റർമാരുടെ, കണ്ടാൽ ചിരി അടക്കാൻ പറ്റാത്ത കാർട്ടൂണുകൾ വരച്ച് പെൺകുട്ടികളുടെ വശ ത്തേക്ക് പിന്നിൽക്കൂടി എങ്ങനെയെങ്കിലും എത്തിക്കാറുള്ള രവി,

പെൺകുട്ടികളുടെ ജീവനായിരുന്ന രവി, അന്ന് ക്രിക്കറ്റുകളിക്കുമ്പോൾ, മൂക്കത്തു ബോൾ കൊണ്ട് എന്തോ തകരാറ് പറ്റി വീട്ടുകാർ മദിരാശിക്ക് ഏറോപ്ലേനിൽ കൊണ്ടുപോയ ദിവസം എത്ര പിള്ളേരാണ് കരഞ്ഞത്.

എന്തെല്ലാം കഥകളാണ് അന്നു പറഞ്ഞ് പരത്തിയിരുന്നത്. രവിയുടെ മൂക്കുപോയി എന്നൊരു കൂട്ടർ പ്ലാസ്റ്റിക് സർജറിക്കാണ് കൊണ്ടുപോയിരിക്കുന്നതെന്നു വേറൊരു കൂട്ടർ. എന്തൊരു ബഹളമായിരുന്നു. ഒരാഴ്ചയ്ക്കുള്ളിൽ അതേ കിളിമൂക്കും വികൃതിച്ചിരിയുമായി രവി മടങ്ങി വന്നു. ആ കോളേജിലെ ഏത് ഇളക്കക്കാരി സുന്ദരി വേണമെങ്കിലും രവി കൈയൊന്നു ഞൊടിച്ചാൽ പിറകെ നടക്കുമായിരുന്നു.

എന്നിട്ടും രവി–

രവീ–

അന്നു ക്രിസ്തുമസ്സിന് കോളേജടയ്ക്കുന്ന ഇടയ്ക്ക് ഒരു ഇരട്ടപ്പായ ക്കടലാസ്സ്, കുട്ടികൾ പരീക്ഷയ്ക്കു കോപ്പി അടിക്കാൻ ഡാപ്പ് കൊണ്ടു വരുന്ന മാതിരി അര ഇഞ്ച് വീതിയിൽ റിബ്ബൺ പോലെ വെട്ടി അതു നിറച്ച് കുനുകുനെ Many happy returns of the day എന്നെഴുതി മടക്കി മടക്കി ഈർക്കിലി വണ്ണത്തിലാക്കി കൈയിൽ തന്നത്–

തന്റെ പിറന്നാളായിരുന്നു

എങ്ങനെ കണ്ടുപിടിച്ചോ എന്തോ.....?

എന്തെല്ലാമാണ് രവി കാണിച്ചിട്ടുള്ളത്.

സാധാരണ മനുഷ്യർ ചെയ്യാത്ത പ്രവൃത്തികൾ...”[14]

ഇന്ദിരയുടെയും രവിയുടെയും പ്രണയജീവിതത്തിലെ കഴിഞ്ഞകാല സംഭവങ്ങൾ ആസ്വാദകരുടെ മനസ്സിൽ യവനിക നീക്കി കാണിക്കുന്നു എന്നു മാത്രമല്ല, ഭൂതകാലവും വർത്തമാനകാലവും കൂടി സമന്വയിപ്പി ക്കുവാൻ വേണ്ടി ഭൂതകാല സംഭവങ്ങളെ വർത്തമാനസംഭവങ്ങളിൽ കൊണ്ടുവന്നു കൂട്ടിമുട്ടിക്കുക കൂടി ചെയ്യുന്നു. സ്മരണകളുടെ ലോക ത്തേക്കു തിരിച്ചു പോകുന്ന ഇന്ദിര തിരികെ വർത്തമാനത്തിലെത്താൻ അല്പസമയമെടുക്കുന്നു. ആ ഇടവേളയിലെ വിഹ്വലതയാണ് കഥയുടെ ജീവൻ. അവസാനം അതിൽ നിന്നെല്ലാം മോചനം പ്രാപിക്കുന്നതോടെ കഥയ്ക്ക് അതൊരു വഴിത്തിരിവായിത്തീരുന്നു.

‘ചരിത്രം ആവർത്തിക്കുന്നില്ല’ എന്ന കഥയിൽ ഒരു എൻജിനീയറാണ് കഥാനായകൻ. അയാളെ കാണാൻ ജാമാതാവായി വരാൻ പോകുന്ന ഡോക്ടർ ഓഫീസിൽ വരുന്നതും തന്റെ പ്രണയകഥ പറഞ്ഞ് തന്നെ ആ വിവാഹത്തിൽ നിന്ന് ഒഴിവാക്കണമെന്ന് അപേക്ഷിക്കുന്നതുമാണ് കഥ. ഡോക്ടറുടെ പ്രണയകഥ കേൾക്കുമ്പോൾ അതു തന്റെ ജീവിത വുമായി സാദൃശ്യമുള്ള കഥയാണെന്ന് എൻജിനീയർ മനസ്സിലാക്കുന്നു. അതോടെ അയാളുടെ മനസ്സ് ഭൂതകാലത്തിലേക്ക് പറക്കുന്നു. കാമുകി ലീലയുടെ സ്മരണകളിൽ അയാൾ മുഴുകുന്നു. ഡോക്ടർ എന്തെങ്കിലും

സംസാരിക്കുമ്പോൾ, മനസ്സു വീണ്ടും വർത്തമാനകാലത്തിലേക്കു തിരിച്ചുവരുന്നു. ഇങ്ങനെ ഭൂതവർത്തമാനങ്ങളിൽ അതിവേഗം സഞ്ചരിക്കുന്ന മനസ്സിന്റെ ചാഞ്ചാട്ടം അതിമനോഹരമായി ചിത്രീകരിക്കുന്ന ഈ കഥ രാജലക്ഷ്മിയുടെ കാലബോധത്തിന് ഒന്നാന്തരമുദാഹരണമാണ്. 'ഹാൻഡ് കർച്ചീഫ്' എന്ന കഥയും ഇതുപോലെ ഫ്ളാഷ്ബാക്കായി പ്രണയകഥ അവതരിപ്പിക്കുന്നതാണ്. പിറന്നാൾ സമ്മാനമായി തപാലിൽ കിട്ടുന്ന കർച്ചീഫുകളാണ് അവളുടെ പ്രണയകഥയെ ഉണർത്തുന്നത്. അതോടെ അവളുടെ മനസ്സിന്റെ ചുവരുകളിൽ ഭൂതകാലം തെളിഞ്ഞു വരികയാണ്. കൗമാരപ്രായത്തിൽ സംഭവിച്ച ഒരു പ്രണയമാണ് കേട്ടറിവുമാത്രമുള്ള ഒരു വ്യക്തിയോടു തോന്നിയ ശക്തമായ പ്രണയം. എന്നാൽ ആ പ്രണയത്തിന്റെ പ്രതീകമായ കർച്ചീഫുകൾ കൈമാറാൻ അവളുടെ അമ്മ സമ്മതിച്ചില്ല. അങ്ങനെ പ്രണയം അകാലത്തിൽ പൊലിഞ്ഞുപോകുന്നു. ആ കർച്ചീഫുകൾ കൈമാറിയിരുന്നെങ്കിൽ കാമുകന്റെ ജീവൻ രക്ഷിക്കുവാൻ തനിക്കു കഴിയുമായിരുന്നു എന്ന് അവൾ ദൃഢമായി വിശ്വസിക്കുന്നു. തനിക്കു കാമുകനെ രക്ഷിക്കുവാൻ കഴിയാത്തതിൽ അവൾ ജീവിതകാലം മുഴുവൻ വേദനിക്കുകയാണ്. ജീവിതത്തിലെ ഒരു പ്രത്യേക സന്ദർഭത്തിൽ ആ ദുഃഖകരമായ ഓർമ്മകൾ വീണ്ടും അവളെ വേട്ടയാടുകയാണ്. ഇവിടെയും രാജലക്ഷ്മിയുടെ കാലബോധം അസാധാരണപാടവത്തോടെ ചുരുൾ നിവരുന്നു. ഭൂതവർത്തമാനങ്ങളെ പരസ്പരം ബന്ധിപ്പിക്കുന്നതിൽ ഈ എഴുത്തുകാരി വിജയം കൈവരിച്ചിരിക്കുന്നു.

മലയാളത്തിൽ പില്ക്കാല കവിതകളിലും നോവലുകളിലും കാലസങ്കല്പം വീണ്ടും ജീവൻ വയ്ക്കുന്നു. അയ്യപ്പപ്പണിക്കരുടെ കുരുക്ഷേത്രം, ചെറിയാൻ കെ.ചെറിയാന്റെ പാലാഴി മഥനം, വൈലോപ്പിള്ളിയുടെ ഉജ്ജ്വലമുഹൂർത്തം, ഊഞ്ഞാലിൽ തുടങ്ങിയ കവിതകളിൽ ഭൂതകാലത്തിലേക്കും വർത്തമാനകാലത്തിലേക്കും ദ്രുതഗതിയിലുള്ള പ്രയാണം കാണാം. വിലാസിനിയുടെ നോവലുകൾ, പാറപ്പുറത്തിന്റെ അരനാഴികനേരം, പി.കെ.ബാലകൃഷ്ണന്റെ ഇനി ഞാൻ ഉറങ്ങട്ടെ എന്നീ നോവലുകളിലും കാലത്തിന്റെ മുന്നോട്ടും പിറകോട്ടുമുള്ള ഊയലാട്ടം അതീവ ഹൃദ്യമായിത്തന്നെ ചിത്രീകരിച്ചിട്ടുണ്ട്.

വ്യക്തിജീവിതത്തിലും സാമൂഹികജീവിതത്തിലും അഭിവ്യക്തമാകുന്ന കാലത്തിന്റെ മൂന്നവസ്ഥകളിൽ ഏറ്റവും പ്രധാനമായിട്ടുള്ളത് ഭൂതകാലമാണ്. മനുഷ്യന്റെ എല്ലാവിധ പുരോഗതിയുടെയും അടിസ്ഥാനം ഭൂതകാലത്തിന്റെ അസ്തിത്വമാണ്. ഭൂതകാലമില്ലായിരുന്നെങ്കിൽ, മനുഷ്യനും മൃഗവും തമ്മിൽ വലിയ വ്യത്യാസമുണ്ടാകുമായിരുന്നില്ല. ആശയങ്ങളായും സംഭവങ്ങളായും വസ്തുക്കളായും ലോകത്തിൽ ഇന്നുവരെ ശേഖരിച്ചു സൂക്ഷിച്ചിട്ടുള്ള എല്ലാ അറിവുകളും ഭൂതകാലത്തിന്റേതാണ്. അതുകൊണ്ടാണ് ഭൂതകാലം ചരിത്രമാകുന്നത്. തലമുറകളുടെ ചങ്ങലയിലെ കണ്ണികൾ എന്ന നിലയിൽ മനുഷ്യാസ്തിത്വങ്ങളെ

നിലനിർത്തുന്നത് ഭൂതകാലമാണ്. മനുഷ്യന്റെ സാമൂഹികമായ അസ്തിത്വത്തിന് നൈരന്തര്യം ലഭിക്കുന്നതും വർത്തമാനകാലത്തിന് അസ്തിത്വം ലഭിക്കുന്നതും ഭൂതകാലത്തിലൂടെയാണ്. "മനുഷ്യന് ഒരു ഭൂതകാലമുണ്ട് എന്നതും എത്ര വിദൂരത്തിലായാലും ആ ഭൂതകാലവുമായി നിരന്തരം ബന്ധം സ്ഥാപിക്കാൻ അവനു കഴിയുന്നു എന്നതുമാണ് ഈ പ്രപഞ്ചത്തിൽ മനുഷ്യന്റെ വ്യതിരിക്തമായ വ്യക്തിത്വത്തെ യാഥാർത്ഥ്യമാക്കുന്നത്."[15]

ജീവിതത്തിന്റെ ഭാവനാപരമായ പുനഃസൃഷ്ടിയാണ് സാഹിത്യത്തിലെ ജീവിതം. അതിനാൽ സാഹിത്യം കാലത്തിന്റെ പുനഃസൃഷ്ടിയാണ്. സാഹിത്യത്തിൽ പുനഃസൃഷ്ടിക്കപ്പെടുന്ന കാലം യഥാർത്ഥത്തിലുള്ള കാലമല്ല. ഭാവനാസൃഷ്ടമായ കാലം മാനസികകാലമാണ്.

---

1. കെ.പി. അപ്പൻ- സമയപ്രവാഹവും സാഹിത്യകലയും, ഡി.സി.ബുക്സ്, കോട്ടയം -പേജ് 131
2. മാറുന്ന മലയാള നോവൽ- കെ.പി. അപ്പൻ, ഗൗതമ പബ്ലിക്കേഷൻസ്, ആലപ്പുഴ
3. ജെ.എ.ക്യൂഡൻ- Dictionary of Literary Terms and Literary Theory
4. A.F Scott-Current Lierary Terms
5. ഡോ. സോമൻ നെല്ലിവിള, 'സ്ഥലം, കാലം, ചെറുകഥ', കറന്റ് ബുക്സ്, തൃശ്ശൂർ പേജ് 140.
6. അതിൽത്തന്നെ - പേജ് 141
7. അതിൽത്തന്നെ -പേജ് 155
8. സമയപ്രവാഹവും സാഹിത്യകലയും- കെ.പി. അപ്പൻ, ഡി.സി.ബുക്സ്, കോട്ടയം പേജ് -131
9. എം.ടി.വാസുദേവൻ നായർ- മഞ്ഞ്, കറന്റ് ബുക്സ്, തൃശ്ശൂർ പേജ് 78, അതിൽത്തന്നെ പേജ് 78
10. അതിൽ തന്നെ പേജ് 78
11. അതിൽതന്നെ പേജ്. 22
12. കാലം,കല,കലാകാരൻ- ജി. എൻ.പണിക്കർ - എം.ടി കഥയും പൊരുളും- കറന്റ് ബുക്സ്, തൃശ്ശൂർ പേജ് - 258
13. ഒരു വഴിയും കുറെ നിഴലുകളും - രാജലക്ഷ്മി, കറന്റ് ബുക്സ്,തൃശ്ശൂർ
14. ഒരദ്ധ്യാപിക ജനിക്കുന്നു-രാജലക്ഷ്മിയുടെ കഥകൾ, കറന്റ് ബുക്സ്, തൃശ്ശൂർ
15. ഡോ. സോമൻ നെല്ലിവിള- സ്ഥലം,കാലം, ചെറുകഥ - കറന്റ് ബുക്സ്, തൃശ്ശൂർ പേജ് 127,128

പതിമ്മൂന്ന്

ആത്മനിമന്ത്രണം

സ്ത്രീയുടെ തീക്ഷ്ണാനുഭവങ്ങളെ സ്ത്രീയുടെ വീക്ഷണത്തിലൂടെ സ്വാനുഭവങ്ങളാക്കി മാറ്റി സ്വയം കഥപറയുമ്പോൾ, ഓരോ കഥയും രാജലക്ഷ്മിക്ക് ആത്മഭാഷണങ്ങളായി മാറുന്നു. സ്ത്രീയുടെ ഭാഷയിലൂടെ പറയുന്ന ഈ കഥകൾ സ്വഗതാഖ്യാനങ്ങളുമാണ്. ആയിരത്തിത്തൊള്ളായിരത്തി നാല്പത്തിനാലിൽ സരസ്വതിയമ്മ എഴുതിയ നീണ്ടകഥ 'പ്രേമഭാജന'ത്തിൽ അനിയത്തിയുടെ ഓർമ്മകളിലൂടെയാണ് ചേച്ചിയെക്കുറിച്ചുള്ള കഥ ഇതൾവിരിയുന്നത്. ആ ഓർമ്മകൾക്ക് ഒരു തുടർച്ചയുണ്ട്. ഒന്നിന്റെ ബാക്കിയാണ് മറ്റൊന്ന്. എന്നാൽ, രാജലക്ഷ്മിയുടെ കഥാപാത്രങ്ങളുടെ ഓർമ്മകൾ അങ്ങനെയല്ല. അത് ഒന്നിൽ നിന്ന് മറ്റൊന്നിലേയ്ക്ക് വഴിമാറിപ്പോവുകയാണ്. ഒരു ചിന്തയിൽ നിന്ന് വളരെ വ്യത്യസ്തമായ മറ്റൊരു ചിന്തയിലേയ്ക്കായിരിക്കും പലപ്പോഴും അതിന്റെ ഗതി. അതിനാൽത്തന്നെ ഈ ആഖ്യാനരീതി അവർ സരസ്വതിയമ്മയിൽ നിന്നു സ്വീകരിച്ചതാവണമെന്നില്ല. വൈദേശിക സാഹിത്യവുമായി അവർക്കുണ്ടായിരുന്ന നിരന്തര സമ്പർക്കത്തിൽ നിന്നാവാം ഇങ്ങനെ ഒരവതരണ ശൈലി അവർ സ്വായത്തമാക്കിയത്. അവർ പഠിച്ചിരുന്ന കോളേജിന്റെ ലൈബ്രറിയിൽ അവർ വായിക്കാത്ത ഒരൊറ്റ ഇംഗ്ലീഷ് നോവലുപോലുമുണ്ടായിരുന്നില്ലെന്ന് സഹപാഠിയായ ഡോ.എം.ലീലാവതി ചൂണ്ടിക്കാണിച്ചിട്ടുണ്ട്.

"ഇന്റർമീഡിയറ്റിന് പഠിക്കുന്ന കാലത്തു തന്നെ
ഒട്ടുവളരെ ഇംഗ്ലീഷ് നോവലുകൾ
അവർ വായിച്ചുകഴിഞ്ഞിരുന്നുവെന്നറിയാം.
അന്നു സതീർത്ഥ്യകളിൽ പലരും
അസൂയകൊണ്ടിട്ടുമുണ്ട്.
വായനയുടെ കാര്യത്തിൽ ഒരിക്കലും
ക്ഷുത്തടങ്ങാത്ത പ്രകൃതമായിരുന്നു അവരുടേത്.
ആ ശീലം തുടർന്നുപോയിട്ടുണ്ടെങ്കിൽ ഇംഗ്ലീഷിന്റെ

സ്വന്തവും ഇംഗ്ലീഷിലേക്കു വിവർത്തനം വഴി
കടന്നുവന്നവയുമായ എണ്ണപ്പെട്ട നോവലുകളിലേതെങ്കിലും
ബാക്കിവച്ചിരിക്കാനിടയില്ല."[1]

അത്രത്തോളം ആർത്തിപിടിച്ച ഒരു വായന അന്നത്തെ പാശ്ചാത്യ സാഹിത്യത്തിലെ ഏതു പ്രസ്ഥാനവുമായും അവരെ ചിരപരിചിതയാക്കിയിട്ടുണ്ടാവണം. പാശ്ചാത്യരായ പല എഴുത്തുകാരോടും തനിക്കുണ്ടായിരുന്ന ആരാധനയും വിധേയത്വവും അവർ പില്ക്കാലത്ത് രേഖപ്പെടുത്തിയിട്ടുമുണ്ട്. ഒരു പ്രസംഗത്തിനു തയ്യാറാക്കിയ നോട്ടിൽ അവർ വെർജീനിയാവൂൾഫിനെക്കുറിച്ചും, അവരുടെ കഴിവുകളെക്കുറിച്ചും പ്രകീർത്തിക്കുന്നു.

A Room of one's own and five ponds a year എഴുതാൻ വാസനയുള്ള ഒരു സ്ത്രീയുടെ പ്രഥമവും പ്രധാനവുമായ ആവശ്യം അതാണ്.- വെർജീനിയ വൂൾഫ് പറയുന്നു.

"അവരുടെ നോവലുകളോടൊപ്പം,
പല നോവലുകളെയുംകാൾ കൂടുതൽ രസമായി,
വായിച്ചുപോകാവുന്ന ഒരു പുസ്തമാണല്ലോ
'A Room of one's own' കഥകളെ മാറ്റി നിർത്തി
യാലും അതൊരെണ്ണം എഴുതി എന്നതിൽ
ത്തന്നെ മിസ്സിസ്സ് വൂൾഫിന് അഭിമാനിക്കാം."[2]

ഒരെഴുത്തുകാരിക്ക് അവശ്യം വേണ്ടത് എഴുതാനുള്ള സ്വാതന്ത്ര്യവും സാമ്പത്തിക സ്വാതന്ത്ര്യവുമാണെന്ന വെർജീനിയാ വൂൾഫിന്റെ അഭിപ്രായത്തോട് രാജലക്ഷ്മി ഇവിടെ യോജിക്കുകയാണ് ചെയ്യുന്നത്. വെർജീനിയാ വൂൾഫിന്റെയും ജെയിംസ് ജോയ്സ്സിന്റെയും മറ്റും കൃതികളിൽ കാണുമ്പോലെയുള്ള ഒരു ബോധധാരാ സമ്പ്രദായമാണ് രാജലക്ഷ്മിയുടെ ആഖ്യാനരീതിയെന്നുള്ളതും ശ്രദ്ധേയമാണ്. ആദ്യകഥയിൽത്തന്നെ ആ രീതി വളരെ സമർത്ഥമായി സ്വീകരിക്കുമ്പോൾ, ആ പ്രസ്ഥാനവുമായി അവർക്കുള്ള ചിരപരിചയം വ്യക്തമാകുന്നു.

"ഇരുപതാം നൂറ്റാണ്ടിന്റെ ആധുനികദശയിൽ സ്ഥലകാലസങ്കല്പത്തിനു വന്നു ചേർന്ന ആത്മനിഷ്ഠമെന്നോ, മാനസികമെന്നോ വിളിക്കാവുന്ന മാറ്റത്തിന് അടിസ്ഥാന പ്രേരണയായിത്തീർന്ന വസ്തുതകളിൽ പ്രധാനമായിട്ടുള്ള ഒന്ന് വില്യംജെയിംസ്സ് അവതരിപ്പിച്ച മനോവിജ്ഞാനീയ ആശയങ്ങളുടെ അന്തരീക്ഷമായിരുന്നു. അദ്ദേഹത്തിന്റെ പ്രിൻസിപ്പിൾസ് ഓഫ് സൈക്കോളജി 1874 നും 1890 നും ഇടയ്ക്ക് ലേഖന പരമ്പരയായി ആദ്യം പുറത്തുവന്നു. മനുഷ്യബോധം അഭിവ്യക്തമാക്കുന്ന സ്വഭാവത്തെക്കുറിച്ച് സുപ്രധാനമായ ഒരു തത്ത്വം ഈ കൃതി മുന്നോട്ടു വച്ചു. അതിൽ ഉപയോഗിച്ച രണ്ടു പ്രയോഗങ്ങളാണ് ബോധധാര (Stream of Consciousness) ചിന്താധാര (Stream of Thoughts) എന്നിവ. സമാന അർത്ഥത്തിലാണ് ഈ പ്രയോഗങ്ങൾ വില്യംജയിംസ് ഉപയോഗിക്കുന്നത്.

ബോധം സ്വയം പ്രകടമാകുന്നത് തുണ്ടുകളായിട്ടോ, കഷണങ്ങളായിട്ടോ അല്ല; അതൊരു ഒഴുക്കാണ്. ഒരു നദി അല്ലെങ്കിൽ പ്രവാഹം എന്ന പദം കൊണ്ട് ഇതിനെ വിശദീകരിക്കാൻ കഴിയും. ബോധത്തിന്റെ ഈ സ്വഭാവത്തെ ചിന്താപ്രവാഹം അല്ലെങ്കിൽ ബോധ പ്രവാഹം എന്നു വിളിക്കാം. അബോധാവസ്ഥയിലേക്കു നീങ്ങിക്കൊണ്ടിരിക്കുന്ന മനസ്സിന്റെ അവ്യവസ്ഥിതമായ അതിർത്തിയിൽ മനസ്സിനുണ്ടാകുന്ന ഗതിവ്യതിയാനങ്ങളെയാണ് ബോധധാര എന്ന ആലങ്കാരിക പ്രയോഗം കൊണ്ട് അർത്ഥമാക്കുന്നത്".[3]

ആധുനിക കഥകളിലും നോവലുകളിലും ഒരു ആവിഷ്കാര സമ്പ്രദായമായി ബോധധാര പ്രചാരം നേടിയിട്ടുണ്ട്. ബോധധാരയ്ക്ക് സ്മൃതിയുമായി വളരെ അടുത്തബന്ധമുണ്ട്. സ്മൃതി തന്നെ ശാരീരിക സ്മൃതിയും ആത്മീയസ്മൃതിയുമുണ്ട്. ആത്മീയസ്മൃതിയെ നിയന്ത്രിക്കുന്നത് മാനസികകാലമാണ്. സ്മൃതിയും ബോധവും ഒന്നു തന്നെയാണ്. വില്യംജെയിംസിന്റെ ബോധധാരയ്ക്കും ബർഗ്സന്റെ ഡ്യൂറേഷനും സമാനസ്വഭാവമാണുള്ളത്. ഡ്യൂറേഷൻ എന്നതിന്റെ അർത്ഥം കാലത്തെ ഒരു നിരന്തരപ്രവാഹമായി നാം അനുഭവിക്കുന്നു എന്നാണ്. ബോധധാരയിലെ ധാര എന്ന പ്രയോഗം കാലത്തിന്റെ നിരന്തര പ്രവാഹത്തെ സൂചിപ്പിക്കുന്നു. കാലപ്രവാഹവും ബോധപ്രവാഹവും - ആശയപരമായും പ്രായോഗികമായും ഈ വാക്കുകൾക്ക് ഒരേ അർത്ഥമാണുള്ളത്. മലയാളത്തിലെ നോവലിസ്റ്റുകളെയും കഥാകൃത്തുകളെയും ഒരുപോലെ ആകർഷിച്ച ഒരു സങ്കേതമാണ് ബോധധാര. ബോധധാരയും സ്വാഗതാഖ്യാനവും തമ്മിൽ വ്യത്യാസമുണ്ട്. സ്വാഗതാഖ്യാനത്തിൽ പൂർണ്ണരൂപം പ്രാപിച്ച ആശയങ്ങൾ വ്യക്തമായ വാക്കുകളിലൂടെ അഥവാ യുക്തിനിഷ്ഠഭാഷയിലൂടെ പുറത്തുവരുന്നു. ആഖ്യാതാവിന് താൻ എന്താണ് ചിന്തിക്കുന്നത് എന്നതിനെപ്പറ്റി വ്യക്തമായ അറിവുണ്ടായിരിക്കുകയും ചെയ്യും. മനസ്സിന്റെ സുഷുപ്തിക്കും സ്വപ്നത്തിനുമിടയ്ക്കുള്ള അർദ്ധബോധാവസ്ഥയുടെ പ്രതീതി ഇവിടെയില്ല. യുക്തിനിഷ്ഠമായ ആശയങ്ങളെ യുക്തിബോധത്തോടെ ഇവിടെ തിരിച്ചറിയുന്നു. എന്നാൽ, ബോധധാര പൂർണ്ണത പ്രാപിക്കാത്ത ആശയങ്ങളുടെ ഒരു പ്രവാഹമാണ്. സ്മരണകൾക്കും അനുഭവങ്ങൾക്കും പൂർവ്വാപരബന്ധത്തിനു പകരം ആകസ്മിക ബന്ധമാണ് ഉള്ളത്. എല്ലാറ്റിന്റേയും കുഴഞ്ഞുമറിഞ്ഞ ക്രമരഹിതമായ അവ്യവസ്ഥിത പ്രവാഹമാണ് ബോധധാരയിൽ കാണുന്നത്. ബോധധാര അയുക്തികമാണ്. കാര്യകാരണബന്ധരഹിതമാണ്. അവ്യവസ്ഥിതമാണ്. അതുകൊണ്ടുതന്നെ യുക്തിചിന്ത ഉപയോഗിച്ച് അതിനെ വിശകലനം ചെയ്യാൻ സാധ്യമല്ല. എന്നാൽ, അതിനെ ഒരനുഭവമാക്കി മാറ്റാൻ കഴിയും. എം,കെ.മേനോൻ എഴുതുന്നു.

"ബോധധാരാനോവലെഴുതുന്നവർ ചെയ്യുന്നത്,
മനസ്സിന്റെ ഉള്ളറകളിൽ സംഭവിക്കുന്ന ചലനങ്ങളെ -
ഏറ്റവും ലഘുവായവയെപ്പോലും - ആവിഷ്കരിക്കുവാൻ

ശ്രമിക്കുകയാണ്. അഥവാ പിടികൊടുക്കാതെ
തെന്നിത്തെന്നിപ്പോകുന്ന ബോധപ്രവാഹത്തെ
ചലനസ്വഭാവം നഷ്ടപ്പെടാതെ ആവിഷ്കരിക്കുകയാണ്.
മനുഷ്യമനസ്സിൽ തെന്നിയും തെറിച്ചും മുറിഞ്ഞും
ചിതറിയുമൊക്കെയാണ് ചിന്തകൾ ഉയരുന്നത്.
ഇത്തരം ചിന്തകളെ ആവിഷ്കരിക്കുമ്പോൾ
അനുഭൂതിയുടെ സമ്പൂർണ്ണമായ ആവിഷ്കാരം
ഇതുകൊണ്ട് സാധിക്കുന്നു".[4]

അദ്ദേഹം തുടരുന്നു:

"അണമുറിഞ്ഞ വെള്ളംപോലെ ഒരു പ്രവാഹമാണ്.
കുത്തും കോമയുമില്ലാതെ ഒറ്റനോട്ടത്തിൽ
അടുക്കും ചിട്ടയുമില്ലാതെ, ഒന്നിൽ നിന്നും
മറ്റൊന്നിലേക്ക് തെന്നിത്തെന്നിപ്പോകുന്ന ആ ബോധധാരയിൽ
പെട്ടുപോയ അനുവാചകന് കഥാപാത്രത്തിന്റെ മനസ്സിലൂടെ
തീർത്ഥയാത്ര നടത്തിയ അനുഭൂതിയാണ് സിദ്ധിക്കുന്നത്. -
പലപ്പോഴും മനസ്സിന്റെ സുഷുപ്തിക്കും
സ്വപ്നത്തിനുമിടയ്ക്കുള്ള അർദ്ധബോധാവസ്ഥയിലുള്ള
മനസ്സിന്റെ പ്രതീതി ഇത്തരം ആഖ്യായികകൾ സൃഷ്ടിക്കുന്നു."[5]

ബോധധാരയ്ക്ക് കാലപ്രവാഹവുമായി ബന്ധമുണ്ട്. മനുഷ്യജീവിതത്തിൽ കാണുന്ന യുക്തിനിഷ്ഠവും കാര്യകാരണ ബന്ധത്തിന്റെ പൂർവ്വാപരക്രമത്തോടുകൂടിയതും, ക്രമബദ്ധവുമായ ഒരു കാലപ്രവാഹത്തോടല്ല, യുക്തിരഹിതവും കാര്യകാരണബന്ധമില്ലാത്തതും കുഴഞ്ഞുമറിഞ്ഞതുമായ ഒരു കാലപ്രവാഹത്തോടാണ് ആ ബന്ധം. അതുകൊണ്ടുതന്നെ കൃതിയിലെ സംഭവങ്ങളെ ഫ്ളാഷ്ബാക്കിലെന്നപോലെ കാലത്തിന്റെ നേർരേഖയിൽ ക്രമീകരിക്കാൻ ഒരാസ്വാദകനു സാധ്യമല്ല. ആസ്വാദകന്റെ ബോധത്തിൽ സ്ഥിതിചെയ്യുന്ന രേഖീയ കാലഘടനയുമായി ഇത് ഒരു വിധത്തിലും പൊരുത്തപ്പെടുകയില്ല. അതുപോലെതന്നെ യുക്തിരഹിതമായ ഈ ചിന്താപ്രവാഹത്തെ യുക്തിരഹിതമായ ഒരു ഭാഷകൊണ്ടേ ആവിഷ്കരിക്കാനാവുകയുള്ളു.

രാജലക്ഷ്മിയുടെ സമകാലികനായ ശ്രീ. എം.ടി.വാസുദേവൻനായർ തന്റെ രചനകളിലെല്ലാം തന്നെ ഈ രീതിയാണ് സ്വീകരിച്ചത്. എം.ടി. യുടെ മഞ്ഞ്,കാലം, രണ്ടാമൂഴം തുടങ്ങിയ കൃതികളിൽ മാത്രമല്ല, അദ്ദേഹത്തിന്റെ കഥകളിലും അതിമനോഹരമായും, കാവ്യാത്മകമായും ഈ രീതി സ്വീകരിക്കുകയും, അതിന്റെ അനന്തസാധ്യതകൾ പ്രയോജനപ്പെടുത്തുകയും ചെയ്യുന്നുണ്ട്. മഞ്ഞിൽ നായികയായ വിമലയുടെ ചിന്തകളിലൂടെയാണ് ആ നോവൽ പൂർണ്ണവികാസം പ്രാപിക്കുന്നത്. വർത്തമാനകാലത്തിൽ വളരെകുറച്ചു നിമിഷങ്ങൾ മാത്രമാണ് വിമല ജീവിക്കുന്നത്. 'മഞ്ഞ്' എന്ന നോവലിൽ ഭൂതകാലത്തിനാണ് ഏറ്റവുമധികം

പ്രധാന്യമുള്ളത്. ഭൂതകാലവും സ്മൃതിയും ഇവിടെ ഒന്നായിത്തീരുന്നു. ഭാവിയെ ഇച്ഛാനുസരണമായി നിർമ്മിച്ചെടുക്കാൻ മനുഷ്യനെ പ്രാപ്തനാക്കുന്നതിന്റെ അടിസ്ഥാനവും ഭൂതകാലബന്ധമാണ്. ഭൂതകാലമുള്ളവർക്കുമാത്രമെ ഭാവിയുള്ളു. ഭൂതകാലത്തിന്റെ അടിത്തറയിലാണ് ഭാവി സ്ഥിതിചെയ്യുന്നത്. വർത്തമാനകാലത്തിലൂടെയല്ലാതെ ഭൂതകാലത്തെ വ്യക്തിക്ക് അനുഭവമാക്കിത്തീർക്കാൻ സാധ്യമല്ല. ഇതാകട്ടെ ആപേക്ഷികമാണുതാനും, ഒരു കഴിഞ്ഞകാല വസ്തുവിന്റെ അഥവാ സംഭവത്തിന്റെ വർത്തമാനകാല സ്മരണാനുഭവത്തെയാണ് ഭൂതകാലം എന്നതുകൊണ്ട് അർത്ഥമാക്കുന്നത്. ഹെന്റിബർഗ്സന്റെ അഭിപ്രായത്തിൽ ഭൂതകാലം മാത്രമാണ് യാഥാർത്ഥ്യം. എല്ലാ ഇന്ദ്രിയഗ്രഹണവും പൂർവ്വസ്മൃതിയാണത്രേ. വർത്തമാനകാലത്തിന്റെ ദൈർഘ്യം നിമിഷത്തിന്റെ ചെറിയൊരംശമാണ്. അത് അതിവേഗം അപ്രത്യക്ഷമാകുന്നു. സ്മൃതികളെല്ലാം ഭൂതകാലവുമായി ബന്ധപ്പെട്ടതാണ്. ഭൂതകാല സംഭരണിയാണ് സ്മൃതി എന്ന് ബർഗ്സൻ സമർത്ഥിക്കുന്നു.[6] ഫ്രോയിഡ്, യുങ്ങ് തുടങ്ങിയ മനശ്ശാസ്ത്രജ്ഞന്മാരും ഇതേ അഭിപ്രായം തന്നെ വച്ചുപുലർത്തുന്നു. അബോധതലത്തിൽ സ്മൃതികൾ ദമനം ചെയ്തുവയ്ക്കുന്നു എന്നാണ് അവർ നിരീക്ഷിക്കുന്നത്. ഈ അബോധതലത്തെ ഫ്രോയ്ഡ്, ഇദ്ദ്, ഈഗോ, സൂപ്പർ ഈഗോ എന്നു തിരിക്കുന്നു. യുങ്ങാകട്ടെ, പേഴ്സണൽ അൺകോൺഷ്യസ് എന്നും കളക്ടീവ് അൺകോൺഷ്യസ് എന്നും തിരിക്കുന്നു എന്നു മാത്രം. മലയാളത്തിൽ ബോധധാരാ സമ്പ്രദായത്തെ ഏറ്റവും ഫലപ്രദമായ രീതിയിൽ സ്വീകരിച്ചത് ശ്രീ. എം.ടി. വാസുദേവൻ നായരാണ്

> "കുട്ടിക്കാലത്ത് എല്ലാ വെള്ളിയാഴ്ചയും
> ചൊവ്വാഴ്ചയും അമ്പലത്തിൽ പോയിരുന്നു.
> പാടം കടന്നു പൊടിമണൽ കുഴഞ്ഞു കിടക്കുന്ന
> വെട്ടുവഴിയിലൂടെ നടന്ന് ഇടവഴി കയറിയാൽ അമ്പലമായി.
> ഇടവഴിയുടെ ഇരുവശത്തും മഞ്ഞപ്പൂക്കൾ സമൃദ്ധമായി
> വിടർന്നുനില്ക്കുന്ന കരവീരകക്കൂട്ടങ്ങളാണ്.
> ഉരുളൻകല്ലുകൾ നിറഞ്ഞ ഇടവഴി ഇപ്പോഴും മുന്നിൽ കാണാം.
> വഴിവക്കിലെ നെയ്ത്തുകാരുടെ കുടിലുകളുടെ മുറ്റത്തു
> നെടുനീളൻ നൂലുകൾ കെട്ടിയത് ഇപ്പോഴും ഓർമ്മയുണ്ട്.
> മാറോടുകഷ്ണങ്ങൾ ചിതറിക്കിടക്കുന്ന
> അമ്പലമുറ്റത്തുനിന്നു പോരുമ്പോൾ അടിയാളുടെ
> വേലിക്കടുത്തു നിന്നു കുന്നിക്കുരു പെറുക്കിക്കൂട്ടും.
>
> അന്ന് അച്ഛൻ ദൂരെയെവിടെയോ ജോലിയന്വേഷിച്ചു
> നടക്കുകയായിരുന്നു. അച്ഛൻ പലപ്പോഴും വീട്ടിൽ വരുന്നത്
> ആർക്കും ഇഷ്ടമുണ്ടായിരുന്നില്ല. സ്വന്തം വീട്ടിൽ നിന്ന്
> കലഹിച്ചിറങ്ങിപ്പോയ അച്ഛന് എവിടെയും സ്ഥാനമുണ്ടായിരുന്നില്ല"[7]

വിമലയുടെ ചിന്തകൾ ഗ്രാമത്തെക്കുറിച്ചും, നെയ്ത്തുകാരുടെ കുടിലുകളെക്കുറിച്ചും, അവരുടെ മുറ്റത്തുകെട്ടിയ നെടുനീളൻ നൂലുകളെക്കുറിച്ചും, അമ്പലമുറ്റത്തെക്കുറിച്ചുമൊക്കെയായി മാറുന്നു. പിന്നീട് അച്ഛൻ വീട്ടിൽ വഴക്കുണ്ടാക്കി ഇറങ്ങിപ്പോയത്, അച്ഛന്റെ ഇപ്പോഴത്തെ അവസ്ഥ എന്നിവയെപ്പറ്റിയായി ചിന്ത. ഇവിടെ വിമലയുടെ ചിന്തകൾ ഒന്നിൽ നിന്നു മറ്റൊന്നിലേക്കു തെന്നിത്തെറിച്ചു പോവുകയാണ്.

കാലമെന്ന നോവലിൽ നായകനായ സേതുമാധവന്റെ ഓർമ്മകളിലൂടെയാണ് നോവലിന്റെ വളർച്ച.

"നാളെ സ്ഥലം വിടുകയാണെന്നോർത്തപ്പോൾ
വിഷമം തോന്നി. ഒരിക്കൽ നമുക്കു പിരിയേണ്ടിവരുന്നു
വീണ്ടും കണ്ടുമുട്ടുന്നതുവരെ.
വയലുകളും തെങ്ങിൻതോപ്പുകളും പിന്നിട്ട്
പൂഴിമണൽ കുഴഞ്ഞുകിടക്കുന്ന നിരത്ത്,
ടാർ റോഡിൽ എത്തിച്ചേരുന്നു.
കടലാസ്സുപൊതി കക്ഷത്തിലിടുക്കിപ്പിടിച്ചു,
ബസ്സിനുവേണ്ടി കാത്തുനിൽക്കുമ്പോൾ,
പലതും പിന്നിൽ നഷ്ടപ്പെട്ടിരിക്കുന്നു എന്ന ബോധം
മനസ്സിൽ ശക്തിയായി രൂപം കൊള്ളുന്നു.
ഇടുങ്ങിയ ബസ്സിൽ അറപ്പുണ്ടാക്കുന്ന
മനുഷ്യഗന്ധത്തിന്റെ മധ്യത്തിൽ,
ആവുന്നത്ര കുറച്ചു സ്ഥലത്ത് ഒതുങ്ങിക്കൂടുമ്പോൾ,
ചുറ്റുമുള്ള ശബ്ദങ്ങൾ അകന്നുപോകുന്നു.
വളകളുടെ നനുത്ത കിലുക്കത്തോടൊപ്പം
മുല്ലപ്പൂക്കളുടേയും പൗഡറിന്റെയും സുഗന്ധം
പുഴക്കരയിലെ നിലാവുപോലെ
ഹൃദയത്തിലാകെ ഒഴുകിനടക്കുന്നു."[8]

ഇവിടെ ഓർമ്മകളിൽ നിറയെ ഗന്ധശ്രവ്യസ്പർശബിംബങ്ങളുടെ സമൃദ്ധിയാണു കാണുന്നത്. ചിന്തകളിൽ നിറയുന്ന തെങ്ങിൻതോപ്പുകളും, പൂഴിമണ്ണു കുഴഞ്ഞ നിരത്തും, വയലുകളും എല്ലാം ചേർന്ന ഗ്രാമമാണ് നായകനെ ആകർഷിച്ചുനിർത്തുന്നത്. അവിടെ വളകളുടെ നനുത്ത കിലുക്കവും, മുല്ലപ്പൂക്കളും, പൗഡറിന്റെ സുഗന്ധവും പുഴക്കരയും, ഒഴുകിനടക്കുന്ന നിലാവുമെല്ലാം അയാളിൽ കാമുകിയെക്കുറിച്ചുള്ള ചിന്തകളായി രൂപം മാറുന്നു.

രാജലക്ഷ്മിയുടെ ആദ്യനോവൽ 'ഒരു വഴിയും കുറെ നിഴലുകളും' എന്ന കൃതിയിൽ നായികയായ രമണിയുടെ ചിന്തകളാണ് ഉടനീളം കാണുന്നത്. നായികയുടെ ബാല്യകാലവും, കൗമാരവും യൗവനവും നോവലിൽ അവതരിപ്പിക്കുന്നതിനാൽ മൂന്നു ഘട്ടത്തിലേയും ചിന്തകൾ നോവലിൽ നിറയുന്നു. ബാല്യം, കൗമാരം എന്നീ ഘട്ടങ്ങൾ ഗ്രാമ

ജീവിതാന്തരീക്ഷവും, യൗവനം നാഗരിക ജീവിതാന്തരീക്ഷവുമാണ്. അതിനാൽ ചിന്തകൾക്കു പശ്ചാത്തലമായി വരുന്നത് ഈ രണ്ടു ഘട്ടങ്ങളാണ്. ചെറിയ കുട്ടിയായ രമണിയിൽതുടങ്ങി പത്താംക്ലാസു കഴിയുന്നതുവരെയുള്ള കഥകൾ തുടർച്ചയായ പതിന്നാല് അദ്ധ്യായങ്ങളിൽ അവളുടെ ചിന്തകളിലൂടെയാണ് അവതരിപ്പിക്കുന്നത്. ആദ്യത്തെ രണ്ടു ഘട്ടങ്ങളായ ബാല്യവും കൗമാരവും ഇരുപത്തിനാലദ്ധ്യായങ്ങളിൽ വരും. നോവലിലെ ഓരോ കഥാപാത്രവും ഒരു കുട്ടിയുടെ മനസ്സിൽ തെളിയുന്ന രൂപഭാവങ്ങളോടെ നമ്മുടെ മുമ്പിലെത്തുകയാണ്. അതുകൊണ്ടുതന്നെ അതിന് ഒരു നിഷ്കളങ്കതയും ആകർഷണീയതയുമുണ്ട്. വീടും വീട്ടിലെ ഓരോ അംഗവും, വെളിച്ചപ്പാടും, കുന്നും, പാടവും, തൊടികളും, ക്ഷേത്രങ്ങളും അവിടത്തെ ഉത്സവങ്ങളുമെല്ലാം രമണിയെന്ന കുട്ടിയുടെ കാഴ്ചപ്പാടിലൂടെ കാണുമ്പോൾ, അതിന് ലാളിത്യമുണ്ട്. ആത്മാർത്ഥതയുണ്ട്. അവളുടെ വീടിന് സമാന്തരമായി അപ്പേട്ടന്റെ വീടും, അവിടത്തെ അംഗങ്ങളും, സ്നേഹസാന്ദ്രമായ അന്തരീക്ഷവുമെല്ലാം രമണിയുടെ കൊച്ചു മനസ്സിൽ ഉയരുന്ന ചിന്തകളിലൂടെത്തന്നെ വെളിവാകുന്നു. പരസ്പര സ്നേഹവും, വിശ്വാസവും, ശാന്തിയും, സമാധാനവും ചേർന്ന ഒരു മാതൃകാഗൃഹമാണ് അപ്പേട്ടന്റെ വീട്. എന്നാൽ രമണിയുടെ വീട് അച്ഛന്റെ ആജ്ഞാസ്വരങ്ങളും, അധികാരഭാവവും, ഗർവ്വും, ചെറിയമ്മയുടെ ശകാരവുമെല്ലാം ചേർന്ന സ്നേഹശൂന്യമായ, സ്വാതന്ത്ര്യരഹിതമായ വീടാണ്. അത് അവളുടെ വീക്ഷണത്തിൽ ഒരു നരകംതന്നെയാണ്. അതുകൊണ്ടുതന്നെ അപ്പേട്ടനും, അപ്പേട്ടന്റെ വീടും, അവിടത്തെ അംഗങ്ങളും രമണിയുടെ മനസ്സിൽ പ്രത്യേകം സ്ഥാനം നേടുന്നു. അപ്പേട്ടനെ പ്രണയനായകനായി മനസ്സിലേറ്റിക്കൊണ്ടാണ് അവൾ പട്ടണത്തിലെ കോളേജിലേക്കു പോകുന്നത്. എന്നാൽ, അവിടെ ചെന്നുകഴിയുമ്പോൾ ആ കുട്ടിക്കു ലഭിക്കുന്ന പുതിയ അനുഭവങ്ങളും, കാഴ്ചകളും, പൂർണ്ണമായ സ്വാതന്ത്ര്യവുമെല്ലാം അവളെ മറ്റൊരാളാക്കി മാറ്റുന്നു. ഗ്രാമവും ഗ്രാമത്തിലെ തന്റെ വീടും, അവിടത്തെ ദുഃഖകരമായ അനുഭവങ്ങളും അവൾ മറക്കാൻ ശ്രമിക്കുന്ന കാര്യങ്ങളാണ്. കൂട്ടത്തിൽ അവൾ അപ്പേട്ടനേയും മറക്കുന്നു. നാഗരിക ജീവിതത്തിന്റെ കൃത്രിമമായ ആർഭാടങ്ങളിലും നാട്യങ്ങളിലും, ഗ്രാമത്തിന്റെ വിശുദ്ധിയും നിഷ്കളങ്കതയും അവൾക്കു നഷ്ടമായിത്തീരുന്നു. പതിനഞ്ചാമദ്ധ്യായം മുതൽ കോളേജുംഹോസ്റ്റലും, അവിടത്തെ അന്തേവാസികളും രമണിയുടെ സഹപാഠികളും അദ്ധ്യാപകരുമെല്ലാം ചേർന്ന ഒട്ടേറെ സംഭവങ്ങൾ അവളുടെ ചിന്തകളിൽ നിറയുന്നു. അവയോരോന്നും അവളിലുണ്ടാക്കിയ പ്രതികരണങ്ങൾ, അവൾ കണ്ടുമുട്ടുന്ന പുതിയ വ്യക്തികൾ, അവളിൽ അവരുടെ സ്വാധീനം, ആ സ്വാധീനമുണ്ടാക്കിയ മാറ്റങ്ങൾ എന്നിവ ഓരോന്നും നോവലിന്റെ രണ്ടാം ഘട്ടത്തിൽ അഭിവ്യക്തമാകുന്നു. സ്വതന്ത്രമായ, ആരും നിയന്ത്രിക്കാനില്ലാത്ത, പുതിയ സാഹചര്യത്തിൽ അവളിലെ സ്വാതന്ത്ര്യമോഹം ചിറകു വിടർത്തി പറന്നുപൊങ്ങുന്നതും അതുവേണ്ടാത്ത മാർഗ്ഗങ്ങളിലൂടെ സഞ്ചരിച്ച്

അവൾക്കുതന്നെ നിയന്ത്രിക്കാൻ കഴിയാത്ത ഒരു സാഹചര്യത്തിൽ എത്തിച്ചേരുന്നതും കാണാം.

ആരെയും വക വയ്ക്കാത്ത, യാതൊരു കൂസലുമില്ലാത്ത നിഷേധിയായ ഒരു പെണ്ണായി അവൾ മാറുകയാണ്. അമിതമായ സ്വാതന്ത്ര്യം പക്വതയില്ലാത്ത ഒരു മനസ്സിനെ എങ്ങനെയെല്ലാം മാറ്റും എന്നുള്ളതിന് ഉദാഹരണമാണ് നോവലിന്റെ ഈ ഘട്ടം. നോവലിസ്റ്റിനുപോലും പിടിവിട്ടുപോകുന്ന ഒരു സന്ദർഭമാണ് ഇത്. നോവലിന്റെ രൂപഭാവങ്ങളിൽപ്പോലും ഇതു കാര്യമായ മാറ്റം വരുത്തിയിട്ടുണ്ട്. രമണിയുടെ ലക്ഷ്യമില്ലാത്ത പോക്ക് അവസാനം സർവ്വനാശത്തിലെത്തുന്നു. എല്ലാം നഷ്ടപ്പെട്ട് ഒന്നും നേടാനാവാതെ അവൾ വീണ്ടും തിരിച്ചിടത്തുതന്നെ എത്തിച്ചേരുകയാണ്. ആരോടോ വാശിതീർത്ത മട്ടിലായിരുന്നു രമണിയുടെ ഓരോ പ്രവർത്തനവും. തന്നെ മാറ്റിമറിച്ച സമൂഹത്തോടോ, തന്റെ രക്ഷിതാക്കളോടോ, താൻ ജനിച്ചുവളർന്ന സാഹചര്യങ്ങളോടോ, തന്നോടുതന്നെയോ എന്തിനോടായാലും വല്ലാത്ത ഒരു പകയും വിദ്വേഷവും അവളുടെ സ്വഭാവത്തിൽ തെളിഞ്ഞുനിന്നു. അതിനിടയിൽ അവൾക്കു കൈമോശം വന്നത് സ്വന്തം ജീവിതം തന്നെയായിരുന്നു. അന്നത്തെ സമൂഹത്തിൽ യുവാക്കളെ അസംതൃപ്തരും വിഷാദാത്മകരുമൊക്കെയാക്കി മാറ്റിയ സാഹചര്യങ്ങൾ പലതായിരുന്നു. ലോകമഹായുദ്ധങ്ങളും, തുടർന്നുണ്ടായ ദാരിദ്ര്യവും, ഫ്യൂഡൽ കുടുംബങ്ങളുടെ തകർച്ചയും, യുവാക്കളുടെ അരക്ഷിതാവസ്ഥയും, കാരണവന്മാരുടെ പിടിപ്പില്ലായ്മയും കുടുംബങ്ങൾക്കുള്ളിലെ കുടിപ്പകയും, ആഭ്യന്തര കലാപങ്ങളും, രാഷ്ട്രീയസാമൂഹികമാറ്റങ്ങളും തൊഴിലില്ലായ്മയുമെല്ലാം അതിനു കാരണമായിത്തീർന്നു.

രാജലക്ഷ്മിയുടെ ഞാനെന്ന ഭാവം മറ്റു രണ്ടു നോവലുകളിൽ നിന്നു വ്യത്യസ്തമായി പുരുഷകഥാപാത്രത്തിന്റെ ചിന്തകളിലൂടെയാണ് അവതരിപ്പിക്കുന്നത്.പുരുഷ മേധാവിത്വം നിലനിന്ന ഫ്യൂഡൽ കാലഘട്ടമാണ് നോവലിന്റെ പശ്ചാത്തലം. നോവലിലെ നായിക, കൃഷ്ണൻകുട്ടിയുടെ ഭാഷയിൽ പറഞ്ഞാൽ, അവന്റെ അമ്മിണിയേടത്തിയാണ്. നായികയെ അവതരിപ്പിക്കുന്നതും കൃഷ്ണൻകുട്ടിയുടെ വീക്ഷണത്തിലൂടെ ത്തന്നെയാണ്. അമ്മിണിയുടെ ഞാനെന്ന ഭാവം വ്യക്തമാക്കുക എന്നുള്ളതാണ് നോവലിന്റെ പ്രധാന ഉദ്ദേശ്യം. അതിനുകുറെയൊക്കെ സാധിച്ചിട്ടുണ്ട്. എന്നാൽ അമ്മിണിയേട്ടത്തിയുടെ ഉള്ളിലെ ദുഃഖങ്ങൾ കാണാനോ, സ്ത്രീയെന്ന നിലയിലുള്ള അവരുടെ അന്തർദ്ദാഹങ്ങൾ അറിഞ്ഞ് അവതരിപ്പിക്കാനോ കൃഷ്ണൻകുട്ടിക്കു കഴിഞ്ഞില്ല. ഭൗതിക സുഖങ്ങളുടെ പറുദീസയിലാണ് അവർ ജീവിക്കുന്നതെങ്കിലും ആ സ്ത്രീയുടെ അദമ്യവും നിഗൂഢവുമായ വികാരങ്ങളെ ശമിപ്പിക്കുവാൻ വൃദ്ധനായ ഭർത്താവിന് സാധ്യമാകുന്നില്ല. സാധാരണയിൽ കവിഞ്ഞ് ലൈംഗികചോദനകൾ മുറ്റിനില്ക്കുന്ന സുന്ദരിയായ ഒരു യുവതി, തന്റെ യൗവനത്തെയും സ്ത്രീത്വത്തെയും തൃപ്തമാക്കാൻ കഴിയാത്ത ഒരു

ഭർത്താവിനോടൊപ്പം ജീവിക്കുമ്പോൾ, അവർ അസംതൃപ്തയും, അസൂയ നിറഞ്ഞവളും, ഗർവിഷ്ഠയും, പ്രതികാരദാഹിയുമായിത്തീരുന്നുവെങ്കിൽ അതിൽ അദ്ഭുതത്തിന് അവകാശമില്ല. അമ്മിണിയേടത്തി കഠിനഹൃദയായിത്തീരുമ്പോൾ, തന്റെ നേരെ പ്രതികാരബുദ്ധിയോടെ പെരുമാറുമ്പോൾ, അതിന്റെ യഥാർത്ഥ കാരണമറിയാതെ കൃഷ്ണൻകുട്ടി വിഷമിക്കുന്നുണ്ട്. ഇവിടെ സ്ത്രീയെ മനസ്സിലാക്കാൻ കഴിയാത്ത ഒരു പുരുഷനിലൂടെ നായികയെ അവതരിപ്പിക്കുമ്പോൾ ആപാത്രസൃഷ്ടി ഒരിക്കലും പൂർണ്ണമായിത്തീരുന്നില്ല എന്നതാണ് സത്യം. കഥാപാത്രങ്ങളുടെ ആന്തരികഭാവങ്ങൾക്കു വളരെയധികം പ്രാധാന്യം കൊടുത്ത രാജലക്ഷ്മി ഈ നോവലിൽ മാത്രം അക്കാര്യത്തിൽ വേണ്ടത്ര ശ്രദ്ധിച്ചു കാണുന്നില്ല. അതൊരുപക്ഷേ വൈകാരികഭാവങ്ങളെ നിർല്ലജ്ജം പ്രകടമാക്കാൻ മടിച്ചതുകൊണ്ടാവാം അതു സൂചനകളിലൊതുക്കിയത്. എങ്കിലും സ്ത്രീയുടെ മനശ്ശാസ്ത്രമറിയുന്ന ഒരു വായനക്കാരന് നായികയുടെ പെരുമാറ്റത്തിൽ നിന്നും അവരുടെ വാക്കുകളിൽ നിന്നും മനസ്സിന്റെ ഗതിവിഗതികളറിയാൻ വലിയ പ്രയാസമുണ്ടെന്നു തോന്നുന്നില്ല. ഏതൊരാളിന്റെയും ഭാഷ അയാളുടെ ആത്മനിമന്ത്രണങ്ങൾ തന്നെയാണ്.

ബോധധാരാസമ്പ്രദായത്തിന് നല്ല ഒരു മാതൃകയാണ് രാജലക്ഷ്മിയുടെ ഉച്ചവെയിലും ഇളംനിലാവും എന്ന നോവൽ. ആദ്യത്തെ മൂന്നദ്ധ്യായങ്ങൾ നായികയായ വിമലയുടെ ചിന്തകളിലൂടെ വളരുന്നു. ഉച്ചവെയിലും ഇളം നിലാവും, ഗന്ധർവ്വനഗരം, മറനീങ്ങുന്നു എന്നിവയാണ് ആ മൂന്നദ്ധ്യായങ്ങൾ. നാലാമദ്ധ്യായം പിന്നീട് എന്ന ശീർഷകത്തിലാണുള്ളത്. അത് ദേവുവിന്റെ ചിന്തകളിലൂടെ മുന്നോട്ടുനീങ്ങുന്നു. ഒരു നിമിഷത്തിലെ വൈരാഗ്യവും, ഒരായുസ്സിലെ സുഖവും എന്ന അഞ്ചാമദ്ധ്യായവും ദേവുവിന്റെ ചിന്തകളിലൂടെത്തന്നെയാണ് തുടങ്ങുന്നത്. എന്നാൽ അടുത്ത ഭാഗം വിമലയുടെ ചിന്തകളിലൂടെയാണ് മുന്നേറുന്നത്. 'കുരിശുചുമന്നവൾ' എന്ന ആറാമദ്ധ്യായം പൂർണ്ണമായും ദേവുവിന്റെ ചിന്തകൾ തന്നെ. കഥ പലേടത്തുവച്ചു നടക്കുന്നതിനാലും അഞ്ചെട്ടു കഥാപാത്രങ്ങൾ ഉള്ളതിനാലും ഒരാളിന്റെ മാത്രം ചിന്തകളിൽ കഥ നിൽക്കുന്നില്ല. നായിക വിമല കഴിഞ്ഞാൽ, രതിക്കും മിനിക്കും ദേവുവിനും നോവലിൽ നല്ല പ്രാധാന്യമുണ്ട്. എന്നാൽ പുരുഷന്മാർക്ക് അത്രത്തോളം പ്രാധാന്യമില്ല. അവർ സ്ത്രീകഥാപാത്രങ്ങളുടെ തണലിൽ മാത്രം നിൽക്കുന്നവരാണ്.

ഉച്ചവെയിലും ഇളംനിലാവും എന്ന ആദ്യ അദ്ധ്യായം ബോധധാരാസമ്പ്രദായത്തിന്റെ സവിശേഷതകൾ ഒത്തിണങ്ങിയ നോവൽ ഭാഗമാണ്. നായികയായ വിമലയെയാണ് ആദ്യഭാഗത്ത് അവതരിപ്പിക്കുന്നത്. അതു നോവലിസ്റ്റ് നേരിട്ടുതന്നെ ചെയ്യുന്നു. എന്നാൽ കഥയുടെ തുടക്കം വിമലയുടെ ചിന്തകളിലൂടെത്തന്നെ വ്യക്തമാക്കുന്നു.

"തീവണ്ടി ഒന്നു ചെരിഞ്ഞുകുലുങ്ങി
പിന്നെയും നിവർന്നു പാഞ്ഞു.
പണിത്തിരക്കിനിടയിൽ മനോരാജ്യത്തിൽ ലയിച്ചുപോയി.
പെട്ടെന്നുണർന്ന് തോൾ കുടഞ്ഞ് ജോലി തുടരുകയാണ്.,
മലഞ്ചെരിവിൽ ഒരു വളവുകഴിഞ്ഞ് വണ്ടി പാടത്തിനു
നടുക്കേക്ക് ഇറങ്ങി. ദൂരെ കുന്നും മലയും കാണാം.
സ്ത്രീകൾക്കായുള്ള മൂന്നാംക്ലാസ് മുറിയുടെ
തുറന്ന വാതിൽക്കൽ ഡോക്ടർ വിമല ചാരി നിന്നു.
വലത്തെ തോളത്തുകൂടി ഹാൻഡ് ബാഗ് തൂക്കിയിട്ടുണ്ട്.
മുടി പൊക്കി വളച്ചു കെട്ടിയിരിക്കുന്നു.
വീതിയിൽ കൈയുള്ള പുകക്കണ്ണാടി വച്ചിട്ടുണ്ട്.
തീവണ്ടി യാത്രയ്ക്കുമാത്രം പറ്റുന്ന തരം
ഒരു കടുംനീല സാരിയാണുടുത്തിരിക്കുന്നത്.
വണ്ടി ഇരമ്പിപ്പായുമ്പോൾ കാറ്റത്തു പാറിപ്പറക്കുന്ന
സാരിയുമായി വാതിലിൽ കൈ ഊന്നി അവളങ്ങനെ
നില്ക്കുമ്പോൾ കണ്ടാൽ അവൾ അഴകുള്ളവളാണ്
ഇവിടെയെങ്ങും സാധാരണ കാണാത്ത തരം അഴക്.
സാരിത്തുമ്പ് തലയിൽക്കൂടി വലിച്ചിട്ട്
നെറ്റിയിൽ കുമ്പളക്കുരു പോലത്തെ വലിയ
ഒരു പൊട്ടും തൊട്ടിരുന്നെങ്കിൽ ശരിക്കും അവളൊരു
വടക്കെ ഇന്ത്യക്കാരിയാണെന്നേ തോന്നുള്ളു.
വണ്ടി ഒരിടുക്കിൽക്കൂടി കടന്നുപോവുകയാണ്
അവൾ കണ്ണട ഊരിയെടുത്ത് സാരിത്തുമ്പു
കൊണ്ട് തുടച്ചുകൊണ്ടുനിന്നു."[9]

ഇത്രയും ഭാഗം വരെ നോവലിസ്റ്റിന്റെ വർണ്ണനയാണ്. കഥാനായികയായ വിമലയെ നോവലിസ്റ്റ് സ്വന്തം ഭാഷയിൽ വായനക്കാരുടെ മുമ്പിൽ അവതരിപ്പിക്കുന്നു. എന്നാൽ ഇതിനുശേഷമുള്ള ഭാഗം നായികയായ വിമലയുടെ ചിന്തകളാണ്. നോവലിലെ ശരിയായ ബോധധാര ഇവിടം മുതൽ ആരംഭിക്കുന്നു.

"അഞ്ചുകൊല്ലം കഴിഞ്ഞു ഈ കണ്ണട കൈയിൽ വന്നിട്ട്.
അച്ഛൻ അവസാനത്തെ തവണ വന്നപ്പോൾ തന്നതാണ്.
മെഡിക്കൽ കോളേജിൽ പോകുമ്പോൾ അവസ്ഥയ്ക്ക്
ഇതു കൂടി ഇരിക്കട്ടെ എന്നു വിചാരിച്ചിരിക്കും.
വണ്ടികയറിയാൽ സമയത്തു മുഖത്തുനിന്ന് ഊരി
അവളുടെ കൈയിലേക്കു കൊടുക്കുകയാണുണ്ടായത്.
അന്നത്തതിൽ പിന്നെ അച്ഛനെ കണ്ടിട്ടില്ല.
മൂന്നുകൊല്ലം കൂടുമ്പോഴല്ലേ വരാൻ സാധിക്കു.

ആ മൂന്നു കൊല്ലം തികയുന്നതിനുമുമ്പ് അച്ഛൻ മരിച്ചു.
അച്ഛന്റെ കൈകൊണ്ട് അവസാനമായി
തന്നതാണ് ഈ കണ്ണട. ആണുങ്ങൾ വെക്കുന്ന തരം
കറുത്ത ഫ്രെയിമുള്ള കണ്ണട"[10]

അച്ഛനെക്കുറിച്ചുള്ള ചിന്തകൾ വിമലയുടെ മനസ്സിൽ അങ്ങനെ നീണ്ടുനീണ്ടു പോകുകയാണ്. അച്ഛനു മനസ്സിലുള്ള സ്ഥാനവും, അച്ഛനോടുള്ള സ്നേഹവും അച്ഛന്റെ വ്യക്തിത്വവും മനസ്സിലാക്കാൻ കഴിയുന്ന തരത്തിലുള്ള ചിന്തകൾ.....

തീവണ്ടി ഒരു പാലത്തിൽന്മേൽ കയറി
ഗർജ്ജിച്ചുകൊണ്ടിറങ്ങി......
സ്റ്റേഷൻ അടുത്തു.....
പേരെഴുതിയ പലക പതുക്കെ കടന്നു
പോയി.....

എന്നിങ്ങനെ തെക്കുള്ള നഗരത്തിൽ എത്തുന്നതുവരെ ചിന്തകൾ തുടർന്നുകൊണ്ടേയിരുന്നു. പിന്നീടുള്ള ഭാഗം കൂട്ടുകാരി മിനിയെക്കുറിച്ചും അവളുടെ വീടിനെക്കുറിച്ചുമുള്ള ചിന്തകളാണ്. ഗന്ധർവ്വനഗരം എന്ന രണ്ടാമദ്ധ്യായത്തിൽ, മിനിയുടെ വീട്ടിലെ അംഗങ്ങളെയും അവിടത്തെ ആഹ്ലാദകരമായ നിമിഷങ്ങളേയും വിമലയുടെ ചിന്തകളിലൂടെ പരിചയപ്പെടുത്തുന്നതാണ് മൂത്ത ജ്യേഷ്ഠൻ രാഘവൻ കാലുകൾ തളർന്ന വ്യക്തിയാണ്. അനുജത്തിമാർ മിനിയും ദേവുവും രതിയും രാഘവന്റെ രണ്ടു കൂട്ടുകാർ രാജനും അനിയും. ഇവരെല്ലാം കൂടി ഒത്തുചേരുമ്പോൾ ആ വീട് ഒരു ഗന്ധർവ്വ നഗരമായി മാറുന്നു. ഇവരെ കൂടാതെ അച്ഛനും വീട്ടിലുണ്ട്. പിന്നീടുള്ള പരിമിതമായ അദ്ധ്യായങ്ങളിൽ ചില പ്രത്യേക സംഭവങ്ങൾ വിവരിക്കുന്നു. അവയാകട്ടെ അവരുടെ ബന്ധങ്ങളിൽ വിള്ളലുകൾ തീർക്കുകയും ചെയ്യുന്നു.

രാജലക്ഷ്മിയുടെ കഥാസാഹിത്യത്തിലേക്കു കടന്നാൽ ആദ്യത്തെ കഥ 'മകളി'ൽ നായികയായ ശാരദയുടെ മനസ്സുസഞ്ചരിക്കുന്ന വഴികളിലൂടെയാണ് കഥയുടെ മുന്നോട്ടുള്ള ഗതി. 'മനമോടാത്ത കുമാർഗ്ഗമില്ലെടോ'. എന്നു കുമാരനാശാൻ പാടിയതുപോലെ ശാരദയുടെ മനസ്സ് വ്യക്തിയിൽ നിന്നു വ്യക്തിയിലേക്കും, സംഭവങ്ങളിൽ നിന്നു സംഭവങ്ങളിലേയ്ക്കും, പല പല ദൃശ്യങ്ങളിലേയ്ക്കും സദാ സഞ്ചരിച്ചുകൊണ്ടിരിക്കുകയാണ്. പിടിച്ചാൽ പിടികിട്ടാത്തവണ്ണം പായുന്ന മനസ്സിന്റെ പിന്നാലെയുള്ള പ്രയാണം അനുവാചകനു വളരെ രസകരമായ ഒരനുഭവമാണ്. ജീവിതത്തിൽ ആദ്യമായി കിട്ടിയ വലിയ പ്രതിഫലത്തുക ഇരുന്നൂറു രൂപ ബാഗിനുള്ളിൽ സൂക്ഷിച്ചുവെച്ച് ആ ബാഗ് നെഞ്ചോടടുക്കിപ്പിടിച്ച് സൈക്കിളിൽ സഞ്ചരിക്കുന്ന ശാരദ - ആ സഞ്ചാരത്തിനിടയിൽ അനേകം ചിന്തകൾ അവളുടെ മനസ്സിലൂടെ കടന്നു പോകുന്നു. ഇടയ്ക്ക് അവളെക്കുറിച്ചു കേൾക്കുന്ന കമന്റുകളിലേയ്ക്കും ശ്രദ്ധതിരിയുന്നുണ്ട്.

തനിക്ക് ഇഷ്ടമില്ലാത്ത വക്കീൽ പണിക്ക് അച്ഛൻ നിർബന്ധിച്ചുവിട്ടതിലുള്ള അമർഷം, റീഡേഴ്സ് ബുക്ക് സ്റ്റാളിൽ കയറി പുസ്തകങ്ങൾക്കിടയിലൂടെ നടക്കുമ്പോഴുള്ള ആഹ്ലാദകരമായ അനുഭവം, ഭാസ്കര മേനോനെ കണ്ടുമുട്ടിയ സന്ദർഭം, ഒരു പ്രണയത്തിന്റെ തുടക്കം, അവർക്കിടയിലെ സാഹിത്യചർച്ചകൾ, ഇങ്ങനെ അനേകം ചിന്തകളിലൂടെ ശാരദയുടെ മനസ്സ് നിർത്താതെ പായുകയാണ്. മറ്റു കഥാപാത്രങ്ങളെയും അവരുടെ പ്രവൃത്തികളെയുമെല്ലാം കാണുന്നത് ശാരദയുടെ വീക്ഷണത്തിലൂടെ തന്നെയാണ്. ഇങ്ങനെ മനസ്സിന്റെ സഞ്ചാരത്തിനിടയിൽ ശാരദയുടെ ജീവിതകഥ മുഴുവൻ നോവലിസ്റ്റു വിവരിക്കുന്നു. രാജലക്ഷ്മിയുടെ മറ്റു ചെറുകഥകളിലും ഈ രീതിതന്നെയാണ് അവർ സ്വീകരിച്ചിട്ടുള്ളത്.

ആത്മഹത്യ എന്ന കഥയിൽ നായിക ഒരു മലയാളിയല്ലാത്തതു കൊണ്ടാവാം ഒരാഖ്യാതാവിന്റെ സഹായം തേടുന്നത്. ആഖ്യാതാവിന്റെ ചിന്തകളിലൂടെയാണ് കഥയുടെ മുന്നോട്ടുള്ള ഗതി. മറ്റൊരാളിന്റെ വീക്ഷണത്തിലൂടെ കഥ അവതരിപ്പിക്കുമ്പോൾ, നായികാചിത്രത്തിനു കൂടുതൽ മിഴിവുണ്ടാകുന്നു. നായികയുടെ ജീവിതത്തിലെ താളപ്പിഴകളെക്കുറിച്ചും, ആ ജീവിതത്തോട് അവർക്കുള്ള വിരക്തിയെക്കുറിച്ചുമൊക്കെ നാം മനസ്സിലാക്കുന്നത് ആഖ്യാതാവിന്റെ വീക്ഷണത്തിലൂടെയാണ്. ആത്മഹത്യയിൽ അഭയം തേടാനുള്ള അവരുടെ മനസ്സിന്റെ ആഗ്രഹം ആഖ്യാതാവിന്റേതുകൂടിയാകാം. ഇവിടെ ആഖ്യാതാവിൽ മറഞ്ഞു നില്ക്കുന്നതു കഥാകൃത്തു തന്നെ. ഈ കഥയിലും ചരിത്രം ആവർത്തിക്കുന്നില്ല. എന്ന കഥയിലുമൊഴികെ മറ്റു കഥകളിലെല്ലാം നായികമാരാണ് കഥ പറയുന്നത്. ചരിത്രം ആവർത്തിക്കുന്നില്ല എന്ന ഒരേ ഒരു കഥയിൽ മാത്രമാണ് ഒരു പുരുഷൻ കഥയിലെ പ്രധാന കഥാപാത്രമാകുന്നതും കഥ പറയുന്നതും. നായക കഥാപാത്രത്തിലൂടെയാണ് കഥയുടെ വളർച്ച. സംഭവങ്ങൾ മുന്നോട്ടുപോകുന്നതും, കഥയുടെ ഗതി നിയന്ത്രിക്കുന്നതുമെല്ലാം ഈ നായകകഥാപാത്രമാണ്.

മകൾ എന്ന ആദ്യകഥയിലെ ശാരദയുമായി ചില സാദൃശ്യങ്ങളുള്ള കഥാപാത്രമാണ് 'ഒരദ്ധ്യാപിക ജനിക്കുന്നു.' എന്ന കഥയിലെ നായികയായ ഇന്ദിര. ഇന്ദിരയുടെ ചിന്തകളിലൂടെയാണ് രവിയെക്കുറിച്ചും, രവിയും ഇന്ദിരയും തമ്മിലുള്ള പ്രണയത്തെക്കുറിച്ചുമെല്ലാം നാമറിയുന്നത്. രവിയുടെ മരണവാർത്ത ഇന്ദിരയുടെ കൈകളിലെത്തുന്നതു മുതലാണ് കഥയുടെ തുടക്കം. തികച്ചും നാടകീയമായ ഒരു തുടക്കം തന്നെയാണ് അത്. അദ്ധ്യാപികയായ ഇന്ദിരയ്ക്ക് ഇന്നലെ ഇവിടത്തെ ഐസൊലേഷൻ വാർഡിൽകിടന്ന് രവി മരിച്ചു എന്നുതുടങ്ങുന്ന ഒരു കത്തുകിട്ടുന്നതോടെ അവളുടെ ചിന്തകൾ ആരംഭിക്കുന്നു. കത്തു വായിച്ചുതുടങ്ങുന്ന ഇന്ദിര ആദ്യമൊന്നു പകച്ചുപോകുന്നു. കാമുകന്റെ മരണം എന്ന യാഥാർത്ഥ്യത്തെ ഉൾക്കൊള്ളാൻ അല്പസമയമെടുത്തു. പിന്നീട് പ്രജ്ഞയിൽനിന്നു സിരകളിലേയ്ക്ക് അത് അരിച്ചുകയറുമ്പോൾ അവളിൽ ഒരു മരവിപ്പു പടരുന്നു. അതും അധികസമയം നീണ്ടു

നില്ക്കുന്നില്ല. അവളുടെ ഉള്ളിലെ വിസ്മൃതിയുടെ മഞ്ഞ് ഉരുകി വീഴുന്നു. കത്തിലെ വാചകങ്ങൾ ഒന്നൊന്നായി വായിച്ചു പോകുന്തോറും ഓർമ്മയുടെ അടരുകൾ ഓരോന്നും തെളിഞ്ഞു വരുന്നു.

ഈ കഥയിലെ ബോധധാരയുടെ പോക്ക് അഥവാ ചിന്തയുടെ ഒഴുക്ക് അതീവ ഹൃദ്യമാണ്. കഥാവതരണവും നാടകീയമായ തുടക്കവും ഇന്ദിരയുടെ മാനസിക ലോകത്തിലേയ്ക്ക് അനുവാചകനെ കൂട്ടികൊണ്ടുപോകുന്ന രീതിയും ആകർഷണീയം തന്നെ. രാജലക്ഷ്മിയുടെ മറ്റു കഥകളിൽ നിന്നു വ്യത്യസ്തമായ ഒരു ആവിഷ്കാര തന്ത്രമാണ് ഇവിടെ സ്വീകരിച്ചിട്ടുള്ളത്. ഇത്തരമൊരു കലാതന്ത്രം അന്നു മലയാളകഥാരംഗത്ത് അത്യപൂർവ്വമായിരുന്നു. ചിന്തകൾക്കൊപ്പം ഇന്ദിരയുടെ ചലനങ്ങളും, വൈകാരിക മാറ്റങ്ങളും കഥയുടെ ക്ലൈമാക്സുമെല്ലാം വിഭ്രാമകമായ ഒരന്തരീക്ഷം സൃഷ്ടിക്കുന്നു. ദുരന്തത്തിലവസാനിക്കേണ്ട ഒരു കഥ ഒടുവിൽ പ്രത്യാശയുടെ തീരങ്ങളിലെത്തിക്കുന്ന കഥാകൃത്തിന്റെ രചനാ നൈപുണ്യം അവരുടെ സർഗ്ഗാത്മകതയ്ക്കുള്ള ഒരടയാളം തന്നെ.

'ഒരദ്ധ്യാപിക ജനിക്കുന്നു' എന്ന കഥയിലെ രചനാതന്ത്രം പോലെ തന്നെ 'ചരിത്രം ആവർത്തിക്കുന്നില്ല' എന്ന കഥയിലെ രചനാതന്ത്രവും ആകർഷകം തന്നെ. ഇവിടെ ഒരു എൻജിനീയറാണ് കഥാനായകൻ. കഥാനായകന്റെ ചിന്തകളിലൂടെയാണ് കഥയുടെ മുന്നോട്ടുള്ള വളർച്ച എന്നു നേരത്തേ സൂചിപ്പിച്ചുവല്ലോ. മകളുടെ പ്രതിശ്രുതവരനായ ഡോക്ടർ പ്രസ്തുത എൻജിനീയറെ കാണാനെത്തുന്നതു മുതലാണ് കഥയുടെ തുടക്കം. പഠിപ്പിച്ചു ഡോക്ടറാക്കിയതിന് പ്രതിഫലമായി എൻജിനീയറുടെ മകളെ വിവാഹം ചെയ്തുകൊള്ളാമെന്ന വ്യവസ്ഥയിൽ നിന്ന് തന്നെ ഒഴിവാക്കണമെന്ന് അഭ്യർത്ഥിക്കാനാണ് അയാൾ എത്തിയിരിക്കുന്നത്. സഹപാഠിയായ ഒരു പെൺകുട്ടിയെ സ്നേഹിച്ചുപോയതിനാൽ, അവളെ വിവാഹം കഴിക്കാൻ അനുവദിക്കണമെന്നാണ് അയാളുടെ അപേക്ഷ. തന്റെ അപേക്ഷ പരിഗണിക്കുന്നില്ലെങ്കിൽ, എല്ലാ വിവരങ്ങളും മകളെ ധരിപ്പിച്ച് കാമുകിയെത്തന്നെ വിവാഹം കഴിക്കുമെന്നും അയാൾ ഉറപ്പിച്ചു പറയുമ്പോൾ, ആ ധൈര്യത്തെ നായകൻ മനസ്സാ സ്തുതിക്കുന്നു. തന്റെ ജീവിതകഥയുമായി വളരെ സാദൃശ്യമുള്ള ഈ കഥ കേൾക്കുമ്പോൾ എൻജിനീയറുടെ മനസ്സ് ഭൂതകാലത്തിലേയ്ക്ക് കുതിക്കുകയാണ്. തന്നെ ജീവനുതുല്യം സ്നേഹിച്ച ലീലയെന്ന കാമുകിയെ നിഷ്കരുണം ഉപേക്ഷിച്ച് സ്വാർത്ഥതയുടെ പേരിൽ, ധനമോഹത്തിന്റെ പേരിലും, മറ്റൊരാളെ വിവാഹം കഴിച്ചുവെങ്കിലും ഒരിക്കൽപ്പോലും ഭാര്യയോടു നീതിപുലർത്താൻ അയാൾക്കു കഴിഞ്ഞില്ല. ഭ്രാന്തിയായി അലയുന്ന കാമുകി അയാളിൽ ഓരോ നിമിഷവും കുറ്റബോധമുണർത്തുകയാണ്. യുവാവായ ഡോക്ടർ കാട്ടിയതുപോലെ ഒരു സാഹസികത കാട്ടാൻ തനിക്ക് അന്നു ധൈര്യമില്ലാതെ പോയതാണ് തന്റെ ജീവിതം ഇങ്ങനെയൊരു പരാജയമായിത്തീരാൻ കാരണം. ഭൂതകാലത്തിലേക്കും,

അവിടെനിന്ന് പ്രണയകാലത്തിലേക്കും അങ്ങനെ തന്റെ ജീവിതത്തിലെ പൊയ്പ്പോയ വസന്തത്തിലേക്കും നൊടിയിൽ പ്രയാണം ചെയ്യുന്ന മനസ്സ് അതേ വേഗത്തിൽത്തന്നെ മുമ്പിലിരിക്കുന്ന ചെറുപ്പക്കാരനായ ഡോക്ടറിലേക്ക് മടങ്ങി വരുന്നതുകാണുമ്പോൾ, ഭൂത വർത്തമാന കാലങ്ങളിലേക്കുള്ള മനസ്സിന്റെ ത്വരിതയാത്ര, ദ്രുതഗതിയിലുള്ള അദ്ഭുതപ്രയാണം, നമ്മെ വിസ്മയത്തിലാഴ്ത്തും. യുവാവായ ഡോക്ടർ എൻജിനീയറുടെ മുമ്പിലിരിക്കുന്ന അല്പ നിമിഷങ്ങളെ ഒരു കഥയാക്കി വളർത്തിയെടുക്കുന്ന ഈ കലാതന്ത്രം രാജലക്ഷ്മിക്ക് പാശ്ചാത്യ സാഹിത്യത്തിൽ നിന്നു കിട്ടിയതാവണം. സ്ഥലകാലക്രിയകളുമായി കഥകളെയും നോവലുകളെയും ബന്ധപ്പെടുത്തുന്ന രീതി പാശ്ചാത്യ സാഹിത്യത്തിൽ സുലഭമാണ്. നമ്മുടെ പഴയ നാടകങ്ങളിലും പില്ക്കാലത്തു സിനിമകളിലും, സാഹിത്യത്തിലും ഈ രീതി സാർവ്വത്രികമായി. കഴിഞ്ഞ അദ്ധ്യായത്തിലെ വിഷയം അതാണല്ലോ.

ചരത്രം ആവർത്തിക്കുന്നില്ല എന്നു പറയുമ്പോൾ, അതു തിരുത്തിക്കുറിക്കുന്നു എന്നാണ് അർത്ഥം. സാഹിത്യചരിത്രങ്ങളേയും പ്രസ്ഥാനങ്ങളെയും ആവർത്തിക്കുകയല്ല, തിരുത്തിക്കുറിക്കുകയാണ് രാജലക്ഷ്മി ചെയ്തത്. കഥയിലെ നായകന്റെ സ്വഭാവത്തിലും ഒരു തിരുത്തൽ നടക്കുന്നു. അതുവരെ അഹങ്കാരിയും താന്തോന്നിയും ദുഷ്ടനുമായിരുന്ന അയാൾക്ക് ഉണ്ടാകുന്ന പരിവർത്തനം ആത്മപരിശോധനയിലൂടെ അയാൾ നേടുന്ന ഔന്നത്യമാണ്. ഇനിയുള്ള കാലമെങ്കിലും, തെറ്റുകൾ തിരുത്തി, സ്വയം ശരിയിലേക്കു വരാൻ അയാൾക്ക് അതു പ്രചോദനം നല്കുകയാണുണ്ടായത്. ഈ ആത്മപരിശോധനയ്ക്ക് അയാളെ പ്രാപ്തനാക്കിയത് ഡോക്ടറുടെ കഥയും തന്റെ മുമ്പിൽ അയാൾ കൊണ്ടുവന്ന അഭ്യർത്ഥനയുമാണ്. എൻജിനീയറുടെ മനസ്സിന്റെ ദ്രുതഗതിയിലുള്ള സഞ്ചാരത്തിലൂടെ കഥയുടെ ഭൂതവർത്തമാനങ്ങളെ കൂട്ടിയോജിപ്പിച്ച് ഒരു പുതിയ സഞ്ചാരഗതിയിലേയ്ക്ക് കൊണ്ടുവരാൻ കഴിഞ്ഞതിലൂടെ അതിമനോഹരമായ ഒരുകഥയുടെ ആവിഷ്കാരമാണ് രാജലക്ഷ്മി നിർവ്വഹിച്ചത്. സ്വഗതാഖ്യാനത്തിലൂടെ സങ്കല്പത്തിലേക്കും യാഥാർത്ഥ്യത്തിലേക്കും മാറിമാറി വരുന്ന മനസ്സിന്റെ അവസ്ഥാഭേദങ്ങളെ ചിത്രീകരിച്ച ഈ എഴുത്തുകാരി കഥാപാത്രങ്ങളുടെ ആന്തരിക ലോകത്തിന്റെ വിസ്മയങ്ങളെ അനാവരണം ചെയ്യുകയാണുണ്ടായത്.

പരാജിത എന്ന കഥ രാജലക്ഷ്മിയുടെ കഥകളിൽ അത്യപൂർവ്വമായ ഒന്നാണ്. സ്ത്രീയുടെ മാനസിക ലോകം മറയില്ലാതെ അവരുടെ ചിന്തകളിലൂടെയും ഭാഷയിലൂടെയും തുറന്നുകാട്ടുന്ന ഈ കഥ അന്നത്തെ സ്ത്രീലോകത്തിന്റെ സദാചാരബോധത്തെ കാറ്റിൽ പറത്തുന്ന ഒന്നാണ്. പില്ക്കാലത്തു മാധവിക്കുട്ടിക്ക് നായികാസൃഷ്ടിയിൽ പ്രേരണയായിത്തീരുവാൻ ഈ കഥയിലെ നിർമ്മലാപ്പണിക്കർക്കു സാധിച്ചു എന്നു പലരും ചൂണ്ടിക്കാണിച്ചിട്ടുണ്ട്. എന്നാൽ രാജലക്ഷ്മിയുടെ ഈ കഥ

ഇറങ്ങുന്നതിനും എത്രയോ മുൻപുതന്നെ പരപുരുഷനെത്തേടുന്ന ഭർത്തൃമതികളെ നായികമാരാക്കി മാധവിക്കുട്ടി ധാരാളം കഥകളെഴുതിയിട്ടുണ്ട്. 'പുഴ വീണ്ടും ഒഴുകി' (1953) 'രാത്രിയിൽ' (1953) തുടങ്ങിയ ആദ്യകഥകൾ തന്നെ അതിനുദാഹരണമാണ്.

> "പരാജിതയിലെ നിർമ്മലയുടെ ഭർത്താവ് വിദേശത്തും ഏകമകൻ ദൂരെ ബോർഡിംഗ് സ്കൂളിലുമാണ്. ഏകാന്തവും വിരസവുമായ ജീവിതത്തിൽ നിന്നും ഒരാശ്വാസമെന്ന നിലയിൽ ഗവേഷണ പഠനത്തിന് ചേർന്നിരിക്കയാണവൾ. ഗവേഷണകേന്ദ്രത്തിന്റെ അവിവാഹിതനായ ഡയറക്ടർ നിർമ്മലയുടെ മനസ്സിൽ ഏതോ അജ്ഞാത ചലനങ്ങൾ സൃഷ്ടിച്ചുതുടങ്ങുന്നു. അദ്ദേഹവുമായി ഇടപഴകുമ്പോൾ ഒരു വിരൽസ്പർശം പോലും സംഭവിക്കാതിരിക്കാൻ അവളുടെ മനസ്സ് അതീവ ജാഗ്രത പുലർത്തുന്നു. ഡയറക്ടറുടെ മുറിയിൽ കയറിയാലുടനെ അവൾക്കു സമാധാനം നഷ്ടമാകും.
>
> മനുഷ്യരുടെ ഇടയിൽ നിന്നൊക്കെ വളരെ ദൂരെയാണ് താനെന്നൊരു തോന്നലാണ് അവിടെ പ്രവേശിക്കുമ്പോൾ. പക്ഷേ, അയാളുടെ മുറിയിൽ ചെല്ലാൻ അവളാഗ്രഹിച്ചു പോവുകയും ചെയ്യുന്നു. അവളുടെ ചിന്തകൾ കറങ്ങിത്തിരിഞ്ഞ് ഒടുവിൽ വന്നുനിൽക്കുന്നതും അയാളിലായിരിക്കും. അബദ്ധവശാലൊരിക്കൽ ഇരുവരുടേയും ശിരസ്സുകൾ തമ്മിൽ പതുക്കെയൊന്നു സ്പർശിച്ചപ്പോൾ അവളുടെ മുഖത്ത് രക്തം അടിച്ചുകയറി, അയാളുടെ തല തൊട്ടേടം പൊള്ളുന്നുവെന്നുതോന്നി.
>
> ഭാര്യയും മാതാവുമായ നിർമ്മലയിൽ അക്ഷന്തവ്യമായ അപരാധചിന്ത ജനിപ്പിക്കാൻ ഈ സംഭവങ്ങൾ ധാരാളമായിരുന്നു. ജീവിതത്തെ സ്വയം വിമർശനം ചെയ്യാൻ പോലും അതവളെ പ്രേരിപ്പിക്കുന്നു. വിവേകശൂന്യമായ തന്റെ വിവാഹതീരുമാനത്തിൽ ഒരു വേള അവൾ പശ്ചാത്തപിച്ചു. എതിർത്തുനിന്ന ബന്ധുക്കളോടുള്ള വാശി മാത്രമായിരുന്നു അത്. ദാമ്പത്യജീവിതം ലൈംഗികാനുഭവങ്ങളുടേതുമായിരുന്നില്ല.
>
> അന്നും ഇന്നും രവിയുടെ അടുത്ത് പ്രത്യേകമായ വികാരമൊന്നും തോന്നിയിട്ടില്ല എന്ന് ഓർക്കുന്ന നിർമ്മല, ദാമ്പത്യത്തോടുള്ള വിരക്തിയാണ് രഹസ്യമായി സൂക്ഷിക്കുന്നത്.

ഡയറക്ടറെന്ന അന്യപുരുഷനെ മനസ്സിൽ വഹിക്കുന്നത്
ഭാര്യയുടെ ലൈംഗികനിഷ്ഠയ്ക്കു ചേർന്നതല്ലെന്നറിഞ്ഞിട്ടും
അവളുടെ ചിന്തകൾക്ക് അയാളിൽനിന്നും
വിമുക്തിയില്ലാതായി. അയാളുടെ ചുരുണ്ടമുടി,
കൂട്ടിത്തൊടണമോ എന്നു സംശയിച്ചുനില്ക്കുന്ന
കനത്ത പുരികങ്ങൾക്കു താഴെ
അറ്റം തുടുത്ത വലിയ കണ്ണുകൾ, ഇരുണ്ട മുഖത്തെ
നനുത്ത മീശ, ചടച്ചു നീണ്ട വിരലുകൾ-
എന്നിങ്ങനെ അതിസൂക്ഷ്മമാണ് അവളുടെ നിരീക്ഷണങ്ങൾ.
ഏതു ബഹളത്തിനിടയിലും അയാളുടെ കാറിന്റെ
ഹോൺ ശബ്ദം അവൾക്കു തിരിച്ചറിയാം.
ആ ഡോർ അടയുന്ന ശബ്ദം പോലും!
അയാൾ വരാതിരുന്ന ദിവസം അവൾ വല്ലാതെ
അസ്വസ്ഥയാവുകയും ചെയ്യുന്നു.
കുറ്റബോധത്താൽ വലയം ചെയ്യപ്പെടുന്ന നിർമ്മല
തന്റെ കുടുംബഫോട്ടോ എടുത്തുവെച്ചും
ഭർത്താവിന് കത്തെഴുതാൻ തുനിഞ്ഞും
ആശ്വാസം കണ്ടെത്താൻ ശ്രമിക്കുന്നു.

ഒരു ദിവസം അവിചാരിതമായി ഡയറക്ടർ
അവളുടെ കരം ഗ്രഹിക്കുകയാണ്. ആ നിമിഷം അവൾ
അറിയാതെ കൈ മലർന്നു. തന്റെ നിയന്ത്രണ ശേഷി
നഷ്ടമാവുന്നുവെന്ന് അവൾക്ക് തോന്നി. കൈ വലിച്ചെടുത്ത്
അവൾ പുറത്തേയ്ക്കോടുകയായിരുന്നു......[11]

ഈ നീണ്ട വിവരണത്തിലൂടെ സ്ത്രീയുടെ അദമ്യമായ ലൈംഗിക തൃഷ്ണയും പാപബോധവും തമ്മിലുള്ള സംഘർഷം രൂക്ഷമായിത്തീരുന്നതിനെയാണ് ചൂണ്ടിക്കാട്ടുന്നത്. നേരിയ ചലനങ്ങളിലൂടെയും വാക്കുകളിലൂടെയും മനസ്സിലടക്കാൻ ശ്രമിക്കുന്ന ലൈംഗികകാമനകൾ പുറത്തു ചാടാൻ ശ്രമിക്കുന്നത് കഥയിലുടനീളം കാണാം. മറ്റു പലതിലും ആശ്രയം കണ്ടെത്താൻ ശ്രമിച്ചുവെങ്കിലും അതൊന്നും നായികയെ സംബന്ധിച്ചിടത്തോളം സഫലമായിത്തീരുന്നില്ല. ഒരു പരാജിതയുടെ ആത്മ നിമന്ത്രണങ്ങളിലൂടെ അവളുടെ മനസ്സ് അനാവരണം ചെയ്യാൻ ശ്രമിക്കുന്ന രാജലക്ഷ്മി നല്ല ഒരു മനശ്ശാസ്ത്രപഠനത്തിനുള്ള വഴി ഈ കഥയിലൂടെ തെളിയിച്ചിരിക്കുകയാണ്.

ഭർത്താവിന്റെയും മകന്റെയും സ്നേഹശൂന്യതയും അവഗണനയുമാണ് പരപുരഷനെത്തേടാൻ നിർമ്മലാപണിക്കരെ പ്രേരിപ്പിക്കുന്നത്. തനിക്കു നഷ്ടമായ സ്നേഹം കാമുകനിൽനിന്ന് കിട്ടുമെന്ന് അവർ പ്രതീക്ഷിക്കുന്നു. സ്ത്രീ മനസ്സിന്റെ വഴിവിട്ട പോക്ക് നിർമ്മലാപണിക്കരുടെ

ചിന്തകളിലൂടെ യഥാതഥമായി ആവിഷ്കരിക്കുന്ന കഥാകൃത്ത് ആ രംഗത്ത് ഒരു വഴിത്തിരിവുണ്ടാക്കുന്നതിൽ വിജയിച്ചു. ഒരു വശത്ത് കാമദാഹവും മറുവശത്ത് പാപബോധവും മനസ്സിൽ വടംവലി നടത്തുന്ന ദൃശ്യം അതീവ ഹൃദ്യമാണ്. ഈ വടംവലി മനസ്സിന്റെ താളം തെറ്റിക്കുന്നു. ഭർത്താവിനെ വഞ്ചിച്ചു ജീവിക്കുന്ന പല സ്ത്രീകളെയും തനിക്കറിയാം. പക്ഷേ, അവർക്കാർക്കുമില്ലാത്ത ഈ വൈവശ്യം തനിക്ക് എന്തുകൊണ്ടുണ്ടാകുന്നു എന്ന് അവൾ ചിന്തിച്ചു പോകുന്നു.

രണ്ടു സമാന്തര ഭാവങ്ങൾ തുല്യപ്രധാന്യത്തോടെ ആവിഷ്കരിക്കുന്നു എന്ന പ്രത്യേകതയും പരാജിതയ്ക്കുണ്ട്.

ഭർത്താവിന്റെ അഭാവത്തിൽ പരപുരുഷനിൽ ആസക്തിതോന്നുന്ന സ്ത്രീഭാവമാണ് ഒന്ന്. അതിനെ മറികടക്കാനുള്ള അവരിലെ ഭാര്യയുടെ ശ്രമമാണ് രണ്ടാമത്തേത്.

വെറും വികാരശമനം മാത്രമല്ല, അതിൽനിന്നു ലഭിക്കുന്ന ഒരു മാനസിക സംതൃപ്തികൂടി ഇവിടെ ലക്ഷ്യമാക്കുന്നുണ്ട്. ഭർത്തൃസംഗമം ഒരു വിദൂര സ്വപ്നം മാത്രമായതു കൊണ്ടാണ് കൈയെത്തുംദൂരത്തുള്ള ശക്തനായ പുരുഷനെ നിർമ്മല ആഗ്രഹിച്ചുപോകുന്നത്. അതേസമയം തന്നെ ആത്മരക്ഷയ്ക്കുള്ള സ്ത്രീസഹജമായ ആഗ്രഹവും അവളിൽ തലപൊക്കുന്നു.

പരാജിത എന്ന ചെറുകഥയുടെ കഥാഗതി നിർമ്മലാപണിക്കരുടെ ചിന്തകളിലൂടെയാണ് മുന്നോട്ടുപോകുന്നത്. അവളുടെ വീക്ഷണത്തിലൂടെ നാം കാണുന്ന ഭർത്താവ് അരസികനും, ധനലോഭിയും കർക്കശസ്വഭാവക്കാരനുമാണ്. സ്ത്രീയുടെ മൃദുലഭാവങ്ങളോട് ആഭിമുഖ്യം കാട്ടുന്ന ആളല്ല അദ്ദേഹം. സ്ത്രീഹൃദയത്തിന്റെ തുടിപ്പുകളും പ്രണയചാപല്യങ്ങളും അന്തർലീനമായ കാമത്തിന്റെ പുളകങ്ങളും തിരിച്ചറിയാനുള്ള കഴിവും ആ മനുഷ്യനില്ല. ഭാര്യ എന്ന നിലയിലും അമ്മ എന്ന നിലയിലും അവൾക്കുള്ള ഉത്തരവാദിത്വങ്ങളെപ്പോലും ജയിക്കുന്ന തരത്തിലുള്ളതാണ് അവളുടെ ശാരീരിക ദാഹങ്ങൾ. ഏകാന്തത അതിനെ വർദ്ധിപ്പിക്കുകയും ചെയ്യുന്നു. നിർമ്മലാപണിക്കരുടെ മനസ്സിന്റെ ഉള്ളറകളിലേക്കു ക്ഷണിക്കുന്ന ചിന്താധാരകൾ സങ്കീർണ്ണമാണെങ്കിൽപ്പോലും ആവിഷ്കാര സൗന്ദര്യംകൊണ്ട് അതിനെ ജയിക്കാൻ രാജലക്ഷ്മിക്കു നിഷ്പ്രയാസം കഴിഞ്ഞിട്ടുണ്ട്.

“കഥയുടെ പേര് വളരെ അന്വർത്ഥമായ ഒന്നുതന്നെ. ഭർത്താവിന്റെയും മകന്റെയും സ്നേഹം കിട്ടാത്ത കുടുംബിനി തീർച്ചയായും ഒരു പരാജിത തന്നെ. തന്റെയുള്ളിലെ ചാപല്യങ്ങൾക്കു കടിഞ്ഞാണിടാൻ കഴിയാത്ത ഒരു സ്ത്രീയെന്ന നിലയിലും അവൾ പരാജിതയാണ്.”[12] പരാജിത എന്ന പദത്തിൽ പോലുമുണ്ട് ഒരു നിസ്സഹായത. സ്ത്രീയുടെ നിസ്സഹായതയാണ് അവളെ പരപുരുഷനിലേയ്ക്ക് എത്തിക്കുന്നത് എന്ന

മാധവിക്കുട്ടിയുടെ വീക്ഷണവും ഇവിടെ സ്വീകാര്യമാണ്. നിസ്സഹായത മാത്രമല്ല ഏകാന്തതയും ഇതിനു പിന്നിലുള്ള കാരണമാണ്.

'ഹാൻഡ്കർച്ചീഫ്' എന്ന കഥയുടെ ആവിഷ്കാര തന്ത്രം പ്രത്യേകിച്ച് എടുത്തുപറയേണ്ട ഒന്നുതന്നെ. മരവിപ്പിക്കുന്ന പീഡാനുഭവങ്ങളെത്തുടർന്ന് ലോകത്തോടുതന്നെ വിദ്വേഷം വച്ചു പുലർത്തുന്ന ഒരു യുവതിയാണു കഥപറയുന്നത്. പറയുകയല്ല, അവളുടെ മനസ്സിന്റെ ചുമരുകളിൽ പൂർവ്വകാലം തെളിഞ്ഞു വരികയാണ് ചെയ്യുന്നത്. പിറന്നാൾ സമ്മാനമായി തപാലിൽ കിട്ടുന്ന കർച്ചീഫുകളാണ് അവളുടെ ഓർമ്മകളെ പിന്നോക്കം പായിച്ച് പണ്ടു താൻ തുന്നിയ കർച്ചീഫുകളിലേക്കും അതിനിടയാക്കിയ പശ്ചാത്തലത്തിലേക്കും കൊണ്ടുപോകുന്നത്. ആരോ അരുമയോടെ തിരഞ്ഞെടുത്ത മാറാലപോലെ ലോലമായ ആ ലേഡീസ് ഹാങ്കികൾക്കു പിന്നിൽ സ്നേഹത്തിന്റെ ഒരു ലോകം തന്നെയുണ്ടെങ്കിലും അവ വേദനയുടെ കയ്പു മുഴുവൻ മാറിയിട്ടില്ലാത്ത ഓർമ്മകളുണർത്തുമെന്ന കാര്യം അതയച്ച ആൾ അറിയുന്നില്ല.

"അമ്മയുടെ കാൽപ്പെട്ടിയിൽ - തുറന്നാൽ
ഉണങ്ങിയ കൈതപ്പൂവിന്റെ വാസന
അടിക്കുന്ന അമ്മയുടെ മുണ്ടുപെട്ടിയിൽ-
പഴയ എഴുന്നൂറ്റിമൂന്ന് മൽ ഒന്നരകളുടെയും
ഉപയോഗിക്കാൻ കൊള്ളാതായി. കൊടുത്തു
സ്റ്റീൽ പാത്രങ്ങൾ പകരം മേടിക്കാൻ വേണ്ടി
സൂക്ഷിക്കുന്ന കസവുരണ്ടാം മുണ്ടുകളുടേയും
അടിയിൽ അവ ഇപ്പോഴും നിറം
മങ്ങി കിടപ്പുണ്ടാവാം."[13]

കൗമാര പ്രായക്കാരിയായ ഒരു പെൺകുട്ടിയായി സ്വയം മാറി അവളുടെ ചിന്തകളിലൂടെ വായനക്കാർക്കു മുമ്പിൽ രാജലക്ഷ്മി അവതരിപ്പിക്കുന്ന ഈ കഥയും ബോധധാരാ സമ്പ്രദായത്തിന്റെ ഒരു ഉത്തമനിദർശനം തന്നെയാണ്.

ആശിക്കാനൊന്നുമില്ലെന്നു വരുമ്പോൾ, ആത്മഹത്യയിൽ അഭയം തേടുന്ന ഒരു സ്ത്രീ പ്രത്യാശയുടെ കിരണങ്ങൾ കണ്ട് ജീവിതത്തിലേക്ക് തിരിച്ചുവരുന്നതിനേയാണ് ദേവാലയത്തിൽ എന്ന കഥയിൽ അവതരിപ്പിക്കുന്നത്. ചിലർ ആത്മകഥാപരമെന്നും മറ്റുചിലർ ഗദ്യകവിതയെന്നും ഇതിനെ വിശേഷിപ്പിക്കുന്നു. ഭക്തിക്കു പ്രാമുഖ്യം കല്പിക്കുന്ന കഥയായി ഈ രചനയെ കാണുന്നവരുമുണ്ട്. മൃത്യുന്മുഖതയും മൃത്യുപരാങ്മുഖതയുമാണ് യഥാർത്ഥത്തിൽ ദേവാലയത്തിൽ എന്ന കഥയിലെ രണ്ട് അന്തർധാരകൾ.

സ്വന്തം കൈകൊണ്ട് കളിമണ്ണു കുഴച്ച്, കെട്ടിപ്പടുത്ത്, നിറം പിടിപ്പിച്ച്, സുന്ദരമാക്കി, താൻ ഉണ്ടാക്കിയ മൺകുടിൽ- നടുക്കു പുൽപ്പായിട്ടിരുന്നു

നക്ഷത്രലോകത്തിലെ ചക്രവർത്തിനിയാണ് താൻ എന്ന് അഭിമാനം കൊള്ളാറുണ്ടായിരുന്ന തന്റെ മൺകുടിൽ, തകർന്നു പൊടിയുന്നതുകണ്ട് ഞെട്ടിമരവിച്ചു പോയവളാണ് ഇതിലെ കഥാപാത്രം. തകർന്ന മൺകുടിലിന്റെ കഷ്ണങ്ങൾ ചികഞ്ഞ്, കേടില്ലാത്തത് ഓരോന്നായി പെറുക്കി ബലമായി ഉറപ്പിച്ച്, രണ്ടാമതും കെട്ടിപ്പടുക്കാനുള്ള തന്റേടം അവർക്കുണ്ടായിരുന്നില്ല. പെറുക്കിയെടുക്കുന്ന കഷണങ്ങൾക്കിടയിൽ സ്വന്തം ഹൃദയത്തിന്റെ രക്തം പുരണ്ട തുണ്ടുകളും ഉണ്ടെങ്കിലോ എന്ന് അവൾ ഭയപ്പെട്ടു. ഒന്നുകൂടി തിരിഞ്ഞുനോക്കാൻ ഭയപ്പെടുന്ന തിക്താനുഭവത്തിൽ നിന്നൊരു മുക്തിയെന്നവണ്ണം മാടിവിളിക്കുന്ന ഇരുട്ടിലേക്ക് അമരുവാനാണ് അവൾ ശ്രമിച്ചത്. "എന്നാൽ, മൃത്യുവിൽക്കൂടിയുള്ള മുക്തിക്കുപകരം ഭക്തിയിൽക്കൂടി മുക്തി എന്ന ആശയം അവളുടെ മനസ്സിലുദിക്കുന്നു."[14] കർമ്മഭീരുക്കൾക്ക് അള്ളിപ്പിടിക്കാനുള്ള വള്ളിയാണ് ദൈവമെന്നു വിശ്വസിച്ചിരുന്ന അവർ വേദനിക്കുന്ന കുട്ടി കരഞ്ഞുകൊണ്ട് അമ്മയുടെ അടുത്തേയ്ക്കോ ഓടും പോലെ മനുഷ്യനിൽ നിന്നു രക്ഷപ്പെടാൻ മനുഷ്യൻ സൃഷ്ടിച്ച ദൈവത്തിന്റെ അരികിലേക്ക് ഓടിയെത്തുന്നു. തന്റെ ഹൃദയവും തന്റെ വേദനയും മാത്രം കണ്ടിരുന്ന അവർ വേദനിക്കുന്ന ആയിരക്കണക്കിന് ജീവിതങ്ങളുണ്ടെന്ന് മനസ്സിലാക്കുമ്പോൾ, തന്റെ വേദന താരതമ്യേന നിസ്സാരമെന്നറിയുന്നു. ജീവിതത്തെ നേരിടുന്നതിനു പകരം മാടിവിളിക്കുന്ന ഇരുട്ടിൽ അമരുകയല്ല അവരാരും. ഈ അറിവിന്റെ വെളിച്ചത്തിൽ മൃത്യുവിൽ അഭയം തേടുന്നതിനു പകരം ആത്മാവിന്റെ ഊഷരഭൂമിയിൽ അടിഞ്ഞുകൂടിക്കിടക്കുന്ന പാഴ്മണ്ണ് ഒലിച്ചുപോയി അവിടെ ജീവന്റെ പച്ച നാമ്പുകൾ ഉടലെടുക്കുമെന്നുള്ള പ്രത്യാശയിൽ ജീവിതത്തിലേക്കു മടങ്ങുന്ന കഥാപാത്രത്തെയാണ് കഥാന്ത്യത്തിൽ കാണുന്നത്. ഈ കഥയ്ക്ക് രാജലക്ഷ്മിയുടെ ഒരു ജീവിത സന്ദർഭവുമായി വളരെ അടുത്ത ബന്ധമുണ്ട്. ആത്മഹത്യയ്ക്കു ശ്രമിച്ചുവെങ്കിലും, മരിയ്ക്കാതെ ജീവിതത്തിലേക്കു തിരിച്ചുവരുന്ന രാജലക്ഷ്മിയുടെ ജീവിതത്തിലെ പ്രത്യേകസന്ദർഭത്തെയാണ് (1960 മുതൽ 62 വരെയുള്ള കാലഘട്ടം) ഈ കഥ ഓർമ്മപ്പെടുത്തുന്നത്.

സ്വഗതാഖ്യാനത്തിന്റെ സ്വഭാവം പുലർത്തുന്ന കഥയാണ് ദേവാലയത്തിൽ. പ്രസിദ്ധമായ ഒരു ദേവാലയത്തിന്റെ ശ്രീകോവിലിനു മുമ്പിൽ തൊഴുതു നില്ക്കുന്ന ഒരുവളുടെ വിചാരധാരകളാണ് കഥാകാരി പകർത്തുന്നത്. സോപാനത്തിനു മുമ്പിലെ തിക്കിത്തിരക്കലുകളും അവയ്ക്കിടയിൽ ഉയർന്നുകേൾക്കുന്ന ശബ്ദങ്ങളും വിചാരധാരയ്ക്ക് തടസ്സം സൃഷ്ടിക്കുന്നു. ശ്രദ്ധപതറുകയും ചിന്താഗതി മാറുകയും ചെയ്യുമ്പോൾ മനസ്സിനെ ഏകാഗ്രമാക്കുകയും മുറിഞ്ഞുപോയ വിചാരധാര പഴയ ചാലിലൂടെ വീണ്ടും ഒഴുകിത്തുടങ്ങുകയുമാണിവിടെ. ജെയിംസ് ജോയിസ്സിന്റെയും വെർജീനിയാ വൂൾഫിന്റെയും മറ്റും രചനകളിൽ കാണുമ്പോലെ ഒന്നിൽ നിന്നു മറ്റൊന്നിലേക്ക് എന്ന വണ്ണം പറന്നുനടക്കുന്ന ചിന്തകളാണ് ഈ കഥയ്ക്കും ആധാരം.

മലയാള സാഹിത്യത്തിൽ അന്ന് പുതുമയുള്ള ഒരവതരണരീതിയായിരുന്നു ഇത്. രാജലക്ഷ്മിക്കും എം.ടിക്കും വളരെ മുമ്പുതന്നെ കുമാരനാശാൻ 'ചിന്താവിഷ്ടയായ സീത'യിൽ ഈ അവതരണരീതി പരീക്ഷിച്ചിട്ടുണ്ട്. സീതയുടെ മനസ്സിലൂടെ കടന്നുപോകുന്ന ഓർമ്മകളുടെ രൂപത്തിലാണ് കാവ്യമത്രയും എഴുതിയിട്ടുള്ളത്. അക്കാലത്ത് പ്രത്യേകമായ ഈ അവതരണരീതി (ഡ്രമാറ്റിക് മോണലോഗ്) ആശാന്റെ കാവ്യത്തിന് നാടകീയതയും തീവ്രതയും ആധികാരികഭാവവും പ്രദാനം ചെയ്തു. കവിതയിൽ പില്ക്കാലത്ത് ഇടശ്ശേരിയും(വിവാഹസമ്മാനം) ഈ രീതി സ്വീകരിച്ചിട്ടുണ്ട്. നോവൽ രംഗത്ത് പാറപ്പുറം (അരനാഴികനേരം) വിലാസിനി (മിക്കനോവലുകളും) പി.കെ.ബാലകൃഷ്ണൻ (ഇനി ഞാൻ ഉറങ്ങട്ടെ) എന്നിവരെല്ലാം വളരെ വിദഗ്ദ്ധമായി ഈ രീതി പ്രയോജനപ്പെടുത്തി. ഇന്ന് കഥ, നോവൽ രംഗങ്ങളിൽ ഈ ആവിഷ്കരണ രീതി സാർവ്വത്രികമാണ്. മുഖ്യകഥാപാത്രം തന്നെ സ്വന്തം മനസ്സിനു പിന്നാലെ സഞ്ചരിച്ച് അവിടെ കാണുന്നതിനെയെല്ലാം നേരിട്ടു വർണ്ണിക്കുന്നതിനാൽ ഈ അവതരണരീതിക്കു തീവ്രത കൂടും. ഇത്തരമൊരു സമ്പ്രദായത്തിലൂടെ കഥകൾ എഴുത്തുകാരന്റെ ആത്മകഥകളായി പരിണമിക്കുകയാണ്. കഥാപാത്രങ്ങൾ രചയിതാവിന്റെ നേർചിത്രങ്ങളും! കഥാപാത്രങ്ങളിലൂടെ അനുവാചകന് എഴുത്തുകാരന്റെ ജീവിതത്തിലേക്ക് നേരിട്ടു കടന്നുചെല്ലാൻ ഇതിലൂടെ നിഷ്പ്രയാസം സാധിക്കുന്നു. രചയിതാവിന്റെ ആത്മഹർഷങ്ങളും, നൊമ്പരങ്ങളും, പ്രണയപ്രതീക്ഷകളും കഥാപാത്രങ്ങളിലൂടെ യഥാതഥമായി ചിത്രീകരിക്കാൻ കഴിയുന്നു. മൗനത്തിന്റെ ആഴവും, അർത്ഥതലങ്ങളും, വ്യാഖ്യാനഭേദങ്ങളിലേക്കു നയിക്കുന്ന ഇത്തരം രചനകൾ അക്കാലത്ത് ഏറെ ശ്രദ്ധിക്കപ്പെട്ടു. രചയിതാവിന്റെ ആന്തരികലോകം കഥാപാത്രങ്ങളുടെ മനസ്സിന്റെ നിഗൂഢതലങ്ങളായി അവതരിക്കപ്പെടുമ്പോൾ, പ്രത്യേകതരത്തിലുള്ള ഒരാത്മബന്ധം വായനക്കാരുമായി സ്ഥാപിക്കുവാൻ എഴുത്തുകാരന് സാധിക്കുന്നു. തന്റെയുള്ളിലുള്ളതു മുഴുവൻ കൃതികളിലൂടെ വായിക്കുന്ന അനുവാചകന് അതുമായി തന്മയീഭാവമുണ്ടാകുന്നു. രാജലക്ഷ്മിയുടേയും എം.ടി.യുടേയും രചനകൾ അന്നത്തെ ആസ്വാദകൻ ഏറെ ഇഷ്ടപ്പെട്ടതും അവ സ്വന്തം ആത്മാവിന്റെ തന്നെ നിമന്ത്രണങ്ങളായിരുന്നു എന്നുള്ളതുകൊണ്ടാണ്. പുതുമയാർന്ന ഈ രചനാരീതി വായനക്കാരനെ പുതിയ ഭാവുകത്വത്തിലേക്കു നയിച്ചു. അതോടെ വായനക്കാരുടെ ആരാധനയും അംഗീകാരവും നേടാൻ ഈ രണ്ടെഴുത്തുകാർക്കും നിഷ്പ്രയാസം കഴിഞ്ഞു.

എം.ടി.യുടെ നോവലുകൾക്ക് തുല്യമായ ഒരു ശില്പഭംഗി രാജലക്ഷ്മിയുടെ ഒരു വഴിയും കുറെ നിഴലുകളും എന്ന നോവലിനുണ്ട്. വികാരങ്ങൾ പ്രതിഫലിപ്പിക്കുന്ന ഒരു സജീവഭാഷയായി അതിലെ ആഖ്യാനം രൂപാന്തരപ്പെടുന്ന അനേകം സന്ദർഭങ്ങൾ ഈ നോവലിൽ കാണാം. വെളിച്ചപ്പാടും രമണിയെന്ന ബാലികയും തമ്മിലുള്ള ബന്ധത്തെ കാണിക്കുന്ന സന്ദർഭം അതിന് ഉദാഹരണമാണ്. അതുപോലെതന്നെ രമണിയെ

അച്ഛൻ ശിക്ഷിക്കുന്ന സന്ദർഭം – അവിടെ വാക്യങ്ങൾ ചൂർണ്ണികകളായി മാറി ഭാവതീവ്രത പകരുന്നു. ആദ്യനോവലാണെങ്കിൽപ്പോലും ഭാഷയുടെ ഉപയോഗത്തിൽ നല്ല കൈത്തഴക്കം വന്ന ഒരെഴുത്തുകാരിയെപ്പോലെ യാണ് രാജലക്ഷ്മി. രണ്ടു പ്രണയ രംഗങ്ങൾ അതിന് ഉദാഹരണമാണ്. പ്രണയിനിയുടെ ആത്മാവിലോളം ഇറങ്ങിച്ചെന്ന് നേരിയ ചലനങ്ങൾ പോലും ഭാഷയിലൂടെ പ്രകടമാക്കാൻ രാജലക്ഷ്മിക്കു കഴിഞ്ഞിട്ടുണ്ട്. ഭാവാന്തരീക്ഷത്തിന് അനുയോജ്യമായ ഒരാഖ്യാനശൈലി ആദ്യം മുതൽ തന്നെ കൈവന്നിരിക്കുന്നു. വികാരം കൊണ്ടു തുടിക്കുന്ന ഭാഷ വളരെ ചടുലമായ രീതിയിൽ വാർന്നു വീഴുന്നു. ഈ നോവലിലെ ഉത്സവ വർണ്ണന അതിന് ഉദാഹരണമാണ്. ശൈലീഭേദങ്ങൾ സന്ദർഭത്തിനനു സരിച്ച് അനായാസം ഒഴുകിയെത്തുന്നു. ദൃശ്യപരമായ അംശം ഏറി നിൽക്കുന്ന ഒരു ഭാഷാ രീതിയാണ് എം.ടി.യെപ്പോലെ തന്നെ രാജ ലക്ഷ്മിയും സ്വീകരിച്ചിട്ടുള്ളത്. കാവിലെ പൂരവും, കാളകെട്ടും, തുള്ള ലുമെല്ലാം വർണ്ണിക്കുമ്പോൾ, അതു നേരിട്ടുകാണുന്ന ഒരു പ്രതീതിയാണ് ഉണ്ടാവുന്നത്. കൊച്ചച്ഛന്റെ മരണത്തെക്കുറിച്ചും, മരണവീടിന്റെ അവ സ്ഥയെക്കുറിച്ചും, വീട്ടിലുള്ളവരുടെ ദുഃഖത്തെക്കുറിച്ചുമെല്ലാം വിവരിക്കു മ്പോൾ, ആ വീട്ടിലെ ഒരംഗമായി വായനക്കാരനും മാറിപ്പോവുന്നു. നേരിട്ട് ഓരോന്നിലും ഭാഗഭാക്കാകുന്നു. സിനിമയിൽ കാണുന്നതുപോലെ ദൃശ്യ ങ്ങൾ ഒന്നൊന്നായി വായനക്കാരന്റെ കണ്മുമ്പിലൂടെ കടന്നു പോകുന്ന തായി തോന്നുകയാണ്. എം.ടി.യുടെ നോവലുകളിൽ കാണുന്നതുപോ ലെയുള്ള ഒരു ദൃശ്യവൽക്കരണം രാജലക്ഷ്മിയുടെ നോവലുകളിലും അനുഭവപ്പെടുകയും ചെയ്യുന്നു.

കവിത തുളുമ്പുന്ന പദങ്ങളുടെ പ്രയോഗത്തിലൂടെ ആന്തരികമായ സംഗീതത്തിന്റെ താളമുണർത്തുന്ന ഒരു ഭാഷാശൈലി രാജലക്ഷ്മിക്കു സ്വായത്തമാണ്. ആഖ്യാനത്തിന്റെ ഉള്ളറകളിലേക്ക് അതു നമ്മെ കൊണ്ടു പോകുന്നു. സംഗീതാത്മകമായ ഈ ഭാഷ ആന്തരികമായ വ്യവസ്ഥകളി ലേക്ക് എത്തിച്ചേരുകയാണ്. കലാകാരന്റെ അശാന്തിയും അസ്വസ്ഥത കളും അനുഭവിക്കുന്ന ഒരു മനസ്സാണ് ഇരുവർക്കുമുള്ളത്. ജീവിത ത്തിന്റെ ക്രമരാഹിത്യം സൃഷ്ടിയുടെ ക്രമത്തിലൂടെ മറികടക്കാനാണ് ഇരുവരും ശ്രമിക്കുന്നത്. അതീവഹൃദ്യവും അത്യന്തം രമണീയവുമായ ഒരു ശൈലി! ആ ശൈലി വായനക്കാരന്റെ മനസ്സിനെ മോഹിപ്പിക്കുകയും അവന്റെ ഉള്ളിലേക്ക് നിഷ്പ്രയാസം കയറിപ്പറ്റുകയും ചെയ്യുന്നു. രാജ ലക്ഷ്മിയുടെ നോവലിൽ വൈകാരിക സന്ദർഭങ്ങളിൽ ഈ ശൈലി കൂടുതൽ മനോഹരമാണ്. പ്രണയരംഗങ്ങളിൽ പ്രത്യേകിച്ചും അത് ഒരു മാസ്മരികചാരുത കൈവരിക്കുന്നു. വായനക്കാരിൽ അതു ഗൃഹാതുരത്വ മുണർത്തുകയും ഹൃദയത്തിന്റെ ആഴത്തിൽ സ്പർശിക്കുകയും ചെയ്യുന്നു. ദലമർമ്മരങ്ങൾ പോലെ അതു സ്നിഗ്ദ്ധമാണ്. ദുഃഖത്തിന്റെ ശ്യാമഭാവങ്ങൾ അവതരിപ്പിക്കുമ്പോഴും ആ ശൈലിക്ക് ഒരു വശീ കരണശക്തിയുണ്ട്. അതു നമ്മെ അസ്വസ്ഥമാക്കുന്നു. ഹൃദയത്തിന്റെ

തരളമായവശങ്ങളെ അതു പ്രകമ്പനം കൊള്ളിക്കുന്നു. ഭാഷയിൽ അഭിരമിക്കുന്ന ഒരു മനസ്സ് എം.ടി.യ്ക്കും രാജലക്ഷ്മിക്കും ഒരുപോലെ തന്നെയുണ്ട്. എന്നാൽ ഒരു ദശാബ്ദക്കാലം പോലും സാഹിത്യത്തിൽ പിടിച്ചു നിൽക്കാൻ രാജലക്ഷ്മിക്കു കഴിഞ്ഞില്ല. അതിനുമുമ്പ് അവർ ഈ ലോകം തന്നെ വിട്ടു പോയി. ജീവിച്ചിരുന്നെങ്കിൽ എം.ടി.യുടെ ശൈലി പോലെ സംഗീതമടങ്ങാത്ത ഒരു വാദ്യോപകരണം പോലെ അതു തരംഗ താളമുതിർക്കുമായിരുന്നു എന്ന കാര്യത്തിൽ സംശയമില്ല. ആന്തരികമായ അസ്വാസ്ഥ്യത്തെ മറികടക്കാൻ അതു നാദവീചികൾ സൃഷ്ടിച്ചുകൊണ്ടിരിക്കുമായിരുന്നു. എം.ടി.ചെയ്യും പോലെ വാക്കുകളെ സ്വതന്ത്രമായി വിന്യസിച്ച് ദിവ്യവ്യസനങ്ങളെ അവയിലേക്ക് ആവാഹിക്കുമായിരുന്നു.

വൈകാരികമായ തലോടലേറ്റ് ആത്മാവിൽ നിന്നു നേരിട്ട് വരുന്ന ഭാഷയാണ് എം.ടി യുടേയും രാജലക്ഷ്മിയുടേയും ഭാഷ എന്ന് ഇവിടെ നാം കണ്ടു കഴിഞ്ഞു. തകഴിയുടെ ചൂർണ്ണികകൾ പോലെ ഉള്ളിൽ നിന്നും പ്രവഹിക്കുന്ന ആ ചൂർണ്ണികകൾ ശബ്ദവൈഖരി സൃഷ്ടിക്കുന്നു. ചിത്രീകരണ സ്വഭാവമുള്ള, ദൃശ്യാവിഷ്ണരണത്തിന്റേതായ ഒരു തലം രണ്ടിടത്തും കാണാം. ദൃശ്യാംശങ്ങൾ മാത്രമല്ല ദൃശ്യബിംബങ്ങളും ധാരാളമാണ്. കഥാപാത്രങ്ങൾ തമ്മിലുള്ള സംഭാഷണങ്ങൾ പൊതുവെ കുറവാണ്. നാടകീയതയും കുറവാണ്. സ്വയം ഒതുങ്ങിക്കൂടുന്നവരുടെ ആത്മാന്വേഷണരൂപത്തിലുള്ള ഒരവതരണമാണ് പൊതുവേ കാണുന്നത്. കഥാപാത്രങ്ങൾ ഇടയ്ക്കിടെ മൗനത്തിലേക്ക് മുഖം പൂഴ്ത്തുന്നു. ആ മൗനത്തിന് ആത്മാവിന്റേതായ അനേകം അർത്ഥതലങ്ങളുണ്ടാകും. സർഗ്ഗശക്തി വ്യാപാരവും കലാതന്ത്രവും തുല്യ അനുപാതത്തിൽ മേളിക്കുമ്പോൾ ആത്മനിമന്ത്രണങ്ങളിലൂടെ ഇവിടെ നോവൽശില്പം പൂർണ്ണത തേടുന്നു. ആഖ്യാനതന്ത്രത്തിന്റെ ഒന്നിലധികം സാദ്ധ്യതകളിലേക്ക് അതു വളരുന്നു.

---

1. ഡോ.എം.ലീലാവതി -ആത്മാഹൂതികൾ
2. ചങ്ങലകൾ പൊട്ടിക്കാൻ ഇനിയും- രാജലക്ഷ്മിയുടെ കഥകൾ, അനുബന്ധം, കറന്റ് ബുക്സ് - തൃശ്ശൂർ
3. അതിൽതന്നെ പേജ് - 164
4. ഡോ.സോമൻ നെല്ലിവിള - സ്ഥലം, കാലം, ചെറുകഥ, കറന്റ് ബുക്സ്, പേജ് 127
5. എം.കെ മേനോൻ - പ്രത്യക്ഷവത്കരണം മലയാള നോവലിൽ - ബോധധാരാ നോവലുകൾ - പേജ് -112
6. അതിൽതന്നെ - പേജ് 118
7. Henry Bersgon -Matter and Memory - Quoted by G.S.Herbert
8. എം.ടി.വാസുദേവൻ നായർ - മഞ്ഞ് - കറന്റ് ബുക്സ്, തൃശ്ശൂർ-പേജ് 26,27

9. എം.ടി.വാസുദേവൻനായർ - കാലം- കറന്റ് ബുക്സ്, തൃശ്ശൂർ
10. രാജലക്ഷ്മി- ഉച്ചവെയിലും ഇളം നിലാവും - കറന്റ് ബുക്സ്, തൃശ്ശൂർ പേജ് 25
11. പെണ്ണെഴുതുന്ന ജീവിതം - എൻ.കെ രവീന്ദ്രൻ. മാതൃഭൂമി ബുക്സ് പേജ്- 174, 175
12. രാജലക്ഷ്മിയുടെ നിഴൽപ്പാടുകൾ - എ.ബി.രഘുനാഥൻ നായർ - പരിധി പബ്ലിക്കേഷൻസ് തിരുവനന്തപുരം
13. ഹാൻഡ് കർച്ചീഫ്-രാജലക്ഷ്മിയുടെ കഥകൾ, കറന്റ് ബുക്സ് തൃശ്ശൂർ
14. രാജലക്ഷ്മിയുടെ നിഴൽപ്പാടുകൾ - എ.ബി രഘുനാഥൻ നായർ പരിധി പബ്ലിക്കേഷൻസ്, തിരുവനന്തപുരം

പതിന്നാല്

ജീവിതം

സാഹിത്യരംഗത്ത് ജ്വലിച്ചുനിന്ന ഒരെഴുത്തുകാരി ഇവിടെ നിന്നും വിട പറഞ്ഞു പോയിട്ട് അൻപതു വർഷം പോലും തികഞ്ഞിട്ടില്ല. അതിനുള്ളിൽ അവർ വിസ്മൃതിയിലാണ്ടു പോയി എന്നു പറഞ്ഞാൽ, അത് ഒന്നുകിൽ അവരുടെ സാഹിത്യരചനകൾക്കുള്ള അപാകതയാകാം. അല്ലെങ്കിൽ ഇവിടെയുള്ളവരുടെ സാഹിത്യതാത്പര്യം കുറഞ്ഞു പോയതാകാം. അതുമല്ലെങ്കിൽ മലയാളികളുടെ നന്ദിയില്ലായ്മയാകാം. എന്നാൽ, രാജലക്ഷ്മിയുടെ സാഹിത്യരചനകൾ പരിശോധിക്കുമ്പോൾ, അതിന് അപാകതകൾ ഉള്ളതായി തോന്നിയില്ല. ഉത്കൃഷ്ടമായ ആ രചനകളിൽനിന്ന് രാജലക്ഷ്മി തികഞ്ഞ പ്രതിഭാശാലിയായിരുന്നു എന്ന് വ്യക്തമാണ്. പിന്നെ ഇത്ര ചെറിയ കാലയളവിനുള്ളിൽ മലയാളികളുടെ സാഹിത്യതാത്പര്യത്തിന് അത്ര വലിയ കുറവൊന്നും സംഭവിച്ചു പോയിട്ടുമില്ല. എന്നാൽ, നന്ദിയില്ലായ്മയുടെ കാര്യത്തിൽ മലയാളികൾ മുൻപന്തിയിൽ തന്നെയാണെന്ന് പറയാതിരിക്കാനാവില്ല. നമ്മുടെ സാഹിത്യകാരികളോടുള്ള സമീപനം അതുതെളിയിച്ചുകഴിഞ്ഞതാണ്. എന്തായാലും രാജലക്ഷ്മി വേണ്ടതരത്തിൽ സ്മരിക്കപ്പെടുന്നില്ല എന്നുള്ളത് അവഗണിക്കാനാവാത്ത ഒരു സത്യമായി അവശേഷിക്കുന്നു. ഒരുപക്ഷേ, അകാലത്തിലുള്ള അവരുടെ ആത്മഹത്യ ഇതിന് ഒരു പ്രധാന കാരണമായി ഭവിച്ചിരിക്കണം. ആ ഒരു കാരണത്തിന്റെ പേരിൽ അവരുടെ സാഹിത്യം അവഗണിക്കപ്പെട്ടാലും, ജീവിതത്തെക്കുറിച്ചറിയാൻ പൊതുജനത്തിനു താത്പര്യമുണ്ടാവും എന്ന കാര്യത്തിൽ സംശയമില്ല. രാജലക്ഷ്മിയുടെ ആത്മഹത്യയുടെ കാരണങ്ങൾ വേണ്ടത്ര വ്യക്തമല്ലാത്ത സ്ഥിതിക്ക് നിഗൂഢതകൾ നിറഞ്ഞ ഒരു ജീവിതമായിരുന്നു അവരുടേത് എന്ന കാര്യത്തിലും സംശയമൊന്നുമില്ല. ആ നിഗൂഢതകൾ അറിയാനും, അതിന്റെ ആഴങ്ങൾ അളക്കാനും നമ്മുടെ സമൂഹത്തിന് എന്നും ആകാംക്ഷയുണ്ടാവും. മറ്റുള്ളവർ പറഞ്ഞുകേട്ട സംഭവങ്ങളിലൂടെയും, രാജലക്ഷ്മി എന്ന പ്രതിഭാശാലിയുടെ സ്വഭാവത്തിന്റെ പ്രത്യേകതകൾ കൊണ്ടും സാഹിത്യകൃതികളുടെ അപഗ്രഥനത്തിലൂടേയും ചില നിഗമനങ്ങളിൽ എത്താൻ മാത്രമെ ഇന്നു നമുക്കു സാധിക്കുകയുള്ളൂ. കത്തുകളോ

ആത്മഹത്യാക്കുറിപ്പുകളോ ഇല്ലാത്ത സ്ഥിതിക്ക് പ്രത്യേകിച്ചും, എങ്കിലും, ജ്യേഷ്ഠ സഹോദരി സരസ്വതിയമ്മയ്ക്ക് മരണത്തിനു തൊട്ടുമുൻപ് എഴുതിവച്ച ഒരു കത്ത് അവർ മാതൃഭൂമിയിൽ പ്രസിദ്ധീകരിച്ചതിൽ നിന്ന് ചില ഊഹാപോഹങ്ങളിൽ എത്താൻ കഴിയും. മരണത്തിന് തൊട്ടുമുമ്പ് എഴുതിയ ഗദ്യകവിതകളും മരണത്തിന്റെ നിജസ്ഥിതിയിലേയ്ക്ക് വെളിച്ചം വീശുന്നവയാണ്. അവരുടെ സ്വഭാവത്തിലെ ചില പ്രത്യേകതകളും ആത്മഹത്യയെ ന്യായീകരിക്കാൻ പോന്നവ തന്നെ.

ആയിരത്തിത്തൊള്ളായിരത്തി മുപ്പത് ജൂൺ രണ്ടിനാണ് രാജലക്ഷ്മി ജനിച്ചത്, പാലക്കാട്ടു ജില്ലയിൽ ചെർപ്പുളശ്ശേരിക്കടുത്ത് തേക്കത്ത് അമയങ്കോട്ടു തറവാട്ടിൽ കുട്ടിമാളു അമ്മയാണ് അവരുടെ അമ്മ. അച്ഛൻ കൊച്ചി രാജ കുടുംബവുമായി അടുത്തബന്ധം പുലർത്തിയിരുന്ന തിരുവമ്പാടി മാരാത്ത് അച്യുതമേനോനായിരുന്നു. എറണാകുളം ബാറിൽ പ്രാക്ടീസ് ചെയ്തിരുന്ന പ്രശസ്തനായ ഒരഭിഭാഷകനായിരുന്നു അദ്ദേഹം. എറണാകുളത്തു ജോലിയായിരുന്നതുകൊണ്ടുതന്നെ അവിടെ കാരിക്കാമുറിറോഡിൽ ഒരു നാലുകെട്ടു വിലയ്ക്കുവാങ്ങി അവിടെ താമസമാക്കി. രാജലക്ഷ്മിയുടെ കുട്ടിക്കാലം ചെലവഴിച്ചത് ഈ വീട്ടിലായിരുന്നു. മറ്റു സഹോദങ്ങളെക്കാൾ വളരെ താഴെയായിരുന്നു രാജലക്ഷ്മി. അതുകൊണ്ടുതന്നെ എല്ലാവരുടെയും ഓമനയായിട്ടാണ് വളർന്നത്. ബാല്യത്തെക്കുറിച്ച് ജ്യേഷ്ഠ സഹോദരി സരസ്വതിയമ്മ, അവരുടെ മരണശേഷം മാതൃഭൂമിയിൽ എഴുതി പ്രസിദ്ധീകരിച്ച രാജലക്ഷ്മി എന്റെ അനുജത്തി എന്ന ലേഖനത്തിൽ നിന്ന് ധാരാളം കാര്യങ്ങൾ മനസ്സിലാക്കാൻ കഴിയും.

> "അടക്കിയാൽ അടങ്ങുന്നതല്ലായിരുന്നു
> കുട്ടിയുടെ പ്രസരിപ്പും നാവും
> കാണാൻ കൗതുകമുള്ള കുട്ടി!
> അമ്മൂമ്മമാരുടെയും അമ്മാമന്മാരുടെയും
> അച്ഛനമ്മമാരുടെയും ഓമന!
> ഓരോരുത്തരും അവളെ ഓരോ
> പ്രത്യേക പേർ ചൊല്ലിയാണ് വിളിക്കുക.
> അതെല്ലാം പ്രത്യേകം ലേബലൊട്ടിച്ച്
> കുട്ടി ആവർത്തിക്കുന്നതു കേൾക്കാൻ
> എല്ലാവർക്കും വലിയ കൗതുകമായിരുന്നു.
> അച്ഛന്റെ ഓമന; അമ്മയുടെ തങ്കം;
> അമ്മൂമ്മയുടെ മുത്ത്; ചേട്ടന്റെ സുന്ദരി
> എന്നിങ്ങനെ"[1]

ചേട്ടന്മാരും ചേച്ചിമാരും തങ്ങളെക്കാൾ വളരെ ഇളയവളായ അനുജത്തിയെ ലാളിച്ചു സൈ്വരം കെടുത്തിയിരുന്നുവത്രേ. സരസ്വതിയമ്മ തുടരുന്നു:

"കവുങ്ങിൽ പട്ടയുടെ പാളയിൽ
ഒരാളിരുന്നു മറ്റുള്ളവർ വലിച്ചുകൊണ്ടോടുമ്പോൾ,
തിരുവാതിരക്കാലത്ത് ഊഞ്ഞാലിലിരുത്തി
അച്ഛനും അമ്മയും പൊക്കത്തിലാട്ടുമ്പോൾ,
ഓണക്കാലത്ത് പൂവിറുക്കുവാൻ പോകുമ്പോൾ
നവരാത്രിക്കാലത്ത് പൂജാമുറി
അലങ്കരിക്കുമ്പോൾ,
നൈവേദ്യം പാകം ചെയ്യുമ്പോൾ,
എല്ലായ്പ്പോഴും കൊച്ചനുജത്തി
കൂടെ ഇല്ലാതെ അവർക്കാർക്കും കഴിയുകയില്ല.
കൂടെ പോകാതിരിക്കാൻ അവൾക്കും
കഴികയില്ല. തത്ഫലമായി പലപ്പോഴും
ശരീരപീഡയനുഭവപ്പെട്ടാലും!"[2]

അച്ഛനമ്മമാർക്കും സഹോദരങ്ങൾക്കും രാജലക്ഷ്മിയോടുള്ള അമിതമായ വാത്സല്യം, വീട്ടിൽ ആ കുട്ടിക്കു ലഭിച്ചിരുന്ന പരിഗണന, ലാളന എന്നിവയെല്ലാം ഇവിടെ വ്യക്തമാകുന്നു. ഉച്ചവെയിലും ഇളം നിലാവും എന്ന നോവലിന്റെ ആമുഖമായി കൊടുത്ത ലേഖനത്തിൽ അവർ ശിശുവായിരുന്ന രാജലക്ഷ്മിയെക്കുറിച്ച് ഇങ്ങനെ എഴുതുന്നു:

"ആഹ്ലാദപൂർണ്ണയും വായാടിയുമായിരുന്നു
ശിശുവായ രാജലക്ഷ്മി. വക്കീലായ അച്ഛൻ
പലപ്പോഴും പറയാറുണ്ടായിരുന്നു:
വക്കീലാവാൻ പറ്റിയ നാവ് എന്ന്.
അമ്മയുടെ പ്രായമായ കൂട്ടുകാർ പറഞ്ഞിരുന്നത്
കുട്ടിയെ ഇങ്ങനെ സംസാരിക്കാൻ
സമ്മതിക്കരുത്; കണ്ണു പറ്റും എന്നാണ്"[3]

രാജലക്ഷ്മിക്ക് ഒന്നരവയസ്സുള്ളപ്പോഴത്തെ ഒരു സംഭവം സരസ്വതിയമ്മ ഓർക്കുന്നു. നവരാത്രിക്കാലത്ത് പൂജാമുറി അലങ്കരിക്കാനുള്ള സാമഗ്രികൾ ഒരുക്കുന്ന തിരക്കിൽ ഗിൽട്ട് ചായം വെച്ചിരിക്കുന്ന ഡപ്പിയിൽ ആ കുട്ടി കൈയിട്ടു. അവളുടെ രക്ഷയ്ക്ക് ഉത്തരവാദിത്വപ്പെട്ട സഹോദരീസഹോദരന്മാർക്ക് പേടിയായി. സോപ്പുകൊണ്ടു കൈകഴുകിച്ചും, കൈ കല്ലിലുരച്ചും ഗിൽട്ടു കളയാൻ ശ്രമിച്ചു. കൈ പൊള്ളിക്കുടുന്നുപോയി അപ്പോഴും കൈയിലെ ദുർഗന്ധം ബാക്കിയായി. അമ്മയെ കാണിച്ചപ്പോഴാണ് ഉള്ളിയുടെ ഗന്ധമാണെന്നു മനസ്സിലായത്. അപ്പൊഴേ അവർക്കു സമാധാനമായുള്ളു. അതുപോലെ തന്നെ ഒരിക്കൽ ഊഞ്ഞാലിൽ നിന്നു വീണു കരഞ്ഞപ്പോഴും, അമ്മ കേൾക്കാതിരിക്കാൻ എടുത്തുകൊണ്ടോടി. കുട്ടി കരച്ചിലമർത്തിയെന്നു മാത്രമല്ല, ആ സംഭവം ഒരിക്കൽപ്പോലും അമ്മയോടു പറയാതിരിക്കാനുള്ള ക്ഷമ കാണിക്കുകയും ചെയ്തു. ഇവിടെ കൊച്ചുകുട്ടിയായിരിക്കുമ്പോൾ തന്നെ കാര്യങ്ങൾ

ഉൾക്കൊള്ളാനും അതിനനുസരിച്ച് പ്രവർത്തിക്കാനുമുള്ള കഴിവുണ്ടായിരുന്നു ആ കുട്ടിക്ക് എന്നു മനസ്സിലാക്കാൻ സാധിക്കും. പ്രായത്തിൽ കവിഞ്ഞ പക്വത കുട്ടിക്കാലത്തുതന്നെ രാജലക്ഷ്മിയിൽ പ്രകടമായിരുന്നു.

രാജലക്ഷ്മിയുടെ മൂത്ത ജ്യേഷ്ഠനാണ് പത്മനാഭൻനായർ. കുടുംബത്തിന്റെ മുഴുവൻ പ്രതീക്ഷയായിരുന്ന അയാൾ മെറ്റലർജിക്കൽ എൻജിനീയറായിരുന്നു. അസൻസോൾ ഉരുക്കു നിർമ്മാണശാലയിൽ ജോലി കിട്ടി അധികനാൾ കഴിയും മുമ്പുതന്നെ ഇരുപത്തിമൂന്നാമത്തെ വയസ്സിൽ, വസൂരി പിടിപെട്ട് അദ്ദേഹം മരിച്ചു. പത്മനാഭൻ നായരുടെ മരണം കുടുംബത്തിന് വലിയ ഒരാഘാതമായിരുന്നു. പ്രത്യേകിച്ചും രാജലക്ഷ്മിക്ക്. ഇളയ കുഞ്ഞു പെങ്ങളോട് അത്രത്തോളം വാത്സല്യമായിരുന്നു ചേട്ടന്. പത്മനാഭൻ നായർക്കു താഴെ ഒരു പെൺകുട്ടിയായിരുന്നു. പത്മാലയ എന്നായിരുന്നു ആ കുട്ടിയുടെ പേര്. വീട്ടിലെല്ലാവരും അമ്മിണി എന്നു വിളിച്ചിരുന്നു. പത്മാലയയ്ക്കു താഴെ സരസ്വതിയമ്മ. പഠിക്കാൻ വളരെ സമർത്ഥയായിരുന്ന സരസ്വതിയമ്മ ബിരുദം എടുത്തതിനു ശേഷം ബനാറസ് സർവ്വകലാശാലയിൽ നിന്ന് സംസ്കൃതത്തിൽ ബിരുദാനന്തര ബിരുദം നേടി. കുറച്ചുനാൾ തൃശ്ശൂർ കേരളവർമ്മ കോളേജിൽ അദ്ധ്യാപികയായി ജോലി നോക്കി. സരസ്വതിയമ്മയുടെ അനുജൻ ശ്രീധരമേനോനും എൻജിനീയറായിരുന്നു. ഏറ്റവും ഇളയകുട്ടിയായിരുന്നു രാജലക്ഷ്മി. സാമ്പത്തികമായി മെച്ചപ്പെട്ട ഒരു കുടുംബമായിരുന്നു അവരുടേത്. അതുകൊണ്ട് തന്നെ കുട്ടികൾ അല്ലലറിയാതെ വളർന്നു.

രാജലക്ഷ്മിയുടെ ബാല്യം വളരെ സന്തോഷപ്രദമായിരുന്നു. നേരെ മൂത്ത ചേച്ചി സരസ്വതിയമ്മയോടും അച്ഛനോടുമായിരുന്നു അവർക്ക് മാനസികമായി കൂടുതൽ അടുപ്പം. രണ്ടുപേരും ഉറ്റ സുഹൃത്തുക്കളെപ്പോലെയാണ് രാജലക്ഷ്മിയോടു പെരുമാറിയിരുന്നത്. ആ പെൺകുട്ടിയുടെ പഠിത്തകാര്യത്തിൽ എല്ലാവർക്കും നല്ല ശ്രദ്ധയുണ്ടായിരുന്നു. പുരാണ കഥകൾ പറഞ്ഞു കൊടുക്കുന്നതിൽ അമ്മയ്ക്കു പ്രത്യേക താത്പര്യം ഉണ്ടായിരുന്നു. എങ്കിലും രാജലക്ഷ്മിക്ക് അച്ഛനോട് ഉണ്ടായിരുന്നത്ര അടുപ്പം അമ്മയോടുണ്ടായിരുന്നില്ല. അമ്മയ്ക്കു വിദ്യാഭ്യാസം കുറവായിരുന്നു. ഇംഗ്ലീഷു ഭാഷയിലും പരിജ്ഞാനമുണ്ടായിരുന്നില്ല. ബൗദ്ധികമായി ഉയർന്ന നിലവാരം പുലർത്തിയ തന്റെ മകളെ ആകർഷിച്ചു നിർത്തത്തക്കവണ്ണമുള്ള ഒരു വ്യക്തിത്വവും അവർക്കുണ്ടായിരുന്നില്ല. സന്ധ്യാസമയങ്ങളിൽ ഒന്നിച്ചിരുന്ന് കഥകളും കടങ്കഥകളും പറഞ്ഞു രസിക്കുക എന്നുള്ളത് കുട്ടികളുടെ വിനോദമായിരുന്നു. പ്രായത്തിൽ കൂടപ്പിറപ്പുകളുമായി വലിയ അന്തരമുണ്ടായിരുന്നതിനാൽ അവരിൽ നിന്ന് ഒട്ടേറെ കാര്യങ്ങൾ ഗ്രഹിക്കാൻ കൊച്ചനിയത്തിക്ക് അവസരമുണ്ടായി. അമ്മയ്ക്കു കുറവുകൾ ഉണ്ടായിരുന്നെങ്കിലും, ആ കുറവുകൾ നികത്തിയത് ജ്യേഷ്ഠസഹോദരി സരസ്വതിയമ്മയാണ്. അമ്മയ്ക്കു തുല്യമായ ഒരു സ്ഥാനം അവർക്കു രാജലക്ഷ്മിയുടെ ജീവിതത്തിലുണ്ടായിരുന്നു.

മരിക്കുന്നതിനു മുൻപ് കത്തെഴുതിവച്ചതും അവർക്കുതന്നെയാണ്. എങ്കിലും അമ്മയെ ആശ്വസിപ്പിക്കണം എന്ന് ആ കത്തിൽ അവർ പ്രത്യേകം എഴുതിയിരുന്നു.

രാജലക്ഷ്മി സ്കൂൾ വിദ്യാഭ്യാസകാലം കഴിച്ചുകൂട്ടിയത് എറണാകുളത്തു തന്നെയായിരുന്നു. പത്താം ക്ലാസ് വരെ എറണാകുളം ഗേൾസ് ഹൈസ്കൂളിൽ പഠിച്ചു. പിന്നീട് മഹാരാജാസ് കോളേജിൽ ഇന്റർമീഡിയറ്റിനു ചേർന്നു. ഊർജ്ജതന്ത്രമായിരുന്നു വിഷയം. സ്കൂളിലെന്നപോലെ കോളേജിലും നല്ല അച്ചടമുള്ള വിദ്യാർത്ഥിനിയായിരുന്നു. ചെറിയ പ്രായം മുതൽ തന്നെ നല്ല വായനാശീലമുണ്ടായിരുന്നു. അച്ഛൻ മകളുടെ വായനാശീലത്തെ വേണ്ടത്ര പ്രോത്സാഹിപ്പിച്ചു. അദ്ദേഹത്തിനു സാമാന്യം നല്ല ഒരു പുസ്തശേഖരമുണ്ടായിരുന്നു. അതെല്ലാം വായിച്ചു കഴിഞ്ഞപ്പോൾ, അച്ഛന്റെ ബന്ധുവായ കെ.പി. പത്മനാഭമേനോന്റെ ലൈബ്രറി പ്രയോജനപ്പെടുത്തി. ശാസ്ത്രവിഷയത്തിൽ ബിരുദമെടുത്ത രാജലക്ഷ്മി മലയാള സാഹിത്യത്തിൽ ബിരുദാനന്തര ബിരുദം നേടാൻ തിരുവനന്തപുരത്തേക്കു തിരിച്ചു. ഒരു വർഷം പൂർത്തിയാക്കിയെങ്കിലും, പിന്നീട് ആ ശ്രമം ഉപേക്ഷിച്ചു. അടുത്ത കൊല്ലം ബനാറസ് സർവ്വകലാശാലയിൽ ചേർന്ന് ഊർജ്ജതന്ത്രത്തിൽ മാസ്റ്റർ ബിരുദം നേടി. തിരുവനന്തപുരത്ത് പെരുന്താന്നിയിലുള്ള എൻ.എസ്സ്.എസ്സ് കോളേജിൽ ലക്ചററായി. രാജലക്ഷ്മിയുടെ നിഴൽപ്പാടുകൾ എന്ന കൃതിയിൽ എ.ബി. രഘുനാഥൻനായർ, അവരുടെ ജീവിതശൈലിയെക്കുറിച്ച് ഇങ്ങനെ എഴുതുന്നു:

> "ലളിതമായ ജീവിതശൈലിയായിരുന്നു
> രാജലക്ഷ്മിയുടേത്. തികഞ്ഞ സസ്യഭുക്ക്
> നീണ്ടുമെലിഞ്ഞ ശരീരപ്രകൃതം
> കുട ചൂടി, മുഖം അല്പമൊന്നു കുനിച്ചു
> നടന്നുപോകുന്നതു കണ്ടാൽ എന്തോ
> ഗഹനമായ ചിന്തയിലാണെന്നു തോന്നും.
> ഈശ്വരസ്തോത്രങ്ങളും ശ്ലോകങ്ങളും മൂളിനടക്കുക
> അവർക്ക് ഇഷ്ടമുള്ള കാര്യമായിരുന്നു."[4]

രാജലക്ഷ്മി ഒരിക്കലും ആഡംബരപ്രിയയായിരുന്നില്ല. ആഭരണങ്ങളെന്നു പറയാൻ ഒറ്റ ഒരു ചെയിനും,ഒരു സ്വർണ്ണ വളയും മാത്രമാണുണ്ടായിരുന്നത്. നിറം കുറഞ്ഞ വോയിൽ സാരികളാണു ധരിച്ചിരുന്നത്. അവരുടെ വസ്ത്രധാരണരീതിക്കും ഒരു പ്രത്യേകതയുണ്ടായിരുന്നു. ഉത്തരേന്ത്യൻരീതിയിൽ വലതുതോളിൽ കൂടിയാണ് സാരിത്തുമ്പ് ഇട്ടിരുന്നത്. രാജലക്ഷ്മിയുടെ അദ്ധ്യാപികയായിരുന്ന അമ്പാടി കാർത്ത്യായനിയമ്മയെ അനുകരിച്ചതാണെന്ന് അക്കാലത്തു ചിലർ അഭിപ്രായപ്പെട്ടിരുന്നു. എന്നാൽ, ജീവചരിത്രകാരൻ പറയുന്ന കാരണം മറ്റൊന്നാണ്. പ്രകടമായേക്കാവുന്ന ഒരു ശാരീരിക വൈകല്യം മറയ്ക്കുകയായിരുന്നത്രേ അവരുടെ ലക്ഷ്യം. അദ്ദേഹം തുടരുന്നു:

> രാജലക്ഷ്മിക്കു ചെറുപ്പം മുതൽക്കേ ശാരീരികവളർച്ചയുടെ കാര്യത്തിൽ ചില പ്രശ്നങ്ങളുണ്ടായിരുന്നുവെന്നതു സത്യമാണ്. മുഴുപ്പുറ്റതായിരുന്നില്ല അവരുടെ ശരീരം. പോഷകാഹാരങ്ങളൊന്നും തന്നെ ശരീരപുഷ്ടിക്ക് സഹായകമായതുമില്ല. ഉത്കണ്ഠാകുലരായ ബന്ധുക്കൾ രാജലക്ഷ്മിയെ ബോംബെയിൽ കൊണ്ടുപോയി വിദഗ്ദ്ധ ചികിത്സകന്മാരെ കാണിക്കുന്ന കാര്യം ആലോചിക്കുകയുണ്ടായി. പക്ഷെ, പ്ലാസ്റ്റിക് സർജറിയിലൂടെ പ്രശ്നം പരിഹരിക്കുന്നതിനെ ഡോക്ടർമാർ നിരുത്സാഹപ്പെടുത്തുകയാണുണ്ടായത്. ഈ പരാധീനത രാജലക്ഷ്മിയുടെ മനസ്സിനെ നിരന്തരം അലട്ടിക്കൊണ്ടിരുന്നു.

സ്തനാർബ്ബുദം മൂലമാണ് രാജലക്ഷ്മി ആത്മഹത്യചെയ്തതെന്ന ഒരഭിപ്രായം നിലവിലുണ്ട്. എന്നാൽ, അതിൽ യാതൊരു കഴമ്പുമില്ലെന്നും ജീവചരിത്രകാരൻ പറയുന്നു.[5] രാജലക്ഷ്മിയുടെ ജീവിതമെന്നു പലരും തെറ്റിദ്ധരിച്ച അഭയം – എന്ന നോവലിൽ നായികയുടെ മരണകാരണമായി ചൂണ്ടിക്കാട്ടുന്നത് സ്തനാർബ്ബുദമാണ്. അതാവണം അങ്ങനെയൊരു വാർത്ത പ്രചരിക്കാൻ ഇടയാക്കിയതെന്നു തോന്നുന്നു.

തിരുവനന്തപുരത്തെ താമസം രാജലക്ഷ്മിയുടെ ജീവിതത്തിലെ ആഹ്ലാദകരങ്ങളായ ദിവസങ്ങളായിരുന്നു. കോളേജ് ഹോസ്റ്റലിലായിരുന്നു താമസം. ഹോസ്റ്റൽ കെട്ടിടത്തിലെ മുകളിലത്തെ നിലയിലുള്ള ഒരൊഴിഞ്ഞ കോണിലായിരുന്നു മുറി. മനസ്സിനിണങ്ങിയ കൂട്ടുകാരും സുഖകരമായ അന്തരീക്ഷവും രാജലക്ഷ്മിയുടെ ജീവിതം ഉത്സാഹഭരിതമാക്കി. സഹാദ്ധ്യാപകർ മാത്രമല്ല, ആരാധകരായ വിദ്യാർത്ഥിനികളും അവരുടെ ചങ്ങാതിമാരായി. ഇതേക്കുറിച്ച്, രാജലക്ഷ്മി എന്റെ അദ്ധ്യാപിക എന്ന ലേഖനത്തിൽ മണികൃഷ്ണൻ എഴുതുന്നു:

> "സ്നേഹത്തേക്കാൾ ഒരുതരം ആരാധനയായിരുന്നു എനിക്ക് ടീച്ചറോട്. എന്തിലും ടീച്ചറെ അനുകരിക്കുവാൻ ഒരു വാസന! ടീച്ചറുടെ സാരി പോലെയുള്ള സാരി ഞാനും വാങ്ങിക്കും! ടീച്ചർ മുടി ചീകുംപോലെ ഞാനും ചീകും! ടീച്ചർ പഠിപ്പിക്കുന്ന വിഷയം ഫിസിക്സ്– മറ്റെല്ലാ വിഷയങ്ങളെക്കാളും ശ്രദ്ധയോടെ പഠിക്കും! ആരുമറിയാതെ ടീച്ചറുടെ മേശപ്പുറത്ത് പൂവുകൾ കൊണ്ട് വെയ്ക്കും...... അങ്ങനെയങ്ങനെ......."[6]

മണികൃഷ്ണൻ ലളിതാംബിക അന്തർജ്ജനത്തിന്റെ മകളാണ്. രാജലക്ഷ്മി ടീച്ചറോട് വലിയ ആരാധനയായിരുന്നു ആ കുട്ടിക്ക്. പഠിപ്പു കഴിഞ്ഞ് കോളേജിൽ നിന്നു പോയിട്ടും ആ വിദ്യാർത്ഥിനി തന്റെ ആരാധന തുടർന്നു. പിരിയുമ്പോഴുള്ള സങ്കടം തനിക്ക് അടക്കാൻ കഴിഞ്ഞില്ലെന്ന് അവർ വ്യക്തമാക്കുന്നു.

“കോളേജടച്ച് ഹോസ്റ്റലിൽനിന്നും പിരിഞ്ഞുപോരുമ്പോൾ,
ടീച്ചറോടു യാത്ര ചോദിച്ച സമയത്ത് ഞാൻ
പൊട്ടിക്കരഞ്ഞുപോയി.....
ടീച്ചർ പറഞ്ഞു: എറണാകുളത്തു വരുമ്പോൾ
എന്റെ വീട്ടിൽ വരാൻ മറക്കില്ലല്ലോ ലളിത.
ആ അവധിക്കാലത്ത് അപ്രതീക്ഷിതമായി
എറണാകുളത്തു ചെന്നപ്പോൾ,
ടീച്ചറുടെ സ്നേഹ നിർഭരമായ വാക്കുകൾ
എന്റെ ഓർമ്മയിലെത്തി. കാരിയ്ക്കാമുറി റോഡിലുള്ള
ആ വലിയ കെട്ടിടത്തിലേക്ക് കടക്കുമ്പോൾ,
എന്റെ മനസ്സ് ടീച്ചറോടുള്ള സ്നേഹവും
ആദരവും കൊണ്ട് നിറഞ്ഞിരുന്നു.
അകത്തുചെന്ന് അടച്ചിരുന്ന വാതിലിൽ
അക്ഷമയോടെ തട്ടി.............
ടീച്ചർ വന്നു വാതിൽ തുറന്നു...........
എന്റെ അവിചാരിതമായ സന്ദർശനം
ആ മുഖത്ത് അദ്ഭുതവും ആനന്ദവും
വിരിയിക്കുന്നത് ഞാൻ കണ്ടു.
പിന്നെ കുറെ നേരത്തേയ്ക്ക് സ്നേഹവാത്സല്യങ്ങൾ
കൊണ്ട് ഞാൻ വീർപ്പുമുട്ടിപ്പോയി................
കാപ്പിയും മധുരപലഹാരങ്ങളും മുമ്പിൽ
നിരത്തി, മുഖത്തു മനോഹരമായൊരു
മന്ദസ്മിതവുമായി നിന്ന, എന്റെ രാജലക്ഷ്മിടീച്ചറുടെ രൂപം
ഞാൻ ഒരിക്കലും മറക്കുകയില്ല!”[5]

മണികൃഷ്ണനെപ്പോലെ ധാരാളം കുട്ടികൾ അന്നു രാജലക്ഷ്മിയുടെ ആരാധകരായി കോളേജിലുണ്ടായിരുന്നു. അവർ പഠിപ്പിക്കുന്നവരും, അല്ലാതെയുള്ളവരും.

സന്തോഷത്തിന്റെ ഈ ദിവസങ്ങൾ അധികകാലം തുടരാൻ രാജലക്ഷ്മിക്കു കഴിഞ്ഞില്ല. തിരുവനന്തപുരത്തുനിന്നും പന്തളം എൻ.എസ്സ്. എസ്സ് കോളേജിലേക്ക് മാറ്റമായി. പുതിയ സാഹചര്യവുമായി ഇണങ്ങിച്ചേരാൻ തെല്ലും കഴിഞ്ഞില്ല. കുട്ടിക്കാലമൊഴിച്ചാൽ, രാജലക്ഷ്മിയുടെ

ജീവിതത്തിലെ ഏറ്റവും സന്തോഷകരമായ ദിവസങ്ങൾ അവർ പെരുന്താന്നി എൻ.എസ്സ്.എസ്സ് കോളേജിൽ ജോലിചെയ്ത കാലഘട്ട മായിരുന്നു. ഹോസ്റ്റലിലെ താമസവും, കുറെ നല്ല കൂട്ടുകാരും, ആരാധ കരായ വിദ്യാർത്ഥികളും, സഹപ്രവർത്തകരും, സുഖകരമായ അന്തരീ ക്ഷവും, വായിക്കാൻ ധാരാളം പുസ്തകങ്ങളും, ഇഷ്ടംപോലെ ലൈബ്ര റികളുമെല്ലാം അവരെ അത്യധികം സന്തോഷവതിയാക്കിയിരുന്നു. എന്നാൽ, അപ്രതീക്ഷിതമായ ഈ സ്ഥലം മാറ്റം രാജലക്ഷ്മിയെ ആകെ തളർത്തിക്കളഞ്ഞു. വേനലിൽ പറിച്ചുനട്ട ചീരച്ചെടി പോലെ അവർ വാടി ക്കരിഞ്ഞുപോയി.

അപരിചിതമായ ചുറ്റുപാടുകളാണ് രാജലക്ഷ്മിക്ക് പന്തളത്തു നേരി ടേണ്ടി വന്നത്. ഇണങ്ങിച്ചേരാനാവാത്ത ആ ചുറ്റുപാടുകൾ അവരെ മാന സികമായും ശാരീരികമായും ക്ഷീണിതയാക്കി. അപരിചിതരോട് ഇട പെടുന്നതിൽ വിമുഖയായിരുന്നു രാജലക്ഷ്മി. വിട്ടുമാറാത്ത ഒരു തല വേദന അവരെ അസ്വസ്ഥയാക്കി. പുതിയ സാഹചര്യം സൃഷ്ടിച്ച ടെൻഷ നാവാം തലവേദനയായി രൂപം കൊണ്ടത്. കോളേജു വിട്ടു വന്നാൽ കുറച്ചു സമയം കിടന്നു വിശ്രമിക്കാതെ വയ്യെന്നായി. പുതിയ സൗഹൃദ ബന്ധങ്ങൾ ക്രമേണ രൂപപ്പെട്ടുവന്നെങ്കിലും, പഴയ ഉത്സാഹം രാജ ലക്ഷ്മിക്കു തിരിച്ചുകിട്ടിയില്ല. തിരുവനന്തപുരത്തെ കൂട്ടുകാരെല്ലാം അവിവാഹിതരായിരുന്നു. എന്നാൽ, പന്തളത്തെ കൂട്ടുകാർ മിക്കവരും വിവാഹിതരും. രാജലക്ഷ്മിക്കു വിവാഹ പ്രായം അതിക്രമിച്ചിരുന്നു. ഒരു നല്ല ദാമ്പത്യജീവിതം അവർ കൊതിച്ചിരുന്നു. ഒരു വിവാഹാലോചന, വിവാഹം നടക്കുമെന്നുവരെയായപ്പോൾ, ജാതകപ്പൊരുത്തമില്ലെന്നതിന്റെ പേരിൽ മാറിപ്പോയി. അതും രാജലക്ഷ്മിയെ തളർത്തിക്കളഞ്ഞു. ദാമ്പത്യ ജീവിതത്തെക്കുറിച്ചുള്ള സങ്കല്പങ്ങൾ വ്യർത്ഥമാണെന്നു വന്നപ്പോൾ, ശുഭാപ്തിവിശ്വാസം തന്നെ നഷ്ടമായി. ജീവിതം മടുത്തു. അവരുടെ വാക്കുകളിലും, പ്രവൃത്തികളിലുമെല്ലാം ഈ മടുപ്പു പ്രത്യക്ഷമായി.

അന്തഃസംഘർഷം അതിരു കവിഞ്ഞ നാളുകളിലാണ് രാജ ലക്ഷ്മിക്കു പന്തളത്തുനിന്ന് ഒറ്റപ്പാലത്തേക്കു സ്ഥലംമാറ്റം കിട്ടിയത്. ആ മാറ്റം വളരെ ആശ്വാസം പകർന്നു. പാലപ്പുറത്ത് കോളേജിനോട് ചേർന്ന് ഒരു വീട് വാടകയ്ക്കെടുത്ത് അമ്മയോടൊപ്പം അവിടെ താമസമായി. വർഷങ്ങളായുള്ള ഹോസ്റ്റൽ ജീവിതത്തിൽ നിന്നുള്ള മോചനം ആഹ്ലാദം പകർന്നു. കോളേജിൽ മനസ്സിനിണങ്ങിയ ഒരു കൂട്ടുകാരിയെ കിട്ടിയതാ യിരുന്നു മറ്റൊരാശ്വാസം. ഇംഗ്ലീഷ് ഡിപ്പാർട്ടുമെന്റിലെ തങ്കം ടീച്ചർ! അദ്ധ്യാപികമാരായി ഇവർ രണ്ടുപേർ മാത്രമെ അന്നു കോളേജിൽ ഉണ്ടാ യിരുന്നുള്ളു. നിർത്തിവച്ചിരുന്ന സാഹിത്യ സംരംഭങ്ങൾ വീണ്ടും തുടങ്ങി. ഭാവിയെപ്പറ്റിയുള്ള പുതിയ പ്രതീക്ഷകൾ ഉടലെടുത്തു. വാടകവീടി നടുത്തുതന്നെ സ്വന്തമായി അരയേക്കർ വസ്തു വാങ്ങിച്ചു. വീടിനു സ്ഥാന നിർണ്ണയം നടത്തി. ഈ സന്ദർഭങ്ങളിലൊക്കെ രാജലക്ഷ്മി ഒരു കൊച്ചു കുട്ടിയെപ്പോലെ ആഹ്ലാദവതിയായിരുന്നു.

"ഭൂമിപൂജാസമയത്ത് മൂത്താശാരി ശുഭ
ലക്ഷണം പറയുമ്പോൾ, രാജലക്ഷ്മി
കൈകൊട്ടി ചിരിച്ചു പോയത്രേ
ആയിടെ എറണാകുളത്തുനിന്ന് ഒരലമാരി
അവർ കൊണ്ടുവന്നിരുന്നു.
തന്റെ സുന്ദരമായ അലമാരി കാട്ടി
ക്കൊടുക്കാൻ കോളേജിൽ നിന്നു തങ്കത്തെ
വീട്ടിലേക്കു കൂട്ടിക്കൊണ്ടു പോകുക പോലുമുണ്ടായി."[6]

-രാജലക്ഷ്മിയുടെ ഉള്ളിൽ എന്നുമൊരു കുട്ടിത്തം ഒളിച്ചിരുന്നു എന്നു ള്ളതിൽ സംശയമില്ല. കുട്ടികളെപ്പോലെ കൈകൊട്ടിച്ചിരിക്കാനും, സ്വയം മറന്ന് ആഹ്ലാദിക്കുവാനും, അവർക്കു സാധിച്ചത് അതുകൊണ്ടുതന്നെ യാണ്.

കോളേജിൽ പരീക്ഷ നടക്കുന്ന ഒരു ദിവസം, ക്ലാസിൽ ചെന്നപ്പോൾ, രാജലക്ഷ്മിടീച്ചർ ജൂനിയർ ക്ലാസിലെ ചോദ്യപേപ്പർ സീനിയർ വിദ്യാർത്ഥികൾക്ക് അറിയാതെ കൊടുത്തു. ടീച്ചറിനു പറ്റിയ അബദ്ധം കുട്ടികൾ ഉടനെ തന്നെ ചൂണ്ടിക്കാണിക്കുകയും, ചോദ്യപേപ്പർ തിരികെ കൊടുക്കുകയും ചെയ്തു. എന്നാൽ ഏതോ ചില കുട്ടികൾ ചോദ്യപേപ്പർ കൈയിൽ സൂക്ഷിച്ച് ജൂനിയർ വിദ്യാർത്ഥികൾക്ക് കൊണ്ടുപോയി കൊടുത്തു. ഇതു ടീച്ചറിനെ ക്ഷുഭിതയാക്കി. അധികാരികളുടെ മുമ്പിൽ താൻ കുറ്റവാളിയായതിനെക്കാൾ അവരെ വേദനിപ്പിച്ചത് കുട്ടികൾ തന്റെ മുമ്പിൽ കളവ് കാട്ടിയതാണ്. ടീച്ചറിന് ക്ലാസിൽ വളരെ ക്ഷോഭിച്ചു സംസാരിക്കേണ്ടി വന്നു. എന്നാൽ, പിന്നീട് അതു വിഷമമായി. ഇതിന്റെ പേരിൽ ആരും പോയി ആത്മഹത്യ ചെയ്തേക്കരുത് എന്നു കൂടിപറ ഞ്ഞിട്ടാണ് ടീച്ചർ അന്ന് ക്ലാസിൽ നിന്ന് പോയത്. ആത്മഹത്യയെക്കുറി ച്ചുള്ള ചിന്ത ടീച്ചറിന്റെ മനസ്സിൽ രൂപം കൊണ്ടു കഴിഞ്ഞിരുന്നു എന്ന് ഇവിടെ വ്യക്തമാകുന്നു. അതൊരു വെള്ളിയാഴ്ചയായിരുന്നു. 1965 ജനു വരി പതിനഞ്ച്!

"വീർപ്പുമുട്ടലോടെ സ്റ്റാഫ് റൂമിൽ മടങ്ങിയെത്തിയ
രാജലക്ഷ്മിയെ കാത്ത് ഒരു
സന്ദർശകനിരിക്കുന്നുണ്ടായിരുന്നു.
എന്തോ രഹസ്യമായി സംസാരിച്ച ശേഷം
അദ്ദേഹം പെട്ടെന്നു പോകുകയും ചെയ്തു.
ആഗതൻ കൈമാറിയ സന്ദേശം രാജലക്ഷ്മി
പ്രതീക്ഷിക്കാത്തതെന്തോ ആയിരുന്നു.
മനസ്സിന്റെ മരവിപ്പുമാറിയതോടെ
അസ്വസ്ഥയായിത്തീർന്ന അവർ

ഒട്ടൊരാശ്വാസം തേടി ആത്മമിത്രത്തിന്റെ
അടുത്തേയ്ക്ക് ചെന്നു.
പക്ഷേ, തങ്കം ടീച്ചർ ക്ലാസിലായിരുന്ന
തിനാൽ, അപ്പോൾ ഒന്നും സംസാരിക്കാൻ കഴിഞ്ഞില്ല.
വൈകുന്നേരം കാണാമെന്നു പറഞ്ഞ് അവർ മടങ്ങി.
പറഞ്ഞതുപോലെ വൈകുന്നേരം രാജലക്ഷ്മി
തങ്കത്തിന്റെ ഹോസ്റ്റലിലേക്കു പുറപ്പെട്ടു.
അവിടെ എത്തുമ്പോൾ മറ്റൊരന്തേവാസിയോടൊപ്പം
പുറത്തേക്കിറങ്ങുന്ന കൂട്ടുകാരിയെയാണു കണ്ടത്.
സ്വകാര്യമായി സംസാരിക്കാനുണ്ടെന്നും
അതിനാൽ പിന്നെ വരാമെന്നും പറഞ്ഞ്
അപ്പോഴും രാജലക്ഷ്മി മടങ്ങി.അടുത്ത ദിവസങ്ങൾ
ഒഴിവു ദിനങ്ങളായിരുന്നു."[9]

ഈ രണ്ടു ദിവസങ്ങൾ രാജലക്ഷ്മിയുടെ ജീവിതത്തിലെ നിർണ്ണായക ദിവസങ്ങളായിരുന്നിരിക്കണം. മനസ്സ് മരണചിന്തകൾ കൊണ്ടു നിറഞ്ഞ ദിവസങ്ങളായിരുന്നു. അവ! അന്നോളമുള്ള ജീവിതം അഭ്രപാളിയിലെന്നപോലെ അവരുടെ ഉള്ളിൽ തെളിഞ്ഞു വന്നതും മരണത്തിന്റെ വിവിധവശങ്ങളെക്കുറിച്ചു ചിന്തിച്ചതുമായ ദിവസങ്ങൾ! മരണഭയത്തിന്റെ ഉത്കണ്ഠ നിറഞ്ഞു നിന്ന ദിനങ്ങൾ! എന്നാൽ, മരണം അനിവാര്യമാണെന്നും, അത് എങ്ങനെ വേണമെന്നും ഉറപ്പിച്ചു കഴിഞ്ഞപ്പോൾ, വിവരിക്കാനാവാത്ത ഒരു ശാന്തത അവരിൽ ദൃശ്യമായിക്കാണണം. പുറമെ ശാന്തമായ ഒരു സമുദ്രം പോലെ! രാജലക്ഷ്മിയുടെ മനസ്സിനെ അത്രയേറെ മഥിച്ച സംഭവം എന്താകണം? കാമുകന്റെ വിവാഹവാർത്തയാണെന്നാണ് ജീവ ചരിത്രകാരൻ പറയുന്നത്. തങ്കം ടീച്ചറെ കണ്ട് സംസാരിക്കാൻ കഴിഞ്ഞിരുന്നെങ്കിൽ, അങ്ങനെ മനസ്സിന്റെ ഭാരം ഇറക്കിവെക്കാൻ കഴിഞ്ഞിരുന്നെങ്കിൽ, ഒരുപക്ഷേ രാജലക്ഷ്മിയുടെ ആത്മഹത്യ അത്ര പെട്ടെന്നു നടക്കുമായിരുന്നില്ല. എങ്കിലും, മരണം, അത് ആത്മഹത്യയോ, സ്വാഭാവികമരണമോ എന്തുമാകട്ടെ, അതിനെ തടഞ്ഞുനിർത്താൻ ആർക്കും തന്നെ സാധ്യമല്ല. അതു നടക്കേണ്ട സമയത്തു തന്നെ നടക്കും. തിങ്കളാഴ്ച ദിവസം 1965 ജനുവരി പതിനെട്ടാം തീയതി മലായാള സാഹിത്യ ചരിത്രത്തിലെ ആ ദാരുണമായ അത്യാഹിതം സംഭവിച്ചു. രാജലക്ഷ്മിയുടെ ദുരന്തപൂർണ്ണമായ ജീവത്യാഗം! അവരെ സ്നേഹിച്ചവർക്കും, അവരുടെ സാഹിത്യത്തെ സ്നേഹിച്ചവർക്കും അത് ദുഃഖകരമായ ഒരു വാർത്തയായിരുന്നു. ചഞ്ചലവും ദുർബലവുമായ ഒരു മനസ്സും വിഷാദ രോഗവും ഭീരുത്വവും ഒന്നും സഹിക്കാനാവാത്ത പ്രകൃതവും, ഒപ്പം സമൂഹത്തിന്റെ ക്രൂരതയും എല്ലാം കൂടിച്ചേർന്ന സങ്കീർണ്ണമായ ഒരു മാനസികാവസ്ഥയാണ് രാജലക്ഷ്മിയെ

ആത്മഹത്യയിലേക്കു നയിച്ചത്. സ്വാനുഭവങ്ങളും മറ്റുള്ളവരിൽ നിന്നു കേട്ടറിഞ്ഞ വിവരങ്ങളും തന്റെ കഥകളിലും നോവലുകളിലും അവർ ഉപയോഗപ്പെടുത്തി. ഇതിന്റെ പേരിൽ ജീവിച്ചിരിക്കുന്നവരുടെ സ്വകാര്യാനുഭവങ്ങൾ പരസ്യമാക്കിയെന്നും, അതു തങ്ങളുടെ കുടുംബ ജീവിതത്തിൽ അസ്വാസ്ഥ്യം സൃഷ്ടിച്ചെന്നുമുള്ള ആരോപണം ചില കേന്ദ്രങ്ങളിൽ നിന്ന് അവർക്കു നേരെ ഉണ്ടായി. അതോടെ വളരെയധികം സമ്മർദ്ദങ്ങളാണ് അവർക്കു സഹിക്കേണ്ടി വന്നത്. എഴുത്തുപോലും നിർത്തിവെക്കേണ്ട സാഹചര്യം ഉണ്ടായി. ഇതേക്കുറിച്ച് മാതൃഭൂമി പത്രാധിപരായിരുന്ന എൻ.വി.കൃഷ്ണവാര്യർ പറഞ്ഞിട്ടുള്ളത് എന്താണെന്നു നോക്കാം:

“എന്തിനാണ് രാജലക്ഷ്മി സ്വന്തം ജീവിതം
അവസാനിപ്പിച്ചത്? മരിക്കാൻ അവർ ആഗ്രഹിച്ചിരുന്നില്ല.
തനിക്കും വൃദ്ധയായ അമ്മയ്ക്കും താമസിക്കാനായി
ഒരു വീടു പണിയുന്നതിനുവേണ്ടി അവർ
പാലപ്പുറത്ത് താൻ ജോലിചെയ്തിരുന്ന കോളേജിനടുത്ത്
ഒരു പറമ്പു വാങ്ങിയിരുന്നു, അതിൽ കിണറു കുഴിക്കുക,
പുരത്തറയ്ക്കു കുറ്റിയടിക്കുക മുതലായവ
അടുത്തകാലത്തു നടത്തിച്ചുമിരുന്നു.
‘ഒരു വഴിയും കുറെ നിഴലുകളും’ എന്ന നോവലിന്റെ
രണ്ടാം പതിപ്പ് പുറത്തിറക്കാനും ഏർപ്പാടുകൾ
ചെയ്തുകഴിഞ്ഞിരുന്നു. ജീവിതത്തിൽ അവർക്ക്
ഒരിക്കലും മടുപ്പു തോന്നീട്ടില്ല.
പ്രപഞ്ചത്തെ അതിന്റെ എല്ലാ ഗുണദോഷങ്ങളോടും
സൗന്ദര്യ വൈരൂപ്യങ്ങളോടുംകൂടി
അവർ സ്നേഹിക്കുകയാണ് ചെയ്തിരുന്നത്.
നല്ലൊരു ജോലിയും, തരക്കേടില്ലാത്ത വരുമാനവും,
പ്രശസ്തിയും, സഹപ്രവർത്തകരുടെയും
വിദ്യാർത്ഥികളുടെയും ആദരവും അവർക്ക്
ഉണ്ടായിരുന്നു. താൽക്കാലികമായ യാതൊരു
നൈരാശ്യവും അവർക്ക് അനുഭവപ്പെട്ടിട്ടുമില്ല.
പിന്നെ എന്തിനവർ സ്വന്തം ജീവിതം അവസാനിപ്പിച്ചു?
പലർക്കും ഇതൊരു കടങ്കഥയായി തോന്നാം”[10]

എൻ.വി കൃഷ്ണവാര്യർ രാജലക്ഷ്മിയുടെ ആത്മഹത്യയ്ക്കു പിന്നിലുള്ള കാരണങ്ങൾ ഇവിടെ അന്വേഷിക്കുന്നു. പക്ഷേ, കാരണങ്ങൾ ഒന്നും തന്നെ കണ്ടെത്താൻ അത്രപെട്ടെന്ന് അദ്ദേഹത്തിനു കഴിയുന്നുമില്ല. തനിക്കും അമ്മയ്ക്കും താമസിക്കുവാൻ വേണ്ടി സ്ഥലം വാങ്ങിച്ച്

അവിടെ വീടുപണിയാൻ തയ്യാറെടുക്കുമ്പോൾ, മരണത്തെക്കുറിച്ചുള്ള ചിന്ത അവരുടെ മനസ്സിൽപ്പോലും ഒരിക്കലും ഉണ്ടായിരുന്നില്ലെന്ന് അദ്ദേഹം പറയുന്നു. നല്ല ഒരു ജോലി, വിദ്യാർത്ഥികളുടെയും സഹ പ്രവർത്തകരുടെയും ആദരവ്, ജീവിക്കാൻ വേണ്ടത്ര പണം, എല്ലാ മുണ്ടായിരുന്ന സ്ഥിതിക്ക് അവർ മരണത്തിന് ഒരിക്കലും തയ്യാറാവുക യില്ല. എന്നാൽ, വീണ്ടും ചിന്തിക്കുമ്പോൾ, ആ മരണത്തിന്, മറ്റു ചില കാരണങ്ങൾ അദ്ദേഹം കണ്ടെത്തുന്നു:

"സ്വന്തം കൃതികളിലൂടെ രാജലക്ഷ്മി
ആവിഷ്കരിച്ച ജീവിതമാതൃകകളിൽ
തങ്ങളെയോ, പരിചിതരെയോ കാഥികയെത്തന്നെയോ
കാണാനുള്ള ഒരു തെറ്റായ വാസന അവരുടെ
ചില സുഹൃത്തുക്കൾക്കുണ്ടായിരുന്നു.
ഒരു വഴിയും കുറെ നിഴലുകളും എന്ന നോവലിലെ
നായിക താനും, നായകൻ തന്റെ ഭർത്താവുമാണെന്ന്
രാജലക്ഷ്മിയുടെ ഒരു സുഹൃത്ത് വിചാരിച്ചിരുന്നു.
ഈ വിചാരം ഉള്ളിൽ വെച്ചുകൊണ്ട്
ഈ സുഹൃത്ത് രാജലക്ഷ്മിയെ തുടർച്ചയായി
കത്തെഴുതി പീഡിപ്പിക്കുകയും ചെയ്തുപോന്നു.
ആ നോവലിന്റെ രണ്ടാം പതിപ്പ് പ്രസിദ്ധം ചെയ്യാൻ
രാജലക്ഷ്മി തീരുമാനിച്ചത് ഈ പീഡനം ഒരിക്കൽകൂടി
ശക്തിപൂർവ്വം ആവർത്തിക്കുന്നതിനു കാരണമായിത്തീർന്നു!"[11]

രാജലക്ഷ്മിയുടെ കൈയിൽ നിന്നും ഇത്തരം കത്തുകൾ നേരിട്ട് വാങ്ങി വായിക്കുകയും, അതേക്കുറിച്ചുള്ള രാജലക്ഷ്മിയുടെ പ്രതിക രണം നേരിട്ടു കേൾക്കുകയും ചെയ്ത എൻ. വി. കൃഷ്ണവാര്യർക്ക് ആത്മഹത്യയുടെ കാരണങ്ങൾ ചൂണ്ടിക്കാണിക്കുവാൻ നിഷ്പ്രയാസം സാധിക്കും എന്ന കാര്യത്തിൽ സംശയമില്ല. എന്നാൽ, എല്ലാ കാര്യങ്ങളും വെട്ടിത്തുറന്നു പറയാൻ അദ്ദേഹം ആഗ്രഹിക്കുന്നില്ല.

മംഗോളോദയം മാസികയുടെ 1964 – ലെ വിശേഷാൽ പ്രതിയിൽ ആത്മഹത്യ എന്ന പേരിൽ രാജലക്ഷ്മിയുടെ ഒരു കഥ വന്നപ്പോഴും ഇതുപോലെയുള്ള കോലാഹലങ്ങൾ നടന്നു. ഈ കഥയിലെ നായിക രാജലക്ഷ്മിയുടെ മറ്റൊരു സുഹൃത്താണെന്ന് ആളുകൾ പറഞ്ഞുണ്ടാക്കി. എന്നാൽ, ഈ സുഹൃത്തുതന്നെ, തന്നെക്കുറിച്ചുള്ള ആരോപണത്തിൽ കഴമ്പില്ലെന്ന് എഴുതിയയച്ചു. എങ്കിലും ഇങ്ങനെ ഒരാരോപണം വന്നത് രാജലക്ഷ്മിയെ വളരെയധികം വേദനിപ്പിച്ചു.

ഞാനെന്ന ഭാവം പ്രസിദ്ധീകരിച്ചുതുടങ്ങിയപ്പോൾ അതിൽ ആരുടെയെല്ലാം ജീവിതങ്ങളാണുള്ളതെന്ന് ഇതേ സുഹൃത്തുക്കൾ

അന്വേഷണമാരംഭിച്ചു. അതും രാജലക്ഷ്മിക്കു ദുഃഖമുണ്ടാക്കുന്ന അനുഭവമായിരുന്നു.

"മനുഷ്യർക്കെല്ലാവർക്കും തന്നെകൊണ്ട്
ഉപദ്രവമാണെന്നും, താൻ തൊടുന്ന
തൊക്കെ വിഷമായി മാറുകയാണെന്നും
അവർക്കുതോന്നി. തനിക്ക് ഇങ്ങനെ
യല്ലാതെ കഥയെഴുതാൻ അറിഞ്ഞുകൂടാ
താനെഴുതുന്ന കഥകളിൽ മനുഷ്യജീവിതത്തിന്റെ
നീറുന്ന ധർമ്മസങ്കടങ്ങളാണ് പ്രതിപാദ്യം,
ആ കഥകളിലേക്കു നോക്കുന്ന പലർക്കും
തങ്ങളുടെയോ, പരിചിതരുടെയോ
മുഖച്ഛായകൾ അവിടെ കാണാൻ കഴിയുന്നു.
ഒരു കഥാപാത്രത്തിന്റെ അനുഭവങ്ങൾ
തങ്ങളുടെ പ്രതീക്ഷകൾ പോലെയല്ല വരുന്ന
തെന്നു കണ്ടപ്പോൾ, നീ എന്തിന് അയാളുടെ
ജീവിതഗതി കല്പിച്ചു കൂട്ടി മാറ്റിത്തീർത്തു?
എന്ന് രാജലക്ഷ്മിയുടെ ഒരു സുഹൃത്ത്
അവരോടു ചോദിക്കുകയുണ്ടായി.
ഞാൻ ഇരുന്നാൽ, ഇനിയും കഥ എഴുതും
അതുകൊണ്ടിനി ആർക്കൊക്കെ ഉപദ്രവമാവുമോ?
ഞാൻ പോട്ടെ.........
എന്നു തന്റെ ജ്യേഷ്ഠത്തിക്കെഴുതി വെച്ച്
നിശ്ശബ്ദമായി ഈ ലോകത്തുനിന്നു
നിഷ്ക്രമിക്കുവാൻ അവരെ പ്രേരിപ്പിച്ച
താത്ക്കാലിക സാഹചര്യം ഇതാണ്"[12]

രാജലക്ഷ്മിയുടെ അന്യാദൃശമായ ഭാവനാശക്തി അവരുടെ ജീവിതചിത്രണത്തിന് യാഥാർത്ഥ്യത്തിന്റേതായ സ്ഫൂർത്തിയും മൂർച്ചയും നല്കിയെന്നും, അവരുടെ അദ്വിതീയമായ സംവേദനശക്തി അന്യർക്കു താൻ ഉണ്ടാക്കിയേക്കാവുന്ന അസഹ്യതയെ പലമടങ്ങ് വലുതായി കാണിച്ച് അവരെ ഭയപ്പെടുത്തുകയും ചെയ്തുവെന്ന് ഒരെഴുത്തുകാരിയെന്ന നിലയിൽ അവരെ ശ്രദ്ധേയമാക്കിത്തീർത്ത സിദ്ധികൾ തന്നെ സാധാരണനിലയിലുള്ള ജീവിതം അവർക്കു ദുസ്സഹമാക്കിത്തീർത്തുവെന്നും, കൃഷ്ണവാര്യർ തുടർന്നു പറയുന്നു. രാജലക്ഷ്മിയെന്ന എഴുത്തുകാരിയുടെ അകാലമൃത്യുവിന്റെ പിന്നിലുള്ള ദീർഘകാലകാരണം ഇതുതന്നെയാണെന്ന് അദ്ദേഹം വിശ്വസിക്കുന്നു.

"അസ്വസ്ഥമായ ഒരു മനസ്സിന്റെ പിടച്ചിൽ രാജലക്ഷ്മിയുടെ കൃതികളിൽ കേൾക്കാമെന്നും, തന്നിലെ നിത്യാസ്വാസ്ഥ്യത്തെ ചോർത്തിക്കളയാനുള്ള വഴിയായിരുന്നു അവർക്ക് എഴുത്തെന്നും, അതിനു കഴിയാതെ വന്നിടത്ത് അവർ ജീവിതത്തിനു വിരാമമിട്ടെന്നും-"[13] ശ്രീ.എം.ആർ ചന്ദ്രശേഖരൻ നായരും സർഗ്ഗശക്തി തുടിക്കുന്ന അതിലോലമായ ഒരു ഹൃദയവും ബാഹ്യജീവിതവുമായുള്ള പൊരുത്തക്കേടുകൾ പെരുകിപ്പെരുകിയുമാണ് ദാരുണമായ ഈ സംഭവത്തിൽ എത്തിച്ചേർന്നത്" എന്ന് ശ്രീ.എം.ടി. വാസുദേവൻനായരും വ്യക്തമാക്കുന്നു.[14]

കൗമാരകാലത്തെ കലങ്ങിയ കുടുംബാന്തരീക്ഷത്തിൽനിന്ന് സംജാതമായ ഒരു തരം അരക്ഷിതത്വവും, ശാരീരികമായി അവർക്കുണ്ടായിരുന്ന ഒരു പോരായ്മയിൽ നിന്ന് (വളർച്ച കുറഞ്ഞ മാറിടം) ഉദ്ഭൂതമായ അപകർഷതാബോധവും കൂടിച്ചേർന്ന് അബോധമനസ്സിൽ സൃഷ്ടിച്ച ഉത്കണ്ഠാകുലത രാജലക്ഷ്മിയിൽ വളർന്നിരുന്നതായി"[15]

രതിമേനോനും അഭിപ്രായപ്പെടുന്നു. "മുപ്പത്തഞ്ചു വയസ്സിനപ്പുറം ജീവിച്ചിരിക്കില്ലെന്ന ചിന്തയും, പ്രിയങ്കരനായിരുന്ന അച്ഛന്റെ മരണവും, സംഘർഷവേളയിൽ സാന്ത്വനമാകാൻ അമ്മയ്ക്കു കഴിയാതിരുന്നതും, ബുദ്ധിയുടെ സ്വാത്മനിയന്ത്രണം അവരിൽ നിന്നു പിടിവിട്ടുപോയതും, ഉള്ളിലെ മരണചിന്ത ശക്തമായതും, രാജലക്ഷ്മിയുടെ മരണകാരണങ്ങളായി"
ഡോ. എൻ.ആർ. ഗ്രാമപ്രകാശ് വ്യക്തമാക്കുന്നു.[16]

രാജലക്ഷ്മിയുടെ ആത്മഹത്യയ്ക്കുപിന്നിൽ പല കാരണങ്ങളും പറഞ്ഞു കേൾക്കുന്നുണ്ടെങ്കിലും ഇന്നതാണെന്നു ഖണ്ഡിതമായി പറയാൻ വയ്യ എന്നാണ് ജീവചരിത്രകാരനായ എ.ബി.രഘുനാഥൻ നായർ പറയുന്നത്.

യൗവനം അസ്തമിക്കാറായിട്ടും,
മംഗല്യയോഗമുണ്ടായില്ലെന്ന നിരാശതാബോധം
ഇങ്ങനെയൊരു സാഹസത്തിന്
അവരെ നിർബന്ധിതയാക്കിയെന്നു
വിചാരിക്കുന്നവരുമുണ്ട്. നിഗൂഢമായ
ഒരു പ്രേമബന്ധത്തെ അവർ താലോലിച്ചിരുന്നെന്നും,
നേരിയതോതിലെങ്കിലും വെച്ചുപുലർത്തിയ പ്രതീക്ഷ
അസ്ഥാനത്തായതിന്റെ ആഘാതം താങ്ങാനാവാതെ
വന്നതാണെന്നുമാണ് മറ്റൊരു പക്ഷം.
ഒടുവിൽ പറഞ്ഞ വ്യാഖ്യാനം സാധൂകരിക്കാൻ
തെളിവുകളില്ലെങ്കിലും സാഹചര്യത്തെളിവുകൾ
ഇതിലേക്കു വിരൽ ചൂണ്ടുന്നുവെന്നും
– എ.ബി.രഘുനാഥൻ നായർ[17]

കാരണങ്ങൾ കുറെക്കൂടി വ്യക്തമായി മനസ്സിലാക്കാൻ രാജലക്ഷ്മിയുടെ കൃതികളിലേക്കു കടക്കുകയാണ് ഏറ്റവും നല്ല മാർഗ്ഗമെന്നും അദ്ദേഹം പറയുന്നു. കൂടുതൽ ചിന്തിക്കുമ്പോൾ ഒരു കാരണമോ, രണ്ടു കാരണമോ അല്ല, രാജലക്ഷ്മിയുടെ ആത്മഹത്യയ്ക്കു പിന്നിൽ അനേകം കാരണങ്ങളുണ്ട്. അനേകം വർഷങ്ങളിലെ ക്രൂരമായ ജീവിതാനുഭവങ്ങളുടെ ചോരപ്പാടുകളുണ്ട്. രാജലക്ഷ്മിയുടെ വ്യക്തിത്വത്തിലെ അസാധാരണമായ ചില പ്രത്യേകതകൾ, അവരുടെ ജീവിതസാഹചര്യങ്ങൾ, കാല്പനികമായ മനസ്സിന്റെ ദൗർബ്ബല്യങ്ങൾ ഉള്ളിലെ ശക്തമായ മരണരതി, സമൂഹത്തിന്റെ വേദനിപ്പിക്കുന്ന സമീപനങ്ങൾ, വ്യക്തിത്വത്തിലെ ദുരന്തബോധം, വിഷാദരോഗം, ആത്മപീഡനരതി, പലായനപ്രവണത, അശുഭചിന്തകൾ, അപകർഷതാ ബോധം, അന്തർമുഖത്വം, അകാരണഭയങ്ങൾ, ഒന്നും സഹിക്കാനാവാത്ത പ്രകൃതം ഇവയെല്ലാം അതിന്റെ പിന്നിലെ അവഗണിക്കാനാവാത്ത കാരണങ്ങളാണ്. എല്ലാറ്റിനുപരി, അസാധാരണവും അതിശക്തവുമായ അവരുടെ പ്രതിഭ തന്നെയാണ് വേദനിപ്പിക്കുന്ന അവരുടെ ജീവിതാന്ത്യത്തിന് ഇടയാക്കിയത് എന്നുള്ളതിൽ സംശയമില്ല.

രാജലക്ഷ്മിയുടെ ആത്മഹത്യ മലയാളസാഹിത്യത്തിന് ഒരു തീരാനഷ്ടമാണ് വരുത്തിവച്ചത്. മുപ്പത്തിനാലു വർഷത്തെ ജീവിതത്തിനിടയിൽ വെറും എട്ടുവർഷങ്ങൾ മാത്രമാണ് അവർ സാഹിത്യ സപര്യയ്ക്കു നീക്കി വച്ചത്. എങ്കിൽപ്പോലും അവരുടെ മഹാപ്രതിഭയുടെ ഭാവസ്ഫുരണങ്ങൾ ആ രചനകളെ ശ്രദ്ധേയമാക്കിത്തീർത്തു. അഞ്ചു പതിറ്റാണ്ടുകൾ പിന്നിടാൻ പോകുന്ന ഈ സന്ദർഭത്തിൽ ഇന്ന്, രാജലക്ഷ്മി വീണ്ടും വായിക്കപ്പെടുന്നുവെങ്കിൽ, അതിന്റെ അർത്ഥം മറ്റൊന്നല്ലതാനും. രാജലക്ഷ്മിയുടെ ജീവിതത്തെക്കുറിച്ച് കൂടുതൽ

അറിയുന്തോറും, ആത്മാവിൽ ഇറ്റുവീഴുന്ന കണ്ണീരോടെയല്ലാതെ അവരെക്കുറിച്ച് ആർക്കും ചിന്തിക്കാനാവില്ല. ആ ദുഃഖപുത്രി മലയാള സാഹിത്യത്തിൽ അവഗണിക്കപ്പെടേണ്ട ഒരു വ്യക്തിത്വമല്ല. അവരുടെ രചനകളിൽ അലിഞ്ഞുചേർന്ന പ്രത്യേക ലാവണ്യവും സുഗന്ധവും വേർതിരിച്ചറിയാൻ നമുക്കുതീർച്ചയായും കഴിയണം. അവരുടെജീവിതത്തിലൂടെ സാഹിത്യത്തിലേക്കും സാഹിത്യത്തിലൂടെ വ്യക്തിത്വത്തിലേക്കും കടന്നുചെല്ലാൻ നല്ല ഒരാസ്വാദകനു നിഷ്പ്രയാസം സാധിക്കും എന്ന കാര്യത്തിൽ രണ്ടു പക്ഷമില്ല.

---

1 സരസ്വതിയമ്മ - ഉച്ചവെയിലും ഇളംനിലാവും, ആമുഖ ലേഖനം - രാജലക്ഷ്മി എന്റെ അനുജത്തി

2 അതിൽത്തന്നെ

3 അതിൽത്തന്നെ

4 രാജലക്ഷ്മിയുടെ നിഴൽപ്പാടുകൾ -എ.ബി.രഘുനാഥൻ നായർ - പരിധി പബ്ലിക്കേഷൻസ് -തിരുവനന്തപുരം- പേജ് - 28

5 അതിൽത്തന്നെ

6 മണികൃഷ്ണൻ രാജലക്ഷ്മി എന്റെ അദ്ധ്യാപിക മാതൃഭൂമി ആഴ്ചപ്പതിപ്പ് -1965 മാർച്ച് 7 ഉച്ചവെയിലും ഇളം നിലാവും എന്ന നോവലിന്റെ ആമുഖലേഖനം.

7 അതിൽത്തന്നെ

8 രാജലക്ഷ്മിയുടെ നിഴൽപ്പാടുകൾ - എ.ബി.രഘുനാഥൻ നായർ, പരിധി പബ്ലിക്കേഷൻസ്, തിരുവനന്തപുരം - പേജ് 34

9 അതിൽത്തന്നെ - പേജ് - 35

10 ഉച്ചവെയിലും ഇളം നിലാവും - ആമുഖ ലേഖനം രാജലക്ഷ്മി എന്ന എഴുത്തുകാരി എൻ.വി.കൃഷ്ണവാര്യർ
കറന്റ് ബുക്സ്, തൃശ്ശൂർ - പേജ് -11

11 അതിൽത്തന്നെ - പേജ് - 12

12 അതിൽത്തന്നെ - പേജ്-12

13 എം.ആർ.ചന്ദ്രശേഖരൻ - രാജലക്ഷ്മിയുടെ കൃതികൾ
മാതൃഭൂമി ആഴ്ചപ്പതിപ്പ് - 1965 മാർച്ച് -7

14 എം.ടി.വാസുദേവൻ നായർ -ഏകാന്തപഥിക
രാജലക്ഷ്മിയുടെ കഥകൾ - ആമുഖം - കറന്റ് ബുക്സ്, തൃശ്ശൂർ

15 രതി മേനോൻ - രാജലക്ഷ്മി - കേന്ദ്രസാഹിത്യഅക്കാദമി.

16 ഡോ.എൻ.ആർ.ഗ്രാമപ്രകാശ് - ഏകാന്തപഥിക
രാജലക്ഷ്മി- ജീവിതവും കൃതികളും - എസ്.പി.സി.എസ്.കോട്ടയം

17 എ.ബി.രഘുനാഥൻ നായർ - രാജലക്ഷ്മിയുടെ നിഴൽപ്പാടുകൾ - പരിധി പബ്ലിക്കേഷൻസ് - തിരുവനന്തപുരം പേജ് - 38

പതിനഞ്ച്

സാഹിത്യം

ഒരു സാഹിത്യകാരിയായിത്തീരാൻവേണ്ടി മാത്രം ജനിച്ച പെൺകുട്ടിയായിരുന്നു രാജലക്ഷ്മി. എഴുത്ത് അവൾക്ക് എല്ലാമായിരുന്നു. സ്വന്തം ജീവിതം തന്നെയായിരുന്നു. അവളിലെ ജ്വലിക്കുന്ന സത്യവും, അവളുടെ സ്വത്വവും, പ്രാണനും, ആത്മാവും എല്ലാം ഈ സർഗ്ഗാത്മകതയല്ലാതെ മറ്റൊന്നായിരുന്നില്ല. എഴുതാൻവേണ്ടി മാത്രമാണ് രാജലക്ഷ്മി ജീവിച്ചതു തന്നെ! തന്റെ എഴുത്തിനെ ബാധിക്കുന്ന ഒന്നിനേയും അവൾക്കു സഹിക്കാനാവുമായിരുന്നില്ല. അതു സാഹചര്യമാകട്ടെ, വ്യക്തിയാകട്ടെ, സമൂഹമാകട്ടെ, എന്തുതന്നെയായാലും, അതിനോട് ആ കഥാകാരി ശക്തമായിത്തന്നെ പ്രതിഷേധിച്ചു. നേരിട്ടല്ല, തന്റെ കഥകളിലൂടെ, നോവലുകളിലൂടെയും! എല്ലാ പ്രശ്നങ്ങൾക്കും ഏകപ്രതിവിധി അവൾക്കു സാഹിത്യം തന്നെയായിരുന്നു. മനസ്സിന്റെ ഒടുങ്ങാത്ത അസ്വസ്ഥതകൾക്കും, രോഗങ്ങൾക്കും സാഹിത്യം ഒരു സഞ്ജീവനിയായി മാറിക്കഴിഞ്ഞിരുന്നു. ഇത്രത്തോളം ആത്മാർത്ഥതയുള്ള ഒരെഴുത്തുകാരി സാഹിത്യസപര്യയിൽ ദീർഘകാലം ജീവിച്ചിരുന്നുവെങ്കിൽ അവൾ നിഷ്പ്രയാസം കാലത്തെ അതിജീവിക്കുമായിരുന്നു. പക്ഷേ, എന്തു ചെയ്യാം? അതിനു മുമ്പ് അവളെ നമുക്കു നഷ്ടമായി. എന്നെന്നേക്കുമായി! കാലത്തിന് അതൊരു തീരാനഷ്ടമായി. നമ്മുടെ സാഹിത്യത്തിനും! കാലത്തിന് അനുകൂലമായി നീന്തുന്നവരെയല്ല, പ്രതികൂലമായി നീന്തുന്നവരെയാണ് കാലം എന്നും ഓർമ്മിക്കുന്നത്. എന്നാൽ, ശക്തമായ ആ ഒഴുക്കിൽ രാജലക്ഷ്മിക്ക് അധികനാൾ പിടിച്ചുനിൽക്കാനായില്ല. ശരീരം കൊണ്ടു ജീവിച്ചവളല്ല, മനസ്സു കൊണ്ടു ജീവിച്ചവളാണ് ആ കഥാകാരി. എന്നാൽ, ആ മനസ്സ് എപ്പോഴോ അവർക്ക് പിടിവിട്ടുപോയി. ഒപ്പം ജീവിതവും!

ചെറിയ പ്രായം മുതലുള്ള ആർത്തി പിടിച്ച വായനയും, പ്രിയങ്കരനായ അച്ഛന്റെയും സ്കൂളിലെ അദ്ധ്യാപകരുടെയും ആത്മാർത്ഥമായ പ്രോത്സാഹനവും രാജലക്ഷ്മിയെ സാഹിത്യത്തിലേക്കു നയിച്ചു. പ്രൈമറി സ്കൂളിൽ പഠിക്കുന്ന കാലം മുതലേ വായന ശീലമായിരുന്നു.

രാജലക്ഷ്മിയുടെ അച്ഛൻ അഡ്വക്കേറ്റ് അച്യുതമേനോൻ മകളുടെ വാസനയ്ക്ക് അനുസൃതമായ പുസ്തകങ്ങൾ ധാരാളമായി എത്തിച്ചു കൊടുത്തിരുന്നു. ചാൾസ് ഡിക്കൻസിന്റെ പിക്വിക് പേപ്പേഴ്സ് ആയിരുന്നു അക്കാലത്ത് രാജലക്ഷ്മിയെ ആകർഷിച്ച പ്രധാനകൃതി. ഡിക്കൻസിന്റെ മറ്റു കൃതികളും. അച്ഛന്റെ പുസ്തകശേഖരത്തിൽ നിന്നും ഏതു കൃതി എടുത്തു വായിക്കുവാനുമുള്ള സ്വാതന്ത്ര്യം ആ കുട്ടിക്കു ലഭിച്ചു. പിന്നീട് അച്ഛന്റെ ബന്ധുവായ കെ.പി.പത്മനാഭമേനോന്റെ (ഹിസ്റ്ററി ഓഫ് കേരളയുടെ കർത്താവ്) വിപുലമായ ഗ്രന്ഥശേഖരം തന്നെ പ്രയോജനപ്പെടുത്തുവാനും രാജലക്ഷ്മിക്ക് അവസരമുണ്ടായി. പ്രസിദ്ധ ഇന്ത്യൻ ഇംഗ്ലീഷ് എഴുത്തുകാരനായ മേനോൻ മാറാത്ത് അച്യുതമേനോന്റെ ഭാഗിനേയനായിരുന്നു. അദ്ദേഹത്തിന്റെ ഗ്രന്ഥശേഖരം ഉപയോഗിക്കുവാനുള്ള ഭാഗ്യവും രാജലക്ഷ്മിക്കു സിദ്ധിച്ചു. ഇങ്ങനെ ചെറിയ പ്രായത്തിൽത്തന്നെ ഗ്രന്ഥങ്ങളുമായും ഗ്രന്ഥകാരന്മാരുമായുള്ള സംസർഗ്ഗം അവരുടെ ഉള്ളിലെ എഴുത്തുകാരിയെ രൂപപ്പെടുത്തുന്നതിൽ കാര്യമായ പങ്കു വഹിച്ചു. മൂത്ത സഹോദരങ്ങൾ ധാരാളം കഥകളും കടങ്കഥകളും പറഞ്ഞുകൊടുത്തിരുന്നു. അമ്മ പുരാണകഥകൾ പറഞ്ഞുകൊടുക്കുന്നതിൽ പ്രത്യേകം ശ്രദ്ധിച്ചു. ഇങ്ങനെ നോക്കുമ്പോൾ, ഒരു സാഹിത്യകാരിക്കു വളരാനുള്ള അനുകൂലമായ സാഹചര്യങ്ങളെല്ലാം രാജലക്ഷ്മിക്കു വേണ്ടുവോളമുണ്ടായിരുന്നു എന്ന് മനസ്സിലാക്കാം.

ഹൈസ്കൂൾ ക്ലാസിൽ വച്ചായിരുന്നു രാജലക്ഷ്മി ആദ്യമായി കഥയെഴുതിത്തുടങ്ങിയത്. സ്കൂളിലെ കഥയെഴുത്തു പരിശീലനമാണ് അതിനുള്ള അവസരമൊരുക്കിയത്. സഹോദരങ്ങളുമായി ചർച്ച ചെയ്തതിനുശേഷമാണ് കഥയെഴുതുക. ഒരു പത്രവാർത്തയുടെ അടിസ്ഥാനത്തിലായിരുന്നു ആദ്യത്തെ കഥ രൂപംകൊണ്ടത്. അനാഥയായ ഒരമ്മ, മാറാവ്യാധിക്കു കീഴ്പെടേണ്ടി വന്നപ്പോൾ, തന്നെമാത്രം ആശ്രയിച്ചുകഴിഞ്ഞിരുന്ന വികലാംഗനായ മകന് ജീവിക്കാൻ മറ്റൊരു വഴിയും മുന്നിലില്ലെന്നു കണ്ട് വിഷം കൊടുത്തു കൊന്നു എന്നായിരുന്നു ആ വാർത്ത. ആ സംഭവത്തിൽ നിന്നും പ്രചോദനമുൾകൊണ്ട് എഴുതിയ ആ കഥ അന്ന് ആ കുട്ടിയെ അദ്ധ്യാപകരുടെ മുഴുവൻ പ്രശംസയ്ക്കു പാത്രമാക്കി.

> "അമ്പാടി കാർത്ത്യായനിയമ്മയായിരുന്നു അന്ന്
> ഗേൾസ് ഹൈസ്കൂളിലെ പ്രധാനാദ്ധ്യാപിക.
> രാജലക്ഷ്മിയുടെ സാഹിത്യ വാസന അവരെ
> സന്തുഷ്ടയാക്കി. ഈ കുരുന്നു സാഹിത്യകാരിയുടെ
> രചനകൾ ശ്രദ്ധയോടെ വായിക്കാനും
> തെറ്റുതിരുത്താനും അവർക്കു സന്തോഷമേ
> ഉണ്ടായിരുന്നുള്ളു. സ്കൂൾ ജീവിതത്തിനിടയിൽ
> രാജലക്ഷ്മിയുടെ സാഹിത്യവാസന കണ്ടറിഞ്ഞു

പ്രോത്സാഹിപ്പിക്കുന്ന കാര്യത്തിൽ
പ്രൊഫ.റ്റി.സി.ബാലകൃഷ്ണമേനോന്റെ പത്നിയും
രാജലക്ഷ്മിയുടെ അദ്ധ്യാപികയുമായിരുന്ന അമ്മുക്കുട്ടി
യമ്മയും വലിയ പങ്കു വഹിച്ചിട്ടുണ്ട്"[1]

ആയിരത്തിത്തൊള്ളായിരത്തിനാല്പത്തിനാലിൽ രാജലക്ഷ്മി സ്കൂളിനോടു വിട പറഞ്ഞു. അന്നു പതിന്നാലു വയസ്സുമാത്രം തികഞ്ഞ ആ കുട്ടിക്ക് കോളേജിൽ ചേരാൻ വയസ്സു തികയാത്തതിനാൽ ഒരു കൊല്ലം വെറുതെ വീട്ടിൽ നില്ക്കേണ്ടി വന്നു. ആ സമയത്ത് പുസ്തകങ്ങളായിരുന്നു സന്തതസഹചാരികൾ. ആയിരത്തിത്തൊള്ളായിരത്തി നാല്പത്തിയഞ്ചിൽ മഹാരാജാസ് കോളേജിൽ ചേർന്നു.

അന്ന് മഹാരാജാസ് കോളേജ് ലൈബ്രറിയിൽ അവർ വായിക്കാത്ത ഒരൊറ്റ ഇംഗ്ലീഷ് നോവലുപോലുമുണ്ടായിരുന്നില്ലത്രേ. ആയിരത്തിത്തൊള്ളായിരത്തി നാല്പത്തിയൊമ്പതിൽ ഫിസിക്സ് ബി.എസ്,സി പാസ്സായി

നോവലുകളിൽ കാണുന്ന കലാലയാനുഭവങ്ങൾ മഹാരാജാസിലെ രാജലക്ഷ്മിയുടെ അനുഭവങ്ങൾ തന്നെയാണ്. ഞാനെന്ന ഭാവത്തിലെ കലാലയരാഷ്ട്രീയവും അവിടത്തെ അനുഭവങ്ങളിൽനിന്നും പകർന്നു കിട്ടിയതു തന്നെ.

കോളേജിൽ എത്തിയതോടെ, എഴുതാനുള്ള വാസനയും വളർന്നു. ആയിരത്തിത്തൊള്ളായിരത്തിനാല്പത്തിയൊമ്പതിൽ തന്റെ പത്തൊൻപതാമത്തെ വയസ്സിൽ മാതൃഭൂമിയുടെ ഡിസംബർ പതിനൊന്നു ലക്കത്തിൽ രാജശ്രീ എന്ന തൂലികാനാമത്തിൽ പ്രസിദ്ധീകരിച്ച ഹോസ്റ്റൽ മെയ്റ്റ് എന്ന കഥയാണ് ആദ്യകഥ എന്ന് ഡോ.എൻ. ആർ.ഗ്രാമപ്രകാശ് വ്യക്തമാക്കുന്നു. എന്നാൽ രാജലക്ഷ്മിയുടെ കഥകൾ എന്ന സമാഹാരത്തിൽ ഈ കഥ ചേർത്തുകാണുന്നില്ല. ആയിരത്തിത്തൊള്ളായിരത്തിയറുപതു മുതൽ അറുപത്തിരണ്ടുവരെയുള്ള അവരുടെ അദ്ധ്യാപന കാലത്ത് ടി.എ. പത്മാലയ എന്ന പേരിൽ രണ്ടു കഥകൾ പ്രസിദ്ധീകരിച്ചുവെന്നും അദ്ദേഹം പറയുന്നു. പക്ഷേ, കഥകളുടെ പേരുകൾ കൊടുത്തിട്ടില്ല. ഭാഷാ ഇൻസ്റ്റിറ്റ്യൂട്ട് ഇറക്കിയ സംക്ഷിപ്ത ജീവചരിത്രത്തിൽ 'ഒരു വീടിനെപ്പറ്റി ഒരു കഥ' എന്ന പേരിൽ ഒരു കഥയെക്കുറിച്ച് പറയുന്നുണ്ട്. അത് രാജലക്ഷ്മിയുടെ കഥയാണെന്ന് എ.ബി.രഘുനാഥൻ നായർ അവിടെ വ്യക്തമാക്കുന്നു.

ഹോസ്റ്റൽ മേയ്റ്റ് എന്ന കഥയെക്കുറിച്ച് ഡോ.ഗ്രാമപ്രകാശ് വിശദമായി ചർച്ചചെയ്യുന്നുണ്ട്. ആയിരത്തിത്തൊള്ളായിരത്തിയൻപത്തിയാറ് ജൂൺ ഏഴിലെ മാതൃഭൂമിയിൽ തന്റെ ഇരുപത്തിയാറാമത്തെ വയസ്സിലാണ് രാജലക്ഷ്മി ആദ്യമായി സ്വന്തം പേരിൽ ഒരു കഥ(മകൾ) പ്രസിദ്ധീകരിക്കുന്നത്. വളരെ ദീർഘമായ ആ കഥ രണ്ടു ലക്കങ്ങളിലായിട്ടാണ്

പ്രസിദ്ധീകരിച്ചത്. ആ കഥയ്ക്ക് കേരളത്തിലെ സഹൃദയർക്കിടയിൽ വളരെ പ്രചാരം സിദ്ധിച്ചു. ഒരു തുടക്കക്കാരിയുടെ യാതൊരു പരിഭ്രമവും ആകഥയിൽ കാണാനില്ല. എഴുതി നല്ല തഴക്കം സിദ്ധിച്ച ഒരെഴുത്തുകാരിയുടെ കൈയൊതുക്കവും പക്വതയും ആണ് ആ കഥയ്ക്കുള്ളത്. ആ കാലത്തിനിടയിൽ പാശ്ചാത്യനാടുകളിൽ പ്രസിദ്ധമായിത്തീർന്ന ഒട്ടുമിക്ക കഥകളും വായിച്ചുള്ള പരിചയം രാജലക്ഷ്മിക്കുണ്ടായിരുന്നു. ജെയിംസ് ജോയ്സിന്റെയും വെർജീനിയാ വൂൾഫിന്റെയും മറ്റും ആവിഷ്കരണ തന്ത്രമാണ് രാജലക്ഷ്മിയെ സ്വാധീനിച്ചത്. നായികാപ്രധാനമായ കഥ! നായികയുടെ മനസ്സിന്റെ ആഴങ്ങളിലേക്ക് ഇറങ്ങിനിന്നുള്ള ആവിഷ്കരണം! കവിത തുളുമ്പുന്ന ശൈലി! തികഞ്ഞ ഭാവസാന്ദ്രത! ഉദ്യോഗസ്ഥയായ ഒരു പെൺകുട്ടിയെ വീട്ടിലുള്ളവർ ചൂഷണം ചെയ്യുന്ന ആ കഥ, അന്നു മലയാളത്തിൽ പുതുമയുള്ള ഒന്നായിരുന്നു. അതുകൊണ്ടുതന്നെ മകൾ എന്ന ഒറ്റക്കഥയിലൂടെത്തന്നെ രാജലക്ഷ്മി വായനക്കാരുടെ മനസ്സിനെ കീഴടക്കി.

തന്റെയുള്ളിലെ എഴുത്തുകാരിയെ പ്രോത്സാഹിപ്പിക്കണമെങ്കിൽ, സാഹിത്യം തന്നെ വിഷയമായെടുത്തു പഠിക്കണം എന്നു കരുതിയ രാജലക്ഷ്മി ബിരുദാനന്തരം മലയാളസാഹിത്യത്തിൽ മാസ്റ്റർ ബിരുദത്തിന് തിരുവനന്തപുരം യൂണിവേഴ്സിറ്റി കോളേജിൽ ചേർന്നു. എന്നാൽ, ഒന്നാം വർഷം പൂർത്തിയായതോടെ ആ പഠനമുപേക്ഷിച്ചു. സാഹിത്യരചനയ്ക്ക് സാഹിത്യപഠനം ഒട്ടും സഹായിക്കില്ലെന്ന് മനസ്സിലാക്കി. അടുത്തകൊല്ലം ബനാറസ് സർവ്വകലാശാലയിൽ ചേർന്ന് ഊർജ്ജതന്ത്രത്തിൽത്തന്നെ മാസ്റ്റർ ബിരുദം കരസ്ഥമാക്കി. അതേ വർഷം ആയിരത്തിത്തൊള്ളായിരത്തി അൻപത്തി മൂന്നിൽ തിരുവനന്തപുരത്ത് പെരുന്താന്നി എൻ. എസ്സ്.എസ്സ് കോളേജിലെ (പെരുന്താന്നിയിലെ കോളേജ് പില്ക്കാലത്ത് കരമനയിലേക്കു മാറ്റി) അദ്ധ്യാപികയായി നിയമിതയായി. അങ്ങനെ തിരുവനന്തപുരത്ത് രാജലക്ഷ്മി തന്റെ ഔദ്യോഗിക ജീവിതം ആരംഭിച്ചു. കോളേജ് ഹോസ്റ്റലിൽ താമസമായി. മനസ്സിനിണങ്ങിയ കൂട്ടുകാർ, ഇഷ്ടം പോലെ വിശ്രമ സമയം, ധാരാളം ലൈബ്രറികൾ, വായിക്കാൻ വിവിധതരത്തിലുള്ള പുസ്തകങ്ങൾ ഇവയെല്ലാം അവരുടെ സാഹിത്യവാസനയെ പരിപോഷിപ്പിച്ചു. സാഹിത്യസല്ലാപങ്ങളും, ചർച്ചകളും ധാരാളം നടന്നു. അഞ്ചാറു വർഷങ്ങൾ തുടർച്ചയായി അവിടെത്തന്നെ ഇരിക്കാൻ കഴിഞ്ഞതും അവർക്ക് എഴുതാനുള്ള അനുകൂല സാഹചര്യമൊരുക്കി. അന്നത്തെ അനുഭവങ്ങളാണ് ഒരു വഴിയും കുറെ നിഴലുകളും എന്ന നോവലിന്റെ രണ്ടാം ഭാഗം. ഒന്നാം ഭാഗം രാജലക്ഷ്മിയുടെ ബാല്യവും കൗമാരവും കുടുംബവീടുസ്ഥിതിചെയ്യുന്ന ഗ്രാമവും, അവിടത്തെ ഓർമ്മകളുമാണ്. അവിടെ ക്ഷേത്രത്തിലെ പൂരം കാണാൻ പോയ ഓർമ്മയിൽ നിന്നെഴുതിയതാണ് ഉത്സവവർണ്ണന. മനോഹരമായ ഗ്രാമീണപ്രകൃതിയും ബാല്യത്തിന്റെ നിഷ്കളങ്കസൗകുമാര്യവും ഗൃഹാ

തുരത്വമുണർത്തുന്ന ഓർമ്മകളും കൊണ്ട് നോവലിന്റെ ആദ്യഭാഗം അതീവഹൃദ്യമാണ്. രണ്ടാംഭാഗം കലാലയ വിദ്യാഭ്യാസവും ഹോസ്റ്റലിലെ അനുഭവങ്ങളും പ്രണയത്തിന്റെ തൂവൽസ്പർശവും എല്ലാം കൂടെ ചേർന്ന് പുതുമയുണർത്തുന്ന ഭാവപ്പൊലിമയാൽ ആകർഷകവുമാണ്. എന്നാൽ, നോവലിന്റെ അന്ത്യം നായികയുടെ പതനത്തെ കാണിക്കുന്നതുകൊണ്ട് വിഷാദാത്മകമായിത്തീരുന്നു. പൂമ്പാറ്റപോലെ പാറിനടന്ന ഒരു പെൺകുട്ടിയുടെ പെട്ടെന്നുള്ള പതനത്താൽ ശോകാർദ്രമായ അന്തരീക്ഷം. എന്നാൽ, ഈ പതനം നായിക ചോദിച്ചു വാങ്ങിയതാണെന്നു തോന്നാമെങ്കിലും അതിൽ വിധിയുടെ പങ്ക് തള്ളിക്കളയാവുന്ന ഒന്നല്ല. നോവലിലെ കഥ രാജലക്ഷ്മിയുടെ അനുഭവങ്ങളാകാം. അല്ലെങ്കിൽ അവരുടെ സുഹൃത്തുക്കളുടെ അനുഭവങ്ങളാകാം. അതിലെ കഥാപാത്രങ്ങൾ സുഹൃത്തുക്കളോ, അല്ലെങ്കിൽ എഴുത്തുകാരിയുടെ പരിചയക്കാരോ ആകാം. എന്തായാലും അനുഭവിച്ചതിനെക്കുറിച്ചല്ലാതെ രാജലക്ഷ്മിക്ക് എഴുതാനാവില്ല. അതുകൊണ്ടുതന്നെ ഓരോ രചനയ്ക്കും അനുഭവതീവ്രത വേണ്ടുവോളമുണ്ട്. അക്കാലത്തിറങ്ങിയ മറ്റു നോവലുകളിൽനിന്നു വ്യത്യസ്തമായ ഒരു ഭാവതലം, കാല്പനികതയുടെ ചാരുതയാർന്ന ഒരു അനുഭവതലം, ഈ നോവലിനുണ്ട്. ഇന്നും അതിനു മാറ്റം വന്നിട്ടില്ല. അതുകൊണ്ടാണ് രാജലക്ഷ്മിയുടെ നോവൽ ഇന്നും വായിക്കപ്പെടുന്നതും ആസ്വദിക്കപ്പെടുന്നതും.

ഭൗതികശാസ്ത്രം പഠിച്ച രാജലക്ഷ്മി വായിച്ചുതീർത്ത പുസ്തകങ്ങളുടെയും എഴുത്തുകാരുടെയും പേരുകൾ നോക്കിയാൽ അവരുടെ അറിവിന്റെ ആഴം നമുക്കു മനസ്സിലാക്കാം. സി.വി.രാമൻപിള്ള, ചന്തുമേനോൻ, കുമാരനാശാൻ, ചങ്ങമ്പുഴ, ലളിതാംബികാന്തർജ്ജനം, സരസ്വതിയമ്മ, പൊറ്റക്കാട്, എം.ടി. വാസുദേവൻ നായർ തുടങ്ങി മലയാളത്തിലെ പ്രഗല്ഭരായ എഴുത്തുകാരെല്ലാം അവർക്കു പ്രിയങ്കരരായിരുന്നു. എഴുത്തച്ഛന്റെ കൃതികൾ അവർ പാരായണം ചെയ്തിരുന്നു. ടാഗോറിന്റെ ഗീതാഞ്ജലി അവർക്കു ഗദ്യകവിതകളെഴുതുവാൻ പ്രചോദനമേകി. വൈദേശിക സാഹിത്യത്തിലേക്കു കടന്നാൽ, ഡോസ്റ്റോവ്സ്കി, ടോൾസ്റ്റോയ്, ഡിക്കൻസ്, ചാൾസ് ലാംപ്, ലിറ്റൺ സ്റ്റ്രാറ്റി, ബർണാഡ്ഷാ, ജെയിൻ ഓസ്റ്റിൻ, കാതറിൻ മാൻസ്ഫീൽഡ്, വാൾട്ട്വിറ്റ്മാൻ, ഷെല്ലി, കീറ്റ്സ്, ജെയിംസ് ജോയിസ്സ്, വെർജീനിയാ വൂൾഫ്, സിൽവിയാ പ്ലാത്ത്, ഡോണേ, എമിലിബ്രോണ്ടി, ഗാൽസ്വർത്തി, ലോർക, എമിലി ഡിക്കിൻസൺ, സോമർ സെറ്റ്മോം, പുഷ്ക്കിൻ തുടങ്ങിയ സാഹിത്യകാരൻമാരുടെ കൃതികൾ അവരെ ആകർഷിച്ചു. വളരെ ചെറിയ പ്രായത്തിൽത്തന്നെ അത്ര വലിയ ഒരു പുസ്തക പരിചയം മറ്റു സാഹിത്യകാരന്മാരിൽനിന്ന് അവരെ വ്യത്യസ്തയാക്കി. ഒരോ കൃതി വായിക്കുമ്പോഴും അതതു സാഹിത്യകാരന്മാരുടെ ആത്മാവിലോളം ഇറങ്ങി നിന്നു ചിന്തിക്കാനുള്ള ഒരു കഴിവ് അവർക്കുണ്ടായിരുന്നു. കഥാപാത്രങ്ങളെ

സൃഷ്ടിക്കുമ്പോൾ അവരുടെ മനസ്സു കാണാൻ കഴിഞ്ഞതും അതു കൊണ്ടുതന്നെയാണ്. ജിവീതത്തിന്റെ ആന്തരികതലങ്ങളല്ലാതെ ബാഹ്യ തലങ്ങൾ കാണാതെ പോയതും അതുകൊണ്ടുതന്നെയാവണം. ഈ വായനാനുഭവം മുഴുവൻ മുതലാക്കി എഴുതാനുദ്ദേശിച്ച 'ഉച്ചവെയിലും ഇളം നിലാവും' എന്ന നോവൽ ആറ് അദ്ധ്യായങ്ങൾ പ്രസിദ്ധീകരിച്ചു കഴിഞ്ഞപ്പോൾ തിരികെ വാങ്ങിച്ച് നുള്ളിക്കീറി തീയിട്ടു കളയേണ്ടിവന്നു. പിന്നീട് അതിന്റെ പേരിൽ അവർ പശ്ചാത്തപിക്കുന്നുണ്ട്. ആ പുസ്തകം മുഴുവൻ പ്രസിദ്ധീകരിച്ചിരുന്നെങ്കിൽ, മലയാളത്തിലെ ഒന്നാന്തരമൊരു ക്ലാസ്സിക് കൃതിയായി അതുമാറുമായിരുന്നു. അതിലെ നായിക വിമല മലയാളത്തിലെ പ്രശസ്തയായ ഒരു കഥാപാത്രമായിത്തീരുമായിരുന്നു. ഹൗസ്സർജൻസിക്കായി തെക്കൊരു നഗരത്തിലേക്ക് തീവണ്ടി കയറിവരുന്ന അവൾ എത്തുന്നത് തിരുവനന്തപുരത്തു തന്നെ. തന്റെ ജീവിതത്തിൽ താൻ ഏറ്റവും കൂടുതൽ സന്തോഷിച്ച ദിവസങ്ങൾ തിരുവനന്തപുരത്തു കഴിച്ചു കൂട്ടിയ നാളുകളായിരുന്നു എന്ന് രാജ ലക്ഷ്മി പറഞ്ഞിട്ടുണ്ട്. ആ നോവലിലെ 'ഗന്ധർവ്വ നഗരം' തിരുവനന്ത പുരത്തെ തന്റെയൊരു സുഹൃത്തിന്റെ വീട്ടിലെ അനുഭവം ഓർത്തുവ ച്ചെഴുതിയതാണെന്നും അവർ സാക്ഷ്യപ്പെടുത്തുന്നു. നോവലിൽ കുറെയധികം കഥാപാത്രങ്ങളുണ്ട്. വികലാംഗനായ രാഘവനാണ് അതിലെ നായകൻ. നോവലിന്റെ തുടക്കം തന്നെ അതിഗംഭീരമാണ്. എന്നാൽ, അതിലെ കഥ വളരാൻ തുടങ്ങുംമുമ്പുതന്നെ ആ നോവൽ നമുക്കു നഷ്ടമായി.

രാജലക്ഷ്മിയുടെ 'ഞാനെന്ന ഭാവം' അവരുടെ മരണസമയത്ത് മാതൃഭൂമിയിൽ വന്നുകൊണ്ടിരുന്ന നോവലാണ്. അൻപതുവർഷം പിന്നി ലേക്ക് പോയി അന്നത്തെ സാമൂഹികപശ്ചാത്തലത്തിൽ രൂപപ്പെടുത്തിയ കഥയാണ് ആ നോവലിലുള്ളത്. രാജലക്ഷ്മി സ്വന്തം ഭാവനയിൽ സൃഷ്ടിച്ച ഒരു കഥയും അതുമാത്രമാണ്. മറ്റുള്ളതെല്ലാം തന്റെയോ സുഹൃത്തുക്കളുടെയോ അനുഭവത്തിൽ നിന്നും എഴുതിയതാണ്. അമ്മിണി എന്ന നായികയ്ക്കു പ്രാധാന്യം നല്കി എഴുതിയതാണെ ങ്കിലും, അതിൽ കൃഷ്ണൻകുട്ടി എന്ന നായകനാണ്, ബോധപൂർവ്വമല്ലെ ങ്കിൽപ്പോലും, പ്രാധാന്യം കൈവരുന്നത്. ഫ്യൂഡൽ പ്രഭുത്വത്തിന്റെ അപചയ കാലഘട്ടമാണ് നോവലിന്റെ പശ്ചാത്തലം. ഞാനെന്ന ഭാവം മുന്നിട്ടു നിൽക്കുന്ന അമ്മിണി അവസാനം സ്നേഹത്തിനു കീഴടങ്ങു ന്നതാണ് പ്രമേയം. അവളിലെ മാതൃത്വം അവളെ നന്മയിലേക്ക് നയി ക്കുന്നു. നോവലിലെ പല ഭാഗങ്ങളും മാറ്റിയും മറിച്ചും, അവസാന ഭാഗം പരിഷ്കരിച്ചുമെല്ലാം, അതിന്റെ തനിമ ചോർന്നു പോയതിനാൽ മറ്റു നോവലുകൾക്കൊപ്പമെത്താൻ ഞാനെന്ന ഭാവത്തിന് സാധിച്ചില്ല.

രാജലക്ഷ്മി സ്വന്തംപേരിൽ പ്രസിദ്ധീകരിച്ച ആദ്യകഥ 'മകൾ'ക്ക് വളരെ വലിയ സ്വീകരണമാണ് അക്കാലത്തു കേരളീയ സമൂഹത്തിൽ

നിന്നു ലഭിച്ചത് എന്നു പറഞ്ഞുവല്ലോ. കുടുംബത്തിലെ അധികാര ബന്ധങ്ങളെ മാറ്റി നിർത്തേണ്ടതുണ്ടെന്ന സ്ത്രീയുടെ ആന്തരികാഭിലാഷമാണ് ഈ കഥയുടെ ശക്തമായ പ്രേരണ. സ്ത്രീയുടെ പ്രത്യധീശത്വത്തെ കുടുംബഘടനയ്ക്ക് എത്രമാത്രം ഉൾക്കൊള്ളാനാവുമെന്നുള്ളതിന് കഥാകൃത്തു നടത്തുന്ന ഒരു പരീക്ഷണത്തിലേക്കാണ് ഇതിലെ കഥ വിരൽചൂണ്ടുന്നത്. ഇതുവരെ കണ്ട കഥകളിൽ കുടുംബത്തിലെ പുരുഷാധികാരവുമായുള്ള വൈരുദ്ധ്യങ്ങളും നിഷേധങ്ങളുമായിരുന്നു മുഖ്യ പ്രമേയം. എന്നാൽ, രാജലക്ഷ്മിയുടെ 'മകൾ' വ്യത്യസ്തമായൊരു ഭാവതലത്തിൽ കുടുംബത്തിന്റെ കൂടുതൽ സങ്കീർണ്ണമായ വ്യാപാരങ്ങളുമായി എതിരിടുകയാണ്.

> "മലയാള സ്ത്രീകഥാസാഹിത്യം സ്ത്രീയുടെ
> സ്വത്വാന്വേഷണങ്ങളിലേക്കും
> ആത്മസംഘർഷങ്ങളിലേക്കും തിരിയുന്ന
> കാലഘട്ടത്തെ ഈ കഥ പ്രതിനിധാനം ചെയ്യുന്നു."[2]

സ്ത്രീയുടെ ആന്തരികജീവിതത്തെ ഹൃദയസ്പർശിയാം വിധം ആവിഷ്കരിക്കുന്ന മകൾ അന്നത്തെ മലയാള കഥാസാഹിത്യത്തിൽ വേറിട്ടു നിൽക്കുന്നു. പിത്രാധികാരത്തിന്റെ അധൃഷ്യതയിലും, വിട്ടുപോകാൻ അനുവദിക്കാതെ കുടുംബത്തിലേക്കു പിടിച്ചുവലിച്ചുകൊണ്ടിരിക്കുന്ന രക്തബന്ധങ്ങളുടെ വൈകാരികതയിലും, നിലയറ്റുഴലുന്ന യുവതിയായ ഒരഭിഭാഷകയെ കേന്ദ്രീകരിച്ചാണ് കുടുംബത്തിന്റെ ഭയാശങ്കകളും വേദനകളും നല്കുന്ന ഒരു മുഴുനീളചിത്രം എന്ന നിലയിൽ ഈ കഥ ആവിഷ്കരിക്കുന്നത്. ഒരു ചെറുകഥയുടെ രൂപമാതൃകയിൽ ഒതുങ്ങി നില്ക്കാൻ അതു പലപ്പോഴും മടിക്കുന്നു.

ഏഴു സഹോദരങ്ങളും മാതാപിതാക്കളുമടങ്ങിയ ഒരു വലിയ കുടുംബത്തിന്റെ ആശ്രയസ്ഥാനമാണ് ഈ കഥയിലെ ശാരദ. കുടുംബത്തിലുള്ളവർക്ക് ആഹാരം തേടുന്നത് അവളാണെങ്കിലും, അവൾക്ക് അവിടെ അധികാരമോ, മാന്യതയോ ഒന്നുംതന്നെയില്ലാത്തത് ഒരു സ്ത്രീയായതുകൊണ്ടുമാത്രമാണ്. അവൾക്ക് അല്പംപോലും ഇഷ്ടമില്ലാത്ത ജോലിയാണ് അഭിഭാഷകവൃത്തി. പുസ്തകങ്ങളും കവിതകളും ഇഷ്ടപ്പെടുന്ന അവൾ ഈ ജോലി സ്വീകരിച്ചത് പിതാവിന്റെ ആജ്ഞയനുസരിച്ചാണ്. കോടതിയിൽ നിന്നു കിട്ടുന്നത് വളരെ തുച്ഛമായ വരുമാനമാണ്. എല്ലാ ദുഃഖങ്ങളും ഉള്ളിലൊതുക്കിക്കഴിയുന്ന അമ്മ, ചുമതലകളിൽ നിന്ന് ഒഴിഞ്ഞുമാറുന്ന നിർബന്ധബുദ്ധിയായ പിതാവ്, വീട്ടുമൃഗമായ അനിയത്തി, രോഗബാധിതനായ ഇളയ സഹോദരൻ, താന്തോന്നിയായ മറ്റൊരനിയൻ, സ്വാർത്ഥയായ ഒരനിയത്തി. ഇവർക്കിടയിൽ ബന്ധിതയായ ശാരദ രക്ഷപ്പെടാനാവാതെ നിസ്സഹായയായിത്തീരുന്നു.

> "പുറംലോകവും അവൾക്ക് സുഖകരമായ അനുഭവമല്ല. ഓഫീസിലേക്ക് സൈക്കിളിൽ പോകേണ്ടിവരുന്ന ശാരദയെ പിള്ളേർ കൂവുന്നു. മുതിർന്നവർ ഭയങ്കരമായി നോക്കുന്നു. പകലത്തെ ജോലിഭാരത്തിൽനിന്നും തന്നെ അപമാനിക്കുന്ന സമൂഹത്തിൽ നിന്നും രക്ഷതേടിയെത്താനുള്ള ഒരിടം മാത്രമാണ് അവൾക്കു കുടുംബമെങ്കിലും, അവിടത്തെ ബന്ധങ്ങൾ അവൾക്കു സുരക്ഷിതത്വമോ, വൈകാരികാശ്രയമോ, സാന്ത്വനമോ നല്കുന്നില്ലെങ്കിലും ഒരു സ്ഥാപനമെന്ന നിലയിൽ അവളാ കുടുംബത്തിനു വിധേയ യാണ്. മാത്രവുമല്ല, അവളുടെ അസ്തിത്വം പോലും കുടുംബമാണ്. അതുകൊണ്ടാണ്, കുടുംബത്തിനെതിരായ ഏതുപരാമർശവും അവളുടെ അഭിമാനത്തിന് ക്ഷതമേല്പി ക്കുന്നത്. കാമുകനുമായി വേർപിരിയുന്നതു പോലും അത്തരമൊരു സന്ദർഭത്തിലാണല്ലോ"[3]

ഭാസ്ക്കരമേനോനുമായുള്ള പ്രണയം അവൾക്ക് ഒരു നൂതന ലോകവും പ്രത്യാശകളും നല്കുന്നു. അതാകട്ടെ പിത്രാധികാരത്തെ ക്രമേണ നിഷേധിക്കുവാനുള്ള ശക്തി പകരുന്നു. പ്രണയ പരാജയം അവ ളുടെ പിതൃനിഷേധം പൂർണ്ണമാക്കുന്നു. ഉള്ളിലെ സംഘർഷങ്ങൾ ആരു മായും പങ്കുവയ്ക്കാൻ ശാരദ തയ്യാറല്ല. ആരോടെങ്കിലും സഹായം തേടാനും അവൾക്ക് ആവുന്നില്ല. കുടുംബത്തിനുള്ളിൽ ഓരോരുത്ത രോടും അവൾക്കുള്ള ബന്ധം അത്രത്തോളം കൃത്രിമമമാണ്. ഹൃദയാഭി ലാഷത്തിനും കുടുംബബന്ധങ്ങൾക്കുമിടയിൽ ഞെരിഞ്ഞമരുന്ന ഈ നായിക അനുവാചകന്റെ സഹതാപം പിടിച്ചു പറ്റുന്നു.

കുടുംബത്തെയും രക്തബന്ധങ്ങളെയും ഉപേക്ഷിച്ച് വളരെ നിസ്സാര മായി, ഒരു ദുഃഖവുമില്ലാതെ വീടുവിട്ടിറങ്ങിപ്പോകുന്ന അനുജനെപ്പോലെ ചെയ്യാൻ ശാരദയ്ക്ക് ഒരിക്കലുമാവുന്നില്ല. അതുകൊണ്ടുതന്നെ അവളുടെ പിതൃനിഷേധം വീണ്ടും വളരുകയാണ്. പത്രത്തിനുവേണ്ടി ഒന്നും ചെയ്യില്ലെന്നു തീരുമാനിക്കുന്നതും അച്ഛൻ നിശ്ചയിച്ച വിവാഹാലോചന തട്ടിക്കളയുന്നതും മരിക്കുമ്പോൾപ്പോലും അച്ഛനുവേണ്ടി ഒരു തുള്ളി കണ്ണുനീർ തൂവാതെ നില്ക്കുന്നതും ഈ പിതൃനിഷേധത്തിന്റെ ഫല മാണ്. അച്ഛൻ അവളുടെ ജീവിതത്തിലെ പ്രബലനായ ഒരു ശത്രുവായിരുന്നു. ശാരദയ്ക്ക് സ്ത്രീവിരുദ്ധമായ ഒരധികാരകേന്ദ്രത്തിന്റെ

പ്രതീകമാണയാൾ. കുടുംബത്തെ ഉപേക്ഷിച്ച് ഗോവയിൽ ഒരു തടവറയിൽ അഭയം തേടുന്നത് തന്നെ, കുടുംബത്തെക്കാൾ അഭികാമ്യം തടവറയാണെന്ന ചിന്ത കൊണ്ടുതന്നെയാണ്.

ആത്മഹത്യ എന്ന കഥയിലെ നീരജയ്ക്കും കുടുംബം ഒരിക്കലും ഒരാശ്രയസ്ഥാനമായി തീരുന്നില്ല. വിട്ടുപോകാൻ കൊതിക്കുന്ന ഒരടഞ്ഞ ലോകം ചെറിയ ഇടവേളകളിൽപ്പോലും അവൾ അവിടെ നിന്നും രക്ഷനേടി കഥാകാരിയുടെ അടുക്കലെത്തുന്നതും അതുകൊണ്ടുതന്നെയാണ്. പീഡാനുഭവങ്ങൾമാത്രം നിറഞ്ഞ ജീവിതത്തിന് മാതൃത്വത്തിലൂടെ ആശ്വാസം പകരാനും അവൾ ആഗ്രഹിക്കുന്നില്ല. ഗർഭിണിയായ നീരജ മരുന്നുകൾ ഉപേക്ഷിക്കുന്നതും മരണം ആഗ്രഹിച്ചുതന്നെയാണ്.

"അതൊരു സ്വാഭാവിക മരണമാണെന്ന്
വിശ്വസിപ്പിക്കുകയാവാം അവളുടെ ഉദ്ദേശ്യം
പ്രസവത്തിൽ കുഞ്ഞു മരിച്ചുവെന്നല്ലാതെ
നീരജയുടെ ആശ മാത്രം നടന്നില്ല.
അവളെ വിഷാദമൂകയും നിഷ്ക്രിയയുമാക്കിത്തീർത്ത
അതേ ലോകത്തേക്കുതന്നെ അവൾ പുനരാനയിക്കപ്പെട്ടു.
മരണം പോലും നിഷേധിക്കപ്പെട്ട നീരജ
അന്നാദ്യമായി കരയുന്നത് കഥാകാരി കാണുന്നു.
കുടുംബദുഃഖങ്ങളോ ആത്മനൊമ്പരങ്ങളോ
ആരോടുമുരിയാടാനാകാതെ ഭർത്താവിനോടൊപ്പം
ചലിക്കാൻ മാത്രം വിധിക്കപ്പെട്ട ആ കുടുംബിനി
എന്നത്തേയ്ക്കുമായി വിട ചോദിച്ചുകൊണ്ടാണ്
യാത്രയായതെന്ന ഓർമ്മ അവൾ ഏതു നിമിഷവും
ആത്മഹത്യയിലേക്കു നടന്നു ചെല്ലാമെന്ന
സംശയത്തെ ബലപ്പെടുത്തുന്നു.
അവൾക്കുപേക്ഷിക്കുവാനുള്ള അവളുടെ ലോകം
കുടുംബം മാത്രമാണ്.."[4]

സ്ത്രീയുടെ ഗാർഹികാടിമത്തത്തിലും
സാമ്പത്തികാശ്രിതത്വത്തിലും
കെട്ടിയുയർത്തപ്പെട്ട ഒന്നാണ് കുടുംബം.
പെണ്ണായതുകൊണ്ടുമാത്രം അനുഭവിക്കേണ്ടി വരുന്ന
സവിശേഷമായ മർദ്ദിതാവസ്ഥയെ ശാശ്വതമായി
നിലനിർത്തുന്നത് ഈ സ്ഥാപനമാണ്.

ഇവിടെ സ്ത്രീയുടെ പീഡാനുഭവങ്ങളെയും പുരുഷാധിപത്യത്തെയും കുടുംബമെന്ന സ്ഥാപനത്തെയും,സ്വന്തം സാഹിത്യത്തിലൂടെ കൊണ്ടു വരികയും, നൂതനമായ ഒരു വ്യാഖ്യാനത്തിലുടെ സ്ത്രൈണ സാഹിത്യത്തിന് പുതിയ അർത്ഥതലങ്ങൾ കൊടുക്കുകയുമാണ് രാജലക്ഷ്മി ചെയ്തത്.

മകൾ, ആത്മഹത്യ എന്നീ കഥകൾ കൂടാതെ മാപ്പ്, പരാജിത, ഒരദ്ധ്യാപിക ജനിക്കുന്നു, സുന്ദരിയും കൂട്ടുകാരും, ശാപം, മൂടുവാൻ നാടൻ, ദേവാലയത്തിൽ, ചരിത്രം ആവർത്തിച്ചില്ല, തെറ്റുകൾ, ഹാൻഡ് കർച്ചീഫ് എന്നീകഥകളും അവരുടേതായി പുറത്തുവന്നു, കഥകൾ മാത്രമല്ല കുമിള, നിന്നെ ഞാൻ സ്നേഹിക്കുന്നു എന്നിങ്ങനെ രണ്ടു ഗദ്യകവിതകൾ കൂടി 'രാജലക്ഷ്മിയുടെ കഥകൾ' എന്ന സമാഹാരത്തിൽ കൊടുക്കുന്നുണ്ട്. രാജലക്ഷ്മിയെക്കുറിച്ച് ഇറങ്ങിയ പുസ്തകങ്ങളിലെല്ലാം തന്നെ നോവലുകളിലെയും ചെറുകഥകളിലേയും പ്രമേയതല ചർച്ച വിശദമായി കൊടുക്കുന്നതിനാൽ ഇനിയുമതിന് ഇവിടെ ഒരു പ്രസക്തിയുണ്ടെന്നു തോന്നുന്നില്ല, മാത്രമല്ല, ഇതിനു മുമ്പുള്ള അദ്ധ്യായങ്ങളിൽ ഉദാഹരണമായി നോവലുകളും കഥകളും കൊടുക്കുമ്പോൾ, അവിടെ ആ രീതിയിലുള്ള ഒരപഗ്രഥനം വരുന്നുമുണ്ട്. ഇവിടെ ചൂണ്ടിക്കാണിച്ച കഥകളിൽ ഭാവസാന്ദ്രത കൊണ്ടും നിഗൂഢാർത്ഥതലങ്ങൾ കൊണ്ടും ധ്വനിയുടെ മേന്മകൊണ്ടും ലോകസാഹിത്യത്തിലെ ഉൽകൃഷ്ട കഥകളോട് അടുത്തുനിൽക്കുന്നവയാണ് പരാജിത, ആത്മഹത്യ, മാപ്പ്, ഒരദ്ധ്യാപിക ജനിക്കുന്നു, ചരിത്രം അവർത്തിച്ചില്ല എന്നീ കഥകൾ. അവയെക്കുറിച്ചും മുന്നദ്ധ്യായങ്ങളിൽ ചർച്ച ചെയ്തിട്ടുള്ളതിനാൽ ഇവിടെ അതിനു മുതിരുന്നില്ല. കുമിള, നിന്നെ ഞാൻ സ്നേഹിക്കുന്നു എന്നീ ഗദ്യകവിതകളും ഉയർന്ന നിലവാരം പുലർത്തുന്നവയാണ്.

ജീവിക്കാൻ വേണ്ടി തീവ്രമായി ആഗ്രഹിച്ചിട്ടും, ആത്മനാശത്തിലേക്ക് എടുത്തെറിയപ്പെട്ട ഒരു സ്ത്രീയുടെ ദുരന്തം ആവിഷ്കരിക്കുന്ന ആദ്യ കഥയിൽ തന്നെ രാജലക്ഷ്മിയുടെ ദുരന്തം അവർ ഒളിപ്പിച്ചുവച്ചിട്ടുണ്ട്. രക്തബന്ധങ്ങളുടെ വൈകാരികതയും സർഗ്ഗാത്മകതയുടെ അടക്കാനാവാത്ത ഉന്മാദവുമാണ് വീണ്ടും ഒൻപതുവർഷംകൂടി അവരെ ഈ ലോകത്തു പിടിച്ചുനിർത്തിയത്. ജീവിച്ചിരുന്നുവെങ്കിൽ ഇനി എത്രയോ കഥകളും നോവലുകളും കവിതകളും അവർ എഴുതുമായിരുന്നു. എട്ടു വർഷം മാത്രം ദൈർഘ്യമുള്ള ഒരു സാഹിത്യജീവിതംകൊണ്ട് രണ്ടര നോവലുകളും പതിനാറു ചെറുകഥകളും രണ്ടു ഗദ്യകവിതകളും മലയാളത്തിനു സംഭാവന ചെയ്ത ഈ എഴുത്തുകാരി വേണ്ടത്ര ആദരിക്കപ്പെടുന്നില്ല എന്നതാണു സത്യം, പരിമിതമായ രചനകളിലൂടെ ഒരു കാലഘട്ടത്തെ കീഴടക്കാൻ കഴിഞ്ഞ രാജലക്ഷ്മിയുടെ സാഹിത്യത്തിന്

അതിന്റെ പുതുമയും കാലികപ്രാധാന്യവും ഇന്നും നഷ്ടപ്പെട്ടുപോയിട്ടില്ല. എങ്കിലും ഇവിടെ നടക്കുന്ന സാഹിത്യചർച്ചകളിൽ അവരോ അവരുടെ സാഹിത്യമോ എത്തിയിട്ടില്ല എന്നുള്ളത് തികഞ്ഞ ദൗർഭാഗ്യം തന്നെ!

---

1. രാജലക്ഷ്മിയുടെ നിഴൽപ്പാടുകൾ -എ.ബി.രഘുനാഥൻ നായർ, പരിധി പബ്ലിക്കേഷൻസ്, തിരുവനന്തപുരം - പേജ് -26
2. പെണ്ണെഴുതുന്ന ജീവിതം - എൻ.കെ.രവീന്ദ്രൻ മാതൃഭൂമി ബുക്സ് - പേജ് 96
3. പെണ്ണെഴുതുന്ന ജീവിതം - എൻ.കെ.രവീന്ദ്രൻ മാതൃഭൂമി ബുക്സ് - പേജ് 97
4. അതിൽത്തന്നെ - പേജ് -99

പതിനാറ്

വ്യക്തിത്വം

ഒരെഴുത്തുകാരിയുടെ വ്യക്തിത്വത്തെക്കുറിച്ചു ചിന്തിക്കുമ്പോൾ, സ്ത്രൈണ വ്യക്തിത്വം, സാമൂഹികവ്യക്തിത്വം, സർഗ്ഗാത്മക വ്യക്തിത്വം എന്നിവ പ്രധാനമാണെന്നുകാണാം. സ്ത്രൈണ വ്യക്തിത്വത്തെക്കുറിച്ചും അതിന്റെ ഘടകങ്ങളെക്കുറിച്ചും നേരത്തെ സൂചിപ്പിച്ചുകഴിഞ്ഞതാണ്. സാമൂഹികവ്യക്തിത്വം പ്രകടമാക്കുന്ന ചില രചനാസന്ദർഭങ്ങളും വ്യക്തമാക്കിയിട്ടുണ്ട്. സർഗ്ഗാത്മക വ്യക്തിത്വം എന്നുപറയുമ്പോൾ, രാജലക്ഷ്മിയുടെ കാര്യത്തിൽ, കാല്നിക വ്യക്തിത്വമാണ് മുന്നിട്ടു നില്ക്കുന്നത്. കാല്പനിക വ്യക്തിത്വത്തെക്കുറിച്ചും അതിന്റെ ഘടകങ്ങളായ വ്യക്തിപ്രതിഷ്ഠാപനവ്യഗ്രത, ഈഗോ, അന്തർമുഖത്വം, സ്വാതന്ത്ര്യമോഹം, ഏകാന്തത, വൈകാരികത, ആത്മപീഡനരതി, പരപീഡനരതി, ദുരന്തബോധം, പ്രണയതൃഷ്ണ, വിഷാദാത്മകത്വം, മൃത്യുബോധം, ജീവിതരതി, ആത്മരതി, പ്രകൃതി സ്നേഹം, ഭൂതകാലരതി, പലായനപ്രവണത, ആത്മനിഷ്ഠത, ഭാവസാന്ദ്രത, എന്നിവയെക്കുറിച്ചെല്ലാം ചർച്ച ചെയ്തിട്ടുമുണ്ട്. ചങ്ങമ്പുഴയെപ്പോലെ കാല്പനികതയുടെ എല്ലാ അംശങ്ങളും അതിന്റെ പരമമായ അവസ്ഥയിൽത്തന്നെ രാജലക്ഷ്മിയിൽ പ്രകടമാണ്. ചിലപ്പോൾ അതൊരു രോഗാതുരതയിലോളമെത്തുന്നുമുണ്ട്. പ്രത്യേകിച്ചും വിഷാദാത്മകത്വം. സാഹിത്യം ഈ എഴുത്തുകാരിക്ക് എന്നും ഒരുന്മാദം തന്നെയായിരുന്നു. അവരുടെ ഗദ്യകവിതകളിൽ ഭാവാത്മകത വളരെ തീവ്രമാകുന്നുമുണ്ട്. കാല്പനികരുടെ നിഷേധ സ്വഭാവം രാജലക്ഷ്മിയിൽ ശക്തമായിരുന്നു. ചോദ്യംചെയ്യാതെ ഒന്നും സ്വീകരിക്കുവാൻ അവർക്കാവുമായിരുന്നില്ല. സ്ത്രീകൾക്കുനേരെയുള്ള അനീതികൾക്കെതിരെ അവർ ക്ഷോഭിക്കുകയോ പ്രതിഷേധിക്കുകയോ സമരം പ്രഖ്യാപിക്കുകയോചെയ്യുന്നതു കാണാം. ചിലപ്പോൾ, ഈ ക്ഷോഭവും പ്രതിഷേധവും കലാപവും തന്നോടുതന്നെയായെന്നും വരും. സ്വാതന്ത്ര്യം ഹനിക്കപ്പെടുന്നത് കാല്പനികർക്ക് ഒരിക്കലും സഹിക്കാനാവില്ല. അദമ്യമായ സ്വാതന്ത്ര്യബോധം അവരുടെ പ്രത്യേകതയാണ്. രാജലക്ഷ്മിയുടെ മൂന്നു നോവലുകളിലെയും നായികമാർ സ്വാതന്ത്ര്യമോഹികൾ

തന്നെയാണ്. തങ്ങളുടെ സ്വാതന്ത്ര്യം നിക്ഷേധിക്കുമ്പോൾ അതിനെതിരെ. അവർ ശക്തമായി പ്രതികരിക്കുന്നുമുണ്ട്.

നിസ്സാരകാര്യങ്ങൾക്കു വികാരംകൊള്ളുന്ന ശീലമായിരുന്നു രാജലക്ഷ്മിയുടേത്. ലഘുവായ പ്രശ്നങ്ങൾ പോലും തന്റെ വ്യക്തിജീവിതവുമായി കൂട്ടിക്കലർത്തി മാത്രമെ കാണാൻ കഴിഞ്ഞിരുന്നുള്ളു. കൃത്യനിർവ്വഹണത്തിൽമാത്രം വിശ്വസിക്കുന്ന ആത്മാർത്ഥതയുള്ള ഒരദ്ധ്യാപികയായിരുന്നു അവർ. തന്റെ ആത്മാർത്ഥതയെ ചോദ്യം ചെയ്യുന്നവരോട് ചിലപ്പോൾ നിർദ്ദയമായിത്തന്നെ പെരുമാറിയിട്ടുമുണ്ട്. കഥകളിൽ അതു വ്യക്തമാകുന്ന സന്ദർഭങ്ങളുണ്ട്. മാപ്പ് എന്ന ചെറുകഥ ഇതിനുദാഹരണമാണ്. ആത്മപരത വളരെ കൂടുതലുള്ള എഴുത്തുകാരിയായിരുന്നു രാജലക്ഷ്മി. ഈ ആത്മപരത അവരുടെ കഥാപാത്രങ്ങളിലും പ്രകടമാകുന്നു. ആഴമേറിയ ആത്മപരതയാണ് അവർക്കു ദുരന്തകാരണമായി ഭവിച്ചത്. സ്വന്തം സന്തോഷങ്ങൾ, സ്വന്തം ദുഃഖങ്ങൾ, എന്നിവയെക്കുറിച്ച് മാത്രമെ ഈ കഥാകാരി ചിന്തിച്ചിരുന്നുള്ളു. ഞാൻ എന്ന വികാരം കുറെ കൂടി മാറ്റി നിർത്താൻ കഴിഞ്ഞിരുന്നെങ്കിൽ അവരുടെ ദുര്യോഗം ഒഴിവാക്കാമായിരുന്നു എന്നു തോന്നുന്നു. തീക്ഷ്ണമായ ഈ സ്വകാര്യതയാണ് രാജലക്ഷ്മിയെ സ്ത്രീസ്വത്വവാദത്തിലേക്കു നയിച്ചതുതന്നെ.

വളരെ ചെറിയ പ്രായം മുതൽത്തന്നെ രാജലക്ഷ്മിയിൽ ഏകാന്തതാബോധം ഉടലെടുത്തിരുന്നു. വീട്ടിൽ എല്ലാവരുമുണ്ടെങ്കിലും താനൊറ്റയ്ക്കാണെന്ന ചിന്ത അവരിൽ ശക്തമായിരുന്നു. ആൾക്കൂട്ടത്തിലൊറ്റപ്പെടുന്ന ഈ സ്വഭാവം വിഷാദാത്മകതയിലേക്കും നിരാശതയിലേക്കും നയിച്ചു. ജ്യേഷ്ഠന്റെ മരണവും ജ്യേഷ്ഠത്തിയുടെ വിവാഹത്തകർച്ചയും അവരിലെ ഏകാന്തതാ ബോധത്തെയും ഉള്ളിലെ അസ്വസ്ഥതകളെയും ശക്തമാക്കി. രാജലക്ഷ്മിയുടെ ഏകാന്തതയും അസ്വസ്ഥതയും അവരിലെ എഴുത്തുകാരിയെ ഏറെ ഉത്തേജിപ്പിച്ച ഘടകങ്ങളാണ്. ഒന്നും ശാശ്വതമല്ലെന്ന ചിന്ത അവരിൽ ദൃഢമായിരുന്നു. അസ്വസ്ഥതയും, അസംതൃപ്തിയും മനസ്സിന്റെ സ്ഥിരഭാവങ്ങളായി മാറിയിരുന്നു. ഇവിടെയാണ് രാജലക്ഷ്മിക്ക് വെർജീനിയാ വൂൾഫ്, എമിലിബ്രോണ്ടി, സിൽവിയാ പ്ലാത്ത്, എമിലി ഡിക്കിൻസൺ, കാതറിൻ മാൻസ് ഫീൽസ്, എന്നിവരുമായി സാദൃശ്യം ഉണ്ടാവുന്നത്. മനസ്സിന്റെ തീവ്രമായ വിഷാദം അനുഗ്രഹമായിത്തീർന്ന എഴുത്തുകാരാണ് ഇവരെല്ലാം തന്നെ. ഇവരിൽ മനസ്സിന്റെ അസ്വസ്ഥത രോഗാതുരതയോളം വളർന്ന വെർജീനിയാ വൂൾഫ് ജീവിതം അവസാനിപ്പിച്ചതുതന്നെ ഈ രോഗാതുരത വർദ്ധിച്ച് തന്റെ എഴുത്തിനെ അതു വിപരീതമായി ബാധിച്ചതുകൊണ്ടാണ്.

യുക്തി സഹമല്ലാത്തതും, അടിസ്ഥാനരഹിതവും, അനിയന്ത്രിതവുമായ ഒരു ഭയം ചെറുപ്പം മുതൽ തന്നെ രാജലക്ഷ്മിയെ ബാധിച്ചിരുന്നു. ചില പ്രത്യേക വ്യക്തികളെ കാണുമ്പോഴോ, ആൾക്കൂട്ടത്തിൽപ്പെടുമ്പോഴോ, ഇരുട്ടുവീണ സ്ഥലങ്ങളിൽ എത്തുമ്പോഴോ, ഇടുങ്ങിയ മുറികളിലെ ഏകാന്തതയിൽ അകപ്പെടുമ്പോഴോ ഈ ഭയം വളരെയധികം

വർദ്ധിക്കുന്നു. അങ്ങനെയുള്ള ചില സന്ദർഭങ്ങളിൽ രാജലക്ഷ്മി ഭയം കൊണ്ട് അലറിവിളിച്ചു കരഞ്ഞ സംഭവങ്ങൾ പലരും വ്യക്തമാക്കിയിട്ടുണ്ട്. വീട്ടിൽ നിന്നും നിർല്ലോഭം ലഭിച്ചിരുന്ന സ്നേഹവും ശ്രദ്ധയും ചില പ്രത്യേക കാരണങ്ങളുടെ പേരിൽ പെട്ടെന്ന് കിട്ടാതിരുന്നപ്പോൾ ദുസ്സഹമായ ഏകാന്തതയിൽപ്പെട്ടു പോയതിനെക്കുറിച്ചും വിവരിച്ചിട്ടുണ്ട്, അങ്ങനെ ഏകാകിയായി ഒരു കുട്ടിയേയും വിടരുതെന്ന് രാജലക്ഷ്മിതന്നെ പറഞ്ഞിട്ടുണ്ട്. അത്രമാത്രം ഭയപ്പെടുത്തുന്ന ഒന്നായിരുന്നു ഏകാന്തത. പില്ക്കാലത്ത് രാജലക്ഷ്മിയുടെ സഹോദരി സരസ്വതിയമ്മ അതേക്കുറിച്ചു ചിന്തിച്ചു പശ്ചാത്തപിക്കുന്ന സന്ദർഭവും ഒരദ്ധ്യായത്തിൽ ചൂണ്ടിക്കാണിക്കുകയുണ്ടായി. മാപ്പ് എന്ന ചെറുകഥയിലെ കോളേജ് അദ്ധ്യാപികയായ രമ, വികലമായ വ്യക്തിത്വത്തിനുടമയായ രാജലക്ഷ്മി തന്നെയാണ്, ചേട്ടന്റെ മരണവും ഏറെ ഇഷ്ടപ്പെട്ട സത്തി എന്നു വിളിക്കുന്ന ജ്യേഷ്ഠത്തിയുടെ ദാമ്പത്യത്തകർച്ചയും അവരുടെ ഉള്ളിലെ വിഷാദരോഗിയെ പുറത്തുകൊണ്ടുവന്നു. വേണ്ടപ്പെട്ടവരുടെ വേർപാടും, താങ്ങാനാവാത്ത മറ്റു ദുഃഖങ്ങളും ഗോപ്യമായിരിക്കുന്ന രോഗത്തെ പ്രകടമാക്കുകയാണ് ചെയ്യുന്നത്. അതേ കഥയിൽത്തന്നെ ഉള്ളിന്റെയുള്ളിൽ അടക്കിവച്ചിരുന്ന പാപബോധവും പ്രകടമായിത്തീരുന്നതുകാണാം. ആ പാപബോധമാണ് പെട്ടെന്നു പ്രകോപിതയാക്കിയതും, ക്ലാസിൽനിന്നുമിറങ്ങിയോടി, ഡിപ്പാർട്ടുമെന്റിൽ വന്നുകയറി, മേശമേൽ തലവച്ച് പൊട്ടിക്കരയാൻ പ്രേരിപ്പിച്ചതും. മാനസിക പ്രതിരോധങ്ങൾ തകരുമ്പോൾ, അമിതമായ ഉത്കണ്ഠയും ഭയവും അരക്ഷിതത്വബോധവും ഉടലെടുക്കുന്നു. ഇവയെ അതിജീവിക്കുവാൻ മനസ്സ് വികലമായ പ്രതിരോധങ്ങൾ സൃഷ്ടിക്കുന്നു. പൊള്ളയായ ഇത്തരം പ്രതിരോധതന്ത്രങ്ങൾ സൃഷ്ടിക്കുന്ന 'പുകമറ'യിൽ വ്യക്തിസത്തയെയും വ്യക്തിത്വത്തെയും വ്യക്തിയെത്തന്നെയും പൊതിഞ്ഞു രക്ഷിക്കാൻ ശ്രമിക്കുന്നു. സംഘർഷങ്ങളോട് ഏറ്റുമുട്ടാൻ കഴിയാതെ വരുമ്പോൾ ദുർബ്ബലമനസ്സ് പലായനത്തിന്റെ പാത സ്വീകരിക്കുകയും ചെയ്യുന്നു.

വളർച്ചയുടെ വിവിധഘട്ടങ്ങളിലെ വികലമായ അടിത്തറ, ശിഥിലവും അനാരോഗ്യകരവുമായ കുടുംബസാമൂഹികബന്ധങ്ങൾ, പരിതഃസ്ഥിതിയോട് പൊരുത്തപ്പെടാനുള്ള കഴിവുകേട് ഇവയെല്ലാം വ്യക്തിയുടെ മനസ്സിൽ ഉത്കണ്ഠയുടെ വിത്തുപാകുന്നു. രാജലക്ഷ്മിയുടെ മനസ്സിലെ ഉത്കണ്ഠ അവരുടെ ജീവിതത്തിന്റെ വിവിധഘട്ടങ്ങളിൽ പ്രകടമായിട്ടുണ്ട്. ഏകാന്തത, രോഗങ്ങൾ, മരണഭയം, എന്നിവ ഉള്ളിലെ ഉത്കണ്ഠയെ വളർത്തുന്നു. ഉത്കണ്ഠയും ഭയവും മനോവീര്യം കെടുത്തി, തുടർന്നു ജീവിക്കാനുള്ള മോഹത്തെ നശിപ്പിക്കുകയാണ് ചെയ്തത്. അമിതമായ ഉത്കണ്ഠ ഒരു മാനസിക രോഗലക്ഷണം തന്നെയാണ്. വിഷാദരോഗത്തിന്റെ മുഖ്യലക്ഷണം തന്നെ ഉത്കണ്ഠയാണ്. ആവശ്യമില്ലാത്ത കാര്യങ്ങളുടെ പേരിൽപ്പോലും രാജലക്ഷ്മി വല്ലാതെ ഉത്കണ്ഠിതയായിരുന്നു. സമൂഹത്തിന്റെ ആരോപണങ്ങൾ ഒരു പരിധിവരെ അവരുടെ

ഉത്കണ്ഠയ്ക്കും ഭയത്തിനും കാരണമായിത്തീർന്നു. വീട്ടിലുള്ളവരുടെ സ്നേഹവും പരിചരണവും കുറയുമ്പോഴും ഈ ഉത്കണ്ഠ അലട്ടിയിരുന്നു. ഒരു പരിധികഴിഞ്ഞാൽ, ഏതു പ്രവണതയും അപകടകാരിയായി മാറും. തങ്ങളുടെ മനസ്സിന്റെ നിശ്ശബ്ദവേദനകൾ തങ്ങളിൽത്തന്നെ ഒളിപ്പിക്കുകയും പ്രകൃതിനല്കിയ അകാരണമായ വേദനയിൽ നിന്നും ജീവന്റെ തുടിപ്പുള്ള കൃതികൾ രചിക്കുകയും ചെയ്തവരാണ് സിൽവിയാ പ്ലാത്ത്, വെർജീനിയാ വൂൾഫ്, എമിലി ബ്രോണ്ടി തുടങ്ങിയവർ. അസ്വസ്ഥമായ മാനസികാവസ്ഥയും രോഗാതുരതയും ഈ എഴുത്തുകാരുടെ കൂടപ്പിറപ്പുകളായിരുന്നു. ഏകാന്തമായ തുരുത്തുകളിൽ സ്വന്തം അസ്തിത്വത്തിനുവേണ്ടി സാഹിത്യസൃഷ്ടി നടത്തിയ ഇവരുടെ ജീവിതരീതിയിലും മാനസികഘടനയിലും സമാനതകളുണ്ട്. ഇവരോട് സാദൃശ്യം പുലർത്തുന്ന ഒരു വ്യക്തിത്വമാണ് രാജലക്ഷ്മിയുടേത്.

അസാധാരണമായ ജീവിതരതി പ്രകടമാക്കിയ എഴുത്തുകാരിയാണ് രാജലക്ഷ്മി. വിവാഹം കഴിച്ച് സന്തോഷപ്രദമായ ഒരു ജീവിതം നയിക്കാൻ അവർ വളരെയധികം ആഗ്രഹിച്ചിരുന്നു. എന്നാൽ, വിധി അതിന് അനുവദിച്ചില്ല. ഇതും വിഷാദം തീവ്രമാകാൻ കാരണമായി. ജീവിതരതിയും മരണ രതിയും തമ്മിൽ കൂടെക്കൂടെ സംഘട്ടനമുണ്ടാവുക സാധാരണമായിരുന്നു. ഈ സംഘട്ടനത്തിൽ മൃത്യുവാസന ജയിച്ചുനിന്നപ്പോഴാണ് രാജലക്ഷ്മി ആത്മഹത്യ ചെയ്യുന്നത്. സ്നേഹത്തിനു വളരെയധികം ആഗ്രഹിച്ചെങ്കിലും യഥാർത്ഥസ്നേഹം എങ്ങുനിന്നും കിട്ടിയില്ല. അവർക്കു മാത്രമല്ല, അവരുടെ കഥാപാത്രങ്ങൾക്കും! ആദ്യനോവലിലെ രമണിക്ക് ചെറിയ പ്രായത്തിൽ വെളിച്ചപ്പാടിന്റെയും അതിനുശേഷം കൊച്ചച്ഛന്റെയും സ്നേഹം കിട്ടിയെങ്കിലും അത് അധികനാൾ നിലനിന്നില്ല. മുതിർന്നപ്പോൾ മാധവമേനോന് നിഷ്കളങ്കമായ പ്രണയം അവൾ കൊടുത്തു. എങ്കിലും അതു തിരിച്ചുകിട്ടിയില്ല. അപ്പേട്ടന്റെ സ്നേഹം യഥാർത്ഥമായിരുന്നെങ്കിലും, അതുവാങ്ങാൻ ചെന്നപ്പോഴേക്കും അയാൾ രോഗിയായിമാറിക്കഴിഞ്ഞിരുന്നു. ആത്മഹത്യ അനിവാര്യമാകുന്ന ചില മാനസികാവസ്ഥകളുണ്ടെന്ന് രാജലക്ഷ്മി മനസ്സിലാക്കിയിരുന്നു. ആത്മഹത്യ എന്ന ചെറുകഥയിൽ അത് വ്യക്തമാക്കുന്നുമുണ്ട്. 'പരാജിത' എന്ന ചെറുകഥയുടെ അന്ത്യവും ആത്മഹത്യയിൽ ചെന്നെത്തുന്നതായി ചില നിരൂപകർ കരുതുന്നു.[1]

തികഞ്ഞ അന്തർമുഖത്വം രാജലക്ഷ്മിയുടെ വ്യക്തിത്വത്തിന്റെ ഭാഗമായിരുന്നെങ്കിലും ചില സന്ദർഭങ്ങളിൽ ബഹിർമുഖത്വവും അവരിൽ കാണുന്നു. സമകാലിക രാഷ്ട്രീയ- സാമൂഹികപ്രശ്നങ്ങൾ അവരെ അലട്ടിയിരുന്നു എന്നുള്ളതിന് തെളിവാണ് 'ഉച്ചവെയിലും ഇളം നിലാവും', 'ഞാനെന്ന ഭാവം' എന്നീ നോവലുകളും 'മൂടുവാൻ നാടൻ' എന്ന ചെറുകഥയും. രണ്ടാംലോകമഹായുദ്ധവും അനന്തരഫലങ്ങളും, കമ്മ്യൂണിസത്തിന്റെ വളർച്ചയും, തൊഴിലാളികളുടെ സാമൂഹിക മുന്നേറ്റവും ജന്മി-കുടിയാൻ വ്യവസ്ഥയിലുണ്ടായ വിപ്ലവകരമായ മാറ്റങ്ങളും

സമൂഹത്തിൽ സ്ത്രീ അനുഭവിക്കുന്ന പ്രശ്നങ്ങളും സ്വാതന്ത്ര്യാനന്തര കേരളത്തിലെ ജനജീവിതവും പണ്ഡിതോചിതമായ രീതിയിൽ വീക്ഷിക്കുകയും സ്വകൃതികളിൽ സൂചിപ്പിക്കുകയും ചെയ്യുന്നുണ്ട്.

'മൂടുവാൻ നാടൻ' എന്ന കഥയിലെ മത്തായി എന്ന തൊഴിലാളിയിലൂടെയാണ് സാമൂഹ്യമായ മാറ്റങ്ങൾ വ്യക്തമാക്കുന്നത്.

> "യുദ്ധകാലമായി. ചെറുപ്പക്കാർ മിക്കവരും പട്ടാളത്തിൽ
> ചേർന്നും ആസ്സാമിൽ പണിക്കും മറ്റുമായും നാടുവിട്ടു
> തുടങ്ങി. സാമാനങ്ങൾക്കു വില വർദ്ധിച്ചു.
> എങ്കിലും, എല്ലാവരുടെയും കൈയിൽ പണമുണ്ട്.
> നിശീഥിനിയുടെ ശ്യാമളവർണ്ണം കവർന്ന പുലയ
> പ്പെൺകിടാങ്ങളുടെ കഴുത്തിലും കൂടി!
> അങ്ങകലെ ജീവൻ പണയം വച്ച് പണമുണ്ടാക്കി
> അയയ്ക്കുന്ന തങ്ങളുടെ പുരുഷന്മാരെക്കുറിച്ചുള്ള
> അഭിമാനമെന്ന പോലെ നേർത്ത സ്വർണ്ണമാലകൾ
> വെട്ടിത്തിളങ്ങുന്നത് കണ്ടു തുടങ്ങി.
> ചെറുപ്പക്കാരൊക്കെ പോയതുകൊണ്ട് നാട്ടിൽത്തന്നെ നിന്ന
> പ്രായം ചെന്നവരുടെ നല്ല കാലമായിരുന്നു.
> ജോലിക്ക് ആൾ കുറഞ്ഞതോടുകൂടി കൂലി വർദ്ധിച്ചു."[2]

മറ്റൊരു സന്ദർഭം യുദ്ധം അവസാനിച്ചപ്പോഴുള്ള അവസ്ഥയെ കാട്ടിത്തരുന്നു.

> "ദിവസങ്ങൾ നീങ്ങി. യുദ്ധം അവസാനിച്ചു.
> പട്ടാളത്തിൽ പോയിരുന്നവരെയൊക്കെ പിരിച്ചുവിട്ടുതുടങ്ങി.
> ആസ്സാമിലെ പണിയും തീർന്നു.
> ഉശിരോടെ പോയിരുന്നവരെല്ലാം വശംകെട്ടുമടങ്ങി.
> നാട്ടിൽ പണിക്ക് ആളു ധാരാളമായി. ജോലി വർദ്ധിച്ചതുമില്ല.
> ആളധികമായതോടുകൂടി കൂലി കുറഞ്ഞുതുടങ്ങി.
> അതനുസരിച്ച് അരിയുടെയും സാമാനങ്ങളുടെയും
> വിലയൊട്ട് കുറഞ്ഞതുമില്ല, പുറംനാട്ടിൽ നിന്നു
> കൊണ്ടുവന്നിരുന്ന പണം തീരുന്നതുവരെ എല്ലാവരും
> ഓണമായി കഴിഞ്ഞു. വില്ക്കാവുന്നതൊക്കെ വിറ്റുതിന്നു.
> പിന്നെ പട്ടിണിയെ മുഖത്തോടു മുഖം നോക്കി നില്പായി."

ഇവിടെയെല്ലാം സാമ്പത്തിക പരാധീനതയുടെ അടിസ്ഥാനത്തിൽ സമൂഹത്തെ നോക്കിക്കാണുകയാണ് രാജലക്ഷ്മി. സാമൂഹ്യസത്യങ്ങളെ കണ്ടില്ലെന്നു നടിക്കാൻ അവർക്കാവുന്നില്ല. പട്ടിണിയുടെ ഭീകരാവസ്ഥ എന്തായിരുന്നു എന്ന് മത്തായിക്കുണ്ടായ മാറ്റത്തിലൂടെ കഥാകൃത്ത് വ്യക്തമാക്കുന്നു.

"കൈകാലുകൾ ശോഷിച്ചുണങ്ങി
കെട്ടിത്തൂക്കിയതുപോലെ കിടക്കുന്നു
ആ ബലിഷ്ഠമാംസപേശികളെ
വലിച്ചു കെട്ടിത്തൂക്കിയതുപോലെ
മൂടിയിരുന്ന മിനുമിനുത്ത തൊലി
ചുക്കിച്ചുളിഞ്ഞ് തൂങ്ങുന്നു.
തലയിലും മുഖത്തും വെള്ളരോമങ്ങൾ
കുറ്റിപോലെ നില്ക്കുന്നു. നിർഭയമായി
ആരുടെയും മുഖത്തുനോക്കിയിരുന്ന
കണ്ണുകൾ രണ്ടുകുഴികൾ. അന്നാദ്യ
മായിട്ട് ഞാനയാളെ കീറി മുഷിഞ്ഞ
മുണ്ടുടുത്തു കണ്ടു."[3]

മത്തായിയെപ്പോലെ അനേകം പട്ടിണിക്കോലങ്ങളെ നാട്ടിലുടനീളം കാണാമായിരുന്നു. സമകാലിക സാമൂഹികരാഷ്ട്രീയ വ്യവസ്ഥിതികളിലെ ജീർണ്ണതകളോടുള്ള ശക്തമായ പ്രതിഷേധം അവരുടെ കൃതികളിലുണ്ട്. ഇതുവരെ കണ്ട രാജലക്ഷ്മിയിൽനിന്നു വളരെ വ്യത്യസ്തയായ മറ്റൊരു രാജലക്ഷ്മിയെയാണ് നാമിവിടെ കാണുന്നത്. സാമൂഹിക ജീവിതത്തിലേക്ക് ഇറങ്ങിനിന്ന് എല്ലാ സത്യങ്ങളെയും നോക്കിക്കാണുന്ന രാജലക്ഷ്മി! ഉച്ചവെയിലും ഇളംനിലാവും എന്ന നോവലിൽ ജന്മി-കുടിയാൻ ബന്ധം തകർന്നതിന്റെ ഒരു ദയനീയചിത്രം വരച്ചുകാട്ടുന്നുണ്ട്. അവർ ദേവു പാട്ടക്കാരൻ അവറാൻ മാപ്പിളയുടെ വീട്ടിൽ ചെല്ലുന്ന ഒരു രംഗം അതിനുദാഹരണമാണ്. അദ്ധ്വാനിച്ചു തിന്നുന്നവരും, അദ്ധ്വാനിക്കാതെ തിന്നുന്നവരും തമ്മിലുള്ള വർഗ്ഗവൈരത്തിന്റെ ഒരു യാഥാർത്ഥരൂപം അവിടെ കാണാം. സ്വകാര്യ ജീവിതം മാത്രമല്ല, സാമൂഹിക രാഷ്ട്രീയ ജീവിതവും അഭ്യസ്തവിദ്യയായ ഈ കഥാകൃത്തിനെ ആകർഷിച്ചിരുന്നു എന്നു വ്യക്തമാണ്. എന്തിനെക്കുറിച്ചും സ്വന്തമായ ഒരഭിപ്രായവും, ഉയർന്നതരത്തിലുള്ള ഒരു വീക്ഷണവും ഈ എഴുത്തുക്കാരിക്കുണ്ടായിരുന്നു. ഇത് അവരുടെ സാമൂഹികവ്യക്തിത്വത്തെ കാട്ടിത്തരുന്നു.

സാമൂഹികപ്രശ്നങ്ങളിൽ അവരെ ഏറ്റവുമധികം വിഷമിപ്പിച്ചത് ഉദ്യോഗസ്ഥരായ സ്ത്രീകൾ അനുഭവിക്കുന്ന ചൂഷണങ്ങളാണ്. കുടുംബത്തിന്റെ ഭാരം താങ്ങേണ്ടിവന്ന ആധുനികസ്ത്രീയെയാണ് അവരുടെ മിക്ക രചനകളിലും കാണുന്നത്. ശാരദയും ഇന്ദിരയും വിമലയുമെല്ലാം ഈ ഭാരം പേറി സ്വജീവിതസുഖം നശിപ്പിക്കുന്നവരാണ്. ജീവിതം നിഷേധിക്കപ്പെടുന്ന ഇവരോടാണ് തന്റെ രചനകളിലൂടെ രാജലക്ഷ്മി ഏറെ സഹതപിച്ചത്. സ്ത്രീസ്വാതന്ത്ര്യം എന്ന ആശയത്തെ പല കഥകളിലും തന്റെ നോവലുകളില്ലെല്ലാം തന്നെയും അവർ ഉയർത്തിപ്പിടിക്കുന്നുണ്ട്. സമൂഹത്തിൽ സ്ത്രീ അനുഭവിക്കുന്ന പ്രശ്നങ്ങളെ സൂക്ഷ്മമമായി നിരീക്ഷിക്കുകയും, അത് ആവിഷ്കരിക്കുകയും ചെയ്യുന്നു ഈ എഴുത്തുകാരി.

സ്ത്രീകളോടു കാട്ടുന്ന അനീതിക്കെതിരെ ശബ്ദമുയർത്താനും ശ്രമിക്കുന്നു. സാമൂഹികവ്യവസ്ഥിതിയെ തകിടം മറിക്കുന്ന വിപ്ലവം ഉണ്ടാകുമെന്നു പൂർണ്ണമായി വിശ്വസിക്കുന്ന കഥാപാത്രങ്ങളും ഇവരുടെ കഥാലോകത്തുണ്ട്. മകൾ എന്ന കഥയിൽ ശാരദയുടെ ചിന്തകൾ അതിനുദാഹരണമാണ്. അച്ഛന്റെ രാഷ്ട്രീയ ജീവിതത്തെക്കുറിച്ച് ചിന്തിക്കുമ്പോൾ, അതിനെ ശരിയായ രീതിയിൽ വിലയിരുത്താൻ അവൾക്കു കഴിയുന്നുണ്ട്.

"ഇന്ത്യൻ സ്വാതന്ത്ര്യം ഉദയംകൊണ്ടു
നാടു നമ്മടെയായി
ചക്രം പൂർണ്ണമായൊന്നു തിരിഞ്ഞു
ഖാദിപരിഷ്കാരമായി
പണക്കാരന്റെയായി രാഷ്ട്രീയം"[4]

എന്ന പരിഹാസം രാജലക്ഷ്മിയുടെ ഉയർന്ന ബൗദ്ധികതലത്തെ വെളിപ്പെടുത്തുന്നു. കുടിയാന്മാർക്ക് സ്വത്തുക്കൾ അവകാശമായി കിട്ടാനുള്ള നീക്കങ്ങൾ നടക്കുന്ന കാലമായിരുന്നു അത്. തലമുറകളായി അവർ കൃഷിചെയ്യുന്ന നിലം അവർക്ക് അവകാശപ്പെട്ടതായി. ഉടമസ്ഥന് ഒന്നും കൊടുത്തില്ലെങ്കിലും തകരാറില്ല എന്നുള്ള കാലം. ഉച്ചവെയിലും ഇളം നിലാവും എന്ന നോവലിലെ ദേവുവിന്റെ വാക്കുകളിൽ അതു പ്രകടമാണ്. അദ്ധ്വാനിക്കാതെ സുഖജീവിതം നയിച്ചിട്ട് ഒന്നും ചെയ്യാനറിയാതെയായ ഉന്നതകുലജാതരോട് രാജലക്ഷ്മിക്കു സഹതാപമില്ല. എങ്കിലും, ഈ നിയമം മൂലം കഷ്ടസ്ഥിതിയിലായ കുറച്ചു മനുഷ്യരുടെ ജീവിതം അവരെ വേദനിപ്പിക്കാതെയുമിരിക്കുന്നില്ല. അന്നു നാട്ടിൽ നടക്കുന്ന പൊതു തെരെഞ്ഞെടുപ്പുകളെക്കുറിച്ചും കൃതികളിൽ സൂചനയുണ്ട്.

സ്ത്രീകൾ നേരിടുന്ന കാലിക പ്രാധാന്യമുള്ള പ്രശ്നങ്ങളോടും രാജലക്ഷ്മി സൃഷ്ടിപരമായിത്തന്നെ പ്രതികരിക്കുന്നു. അതിനവരെ പ്രേരിപ്പിച്ചത് അന്നത്തെ സാമൂഹിക ചറ്റുപാടുകളും പടിഞ്ഞാറിന്റെ സ്വാധീനഫലമായി വളർന്നുവന്ന സ്ത്രീ സ്വാതന്ത്ര്യബോധവും സ്ത്രീ സമത്വവാദവുമാണ്. രാജലക്ഷ്മിയെന്ന കഥാകാരിയുടെ സാമൂഹികവ്യക്തിത്വമാണ് ഇവിടെയെല്ലാം പ്രകടമാകുന്നത്.

ജീവിതത്തോടുള്ള മടുപ്പ് രാജലക്ഷ്മിയുടെ മിക്ക രചനകളിലും കാണാം. മടുപ്പ് അധികമാകുമ്പോൾ, ജീവിതനിഷേധത്തിനുള്ള പ്രവണതയുണ്ടാകുന്നു. നിഷേധം പ്രകടമാകാത്തിടത്ത് കഥാപാത്രങ്ങളുടെ നിലപാടുകളിലൂടെ ആത്മഹത്യയുടെ സൂചനകൾ അവർ നല്കുന്നു. മനസ്സിനുള്ളിൽ ആത്മഹത്യയ്ക്ക് അനുകൂലമായും പ്രതികൂലമായുമുള്ള ചിന്തകൾ സംഘർഷാവസ്ഥ സൃഷ്ടിക്കുന്നു.

"ജീവിതം പോലെ അഭികാമ്യയാണു നീ
മരണം പോലെ ആകർഷകയാണ് നീ
വിദൂരപർവ്വതരേഖപോലെ
അപ്രാപ്യയാണ് നീ"

എന്ന് അവർ എഴുതുമ്പോൾ ആ സംഘർഷത്തിന്റെ ഇടറുന്ന സ്വരമാണ് അവിടെ കേൾക്കുന്നത്. ജീവിതം തന്റെ യുക്തിക്കുള്ളിൽ നില്ക്കണമെന്ന് രാജലക്ഷ്മി ആഗ്രഹിച്ചു. ജീവിതത്തിന് താൻ ഉദ്ദേശിക്കുന്ന അർത്ഥമുണ്ടാകണമെന്നും മോഹിച്ചു. അതു സാദ്ധ്യമല്ലെന്നറിഞ്ഞപ്പോൾ തകർച്ചയിലേക്കു വീണു. അവരുടെ കഥാപാത്രങ്ങളും അതുപോലെതന്നെ! ജീവിതം അപ്രധാനമാണെന്ന് അവർക്കു തോന്നിത്തുടങ്ങി. ഇതാണ് രാജലക്ഷ്മിയെ സ്വയം നശിപ്പിക്കാൻ പ്രേരിപ്പിച്ച ദാർശനികതലങ്ങളിലെ യാഥാർത്ഥ്യം എന്ന് മരണത്തിന്റെ ഹൃദ്യമായ മുന്നറിയിപ്പുകളിൽ കെ. പി.അപ്പൻ നിരീക്ഷിക്കുന്നു. ഉച്ചവെയിലും ഇളംനിലാവും എന്ന നോവലിന്റെ പ്രസിദ്ധീകരണം നിർത്തി വയ്ക്കുകയും അതിന്റെ കൈയെഴുത്തു പ്രതി പിച്ചിച്ചീന്തി ചുട്ടെരിക്കുകയും ചെയ്തതിനെത്തുടർന്ന് രണ്ടു വർഷക്കാലം അവർ സാഹിത്യസപര്യയിലേർപ്പെട്ടിരുന്നില്ല. പിന്നീടു രചിച്ച 'ദേവാലയത്തിൽ' എന്ന ചെറുകഥ സാഹിത്യലോകത്തേക്കും ജീവിതത്തിലേക്കു തന്നെയുമുള്ള അവരുടെ തിരിച്ചുവരവായിരുന്നു. പരുപരുത്ത ജീവിതയാഥാർത്ഥ്യങ്ങൾ കണ്ടു പകച്ച് ആത്മഹത്യയ്ക്കൊരുമ്പെടുകയും പിന്നീട് ആന്തര പ്രേരണയാൽ ജീവിതത്തിലേക്കു തിരിച്ചു വരികയും ചെയ്യുന്ന ഇതിലെ നായികയ്ക്ക് രാജലക്ഷ്മിയുടെ വ്യക്തി ജീവിതവുമായി ഏറെ ബന്ധമുണ്ട്. അനിവാര്യമായ ആത്മഹത്യയെക്കുറിച്ച് അനുകൂലമായും പ്രതികൂലമായും അവരുടെ മനസ്സിൽ നടന്നുകൊണ്ടിരുന്ന സംവാദത്തെ 'ആത്മഹത്യ' എന്ന കഥയിലൂടെ അവർ സൂചിപ്പിക്കുന്നുണ്ട്. ആത്മഹത്യയുടെ മുന്നറിയിപ്പാണ് ഈ കഥയെന്നു കരുതുന്നവരാണ് മിക്ക നിരൂപകരും. എഴുത്തുകാരിയുടെ കലങ്ങിയ മനസ്സും പതറിയ യുക്തിയും സംഭ്രാന്തമായ ബോധത്തെ കീഴടക്കിയിരുന്നു. മൃത്യുവാസനയുടെ ദൃഢാഗ്രഹങ്ങളും അവരെ ഗ്രസിച്ചിരുന്ന വിരസതയും നിരന്തരം ദംശിച്ചിരുന്ന വിചാരസർപ്പങ്ങളും ഈ കഥയിലെ മറഞ്ഞിരിക്കുന്ന യാഥാർത്ഥ്യങ്ങളാണ്. അതുകൊണ്ട് ഈ എഴുത്തുകാരിയുടെ ആത്മഹത്യയെ അതിന്റെ വിശാലമായ മാനദണ്ഡങ്ങളിൽ നിർവ്വചിക്കുവാൻ സഹായിക്കുന്ന രേഖയാണ് ഈ കഥയെന്നു കെ.പി.അപ്പൻ സമർത്ഥിക്കുന്നു.[5]

രാജലക്ഷ്മി തന്റെ മിക്ക കഥാപാത്രങ്ങളെയും ആത്മഹത്യയ്ക്കു തുല്യമായ ജീവിതത്തിലേക്കു തള്ളിവിടുന്നു. 'ചരിത്രം ആവർത്തിച്ചില്ല' എന്ന ചെറുകഥ മാത്രമാണ് ഇതിനൊരപവാദം. ഗോവയിലേക്ക് സത്യാഗ്രഹത്തിൽ പങ്കെടുക്കാൻ പോയ മകളിലെ ശാരദയും ക്ഷയരോഗിയുടെ ഭാര്യാപദവി സ്വീകരിക്കുന്ന 'ഒരു വഴിയും കുറെ നിഴലുകളും' എന്ന നോവലിലെ രമണിയും പാപപങ്കിലമായ തന്റെ ലാവണത്തിലേക്കു മടങ്ങുന്ന 'പരാജിത'യിലെ നിർമ്മലയും പ്രതിരൂപാത്മകമായി ആത്മഹത്യ സ്വീകരിക്കുന്നവരാണ്. ഒപ്പം ഈ മണ്ണിൽ പിടിച്ചുനിൽക്കാൻ ഒരന്ത്യശ്രമം കൂടി നടത്തുന്നവരുമാണ്. ഈ തട്ടകം വിട്ട് ഒരന്ത്യ

യാത്രാമൊഴി പോലും പറയാതെ ജീവിതത്തിൽ നിന്ന് നിഷ്ക്രമിക്കുക എന്നത് രാജലക്ഷ്മി തന്റെ വ്യക്തി ജീവിതത്തിലേക്കു മാറ്റിവച്ചിരുന്നു.

"ശിശിരംപോലെ കണ്ണീർ പൊഴിക്കുകയും ഗ്രീഷ്മംപോലെ കത്തിജ്ജ്വലിക്കുകയും ചെയ്യുന്ന സ്ത്രീപ്രത്യഭിജ്ഞയാണ് രാജലക്ഷ്മിയിൽ കുടികൊണ്ടിരുന്നത്."[6] സ്ത്രീമനസ്സിന്റെ നിഗൂഢതകളിലേക്കു കടന്നു ചെല്ലാൻ അനല്പമായ കഴിവ് അവർക്കുണ്ടായിരുന്നു. വനിതാ വിമോചനത്തിന്റെ മുദ്രാവാക്യം മുഴക്കാതെ സ്ത്രീ സ്വാതന്ത്ര്യമെന്ന ആശയത്തിന് അവർ പ്രചാരം നൽകി. ചൂഷണം ചെയ്യപ്പെടുന്ന സ്ത്രീയുടെ വേദനകളെയും പ്രതിഷേധങ്ങളേയും അവരുടെ വാക്കുകളിലും മനോവികാരങ്ങളിലും പ്രവൃത്തികളിലും അവതരിപ്പിക്കുന്ന ഈ കാഥിക അടിച്ചമർത്തപ്പെട്ട സ്ത്രീ വർഗ്ഗത്തിന്റെ ജിഹ്വയാണ്. നെരിപ്പോടുപോലെ എപ്പോഴും നീറിപ്പുകയുന്ന ഒരു മനസ്സ് രാജലക്ഷ്മിയുടെ ശാപമായിരുന്നു. ആ മനസ്സായിരുന്നു അവരുടെ നാശത്തിന്റെ അടിസ്ഥാനം. സർഗ്ഗാത്മകതയുടെ പ്രഭവകേന്ദ്രവും ആ മനസ്സുതന്നെയായിരുന്നു.

മധ്യവർഗ്ഗ സമൂഹത്തിലെ വിദ്യാഭ്യാസമുള്ള ഉദ്യോഗസ്ഥകളെയാണ് രാജലക്ഷ്മി കൂടുതലായും അവതരിപ്പിച്ചത്. യാത്രയുടെ പാതിവഴി എത്തുമ്പോഴേക്കും മരണത്തിന്റെ പാത സ്വീകരിക്കുന്നു പലരും. അവരുടെ വേദനകൾ തന്റെയും വേദനകളാണെന്ന് രാജലക്ഷ്മി അറിയുന്നു. "എന്റെ മൺവിളക്ക് കത്തിക്കപ്പെടുകയുണ്ടായില്ല" എന്നു തുടങ്ങുന്ന ഗദ്യകവിതയിലൂടെ സ്വന്തം വ്യഥകളാണ് അവർ ആവിഷ്കരിച്ചത്. രാജലക്ഷ്മിയുടെ മരണകാരണങ്ങളെക്കുറിച്ച് പലരും പലതും പറയുന്നുണ്ടെങ്കിലും, അവരുടെ മനസ്സിലെ ആത്മഹത്യാ പ്രവണതയാണ് അതിനിടയാക്കിയതെന്നു വിശ്വസിക്കാനാണ് ജിഷോ പയസ്സിനു താത്പര്യം.[7] ഡോ. എം.ലീലാവതി പറയുന്നതുപോലെ, ഉദിക്കുമ്പോൾ ഉജ്ജ്വലമായിരുന്ന ആ പ്രതിഭയുടെ ഉച്ചവെയിൽ കാണാൻ കേരളത്തിനു ഭാഗ്യമുണ്ടായില്ല. അതിനുമുമ്പേ അസ്തമയം വന്നു. യജ്ഞതീർത്ഥത്തിന്റെ വിശുദ്ധിയുമായി അവർ നടന്നു നീങ്ങി. എങ്കിലും, ഏകാന്തപഥികയായി സാഹിത്യലോകത്തു അവർ ഇന്നും ജീവിക്കുന്നു.[8]

സ്ത്രീ പുരുഷ ബന്ധത്തെക്കുറിച്ച് രാജലക്ഷ്മിക്ക് വ്യക്തമായ ഒരു കാഴ്ചപ്പാടുണ്ടായിരുന്നു. തന്റെ കഥാപാത്രങ്ങളിലൂടെയാണ് സ്വന്തം കാഴ്ചപ്പാടുകൾ അവർ തെളിയിച്ചത്. ആദ്യനോവലിലെ രമണി എന്ന കഥാപാത്ര സൃഷ്ടിയിലൂടെ രാജലക്ഷ്മി ഇവിടെ ഒരു വിപ്ലവം തന്നെ സൃഷ്ടിച്ചു. സ്ത്രീക്ക് ആധുനിക സമൂഹത്തിൽ, സ്വന്തമായൊരു ലൈംഗികസ്വാതന്ത്ര്യം ആവശ്യമാണെന്ന് രാജലക്ഷ്മി കരുതിയിരുന്നു. എന്നാൽ, സ്ത്രീയെ ചൂഷണം ചെയ്യുന്നതിനെതിരെയും, നിയന്ത്രണമില്ലാത്ത ലൈംഗികതയ്ക്കെതിരെയും അവർ ശബ്ദമുയർത്തി. തീക്ഷ്ണമായ പ്രണയരംഗങ്ങൾ അവതരിപ്പിക്കുമ്പോഴും അവർ ഒരിക്കലും പരിധി വിട്ടില്ല. സംസ്കാരത്തിനു നിരക്കാത്ത ഒരു പദംപോലും പ്രയോഗിച്ചിട്ടുമില്ല. പരാജിത എന്ന കഥയാണ് ആ രീതിയിൽ തുറന്ന് അവതരിപ്പിക്കുന്ന

ഒരേ ഒരു കഥ. അതിൽപ്പോലും സദാചാരത്തിനു നിരക്കാത്ത ഒരു വർണ്ണന കാണാൻ സാദ്ധ്യമല്ല. ആദ്യ നോവലിലെ നായിക രമണി രാജലക്ഷ്മിയുടെ വ്യക്തിത്വത്തിന്റെ സജീവമാതൃകയാണ്. സ്വന്തമായ ഒരിടവും, സമയവും, സ്വാനുഭവത്തിന്റെ ആവിഷ്കാരവും, പുരുഷനോടൊപ്പം സാമൂഹികരാഷ്ട്രീയസാഹിത്യചിന്തകളിൽ മുഴുകി തങ്ങളുടെ അനുഭവമേഖല വികസിപ്പിക്കാനുള്ള സ്വാതന്ത്ര്യവും കൊതിക്കുന്ന ആധുനിക എഴുത്തുകാരികളുടെ മുന്നോടിയാണ് ആ കഥാപാത്രം. പുരുഷലോകവുമായി ലൈംഗികതയിൽ അധിഷ്ഠിതമല്ലാത്ത സ്വതന്ത്രമായ സുഹൃദ്ബന്ധമാണ് അവർ കൊതിച്ചത്. സ്ത്രീത്വത്തിന്റെ സ്നേഹിക്കപ്പെടാനുള്ള ദാഹമാണ് അവളിൽ ജ്വലിച്ചുനിന്നത്. എന്റെ വിളക്ക് കത്തിക്കപ്പെടുകയുണ്ടായില്ല. എന്ന് അവളിലെ വികാരവതിയായ സ്ത്രീ വിലപിക്കുന്നുണ്ട്. തന്റെ വികാരങ്ങൾ ഉൾകൊള്ളാൻ കഴിയുന്ന, തന്റെ അഹന്തയെ കീഴ്പ്പെടുത്താൻ കഴിയുന്ന, ഒരു പുരുഷവ്യക്തിത്വത്തെ കണ്ടെത്തുക എന്ന ആഗ്രഹത്തെയാണ് അവർ അതിലൂടെ പ്രകടമാക്കിയത്. സ്ത്രീ മനസ്സിന്റെ വികാര വിചാരങ്ങൾ തൊട്ടറിയാവുന്ന രീതിയിലാണ് ഇവിടെ രാജലക്ഷ്മിയുടെ വർണ്ണന. സ്ത്രീയുടെ മനോവിചാരങ്ങൾ അവളുടെ വാക്കുകളിലൂടെ അനാവൃതമാകുന്നത് മലയാളത്തിൽ ആദ്യമായിട്ടാണെന്നും, പുരുഷന്റെ അഹന്തയുടെ തല കുനിയുമ്പോൾ സ്ത്രീസ്വത്വത്തിന്റെ പ്രത്യയശാസ്ത്രങ്ങൾ വിജയിക്കുകയാണ് ചെയ്യുന്നതെന്നും ഇത് രാജലക്ഷ്മിയുടെ സ്ത്രീ സങ്കല്പത്തിന്റെ വിജയമാണെന്നും ജിഷ പയസ്സ് വ്യക്തമാക്കുന്നു. അവർ തുടരുന്നു: പരസ്പരം പങ്കുവയ്ക്കപ്പെടുന്നതാണ് ദാമ്പത്യം, അല്ലാതെ ഭർത്തൃ ശുശ്രൂഷയല്ല. സ്ത്രീ പുരുഷനെ പൂജിക്കേണ്ടവളല്ല. അവന്റെ വിപ്ലവകാരിയായ ഇണയാണെന്ന് നമ്മുടെ സാഹിത്യലോകത്തു ശക്തമായി വാദിച്ച രാജലക്ഷ്മി പില്ക്കാലത്ത് ഫെമിനിസ്റ്റുകളുടെ പ്രബലമായ അടിത്തറയായി മാറി. നമ്മുടെ സമൂഹത്തിൽ സ്ത്രീകളുടെമേൽ ബന്ധിച്ച ചങ്ങലകൾ പൊട്ടിക്കാൻ ഇനിയും ബാക്കിയുണ്ടെന്ന് അവർ വിശ്വസിച്ചു. മലയാളത്തിൽ പെണ്ണെഴുത്തിന് അഭിമാനിക്കാവുന്ന കൃതിയാണ് അവരുടെ ഉച്ചവെയിലും ഇളംനിലാവും. അതിലെ നായിക വിമല പ്രണയത്തിന്റെ പേരിൽ ഒരിക്കലും പുരുഷന്റെ അടിമയായിത്തീരുന്നില്ല. സഹതാപത്തിന്റെ പേരിൽപ്പോലും അതിനവൾ തയ്യാറല്ല. അവൾക്ക് അവളുടേതായ കാഴ്ചപ്പാടുകളുണ്ട്. സ്ത്രീയുടെ നേർത്ത ഭാവങ്ങളും മൃദുല വികാരങ്ങളും മാത്രമല്ല, അവളുടെ രൂക്ഷമായ ഭാവങ്ങളും ദൃഢവികാരങ്ങളും രാജലക്ഷ്മിയുടെ കഥകളിൽ അതീവ ശക്തമായിരുന്നു. ഏതു വികാരവും സ്വച്ഛമായി പ്രകടമാക്കാനുള്ള അവളുടെ അവകാശവും അതിനെ നിഷേധിക്കുന്ന പുരുഷന്റെ അഹന്തയും ഉൾക്കാഴ്ചയോടെ മനസ്സിലാക്കിയ ഈ എഴുത്തുകാരി സ്ത്രീയും പുരുഷനും സമഭാവത്തോടെ പരസ്പര പൂരകമായി വർത്തിക്കുന്ന മനുഷ്യദർശനത്തിന്റെ സന്ദേശമാണ് തന്റെ രചനകളിലൂടെ നല്കിയത്. പുരുഷ നിർവ്വചനങ്ങളിൽ നിന്നുമകന്ന് സ്ത്രീകേന്ദ്രിതമായ ഒരു വീക്ഷണം മലയാളത്തിൽ അവതരിപ്പിക്കാൻ കഴിഞ്ഞതുകൊണ്ടാണ്

ഇവിടത്തെ നിരൂപകർ സ്ത്രീപക്ഷ രചനകളുടെ ആദ്യമാതൃകയായി രാജലക്ഷ്മിയുടെ കൃതികളെ കാണുന്നത്."[9]

രാജലക്ഷ്മിയുടെ സ്ത്രൈണ വ്യക്തിത്വത്തിന്റെ പ്രകടനമാണ് അവരുടെ നായികമാരെല്ലാം തന്നെ. ഈ പ്രബന്ധത്തിന്റെ മുന്നദ്ധ്യായങ്ങളിൽ കാല്പനികതയുടെ എല്ലാ ഘടകങ്ങളും ചർച്ച ചെയ്തുകഴിഞ്ഞു. അതുതന്നെയാണ് രാജലക്ഷ്മിയുടെ സർഗ്ഗാത്മക വ്യക്തിത്വത്തിന്റെ ഘടകങ്ങളും. അതുപോലെതന്നെ അവരുടെ സാമൂഹികവ്യക്തിത്വവും പഠനവിധേയമായി. മലയാളത്തിലെ എഴുത്തുകാരികളിൽ രാജലക്ഷ്മിയുടെ സ്ഥാനം ഒട്ടും പിന്നിലല്ലെന്ന് ഈ മൂന്നു വ്യക്തിത്വപഠനങ്ങൾ തെളിയിക്കുന്നു. പൂർണ്ണമായി വിടരും മുമ്പുകൊഴിഞ്ഞു പോയ ഈ മലരിന് നമ്മുടെ സാഹിത്യത്തിൽ ഇനിയും അർഹമായ സ്ഥാനം നല്കാൻ നാം മടിച്ചുനില്ക്കേണ്ടതില്ല.

---

1. ഡോ.എൻ.ആർ.ഗ്രാമപ്രകാശ് -ഏകാന്ത പഥിക - രാജലക്ഷ്മി – ജീവിതവും കൃതികളും, എസ്.പി.സി.എസ് കോട്ടയം.
2. മുടുവാൻ നാടൻ- രാജലക്ഷ്മി, രാജലക്ഷ്മിയുടെ കഥകൾ, കറന്റ് ബുക്സ്, തൃശ്ശൂർ - പേജ് - 122
3. അതിൽതന്നെ -പേജ്-123
4. മകൾ - രാജലക്ഷ്മിയുടെ കഥകൾ- കറന്റ് ബുക്സ്, തൃശ്ശൂർ
5. കെ.പി.അപ്പൻ -മരണത്തിന്റെ ഹൃദ്യമായ മുന്നറിയിപ്പുകൾ- മാതൃഭൂമി ഓണപ്പതിപ്പ് - 1988
6. ജിഷാപയസ്സ് - രാജലക്ഷ്മിയുടെ കൃതികൾ-ഒരു സ്ത്രീ പക്ഷവായന - പുസ്തകസദസ്സ്-വള്ളത്തോൾ വിദ്യാപീഠം, ശുകപുരം -എടപ്പാൾ പേജ്-24
7. അതിൽതന്നെ - പേജ്-25
8. രാജലക്ഷ്മിയുടെ കൃതികൾ - ഒരു സ്ത്രീപക്ഷ വായന ജിഷ പയസ്സ് -പുസ്തകസദസ്സ്- ശുകപുരം - എടപ്പാൾ പേജ് - 25
9. ഡോ.എം.ലീലാവതി- യജ്ഞതീർത്ഥം- രാജലക്ഷ്മി എന്ന എഴുത്തുകാരി.

സഹായ ഗ്രന്ഥങ്ങൾ

1. ഒരു വഴിയും കുറെ നിഴലുകളും-രാജലക്ഷ്മി കറന്റ് ബുക്സ്, തൃശ്ശൂർ
2. ഉച്ചവെയിലും ഇളം നിലാവും -രാജലക്ഷ്മി കറന്റ് ബുക്സ്, തൃശ്ശൂർ
3. ഞാനെന്ന ഭാവം -രാജലക്ഷ്മി കറന്റ് ബുക്സ്, തൃശ്ശൂർ
4. രാജലക്ഷ്മിയുടെ കഥകൾ -രാജലക്ഷ്മി കറന്റ് ബുക്സ്, തൃശ്ശൂർ
5. കാഥികന്റെ പണിപ്പുര - എം.ടി.വാസുദേവൻ നായർ, കറന്റ് ബുക്സ്, തൃശ്ശൂർ
6. രാജലക്ഷ്മിയുടെ നിഴൽപ്പാടുകൾ - എ.ബി.രഘുനാഥൻ നായർ, പരിധി പബ്ലിക്കേഷൻസ്, തിരുവനന്തപുരം
7. രാജലക്ഷ്മിയുടെ കൃതികൾ - ഒരു സ്ത്രീപക്ഷ വായന ജിഷ പയസ്സ്, പുസ്തകസദസ്സ്, ശുകപുരം, എടപ്പാൾ
8. മാറുന്ന മലയാള നോവൽ-കെ.പി.അപ്പൻ ഗൗതമ പബ്ലിക്കേഷൻസ്, ആലപ്പുഴ
9. വീണ്ടു വിചാരം- ഡോ.പി.വി. വേലായുധൻ പിള്ള പ്രഭാത് ഹൗസ്, തിരുവനന്തപുരം
10. രാജലക്ഷ്മി - രതി മേനോൻ, കേന്ദ്രസാഹിത്യ അക്കാദമി
11. രാജലക്ഷ്മി-എ.ബി.രഘുനാഥൻ നായർ, കേരളാ ഭാഷാ ഇൻസ്റ്റിറ്റ്യൂട്ട്, തിരുവനന്തപുരം
12. സമയപ്രവാഹവും സാഹിത്യകലയും -കെ.പി.അപ്പൻ, ഡി.സി. ബുക്സ്, കോട്ടയം
13. കാലം-എം.ടി.വാസുദേവൻ നായർ, കറന്റ് ബുക്സ്, തൃശ്ശൂർ
14. സമൂഹമനസ്സും മലയാള നോവലും - ഡോ.പി.കെ.കുശല കുമാരി, മലയാള പഠനഗവേഷണകേന്ദ്രം, തൃശ്ശൂർ
15. ഏകാന്ത പഥിക - രാജലക്ഷ്മി ജീവിതവും കൃതികളും ഡോ.എൻ. ആർ.ഗ്രാമപ്രകാശ് - എസ്.പി.സി.എസ് കോട്ടയം.
16. മാധവിക്കുട്ടിയുടെ കഥകൾ -സി.സി.ബുക്സ്, കോട്ടയം
17. മഞ്ഞ് - എം.ടി.വാസുദേവൻ നായർ, കറന്റ് ബുക്സ്, തൃശ്ശൂർ
18. രണ്ടാമൂഴം -എം.ടി.വാസുദേവൻ നായർ, കറന്റ് ബുക്സ്, തൃശ്ശൂർ
19. എം.ടി.കല,കാലം, വ്യക്തി, എഡിറ്റർ. കെ.ജയകുമാർ, സി.സി.ബുക്സ്, കോട്ടയം
20. ഫെമിനിസം - ഒരു കൂട്ടം എഴുത്തുകാർ, കേരളാ ഭാഷാ ഇൻസ്റ്റിറ്റ്യൂട്ട്, തിരുവനന്തപുരം

21. എം.ടി.കഥയും പൊരുളും, എഡിറ്റർ ഡോ.എം.എം.ബഷീർ, കറന്റ് ബുക്സ്, തൃശ്ശൂർ
22. പെണ്ണെഴുതുന്ന ജീവിതം എൻ.കെ. രവീന്ദ്രൻ, മാതൃഭൂമി ബുക്സ്.
23. സ്ത്രീ രചനാദർശനം- ഒരു അവലോകനം, ഡോ.എൻ. പ്രശാന്ത് കുമാർ, വിതരണം നാഷണൽ ബുക്സ്റ്റാൾ കോട്ടയം
24. സിൽവിയാ പ്ലാത്ത് - കവിതയും ജീവിതവും. ജോ മാത്യു, സ്മിത മീനാക്ഷി, എസ്.പി.സി.എസ്. കോട്ടയം
25. വെർജീനിയാ വൂൾഫ്- ലൈറ്റ് ഹൗസ് - പരിഭാഷ സി.വേണുഗോപാൽ, പാപ്പിയോൺ, കോഴിക്കോട്.
26. വെർജീനിയാ വൂൾഫ്, ലോകോത്തര കഥകൾ വിവർത്തനം- രാധാമണിക്കുഞ്ഞമ്മ, സി.സി.ബുക്സ്, കോട്ടയം
27. സ്വന്തമായൊരു മുറി -വെർജീനിയാ വൂൾഫ്, ഡി.സി.ബുക്സ്, കോട്ടയം
28. ഡോ.കൃഷ്ണൻ ഇളയത് - മനസ്സ്- സി.സി.ബുക്സ്, കോട്ടയം
29. കെ.പി.അപ്പന്റെ തിരഞ്ഞെടുത്ത കൃതികൾ, ഹരിതം ബുക്സ്, കോഴിക്കോട്
30. കലാപം, വിവാദം, വിലയിരുത്തൽ കെ.പി.അപ്പൻ, ഗൗതമ പബ്ലിക്കേഷൻസ്, ആലപ്പുഴ
31. നിരൂപകന്റെ രാജ്യഭാരം എം.ആർ. ചന്ദ്രശേഖരൻ പൂർണ്ണാ പബ്ലിക്കേഷൻസ്, കോഴിക്കോട്
32. സ്ഥലം, കാലം, ചെറുകഥ, ഡോ.സോമൻ, നെല്ലിവിള, കറന്റ് ബുക്സ്, തൃശ്ശൂർ
33. പുതിയ പുരുഷാർത്ഥങ്ങൾ- ആഷാമേനോൻ. എസ്.പി.സി.എസ് കോട്ടയം
34. പാപത്തറ അവതാരിക -സച്ചിദാനന്ദൻ
35. ആധുനിക സാഹിത്യ ദർശനങ്ങൾ പ്രൊഫ.കെ.എം. തരകൻ, ഡി.സി. ബുക്സ്, കോട്ടയം
36. സമ്പൂർണ്ണ കൃതികൾ-സരസ്വതിയമ്മ ഡി.സി.ബുക്സ്, കോട്ടയം.
37. ചെറുകഥയുടെ ഛന്ദസ്സ് - വി. രാജകൃഷ്ണൻ, മാതൃഭൂമി കോഴിക്കോട്
38. The Bell Jar-Sylvia Plath Faber and Faber (Faber Moderns)
39. The Basic Writings of Sigmaond Freud. Translated and Edited with an Introduction by Dr.A.A.Brill Random House
40. Virginia Woolf - ARoom of One s Own Penguin Book, England
41. മണികൃഷ്ണൻ- രാജലക്ഷ്മി എന്റെ അദ്ധ്യാപിക മാതൃഭൂമി ആഴ്ചപ്പതിപ്പ് -1965 മാർച്ച് -7
42. എൻ.വി.കൃഷ്ണവാര്യർ- രാജലക്ഷ്മി എന്ന എഴുത്തുകാരി മാതൃഭൂമി ആഴ്ചപ്പതിപ്പ് -1965 മാർച്ച് 7
43. മംഗോളോദയം വിശേഷാൽ പ്രതി -1964, ആത്മഹത്യ, രാജലക്ഷ്മി
44. മകൾ -രാജലക്ഷ്മി, 1965 ജൂൺ മാതൃഭൂമി
45. ഗ്രന്ഥാലോകം -സരസ്വതിയമ്മപ്പതിപ്പ്
46. മാതൃഭൂമി ആഴ്ചപ്പതിപ്പ് -26-1-2014 ചരിത്രപഥം

www.ingramcontent.com/pod-product-compliance
Ingram Content Group UK Ltd.
Pitfield, Milton Keynes, MK11 3LW, UK
UKHW042103021026
15589UKWH00001B/160

9 789386 440174